द लास्ट सेआन्स

ॲगाथा ख्रिस्ती

द लास्ट सेआन्स

काही अतिभौतिक कथा

भाषांतर : डॉ. अजेय हर्डीकर

MANJUL
मंजुल पब्लिशिंग हाउस

First published in India by

MANJUL

Manjul Publishing House

Corporate and Editorial Office

• 2nd Floor, Usha Preet Complex, 42 Malviya Nagar,
Bhopal 462 003 – India

Sales and Marketing Office

• C-16, Sector 3, Noida, Uttar Pradesh 201301, India

Website: www.manjulindia.com

Distribution Centres

Ahmedabad, Bengaluru, Kochi, Kolkata, Chennai,
Hyderabad, Mumbai, New Delhi, Pune

Marathi edition first published in 2025

ISBN 978-93-5543-926-0

Translated by: Dr. Ajey Hardeekar

Printed and bound in India by Repro India Limited

अनुक्रमणिका

द लास्ट सेआन्स

स्वतःशीच एक गाणं गुणगुणत राउल दोब्रयने सेन नदी ओलांडली. साधारण बत्तीसेक वर्षांचा हा फ्रेंच मनुष्य देखणा होता आणि त्याच्या उजळ चेहऱ्यावर छोटीशी काळी मिशी होती. व्यवसायाने तो इंजिनिअर होता. थोडं चालल्यावर तो कार्डोनेटला पोहोचला आणि १७ क्रमांकाच्या दरवाजापाशी येऊन थांबला. द्वारपाल महिलेने मान वर करून पाहिलं आणि काहीशा नाखुशीने गुड मॉर्निंग म्हणून त्याला दार उघडलं. त्याने मात्र खुशीने तिला अभिवादन केलं आणि जिना चढून तो तिसऱ्या मजल्यावरच्या सदनिकेपाशी गेला. दारावरची घंटा वाजवून दार उघडलं जाईपर्यंत तो पुन्हा गुणगुणू लागला. एका वयस्क फ्रेंच स्त्रीने दार उघडलं. त्याला पाहून तिच्या सुरकुतलेल्या चेहऱ्यावर एकदम हसू पसरलं.

'गुड मॉर्निंग...'

'गुड मॉर्निंग एलीस,' राउल म्हणाला.

हातमोजे काढत तो आत गेला.

'मॅडमला माहीत आहे ना मी आत्ता येणार होतो ते?' त्याने मागे वळून विचारलं.

'हो, नक्कीच...'

दरवाजा बंद करून एलीस त्याच्याकडे वळली.

'तुम्ही जर छोट्याशा *सॅलाँमध्ये* थांबलात, तर मॅडम लवकरच तिथे येतील. सध्या त्या विश्रांती घेत आहेत.'

राउलने एकदम मान वर करून पाहिलं.

'तिची तब्येत तर ठीक आहे ना?'

'ठीक?' एलीसने कुत्सितपणे विचारलं. राउलच्या पुढ्यातून जाऊन तिने *सॅलाँचं* दार उघडलं. त्याच्या पाठोपाठ ती आत गेली.

'ठीक?' ती बोलू लागली, 'ती बिचारी ठीक कशी असेल? *सेआन्स* एके *सेआन्स!* मृतात्म्यांशी संवाद साधायच्या किती त्या बैठका! हे काही बरोबर नाहीये– अनैसर्गिक आहे. आपण असं करावं अशी देवाची मुळीच इच्छा नाही. मला विचाराल, तर सरळ सांगेन की, हे म्हणजे सैतानाशी व्यवहार करणं झालं.'

राउलने तिच्या खांद्यावर थोपटून तिचं थोडं सांत्वन केलं.

'एलीस, एलीस, शांत हो,' तो मृदू आवाजात म्हणाला, 'उगीच अस्वस्थ होऊ नकोस. ज्या गोष्टी आपल्याला समजत नाहीत, त्या प्रत्येकीत लगेच सैतान शोधू नकोस.'

एलीसने मान हलवली; पण तिला फार पटल्यासारखं वाटत नव्हतं.

'हं, ठीक आहे,' ती नाखुशीने म्हणाली. 'तुम्ही जरूर म्हणा काय हवं ते; पण मला काही हे आवडत नाहीये. मॅडमकडे पाहा. दिवसागणिक त्या बारीक होत चालल्या आहेत, पांढऱ्याफट्ट दिसू लागल्या आहेत आणि डोकं ठणकतं, त्याचं तर विचारूच नका!'

तिने हात वर केले.

'नाही, नाही, हे काही ठीक नाहीये. हे सगळं मृतात्मे वगैरे... म्हणे मृतात्मे! सगळे चांगले आत्मे स्वर्गात आहेत आणि बाकीचे नरकात.'

'एलीस, मृत्यूनंतरच्या अस्तित्वाबद्दलचे तुझे विचार अगदी साधे सरळ आहेत,' खुर्चीत बसता बसता राउल म्हणाला.

ती प्रौढ बाई जरा चिडून ताठ उभी राहिली.

'साहेब, मी एक चांगली कॅथलिक आहे.'

तिने छातीवर क्रॉसचा आकार काढला आणि मग दाराकडे जाता जाता जरा थांबली.

'साहेब, एकदा तुमचं लग्न झालं की हे सगळं बंद होईल ना?' ती काकुळतीला येऊन म्हणाली.

राउल तिच्याकडे पाहून प्रेमळपणे हसला.

'एलीस, तू अतिशय निष्ठावान आहेस. तुझ्या मॅडमबद्दल तुझ्या मनात अगदी भक्तिभाव आहे. तू चिंता करू नकोस. एकदा आमचं लग्न झालं की, हे सगळं भूत-पिशाच्चं वगैरे बंद होईल. मॅडम दोब्रयच्या आयुष्यात अशा *सेआन्सना* – मृतात्म्यांशी संवाद साधायच्या *बैठकांना* अजिबात जागा नसेल,' तो म्हणाला.

एलीसच्या चेहऱ्यावर एकदम हसू उमललं.

'तुम्ही म्हणताय ते खरंय?' तिने आतुरतेने विचारलं.

त्याने गंभीरपणे होकार दिला.

'होय,' तो खरंतर स्वतःलाच सांगत होता. 'होय, हे सगळं थांबायलाच हवं. सिमोनला या बाबतीत सुंदर वरदान लाभलेलं होतं; तिने त्याचा मुक्तपणे उपयोग केला; पण आता तिची भूमिका निभावून झाली आहे. तू अगदी म्हणालीस तसं, ती खरंच दिवसेंदिवस खंगत चालली आहे. मृतात्म्यांशी संवाद साधणाऱ्या कोणाही माध्यमाचं आयुष्य खडतर असतं आणि त्यात भयंकर मानसिक ताण असतो, तरीही एलीस, तुझ्या बाईसाहेब या पॅरिसमधल्या सर्वोत्तम माध्यम आहेत, नव्हे अख्ख्या फ्रान्समधल्याच. जगभरातून त्यांच्याकडे लोक येतात. कारण, त्यांच्याकडे फसवाफसवी होत नाही याची त्यांना खात्री असते.

एलीसने कुत्सितपणे हुंकार दिला.

'फसवणं! नक्कीच नाही. मॅडमने प्रयत्न केला तरी त्या तान्ह्या बाळालासुद्धा फसवू शकणार नाहीत.'

'ती साक्षात देवदूत आहे,' तो तरणा फ्रेंच माणूस मनापासून म्हणाला, 'आणि मी – मी – एखादा माणूस तिला सुखी ठेवायला जे जे करू शकतो, ते ते मी करेन. तुझा विश्वास आहे ना यावर?'

एलीस उभी राहिली. बोलताना तिचा आवाजात प्रतिष्ठित वाटला.

'मी अनेक वर्षं मॅडमची सेवा केली आहे, साहेब. मी त्यांच्यावर प्रेम केलंय हे मी आदरपूर्वक सांगते. त्यांच्या वाट्याला जे प्रेम यायला हवं तितकं तुमचं प्रेम नसतं, तर सांगते *साहेब* – तुमचे हात-पाय मी तोडले असते!'

राउल हसला.

'शाबास, एलीस! तू इमानदार मैत्रीण आहेस आणि मॅडम आता भुताखेतांचा त्याग करतील असं मी सांगितल्यावर तुला मी आवडायला हरकत नाही.'

ती वृद्ध बाई या थट्टा-मस्करीने हसेल असं त्याला वाटलं होतं; पण आश्चर्य म्हणजे तिचा चेहरा गंभीरच राहिला.

'समजा, साहेब, भुतांनी *त्यांचा* पिच्छा सोडला नाही तर?' तिने अडखळत विचारलं.

राउल बघतच राहिला. 'आँ?' म्हणजे काय?'

'मी म्हणाले, जर भुतांनी त्यांचा पिच्छा सोडला नाही तर?'

'एलीस, तुझा भुताखेतांवर विश्वास नाहीये असं मला वाटलं होतं,' राउल म्हणाला.

'नाहीच आहे,' एलीस हट्टाने म्हणाली, 'असल्या गोष्टींवर विश्वास ठेवणं हा वेडेपणा आहे; पण तरीही –'.

'बोल, पुढे बोल.'

'साहेब, मला नीट समजावून सांगता येणार नाही. त्याचं असं आहे, मला नेहमी वाटायचं की, जे लोक स्वतःला माध्यम म्हणवून घेतात ते केवळ चतुर आणि लबाड असतात. ज्या गरीब बिचाऱ्यांचं कोणी मेलं असेल त्यांना ते फसवतात; पण मॅडम तशा नाहीत. त्या चांगल्या आहेत, प्रामाणिक आहेत आणि –'

इथे ती दबक्या, भारावलेल्या आवाजात बोलू लागली.

'*गोष्टी घडतात.* यात हातचलाखी वगैरे काही नाहीये आणि म्हणून मला भीती वाटते. हे काही बरोबर नाही याची मला खात्री आहे साहेब. हे सगळं अनैसर्गिक आहे, देवाविरुद्ध आहे आणि *कोणाला तरी याची किंमत नक्कीच मोजावी लागणार आहे.*'

राउल खुर्चीतून उठला आणि तिच्याजवळ जाऊन त्याने पुन्हा तिला थोपटलं.

'शांत हो, एलीस,' तो मंद स्मित करत म्हणाला, 'हे बघ, मी तुला एक चांगली बातमी सांगतो. आज *सर्वांत शेवटची बैठक* आहे. उद्यापासून एकही नसेल.'

'म्हणजे आज एक आहे तर?' तिने संशयाने विचारलं.

'शेवटची, एलीस, अगदी शेवटची.'

एलीसने हताशपणे मान हलवली.

'मॅडमची तब्येत ठीक नाहीये – ' ती बोलू लागली.

पण तिच्या तोंडून आणखी शब्द बाहेर पडायच्या आधी दार उघडलं गेलं आणि एक उंच, गोरी स्त्री आत आली. तिच्यात एक डौलदारपणा होता. बॉत्तिचेली या चित्रकाराची मॅडोनाच जणू. राउलचा चेहरा खुलला.

एलीस हळूच तिथून निघून गेली.

'सिमोन!'

त्याने तिचे दोन्ही गोरे, सडपातळ हात हातांत घेऊन त्यांचं चुंबन घेतलं. तिने हलकेच त्याचं नाव पुटपुटलं.

'राउल, माझ्या लाडक्या!'

त्याने पुन्हा तिच्या हातांचं चुंबन घेतलं आणि तिच्या डोळ्यांत खोलवर पाहिलं.

'सिमोन, किती फिकुटलेली दिसते आहेस! तू विश्रांती घेते आहेस असं एलीस म्हणाली. प्रिये, तू आजारी तर नाहीस ना?'

'नाही, आजारी नाही –' ती म्हणाली; पण त्या म्हणण्यात दम नव्हता.

तो तिला सोफ्यापाशी घेऊन गेला आणि दोघं एकमेकांच्या शेजारी बसले.

'मग सांग मला.'

ती म्हणजे ते माध्यम मंद हसलं.

'मी वेडपट आहे असं तुला वाटेल,' ती पुटपुटली.

'मी तुला वेडी समजेन? कधीच नाही.'

सिमोनने त्याच्या हातातून आपला हात काढून घेतला. क्षणभर एकदम निश्चल बसून ती कार्पेटकडे एकटक पाहत राहिली. मग दबक्या आवाजात काहीशा घाईत ती म्हणाली,

'राउल, मला भीती वाटते आहे रे.'

ती आणखी काही बोलेल म्हणून त्याने दोनेक मिनिटं वाट पहिली; पण ती काहीच बोलत नाहीये हे पाहून तो तिला धीर देत म्हणाला, 'कशाची भीती वाटते आहे तुला?'

'काही नाही – नुसतीच भीती.'

'पण –'

त्याने जरा गोंधळून तिच्याकडे पाहिलं आणि त्या नजरेला तिने पटकन उत्तर दिलं.

'हो, विचित्रच आहे नाही का? पण मला अगदी तसंच वाटतंय. फक्त भीती, बाकी काही नाही. कशाची, का, हे मला नाही सांगता येणार; पण माझ्या बाबतीत काहीतरी भयंकर, खरोखर भयंकर घडणार आहे हे माझ्या डोक्यात पक्क बसलंय...'

ती समोर एकटक बघत बसली. राउलने अलगद तिच्याभोवती एक हात ठेवला.

'सिमोन, प्रिये,' तो म्हणाला, 'तू हार मानता कामा नये. तुझ्या मनावर ताण आहे याची मला कल्पना आहे. एक माध्यम म्हणून आयुष्य जगण्याचा ताण. तुला विश्रांतीची गरज आहे – विश्रांती आणि शांतता.'

तिच्या नजरेत कृतज्ञतेचा भाव होता.

'खरंय तुझं म्हणणं राउल. मला खरंच विश्रांतीची गरज आहे.'

डोळे मिटून ती त्याच्या दंडावर किंचित रेलली.

'...आणि सुखाचीसुद्धा,' तो प्रेमाने तिच्या कानात म्हणाला.

त्याने तिला आणखी जवळ घेतलं. तिने एक दीर्घ श्वास घेतला; तिचे डोळे अजूनही बंदच होते.

'हो,' ती पुटपुटली, 'हो. तू जेव्हा मला असं जवळ घेतोस तेव्हा मला सुरक्षित वाटतं. माझ्या आयुष्याचा – माध्यमाच्या भयानक आयुष्याचा – विसर पडतो. तुला खूपसं समजतं रे; पण तुलाही सर्व काही समजणार नाही.'

त्याच्या कवेतच तिचं अंग कडक झाल्याचं त्याला जाणवलं. डोळे उघडून ती पुन्हा एकटक समोर बघू लागली.

'आपण अंधारात बसतो, वाट पाहत. तो अंधार भयाण असतो, राउल. कारण, तो असतो पोकळपणाचा अंधार, शून्यत्वाचा अंधार. आपण स्वतःहून त्याला शरण जातो. त्यानंतर आपल्याला काहीही समजत नाही, जाणवत नाही; पण मग त्यानंतर हळूहळू जी जाग येते, ती त्रासदायक असते. आपण प्रचंड दमलेले असतो.'

'हो गं. हो गं,' राउल तिची समजूत काढत म्हणाला.

'खूपच दमायला...' सिमोन पुन्हा हलक्या आवाजात म्हणाली. हे शब्द उच्चारताना तिचं अंग अगदी सैल पडल्यासारखं झालं.

'पण तू खूप छान आहेस, सिमोन.'

त्याने पुन्हा तिचे हात आपल्या हातात घेतले; त्याच्या उत्साहाने तो तिला प्रेरणा देऊ पाहत होता.

'तू असामान्य आहेस – जगातली आतापर्यंतची सर्वांत महान माध्यम.'

थोडं हसून तिने मान हलवली.

'अगदी खरंच,' राउल म्हणाला.

त्याने खिशातून दोन पत्रं काढली.

'हे बघ, सालपेत्रिएरच्या प्राध्यापक रोशचं पत्र आणि हे आहे नॅन्सीच्या डॉ. जेनीर यांचं. तू त्यांच्यासाठी अधूनमधून माध्यम म्हणून बसावंस असं ते कळकळीने सांगत आहेत.

'नाही, नाही!' एकदम उठून उभी राहत सिमोन म्हणाली.

'मी नाही करणार हे, अजिबात नाही. हे सगळं थांबवायचं आहे मला, पूर्णपणे. तू तसं वचन दिलं होतंस मला, राउल.'

ती थरथरत उभी आहे हे पाहून राउल चक्रावून तिच्याकडे बघत राहिला. बांधून ठेवलेल्या एखाद्या प्राण्यासारखा तिचा आविर्भाव होता. त्याने उठून तिचा हात हातात घेतला.

'हो, हो,' तो म्हणाला, 'नक्कीच थांबवायचं आहे; पण सिमोन, मला तुझा खूप अभिमान वाटतो म्हणून ती पत्रं मी तुला दाखवली.'

तिने मान वळवून त्याच्याकडे संशयाने पाहिलं.

'मी पुन्हा कधीही माध्यम म्हणून बसायचं नाही असं तुला वाटतं?'

'अगदी. अर्थात तुलाच कधी वाटलं, या जवळच्या मित्रांसाठी बसावं असं, तर – '

पण तिने त्याला मध्येच थांबवलं.

'नाही, पुन्हा कधीही नाही. त्यात धोका आहे, मी सांगतेय ना तुला? मला जाणवतंय, खूप भयानक धोका.'

तिने दोन्ही हात थोडा वेळ कपाळावर घट्ट दाबून धरले आणि मग खिडकीजवळ जाऊन उभी राहिली.

मग मागे वळून बघत त्याला आधीपेक्षा शांत आवाजात ती म्हणाली, 'मला वचन दे, पुन्हा कधीही नाही, असं.'

तिच्याजवळ जाऊन त्याने आपले दोन्ही हात तिच्या खांद्यांवर ठेवले.

'लाडके,' तो हळुवारपणे म्हणाला, 'तू आजनंतर पुन्हा कधीही बैठक घेणार नाहीस असं वचन मी तुला देतो.'

ती एकदम दचकल्याचं त्याला जाणवलं.

'आज', ती पुटपुटली, 'हो, मॅडम एक्सेला मी विसरलेच होते.'

राउलने आपल्या घड्याळाकडे पाहिलं.

'ती आता कुठल्याही क्षणी येईल; पण तुला जर बरं वाटत नसेल तर...'

त्याच्या बोलण्याकडे तिचं जेमतेम लक्ष होतं; तिच्या डोक्यात वेगळंच विचारचक्र सुरू झालं होतं.

'ती विचित्र बाई आहे, राउल, खूपच विचित्र. तुला माहितेय, मला तिची भीती वाटते.'

'सिमोन!'

त्याच्या आवाजातला किंचित रागावल्याचा भाव तिच्या लगेच लक्षात आला.

'हो, हो, मला माहीत आहे. तू सगळ्या फ्रेंच पुरुषांसारखा आहेस, राउल. तुझ्यासाठी आई ही व्यक्ती अत्यंत पवित्र आहे आणि एखादी आई जेव्हा तिच्या गेलेल्या बाळाबद्दल दुःखी असते, तेव्हा तिच्याबद्दल मी असं बोलणं तुला निर्दयीपणाचं वाटू शकेल; पण... मी तुला नाही समजावून सांगू शकणार; पण ती इतकी काळी, धिप्पाड आहे आणि तिचे हात, तू कधी तिचे हात पाहिले आहेस, राउल? भलेमोठे, मजबूत हात आहेत तिचे, एखाद्या पुरुषासारखे. अरे देवा!'

तिचं अंग शहारलं आणि तिने डोळे मिटून घेतले. राउलने त्याचे हात तिच्या हातातून काढून घेतले आणि तो जरा तुटकपणेच बोलला, 'सिमोन, मला तुझं काही कळतंच नाही. तू स्वतः एक स्त्री आहेस; तुला दुसऱ्या स्त्रीबद्दल सहानुभूती वाटणार ना, एकमेव मूल गेलेल्या स्त्रीविषयी तर नक्कीच?'

सिमोन वैतागल्यासारखी वाटली, 'अरे, तुलाच काही कळत नाहीये, मित्रा! या गोष्टी ठरवून होत नाहीत. नाइलाज असतो. तिला पहिल्यांदा पाहिलं, तेव्हाच मला वाटलं...'

तिने दोन्ही हात हताशपणे वर केले.

'*भीती!* तुला आठवतंय, तिच्यासाठी बसायची तयारी दाखवायला मी खूप वेळ घेतला होता. ती माझ्या आयुष्यात दुर्भाग्य आणणार याची मला खात्री वाटली होती.'

राउलने खांदे उडवले.

'...आणि खरं म्हणजे अगदी उलट घडलं,' तो म्हणाला. सर्व बैठका अतिशय यशस्वी ठरल्या आहेत. लहानग्या ॲमेलीचा मृतात्मा तुझ्यावर लगेच ताबा मिळवू शकला आणि शून्यातून प्रत्यक्षात ती व्यक्ती ज्या प्रकारे समोर आली, तेसुद्धा थक्क करणारं होतं. शेवटच्या बैठकीला प्रा. रोश खरंच असायला हवे होते.'

'ती व्यक्ती प्रत्यक्ष येते, ते प्रकटीकरण...' सिमोन हलक्या आवाजात म्हणाली, 'मला सांग राउल, (तुला माहीत आहे की मी त्या संमोहित अवस्थेमध्ये असताना काय घडतं हे मला अजिबात कळत नाही), ही प्रकटीकरणं खरंच इतकी भारी आहेत?'

तो उत्साहात 'हो' म्हणाला.

'सुरुवातीच्या काही बैठकांमध्ये त्या लहान मुलीचा चेहरा अतिशय धूसर दिसत होता,' तो म्हणाला, 'पण शेवटच्या *बैठकीमध्ये...*'

'हं?'

तो अगदी दबक्या आवाजात बोलला. 'सिमोन, तिथे उभं असलेलं ते मूल हाडा-मांसाचं, जिवंत होतं. मी तिला स्पर्शसुद्धा केला – पण तिला स्पर्श केल्यावर तुला खूप वेदना होत आहेत म्हटल्यावर मॅडम एक्से यांना तसं करायला मी नकार दिला. त्यांचा संयम जाईल आणि मग तुला काहीतरी इजा होईल, अशी मला भीती वाटली.'

सिमोनने पुन्हा एकदा तिची नजर खिडकीबाहेर वळवली.

'मला जाग आली, तेव्हा मी प्रचंड थकलेली होते,' ती पुटपुटली, 'राउल, हे सगळं योग्य आहे असं तुला *खरंच* वाटतं? तुला तर माहीत आहे की मी सैतानाशी व्यवहार करते आहे असं आपल्या एलीसला वाटतं.'

ती बळेबळे हसली; पण तिच्या हसण्यात अनिश्चितता होती.

'मला काय वाटतं माहितेय?' तो गंभीरपणे म्हणाला, 'अज्ञाताच्या संपर्कात यायचं म्हणजे धोका तर असणारच; पण त्यामागचा हेतू उदात्त आहे; हे सारं विज्ञानासाठी आहे. जगभरात विज्ञानासाठी अनेकांनी हौतात्म्य पत्करलं आहे, त्यात पुढाकार घेणाऱ्यांना त्याची किंमत मोजावी लागली आहे, जेणेकरून त्यांच्या मागाहून येणारे लोक सुरक्षित राहतील. गेली दहा वर्षं तू प्रचंड मानसिक ताण सहन करून विज्ञानासाठी अथकपणे काम केलं आहेस. आता तुझं कार्य संपलं आहे आणि आजपासून पुढे तू सुखी व्हायला मोकळी आहेस.'

तिने त्याच्याकडे प्रेमाने पाहिलं. ती आता शांत झाली होती. मग चटकन मान वर करून तिने घड्याळाकडे नजर टाकली.

'मॅडम एक्सेना उशीर झाला आहे,' ती म्हणाली, 'कदाचित त्या येणार नाहीत.'

'मला वाटतं येतील,' राउल म्हणाला, 'तुझं घड्याळ जरा पुढे आहे.'

'ही मॅडम एक्से कोण बरं असेल? ती कुठली आहे? आपल्याला तिच्याबद्दल काहीच माहीत नाही हे जरा विचित्र आहे.'

राउलने खांदे उडवले.

'माध्यमाकडे येताना बहुतेक सर्व लोक शक्यतो स्वतःचं खरं रूप लपवतात,' तो म्हणाला, 'ही साधी सावधगिरी असते.'

'हं, असेल तसंही,' ती निरुत्साहाने म्हणाली.

अचानक तिच्या हातातली चिनी मातीची फुलदाणी जमिनीवर पडून फुटली. तिने एकदम राउलकडे पाहिलं.

'बघितलंस,' ती पुटपुटली, 'मी माझी राहिलेली नाहीये. आज मी बसू शकत नाही असं मॅडम एक्सेला जर म्हणाले, तर मी खूप भ्याड आहे असं तुला वाटेल का रे?'

त्याच्या चेहऱ्यावरचं आश्चर्य आणि वेदना पाहून ती शरमली.

'सिमोन, तू वचन दिलं होतंस...' त्याने हळुवारपणे म्हटलं.

ती मागे, भिंतीजवळ सरली.

'मी नाही करणार, राउल अजिबात नाही करणार.'

पुन्हा त्याची तीच नजर, प्रेमळ पण रागावणारी. ती कचरली.

'मी पैशांचा विचार करत नाहीये सिमोन... अर्थात या स्त्रीने गेल्या बैठकीसाठी तुला जे पैसे देऊ केले होते, ते खूप, खरोखर खूप होते.'

तिने निकराने त्याला रोखलं.

'पैशांपेक्षासुद्धा जास्त महत्त्वाच्या गोष्टी असतात.'

'नक्कीच असतात,' त्याने होकार दिला, 'तेच तर म्हणतोय मी. विचार कर, ही स्त्री एक आई आहे, तिचं एकुलतं एक मूल आता हयात नाहीये. तू जर आजारी नसशील, जर तू केवळ लहरीपणा करत असशील, तर तू कदाचित लहर म्हणून एका श्रीमंत स्त्रीला नाही म्हणू शकशील; पण एका आईला तिच्या मुलीचं अखेरचं दर्शन तू नाकारू शकशील?'

माध्यमाने त्याच्यासमोर आपले हात हताशपणे उडवले.

'किती छळतोस मला,' ती पुटपुटली, 'पण तू म्हणतोएस ते खरं आहे. मी ऐकेन तुझं; पण मला भीती कशाची वाटते आहे, हे आता मला कळलंय – आई या शब्दाची भीती वाटते आहे.'

'सिमोन!'

'राउल, काही आदिम शक्ती असतात. संस्कृतीने त्यातल्या बऱ्याचशा शक्ती नष्ट केल्या आहेत; पण मातृत्व मात्र आधी होतं तिथेच आहे. प्राणी काय, मनुष्य काय, या बाबतीत सगळे सारखेच असतात. आईचं तिच्या बाळाप्रती जे प्रेम असतं, तसं जगात दुसरं काहीही नसतं. या प्रेमाला ना कायदा असतो, ना दया-माया. ते सर्वांना आव्हान देतं आणि त्याच्या आड येईल त्याला ते चिरडून टाकतं.'

किंचित धाप लागल्यामुळे ती बोलायची थांबली. मग त्याच्याकडे पाहून जरा हसली.

'आज मी वेड्यासारखं करते आहे, राउल. मला माहीत आहे.'

त्याने तिचे हात हातात घेतले.

'जरा दोन मिनिटं पड, विश्रांती घे ती येईपर्यंत,' त्याने आग्रह केला.

'ठीक आहे,' असं म्हणून ती आतल्या खोलीत निघून गेली.

राउल काही क्षण विचारात गढून गेला, मग दरवाजा उघडून त्याने बैठकीची लहान खोली ओलांडली. त्या पलीकडे असलेल्या खोलीत तो गेला. तीसुद्धा तो आधी होता त्या खोलीसारखीच होती; पण तिथे एका कोनाड्यात एक मोठी आरामखुर्ची होती. एलीस खोली आवरत होती. त्या कोनाड्याला खोलीच्या मुख्य भागापासून विलग करायला जाड मखमली पडदे होते. तिने तिथे दोन खुर्च्या आणि एक टेबल मांडून ठेवलं. टेबलावर एक खंजिरी, एक शिंग आणि काही कागद व पेन्सिली होत्या.

'चला, शेवटची वेळ म्हणायची,' एलीस समाधानाने पुटपुटली, 'देवा! हे एकदाचं संपून गेलं की बरं, असं मला वाटतंय.'

तेवढ्यात दारावरची बेल खणखणली.

'पाहा, आलीच ती बया,' एलीस म्हणाली, 'तिच्या लहानगीसाठी ती चर्चमध्ये जाऊन प्रार्थना का करत नाही? तिथे मेणबत्ती लावायची. आपल्यासाठी काय चांगलं आहे, हे परमेश्वराला ठाऊक असतंच ना!'

'एलीस, जा दार उघड,' राउल जरा रागावून म्हणाला.

तिने त्याच्याकडे एक कटाक्ष टाकला; पण ती दाराकडे गेली. थोड्याच वेळात ती पाहुणीला घेऊन आली.

'मॅडम, तुम्ही आला आहात हे मी बाईंना सांगते.'

राउलने पुढे होत मॅडम एक्सेशी हस्तांदोलन केलं. सिमोनचे शब्द त्याच्या मनात आले, 'एवढी धिप्पाड आणि काळी.'

ती *होतीच* धिप्पाड म्हणा. तिच्याकडे पाहिलं तर शोक करतानाचा तिचा गडद काळा पोशाख जरा जास्तच उठून दिसत होता. तिचा आवाजही भारदस्त होता.

'माफ करा, मला जरा उशीर झालाय मिस्टर..'

'दोनच मिनिटं,' राउल हसून म्हणाला, 'मॅडम सिमोन जरा विश्रांती घेत आहेत. त्यांची तब्येत ठीक नाहीये. आज त्या खूप अस्वस्थ आहेत.'

ती राउलच्या हातातून आपला हात काढत असतानाच अचानक तिची पकड एकदम घट्ट झाली.

'पण त्या माझ्यासाठी बसतील ना?' तिच्या आवाजात आव्हान होतं.

'हो मॅडम, नक्कीच.'

मॅडम एक्सेने सुस्कारा सोडला आणि ती खुर्चीत रेलून बसली. तिच्या भोवती गुंडाळलेली काळी शाल तिने जरा सैल केली.

'ओह!' ती हलक्या आवाजात बोलू लागली, 'या बैठकांमुळे मला किती आनंद मिळतो याची तुम्हाला कल्पना करता येणार नाही! माझी लाडकी! माझी अॅमेली! तिला पाहणं, तिचा आवाज ऐकणं आणि कदाचित... कदाचित माझ्या हाताने तिला स्पर्श करता येणं.'

राउल तुटकपणे म्हणाला, 'मॅडम एक्से, मी कसं सांगू? मी तशा सूचना दिल्याशिवाय तुम्ही आपणहून काहीही करायचं नाहीये. नाहीतर फार मोठा धोका संभवतो.'

'मला धोका आहे?'

'नाही मॅडम, तुम्हाला नाही. माध्यमाला. ज्या गोष्टी घडतात त्यामागे काही विज्ञान असतं हे तुम्ही लक्षात घ्या. मी सोप्या भाषेत सांगतो. प्रकट व्हायला एखाद्या मृतात्म्याला माध्यमाच्या जड शरीराचा काही भाग वापरायला लागतो. माध्यमाच्या ओठातून एक प्रकारची वाफ बाहेर येताना तुम्ही पाहिली आहे. याच वाफेतून मग आत्म्याचा जड देह आकार घेतो; पण हा आकार म्हणजे माध्यमाचाच एक भाग असतो असं आम्हाला वाटतं. वजन करून आणि अन्य मार्गांनी एके दिवशी आम्ही हे शास्त्रीयदृष्ट्या सिद्ध करू अशी आशा आहे; पण या सगळ्यामध्ये माध्यमाला अतिशय धोका असतो आणि खूप वेदना होतात ही अडचण आहे. जर कोणी प्रकट झालेल्या व्यक्तीशी झटापट केली, तर माध्यमाचा मृत्यू होऊ शकतो.'

मॅडम एक्से त्याचं म्हणणं गांभीर्याने ऐकत होत्या.

'हे खूपच रंजक आहे मिस्टर... माध्यमापासून विलग होता येण्याइतकी स्थिती कधी ना कधी निर्माण होऊ शकेल ना?'

'हे कल्पनारंजन झालं, मॅडम.'

पण तिने मुद्दा सोडला नाही. 'आपल्याला जे ज्ञात आहे त्यावरून, मी म्हणते ते अशक्य तर नाहीये ना?'

'आजमितीला तरी अशक्य म्हणावं लागेल.'

'पण कदाचित भविष्यात केव्हातरी?'

त्याला उत्तर द्यावं लागलं नाही. कारण, तेवढ्यात सिमोन खोलीत आली. ती थकलेली दिसत होती; पण मगाच्या स्थितीतून पूर्णपणे सावरलेली होती. पुढे येऊन तिने मॅडम एक्सेचा हात हातात घेतला; पण तसं करताना तिचं शरीर किंचित थरथरलेलं राउलला जाणवलं.

'माफ करा, तुमची तब्येत ठीक नाहीये असं मला आताच समजलं,' मॅडम एक्से म्हणाली.

'नाही, विशेष काही नाही,' सिमोन जरा चिडून म्हणाली, 'आपण सुरुवात करायची का?'

ती कोनाड्यात जाऊन आरामखुर्चीत बसली. अचानक भीतीची एक लहर राउलच्या अंगातून गेली.

'तुझी तब्येत अजून ठीक नाहीये,' तो उद्गारला, 'आपण आजची बैठक रद्द करू या. मॅडम एक्से समजून घेतील.'

'मिस्टर!' मॅडम एक्से चिडून उभी राहिली.

'हो, हो, आज नकोच.'

'मॅडम सिमोन यांनी एक शेवटची बैठक घेण्याचं वचन दिलं होतं मला.'

'ते खरंय,' सिमोनने शांतपणे दुजोरा दिला, 'दिलेला शब्द मी पाळेन.'

'पाळायलाच हवा.'

'दिलेलं वचन मी कधीही मोडत नाही,' सिमोन थंडपणे म्हणाली, 'राउल, घाबरू नकोस,' ती मृदू आवाजात त्याला म्हणाली. 'काही झालं तरी ही शेवटचीच बैठक आहे. थँक गॉड.'

तिने खूण केल्यावर राउलने ते काळे पडदे ओढून घेतले. खिडकीचे पडदेसुद्धा त्याने ओढून घेतले. मॅडम एक्सेना त्याने एका खुर्चीकडे निर्देश करून बसायला सांगितलं. स्वतः दुसऱ्या खुर्चीकडे गेला. मॅडम एक्से मात्र साशंक वाटल्या.

'माफ करा मिस्टर, तुमच्याबद्दल आणि मॅडम सिमोनबद्दल मला पूर्ण खात्री आहे हे तुम्ही समजून घ्या; पण माझ्या म्हणण्याला अधिक वजन प्राप्त व्हावं म्हणून मी हे आणायचं धाडस केलं आहे.'

तिने तिच्या पिशवीतून एक दोरी काढली.

'मॅडम!' राउल ओरडला, 'हा अपमान आहे!'

'नाही, केवळ खबरदारी.'

'मी हा अपमानच समजतो.'

'तुमचा आक्षेप मला कळत नाहीये, मिस्टर,' मॅडम एक्से थंडपणे म्हणाली, 'जर यात काही हातचलाखी वगैरे नसेल, तर तुम्हाला घाबरायचं काहीच कारण नाही.'

राउल कुत्सितपणे हसला.

'मॅडम, मला कसलीही भीती वाटत नाहीये. हवं तर माझे हात-पाय बांधा.'

त्याच्या बोलण्याचा अपेक्षित परिणाम झाला नाही. मॅडम एक्से निर्विकार होती. 'धन्यवाद,' असं म्हणत, दोरी घेऊन ती त्याच्याजवळ आली.

अचानक पडद्यामागून सिमोनचा आवाज आला.

'नाही, नाही, राउल. तिला तसं करू देऊ नकोस.'

मॅडम एक्से छद्मीपणाने हसली.

'मॅडमना भीती वाटते आहे.'

'हो, वाटते आहे.'

'सिमोन, तू काय म्हणते आहेस ते लक्षात ठेव,' राउल ओरडला. 'आपण भोंदू आहोत, असं मॅडम एक्सेना वाटत असावं.'

'मला खात्री करून घेतली पाहिजे,' मॅडम एक्से शांतपणे उद्गारली.

तिने राउलला पद्धतशीरपणे खुर्चीला बांधलं.

'मॅडम तुम्ही ज्या प्रकारे गाठी बांधल्या आहेत, त्याला माझा सलाम,' राउल त्यांना म्हणाला, 'आता तरी तुमचं समाधान झालं का?'

मॅडम एक्से काहीच बोलली नाही. खोलीत फिरून तिने भिंती नीट तपासून पाहिल्या. मग हॉलकडे जाणाऱ्या दरवाजाला कुलूप लावलं आणि चावी काढून घेऊन ती खुर्चीत जाऊन बसली.

'हं, आता मी तयार आहे.'

मिनिटामागून मिनिटं जात होती. पडद्यामागून सिमोनचा श्वासोच्छ्वास जास्त जास्त खोल होऊ लागला. त्यात एक घरघर ऐकू येऊ लागली. मग एकदम सर्व आवाज बंद झाले. त्या पाठोपाठ एका मागून एक कण्हण्याचे आवाज येऊ लागले. मग परत शांतता आणि अचानक खंजिरीचा आवाज. शिंग टेबलावरून उचलून जमिनीवर फेकण्यात आलं. हसण्याचा आवाज आला. कोनाड्याचे पडदे किंचित विलग झाले; त्यामधून माध्यमाची आकृती जेमतेम दिसत होती. तिचं डोकं खाली झुकलेलं होतं. अचानक मॅडम एक्सेने जोरात श्वास घेतला. माध्यमाच्या तोंडातून वाफ बाहेर येत होती. त्या वाफेतून हळूहळू एक आकार जन्माला आला. एका लहान मुलीची आकृती दिसू लागली.

'अॅमेली! माझी अॅमेली!'

मॅडम एक्सेच्या तोंडून हे शब्द घोगऱ्या आवाजात बाहेर पडले. ती आकृती आणखी स्पष्ट दिसू लागली. राउलचा विश्वासच बसत नव्हता. इतकं यशस्वी प्रकटीकरण यापूर्वी कधीही झालेलं नव्हतं. ती हाडा-मांसाची मुलगी नक्कीच खरी होती.

'ममा!' असे बालसुलभ शब्द ऐकू आले.

'बेटा! माझी मुलगी!' म्हणत मॅडम एक्से खुर्चीतून उठून उभी राहू लागली.

'सावधान मॅडम!' राउल ओरडला.

प्रकट झालेली ती मुलगी हळूहळू पडद्यामागून बाहेर येऊ लागलं. आपले बाहु पसरून ती मुलगी उभी राहिली.

'ममा!'

'ओह!' मॅडम एक्से उद्गारली. पुन्हा एकदा ती खुर्चीतून उठू पाहत होती.

'मॅडम,' राउल ओरडला. 'माध्यम...'

'मला तिला स्पर्श केलाच पाहिजे,' घोगऱ्या आवाजात मॅडम एक्से म्हणाली.

ती एक पाउल पुढे सरकली.

'देवा रे! मॅडम, स्वतःला आवरा,' राउल म्हणाला. आता तो खरोखर घाबरला होता.

'ताबडतोब खाली बसा.'

'माझी छोटुली! मला तिला स्पर्श केलाच पाहिजे,' मॅडम एक्सेचा आवाज घोगरा झाला होता.

ती एक पाऊल पुढे सरकली.

'मॅडम! आवरा स्वतःला!' राउल ओरडला.

त्याला आता खरंच प्रचंड भीती वाटू लागली. 'ताबडतोब खाली बसा.'

'माझी छोटुली! मला तिला स्पर्श केलाच पाहिजे.'

'मॅडम, मी तुम्हाला आज्ञा करतो. खाली बसा!'

राउल स्वतःला सोडवायचा आटोकाट प्रयत्न करत होता; पण मॅडम एक्सेने त्याला घट्ट बांधलं होतं. तो काहीही करू शकत नव्हता. काहीतरी भयानक घडणार असं त्याला वाटू लागलं.

'मी देवाचं नाव घेऊन सांगतोय, खाली बसा!' राउल ओरडला, 'माध्यमाचा विचार करा.'

मॅडम एक्सेने त्याच्याकडे दुर्लक्ष केलं. तिच्यामध्ये काय संचारलं कोण जाणे; पण तिच्या चेहऱ्यावर अत्यानंद दिसत होता. तिने हात लांब करून पडद्याजवळ उभ्या असलेल्या लहान मुलीला स्पर्श केला. माध्यमाच्या घशातून कण्हण्याचा आवाज आला.

'अरे देवा!' राउल पुन्हा ओरडला, 'अरे देवा! हे भयानक आहे. माध्यम...'

मॅडम एक्से त्याच्याकडे वळून भेसूर हसली.

'तुझ्या माध्यमाशी मला काय देणंघेणं आहे?' ती म्हणाली, 'मला माझी मुलगी हवी आहे.'

'तू ठार वेडी आहेस!'

'माझं मूल. माझं! माझ्या रक्ता-मांसाचं मूल! मृत्युलोकांतून माझं मूल परत आलं आहे, जिवंत, श्वासोच्छ्वास घेणारं.'

राउलने तोंड उघडलं; पण त्याच्या तोंडून शब्दच फुटेना. ही बाई महाभयंकर होती! रानटी, बेपर्वा, स्वतःच्या भावनेच्या उद्रेकात मग्न. त्या लहान मुलीचे ओठ विलग झाले आणि तिसऱ्यांदा तो शब्द बाहेर पडला : *'ममा!'*

'ये ग सोनुले,' मॅडम एक्से म्हणाली.

एका फटक्यात तिने त्या मुलीला उचलून घेतलं. पडद्यामागून एक जोरदार किंचाळी ऐकू आली. तडफड होत असलेल्या एका व्यक्तीची.

'सिमोन!' राउल ओरडला, 'सिमोन!'

मॅडम एक्से वेगाने त्याच्या जवळून गेल्याचं त्याला पुसटसं जाणवलं, मग दरवाजा उघडल्याचा आवाज आणि जिन्यावरून पावलं उतरल्याचा आवाज.

पडद्यामागून अजूनही किंकाळ्या येत होत्या. अंगावर काटा आणणाऱ्या. राउलने असा आवाज कधीही ऐकला नव्हता. मग त्या किंकाळीच्या जागी एक भयानक घरघर ऐकू येऊ लागली आणि पाठोपाठ धपकन पडल्याचा आवाज...

राउल आता पिसाटल्यागत स्वतःला सोडवायचा प्रयत्न करत होता आणि त्या अवस्थेत त्याने अशक्य ते शक्य केलं. निव्वळ ताकदीच्या जोरावर त्याने ती दोरी तोडली. तो उठून उभा राहीपर्यंत एलीस ओरडत आली, 'मॅडम! मॅडम!'

'सिमोन!' राउलही ओरडला.

दोघेही पुढे सरसावले. पडदा बाजूला केल्यावर राउल जागच्या जागी थबकला.

'अरे देवा!' 'लाल... सगळीकडे लाल...'

त्याच्या मागून एलीसचा घाबरा आवाज आला. 'मॅडम जिवंत नाहीत. सारं काही संपलं आहे; पण मला सांगा साहेब, नेमकं काय झालं? *मॅडम अशा आक्रसलेल्या का दिसत आहेत - त्या नेहमीपेक्षा निम्म्याच आकाराच्या का वाटत आहेत? काय चाललंय?'*

'मला माहीत नाही,' राउल म्हणाला.

त्याचा आवाज चढला. तो किंचाळलाच. 'मला माहीत नाही. मला माहीत नाही; पण मला वाटतं मला वेड लागेल!... सिमोन! सिमोन!'

आरशातलं दृश्य

या गोष्टीबाबत मला काही माहीत नाही. काय झालं, कसं झालं याबद्दल माझं काहीही अनुमान नाही. जे घडलं ते घडलं, एवढंच मी सांगू शकतो.

तरीही इतक्या वर्षांनंतर जो एक बारकावा माझ्या लक्षात आला, तो जर तेव्हाच लक्षात आला असता, तर काय झालं असतं असा प्रश्न मला कधी कधी पडतो. जर तो माझ्या *लक्षात* आला असता, तर कदाचित तीन व्यक्तींच्या जीवनाला पूर्णपणे वेगळी दिशा मिळाली असती, हा विचार अतिशय भीतिदायक आहे.

या सगळ्याची सुरुवात कुठून झाली? हे सांगायचं तर मला १९१४च्या उन्हाळ्याइतके मागे जावं लागेल. ते दिवस युद्ध सुरू व्हायच्या अगदी थोडे आधीचे होते आणि मी नील कार्सलेकबरोबर बॅजवर्दीला गेलो होतो. नील माझा सर्वांत चांगला मित्र होता असं म्हणता येईल. मला त्याचा भाऊ ॲलनही माहीत होता; पण इतका चांगला नव्हे. त्यांची बहीण सिल्व्हिया; पण मी तिला कधीच भेटलो नाहीये. ती ॲलनहून दोन आणि नीलहून तीन वर्षांनी लहान होती. आम्ही शाळेत एकत्र शिकत असताना दोन वेळा मी सुट्ट्यांसाठी काही दिवस नीलबरोबर बॅजवर्दीला जाणार होतो; पण निघता निघता काहीतरी होऊन माझं जाणं काही झालं नव्हतं. अशा प्रकारे नील आणि ॲलनचं घर मी पहिल्यांदा पाहिलं, तेव्हा मी तेवीस वर्षांचा होतो.

तिथे आम्ही बरेच लोक जमलो होतो. सिल्व्हियाचा चार्ल्स क्रॉलीबरोबर नुकताच वाङ्‌निश्चय झाला होता. नीलच्या म्हणण्यानुसार तो वयाने सिल्व्हियापेक्षा खूप मोठा होता; पण अतिशय सज्जन माणूस आणि बऱ्यापैकी पैसे बाळगून होता.

मला आठवतंय की, आम्ही संध्याकाळी सातच्या सुमाराला तिथे पोहोचलो असू. सगळे जण जेवणासाठी कपडे बदलायला आपापल्या खोलीत गेले होते. नील मला माझ्या खोलीकडे घेऊन गेला. बॅजवर्दी हे जुन्या धाटणीचं; पण आकर्षक

म्हणता येईल असं घर होतं. गेली तीन शतकं ते आवश्यकतेनुसार वाढवण्यात आलं असल्याने त्याच्यात अनपेक्षित ठिकाणी जिने आणि लहान-मोठ्या पायऱ्या होत्या. थोडक्यात ते असं घर होतं ज्यात तुम्ही सहज वाट चुकू शकाल. जेवायला जाताना मला घेऊन जायला नील स्वतः येणार होता हे मला नीट आठवतंय. त्याच्या घरच्यांना प्रथमच भेटत असल्यामुळे मी जरा संकोचलो होतो. या घरात एखादं भूतबीत भेटू शकेल असं मी हसून म्हणालो होतो. तोही सहज म्हणून गेला की, त्या घराला भूतबाधा झाली असल्याचं त्याने ऐकलं होतं; पण त्यांच्यापैकी कोणालाही कधीही भूत वगैरे दिसलेलं नव्हतं; किंबहुना भूत कोणत्या रूपात प्रकट होईल हे त्याला माहीत नसल्याचं तो म्हणाला होता.

एवढं बोलणं झाल्यावर तो घाईघाईने निघून गेला आणि मी माझी सूटकेस उघडून कपडे धुंडाळू लागलो. कार्सलेक कुटुंब श्रीमंत नक्कीच नव्हतं; पण त्यांनी आपलं जुनं घर सोडलं नव्हतं. अर्थात तुमच्या मदतीसाठी त्यांच्याकडे व्हॅलेट किंवा नोकरमाणसं मात्र नव्हती.

तर मी टाय बांधायच्या बेतात आरशासमोर उभा होतो. मला माझा चेहरा, खांदे आणि मागे खोलीची भिंत दिसत होती - मधोमध एक दरवाजा असलेली साधीशी भिंत. मी टायची गाठ बांधली आणि तेवढ्यात माझ्या पाठीमागचा दरवाजा उघडला जात असल्याचं मला दिसलं.

मी मागे वळून का बघितलं नाही हे मला माहीत नाही. खरंतर तसं करणं नैसर्गिक ठरलं असतं; पण मी नाही केलं हे खरं. दरवाजा हळूहळू उघडताना मी पाहिलं आणि मग त्याच्यापलीकडे असलेली खोली मला दिसली.

ती एक बेडरूम होती; माझ्या खोलीपेक्षा मोठी आणि त्यात दोन पलंग होते. अचानक मी जागच्या जागी थिजून गेलो.

त्यातल्या एका पलंगाच्या पायाशी एक मुलगी होती. तिच्या गळ्याभोवती एका पुरुषाचे हात होते. तो तिला हळूहळू मागे ढकलत होता आणि त्याचबरोबर तिचा गळा घोटत होता.

माझ्या पाहण्यात काही चूक झाली असण्याचा प्रश्नच नव्हता, मला अगदी नीट दिसलं होतं सगळं. माझ्या डोळ्यांसमोर एक खून होत होता.

मला त्या मुलीचा चेहरासुद्धा स्पष्ट दिसत होता. तिचे सोनेरी केस, तिच्या सुंदर चेहऱ्यावरची ती प्रचंड भीती आणि हळूहळू तो चेहरा लाल होत जाणं. त्या पुरुषाबद्दल सांगायचं, तर त्याची पाठ, हात आणि त्याच्या चेहऱ्याच्या डाव्या बाजूने मानेकडे जाणारा व्रण मला दिसत होता.

हे सांगायला मला वेळ लागला असला तरी प्रत्यक्षात हे सगळं एक-दोन क्षणात घडलं. मी अचंबित होऊन पाहत राहिलो. मग मदतीला धावण्यासाठी गर्रकन

वळलो आणि पाहतो तर काय! आरशात दिसणाऱ्या भिंतीवर फक्त एक व्हिक्टोरियन काळातलं महोगनी कपाट होतं. उघडा दरवाजा नाही, खून नाही, काही नाही. मी पुन्हा वळून आरशात पाहिलं, तर त्यातही फक्त कपाट दिसत होतं...

मी डोळ्यांवरून हात फिरवला. मग त्या भिंतीकडे झेपावून ते कपाट पुढे ओढायचा प्रयत्न केला आणि त्याच क्षणी दुसऱ्या दारातून नील आत आला. 'अरे, तू करतोयेस तरी काय?' त्याने विचारलं.

कपाटामागे दरवाजा आहे का, हा माझा प्रश्न ऐकून मला किंचित वेड लागलंय की काय, असं त्याला वाटलं असणार. 'हो, दरवाजा आहे,' तो म्हणाला आणि त्यातून पलीकडच्या खोलीत जाता येतं. 'त्या खोलीत कोण राहतंय,' असं मी विचारल्यावर, मेजर ओल्डम आणि त्यांची पत्नी राहत असल्याचं त्याने सांगितलं. मिसेस ओल्डमचे केस सोनेरी आहेत का असं विचारल्यावर, त्या बऱ्यापैकी सावळ्या आहेत असं तो थंडपणे म्हणाला. मग मात्र आपण वेड्यासारखं वागलो असं मलाही वाटू लागलं; पण मग मी कशीबशी वेळ मारून नेली आणि नीलबरोबर जेवायला खाली गेलो. मला काहीतरी भास झाला असणार अशी मी स्वतःची समजूत काढली. घडल्या प्रकाराबद्दल मला शरमही वाटली.

...आणि मग नील म्हणाला, 'ही माझी बहीण सिल्व्हिया.' जिचा गळा घोटला जाताना मी पाहिलं होतं, तोच हा सुंदर चेहरा होता! मग तिच्या होणाऱ्या नवऱ्याशी माझी ओळख करून दिली गेली – *उंच, सावळा माणूस, ज्याच्या चेहऱ्याच्या डाव्या बाजूला मानेकडे जाणारा व्रण होता.*

तर हे असं झालं. माझ्या जागी तुम्ही असता तर काय केलं असतं हे मला जाणून घ्यायला आवडेल. हीच ती मुलगी – आणि हाच तो माणूस जो तिचा गळा घोटताना मी पाहिला होता – आणि महिन्याभराच्या आत त्यांचं लग्न होणार होतं...

मला भविष्य दिसलं होतं की काय? पुढे कधीतरी सिल्व्हिया आणि तिचा नवरा इथे राहायला येतील का, त्यांना तीच खोली दिली जाईल का? आणि मी जे दृश्य पाहिलं होतं ते भयानक सत्य बनेल का?

मी या प्रकाराबद्दल काय करायला हवं? मी काही करू शकणार होतो का? नील काय किंवा त्याची बहीण काय, माझ्यावर विश्वास ठेवतील का?

तिथे जो आठवडाभर मी होतो, त्या काळात मी या गोष्टीवर परत परत विचार करत राहिलो. बोलावं का न बोलावं? आणि अगदी तेव्हाच या प्रकरणात गुंतागुंत निर्माण करणारी गोष्ट घडली. मी सिल्व्हियाच्या प्रेमात पडलो; अगदी तिला ज्या क्षणी पाहिलं त्या क्षणापासून... तिच्याइतकं दुसरं काहीही मला नको होतं... आणि त्यामुळे माझे हात जणू बांधले गेले.

मी जर गप्प बसलो, तर सिल्व्हियाचं चार्ल्स क्रॉलीशी लग्न होईल आणि तो तिला मारून टाकेल...

म्हणून परतायच्या आदल्या दिवशी मी माझं मन तिच्यापुढे मोकळं करून टाकलं. तिला मी जरासा वेडा वाटेन असं म्हणालो; पण मला जे दिसलं ते खरं होतं असं मी शपथेवर सांगितलं. ती जर चार्ल्सशी लग्न करण्याबाबत ठाम असेल, तर माझा विचित्र अनुभव तिला सांगणं आवश्यक होतं.

तिने माझं म्हणणं शांतपणे ऐकून घेतलं. तिच्या डोळ्यातले भाव मात्र मला समजले नाहीत. ती अजिबात चिडली नव्हती. माझं बोलून झाल्यावर तिने गंभीरपणे फक्त माझे आभार मानले. मी मात्र मूर्खासारखा बडबडत राहिलो, 'मला खरंच तसं *दिसलं;* अगदी खरंच,' आणि ती म्हणाली, 'तू म्हणत असशील तर नक्कीच तू तसं पाहिलं असणार. माझा तुझ्यावर विश्वास आहे.'

थोडक्यात काय, तर मी मूर्खपणा केला होता का योग्य केलं होतं हे न कळताच मी तिथून घरी गेलो. एका आठवड्यानंतर सिल्व्हियाने चार्ल्स क्रॉलीशी झालेला वाङ्‌निश्चय मोडल्याचं जाहीर केलं.

त्यानंतर युद्धच सुरू झालं आणि दुसऱ्या कशाचा विचार करायला मला उसंतच मिळाली नाही. एक-दोनदा रजेवर असताना मला सिल्व्हिया दिसली; पण मी शक्यतो तिला टाळत होतो.

माझं अजूनही तिच्यावर प्रेम होतं; मला अजूनही ती तितकीच हवीहवीशी वाटत होती; पण तिला भेटणं अप्रस्तुत होईल, असं माझं मलाच वाटत होतं. माझ्यामुळे तिचं ठरलेलं लग्न मोडलं होतं आणि माझ्या कृतीचं समर्थन करायचं तर मी तिच्यात किंचितही रस न दाखवणं हेच योग्य, असं मी स्वतःला सांगत राहिलो.

मग १९१६मध्ये नील मारला गेला आणि त्याच्या शेवटच्या क्षणांबद्दल सिल्व्हियाला सांगण्याची माझ्यावर वेळ आली. त्यानंतर आमच्यातलं नातं केवळ औपचारिक राहणं अशक्यच होतं. सिल्व्हियाचा नीलवर खूप जीव होता आणि तो माझा सर्वांत जवळचा मित्र होता. तिच्या दुःखात ती अतिशय गोड वाटत होती. मी कसाबसा माझ्या जिभेवर ताबा ठेवला. बाहेर गेल्यावर मनात विचार आला - बंदुकीची एक गोळी पुरेशी आहे माझा त्रास संपवायला. सिल्व्हियाशिवाय जगण्याला काहीच अर्थ नव्हता.

पण बहुधा कोणत्याच गोळीवर माझं नाव लिहिलेलं नसावं. कारण, एक गोळी मला उजव्या कानाखाली लागता लागता मी वाचलो, तर दुसऱ्या वेळी खिशातल्या सिगारेट केसमुळे गोळी मला न लागता दुसरीकडे गेली होती. मी सहीसलामत वाचलो होतो. १९१८च्या सुरुवातीला चार्ल्स क्रॉली युद्धात मारला गेला.

याने मात्र फरक पडला असं मला वाटलं. १९१८च्या शरद ऋतूत, युद्धविरामाच्या थोडंच आधी, मी घरी परतलो आणि थेट सिल्व्हियाला जाऊन भेटलो आणि माझं

तिच्यावर प्रेम असल्याचं तिला सांगितलं. तिला लगेच माझ्याविषयी काही वाटेल अशी मला फारशी अपेक्षा नव्हती आणि 'हे मला आधी का नाही सांगितलंस' असं जेव्हा ती म्हणाली, तेव्हा मी बेशुद्धच पडायचा बाकी होतो. मी क्रॉलीबद्दल काहीतरी बडबडलो, तर ती म्हणाली, 'पण मी त्याच्याशी ठरलेलं लग्न का मोडलं असं तुला वाटतंय?' आणि मग तिने मला सांगितलं की, तीसुद्धा मला पाहताक्षणीच माझ्या प्रेमात पडली होती.

मी तिला म्हणालो की, मी सांगितलेल्या गोष्टीमुळे तिने लग्न मोडलं असं मला वाटलं. यावर ती कुत्सितपणे हसली नि म्हणाली की, तुमचं एखाद्या माणसावर प्रेम असेल, तर तुम्ही इतकं भ्याडासारखं वागणार नाही. मला त्या रात्री जे दिसलं होतं त्यावर आम्ही पुन्हा चर्चा केली आणि तो एक विचित्र भास होता, बाकी काही नाही, यावर शेवटी आमचं एकमत झालं.

यानंतरच्या काही काळाबद्दल सांगण्यासारखं विशेष काही नाहीये. सिल्व्हियाचं आणि माझं लग्न झालं आणि आम्ही दोघं सुखात राहत होतो; पण ती खरोखर माझी झाली आहे म्हटल्यावर माझ्या लक्षात आलं की, मी काही आदर्श नवरा वगैरे नाहीये. माझं सिल्व्हियावर खूप प्रेम होतं; पण ती एखाद्या माणसाकडे बघून हसली तरी मला प्रचंड मत्सर वाटू लागला. सुरुवातीला तिला याची गंमत वाटली. किंबहुना, तिला ते आवडलंसुद्धा. माझं तिच्यावर किती प्रेम आहे याचा तो पुरावा असल्यासारखं होतं.

माझ्यापुरतं बोलायचं तर मी अगदी वेडेपणा करतोय हे माझ्या लक्षात आलं. एवढंच नव्हे, तर आमच्या सहजीवनातली शांती आणि सुख मी धोक्यात घालतो आहे, याची मला खात्री पटली. मला कळत होतं; पण वळत नव्हतं. सिल्व्हियाला आलेलं एखादं पत्र तिने मला दाखवलं नाही, तर ते कोणाकडून आलं असेल यावर मी विचार करत बसायचो, अगदी प्रत्येक वेळी. ती एखाद्या पुरुषाबरोबर बोलली किंवा त्याच्याकडे बघून हसली, तर मी रुसायचो आणि आणखी सावध व्हायचो.

मी म्हणालो, त्याप्रमाणे सुरुवातीला सिल्व्हिया मला हसायची. तिला हा सारा प्रकार विनोदी वाटायचा. मग मात्र तिला ही गोष्ट अजिबात हसण्यासारखी वाटेना.

...आणि हळूहळू ती माझ्यापासून दूर जाऊ लागली. शारीरिकदृष्ट्या नव्हे; पण तिचं अंतर्मन ती माझ्यापासून लपवू लागली. तिच्या मनात काय चालू आहे, हे मला कळेनासं होऊ लागलं. ती माझ्याशी अजूनही प्रेमळपणे वागत होती; पण त्याला एक दु:खाची झालर होती, एक अलिप्तता होती.

...आणि मग हळूहळू माझ्या लक्षात येऊ लागलं की, तिचं माझ्यावर आता प्रेम नाहीये. ते प्रेम मरून गेलं होतं, नव्हे, मीच ते मारून टाकलं होतं...

पुढे जे घडलं ते अपरिहार्यच होतं. अनामिक भीतीने मी जणू त्याची वाट पाहत होतो.

...आणि डेरेक वेनराईट आमच्या आयुष्यात आला. माझ्याकडे नसलेलं सर्वकाही त्याच्याकडे होतं. तो हुशार होता, वाक्चतुर होता. तो दिसायलाही चांगला होता आणि मला मान्य करणं भाग आहे – तो अतिशय चांगला माणूस होता. त्याला पाहताक्षणी मी स्वतःला म्हणालो, 'हा सिल्व्हियासाठी अगदी योग्य आहे...'

तिच्या मनात द्वंद्व सुरू होतं. मला माहीत होतं की, ती स्वतःशीच झगडत होती..; पण मी तिच्या मदतीला धावलो नाही; धावू शकलोच नाही. मी माझ्याच रुसव्यात जणू रममाण झालो होतो. मला नरकयातना होत होत्या आणि मी स्वतःला वाचवण्यासाठी एक बोटही उचलू शकत नव्हतो. मी तिला मदत केली नाही. मी गोष्टी चिघळू दिल्या. एकदा मी तिच्यावर भरपूर तोंडसुख घेतलं. विनाकारण केलेला रानटी हल्ला होता तो. मत्सराने आणि तीव्र दुःखाने मी वेडापिसा झालो होतो. मी जे काही बरळलो ते खोटं होतं, निर्दयी होतं आणि ते बोलत असताना मला त्यातला दुष्टपणा आणि असत्यता जाणवत होती, तरीही तसं बोलण्यातून मला असुरी आनंद मिळत होता...

सिल्व्हिया लालबुंद झालेली मला जाणवलं...

मी तिच्या सहनशीलतेचा अंत पाहिला.

'हे असं नाही चालू राहू शकत...' हे तिचे शब्द मला आठवत आहेत.

त्या रात्री मी घरी परतलो तेव्हा घर रिकामं होतं; भकास. एक चिठ्ठी तेवढी होती – अशा प्रसंगी असते तशीच.

ती मला कायमची सोडून जात असल्याचं तिने त्यात म्हटलं होतं. एक-दोन दिवस ती बॅजवर्दीला जाणार होती आणि मग जो तिच्यावर प्रेम करत होता आणि ज्याला तिची गरज होती, अशा माणसाकडे ती जाणार होती. हे 'पक्कं' होतं.

तोपर्यंत मला वाटत असलेल्या संशयावर माझा फारसा विश्वास नसावा; पण मला ज्याची सर्वांत जास्त भीती वाटत होती, ते प्रत्यक्षात घडल्यावर माझ्या रागाला पारावर उरला नाही. गाडी जितक्या वेगाने नेता येईल, तितक्या वेगाने मी बॅजवर्दीच्या दिशेने निघालो.

मला आठवतंय, मी खोलीत जाऊन धडकलो, तेव्हा तिने डिनरसाठी फ्रॉक नुकताच बदलला होता. मला तिचा चेहरा अजून दिसतोय – दचकलेला, सुंदर, घाबरलेला.

'माझ्याखेरीज तू कोणाचीही होऊ शकत नाहीस. कोणाचीही नाही,' मी म्हणालो.

...आणि मग मी तिचा गळा माझ्या हातात घेतला, तो जोरात दाबून तिची मान मागे वाकवली.

...आणि अचानक मला आरशात आमचं प्रतिबिंब दिसलं. मी सिल्व्हियाचा गळा दाबतोय, ती गुदमरते आहे आणि माझ्या गालाला कानाखाली चाटून गेलेल्या गोळीमुळे झालेला व्रण मला स्पष्ट दिसला.

नाही, मी तिला मारलं नाही. मला जे दिसलं त्याने माझ्यातलं त्राण निघून गेलं. मी माझी पकड सैल केली आणि तिला जमिनीवर पडू दिलं...

...आणि मग माझा बांध फुटला – आणि तिने माझं सांत्वन केलं... हो, तिने माझं सांत्वन केलं!

मी तिला सारं काही सांगितलं आणि ती मला म्हणाली की. 'तिच्यावर प्रेम करणारी आणि तिची गरज असलेली एकमेव व्यक्ती' म्हणजे तिचा भाऊ ॲलन... त्या रात्री आम्हाला एकमेकांच्या हृदयातलं सारं काही दिसलं आणि मला वाटतं त्या क्षणानंतर आम्ही पुन्हा कधीही एकमेकांपासून दूर गेलो नाही...

देवाच्या कृपेने आणि एका आरशामुळे आपण एक खुनी होता होता वाचलो, हा विचार आयुष्यभर तुमचे पाय जमिनीवर ठेवायला मदत करतो.

पण त्या रात्री एक गोष्ट मात्र नक्कीच मेली – माझ्या मनावर ताबा मिळवलेलं मत्सराचं पिशाच्च! पण कधी कधी माझ्या मनात विचार येतो – मी जर सुरुवातीला ती चूक केली नसती – *डाव्या* गालावरचा व्रण – वास्तविक तो *उजव्या* गालावर होता – पण तो आरशात उलटा दिसला होता... ती चूक झाली नसती तर तो माणूस चार्ल्स क्रॉलीच होता असं मी खात्रीपूर्वक म्हणालो असतो का? मी सिल्व्हियाला धोक्याची सूचना दिली असती का? तिचं लग्न माझ्याशी झालं असतं का त्याच्याशी?

का भूतकाळ आणि भविष्यकाळ हा एकच असतो?

मी साधा भोळा माणूस आहे आणि या गोष्टी मला समजतात असा आव मी नाही आणणार; पण मला जे दिसलं ते दिसलं होतं आणि मला जे दिसलं त्यामुळे सिल्व्हिया आणि मी कायमचे एकमेकांचे झालो, कदाचित पुढच्या जन्मांतही...

मदतीची हाक

'वाह!' मिस्टर डिन्समीड कौतुकाने म्हणाला.

दोन पावलं मागे सरकून त्याने त्या गोल टेबलाकडे पसंतिदर्शक भावाने पाहिलं. खरखरीत पांढऱ्या टेबल-क्लॉथवर विस्तवाचा लालसर उजेड चमकत होता. काटे-सुऱ्या, चमचे आणि इतर सामग्री चकाकत होती. व्वा! सगळं कसं झकास तयार होतं!

'अं, सगळी तयारी झाली आहे का?' मिसेस डिन्समीडने विचारलं. ती छोटेखानी स्त्री होती. तिचा चेहरा पांढुरक्या रंगाचा होता आणि जे थोडेफार केस उरले होते ते कपाळावरून मागे केलेले होते. तिच्या वावरण्यात एक अस्वस्थता जाणवत होती.

'सगळं तयार आहे,' तिचा नवरा सौजन्याने म्हणाला; पण त्यात रागही होता.

मिस्टर डिन्समीड चांगला धिप्पाड होता पण त्याचे खांदे वाकलेले होते; चेहरा लालबुंद रंगाचा होता आणि डोळे एखाद्या डुकराच्या डोळ्यांसारखे बारीक होते. जाड भुवयांच्या खाली ते चमकत असत. त्याच्या हनुवटीवर अजिबात केस नव्हते.

'लिंबू सरबत?' मिसेस डिन्समीड पुटपुटली.

तिच्या नवऱ्याने मान हलवली.

'चहा. कुठल्याही दृष्टीने जास्त बरा. वारा बघ ना किती सुटला आहे. अशा संध्याकाळी छान गरमागरम चहाच पाहिजे.'

त्याने कुत्सितपणे डोळा मारला आणि पुन्हा टेबलाकडे पाहत उभा राहिला.

'अंड्यांचा एखादा पदार्थ, कोल्ड कॉर्न्ड बीफ, पाव आणि चीज. जेवणासाठी मी तरी हेच मागवेन, त्यामुळे तयारी कर, आई. स्वयंपाकघरात शारलॉट तुला मदत करायला थांबली आहे.'

विणकामाचा लोकरीचा गुंडा सांभाळत मिसेस डिन्समीड उठली.

‘ती आता मोठी झाली आहे, खूप छान दिसते,’ असं ती स्वतःशी पुटपुटली, ‘गोड आणि सुंदर.’

‘हो!’ मिस्टर डिन्समीड म्हणाला, ‘तिच्या आईची जिवंत प्रतिकृती! जा, जा, आणखी वेळ घालवू नकोस.’

मग काहीतरी गुणगुणत तो खोलीत दोनेक मिनिटं नुसताच फिरत राहिला. त्याने एकदा खिडकीच्या बाहेर डोकावून पाहिलं.

‘बेकार हवा,’ तो स्वतःलाच म्हणाला, ‘आज रात्री कोणी पाहुणे यायची शक्यता दिसत नाही.’

मग तोही खोलीतून बाहेर पडला.

साधारण दहा मिनिटांनी मिसेस डिन्समीड खोलीत आली. तिच्या हातात तळलेल्या अंड्यांची एक बशी होती. पाठोपाठ तिच्या दोन मुली बाकीचे पदार्थ घेऊन आल्या. मिस्टर डिन्समीड आणि त्याचा मुलगा जॉनी त्यांच्या मागून आले. मिस्टर डिन्समीड टेबलाच्या केंद्रस्थानी बसला.

‘आपल्याला काय काय मिळतं... वगैरे, वगैरे,’ तो थट्टेच्या सुरात प्रार्थना म्हणाला. ‘...आणि ज्याने पहिल्यांदा टिनमधल्या गोठवलेल्या पदार्थांची कल्पना शोधली, त्याचं देव भलं करो. शहरापासून इतक्या दूर आपण राहतो. आठवड्याला येणारा खाटिक आला नाही, तर या टिन्ड पदार्थांशिवाय आपण काय केलं असतं, सांगा.’

मग तो सराईतपणे कॉर्न्ड बीफचे तुकडे करू लागला.

‘हे असं, सगळ्यांपासून मैलोगणती दूर घर बांधायची कोणाची कल्पना होती?’ त्याची मुलगी मॅग्डलेन वैतागून म्हणाली, ‘काळं कुत्रंसुद्धा दिसेल तर शपथ!’

‘बाबा, तुम्हाला हे घर का घ्यावंसं वाटलं मला कळतच नाहीये,’ शारलॉट म्हणाली.

‘नाही कळत का पोरी? तशीच काही कारणं होती.’

त्याने हळूच बायकोकडे पाहायचा प्रयत्न केला; पण तिने कपाळाला आठ्या घातल्या.

‘...आणि तेसुद्धा पछाडलेलं,’ शारलॉट म्हणाली, ‘काही झालं तरी मी काही इथे एकटी झोपणार नाही.’

‘निव्वळ वेडपटपणा,’ तिचे वडील म्हणाले, ‘काहीही दिसलेलं नाहीये ना तुला? सांग.’

‘*दिसलेलं*... नाहीये; पण...’

‘पण काय?’

शारलॉट यावर काहीच बोलली नाही; पण तिचं सर्वांग किंचित शहारलं. अचानक खिडकीवर जोरदार पाऊस येऊन आदळू लागला. मिसेस डिन्समीडच्या हातून चमचा निसटून बशीवर किणकिणला.

'आई, तू अस्वस्थ झाली नाहीयेस ना?' मिस्टर डिन्समीडने विचारलं, 'आजची रात्र वादळी आहे. तू अजिबात काळजी करू नकोस, इथे विस्तावाजवळ आपण एकदम सुरक्षित आहोत. आपल्याला कोणीही त्रास द्यायला येणार नाहीये. कोणी आलंच, तर तो चमत्कार म्हणावा लागेल आणि चमत्कार घडतात तरी का? नाही.' तो जणू स्वतःशीच बोलला; पण त्याच्या आवाजात एक समाधान होतं. 'चमत्कार होत नसतात.'

त्याच्या तोंडून शब्द बाहेर पडले न पडले, तेवढ्यात दरवाजावर थाप पडली. मिस्टर डिन्समीड जागीच थिजला.

आश्चर्याने तो आ वासून बसला. 'हे काय होतं?' तो पुटपुटला.

मिसेस डिन्समीडनी किंचित हुंदका देत तिची शाल स्वतः भोवती आणखी घट्ट गुंडाळली. मॅग्डॅलेन पुढे वाकून वडिलांना म्हणाली, 'चमत्कार घडला आहे. तुम्ही दार उघडा आणि जे कोणी असेल त्याला घरात घ्या.'

वीस मिनिटांपूर्वी मॉर्टिमर क्लीव्हलँड मुसळधार पावसात उभा राहून आपल्या गाडीकडे पाहत होता. त्याचं नशीब अगदीच वाईट होतं. दहा मिनिटांच्या अंतराने दोन पंक्चर्स झालेली आणि तीही इथे, या अशा वैराण, निर्मनुष्य विल्टशायर डाउन्समध्ये. रात्र होत आली होती आणि निवारा मिळायची सुतराम शक्यता नाही. आपण शॉर्टकट घ्यायला गेल्यावर आणखी काय होणार? मी हमरस्त्यानेच गेलो असतो तर! आता जेमेतेम घोडागाडी जाऊ शकेल अशा रस्त्यावर तो हरवला होता; एवढंच नाही तर जवळपास एखादं खेडेगाव तरी असेल की नाही, हेही सांगता येत नव्हतं.

तो सभोवताली नजर फिरवत असताना अचानक त्याला टेकडीवर एक दिवा दिसला. क्षणार्धात तो दिवा धुक्यात लुप्त झाला; पण कालांतराने त्याला पुन्हा दिसला. थोडा विचार करून, गाडी तशीच ठेवून त्याने टेकडी चढायला सुरुवात केली.

लवकरच तो धुक्यातून बाहेर आला आणि त्याला त्या छोट्याशा घराच्या खिडकीतून येणारा उजेड दिसला. इथे नक्कीच आसरा मिळेल, असं त्याला वाटलं. त्याची पावलं जरा वेगाने पडू लागली. सोसाट्याचा वारा आणि पावसापासून बचावाकरता तो मान थोडी झुकवून चालत होता. पाऊस त्याला मागे ढकलायचा प्रयत्न करत होता!

त्याचं नाव किंवा त्याचं कर्तृत्व यांबद्दल बहुतांश लोकांनी ऐकलेलं नसलं तरी आपल्या परीने तो एक प्रसिद्ध व्यक्ती होता. तो मानसशास्त्रात तज्ज्ञ होता आणि अंतर्मन या विषयावर त्याने दोन उत्कृष्ट ग्रंथ लिहिलेले होते. तो सायकिकल रिसर्च सोसायटीचा सभासद होता आणि गूढविद्येचा विद्यार्थी; किमान त्याच्या संशोधनाशी आणि निष्कर्षांशी संबंधित गोष्टींच्या बाबतीत तरी.

एखाद्या ठिकाणाच्या वातावरणाचा चटकन परिणाम होईल, असा त्याचा स्वभाव होता आणि त्याने प्रयत्नपूर्वक त्याच्या या ईश्वरी देणगीला खतपाणी घातलं होतं. अखेर तो त्या घराच्या दारापाशी पोहोचला, तेव्हा त्याला एक विचित्र उत्साह जाणवला. त्याच्या नैसर्गिक कुतूहलाला जणू पंख फुटले आणि सर्व संवेदना एकदम धारदार झाल्या.

आतल्या लोकांची कुजबुज त्याला व्यवस्थित ऐकू येत होती; पण त्याने दारावर थाप मारल्यावर सगळं एकदम शांत झालं, मग एक खुर्ची सरकवल्याचा आवाज. मिनिटभरात पंधराएक वर्षांच्या एका मुलाने दरवाजा उघडला. त्याच्या खांद्यावरून क्लीव्हलँडला खोलीतलं दृश्य स्पष्ट दिसलं.

त्याला कोणा एका डच चित्रकाराच्या चित्रातल्या खोलीची आठवण झाली. जेवणाचे पदार्थ मांडून ठेवलेलं गोल टेबल, त्याभोवती बसलेलं कुटुंब, एक-दोन मेणबत्त्या आणि या सर्वांवर विस्तवाचा पडलेला तांबूस उजेड. भारदस्त देहयष्टीचे वडील टेबलाच्या एका बाजूला बसले होते आणि त्याच्या समोर भेदरलेला चेहरा असलेली एक छोटेखानी स्त्री होती. दरवाजाकडे म्हणजे थेट क्लीव्हलँडकडे पाहत एक मुलगी बसली होती. तिच्या डोळ्यात दचकल्याचा भाव होता आणि तिच्या हातातला कप तसाच हवेत धरलेला होता.

ती अत्यंत दुर्मीळ असं सौंदर्य लाभलेली मुलगी आहे हे क्लीव्हलँडच्या लक्षात आलं. तिचे सोनेरी-तांबूस केस तिच्या चेहऱ्याभोवती धुक्यासारखे पसरले होते, तिच्या घाऱ्या डोळ्यांमध्ये बरंच अंतर होतं. तिचं तोंड आणि हनुवटी सुरुवातीच्या काळातल्या इटालियन मॅडोनाची आठवण करून देत होते.

क्षणभर स्मशान-शांतता पसरली. मग क्लीव्हलँड खोलीत शिरला आणि त्याने त्याची अडचण समजावून सांगितली. त्याची कथा सांगून झाल्यावर का कुणास ठाऊक; पण आणखी काही काळ शांतता पसरली. मग जणू कष्टाने ते वडील उठले.

'या सर, मिस्टर क्लीव्हलँड म्हणालात ना तुमचं नाव?'

'होय, तेच माझं नाव आहे,' मॉर्टिमर हसून म्हणाला.

'हं! या आत या, मिस्टर क्लीव्हलँड. काय हवा आहे ना? बाहेर पाउल ठेवणंही शक्य नाहीये. या इकडे विस्तावापाशी. जॉनी, दार लावणार आहेस, का रात्रभर तिथेच उभा राहणार आहेस?'

क्लीव्हलँड विस्तावाजवळच्या एका स्टुलावर जाऊन बसला, जॉनीने दरवाजा लावून घेतला.

'माझं नाव डिन्समीड' तो माणूस म्हणाला. आता तो अगदी अगत्यशील झाला होता. 'ही माझी पत्नी आणि या माझ्या दोन मुली, शारलॉट आणि मॅग्डॅलेन.'

एवढा वेळ त्याच्याकडे पाठ करून बसलेल्या मुलीचा चेहरा क्लीव्हलँडने प्रथमच पाहिला. तिच्या बहिणीपेक्षा खूप वेगळी असली तरी तीसुद्धा आपल्या परीने तितकीच सुंदर होती. अतिशय सावळा वर्ण, चेहऱ्यावर संगमरवरी थंडपणा, नाजूक नाक आणि गंभीर वाटणारं तोंड. तिचं सौंदर्य एखाद्या साध्वीला साजेसं होतं. वडिलांनी ओळख करून दिल्यावर तिने मान किंचित वाकवून त्याला अभिवादन केलं. तिच्या नजरेत एक वेध घेणारं कुतूहल होतं; जणूकाही ती त्याला तावून सुलाखून घेते आहे.

'मिस्टर क्लीव्हलँड, थोडंसं ड्रिंक?'

'थँक यू,' मॉर्टिमर म्हणाला, 'एखादा कप चहा मिळाला तर उत्तम.'

मिस्टर डिन्समिड क्षणभर थांबला. मग त्याने टेबलावरचे पाच कप उचलले आणि एका भांड्यात त्यातला उरलेला चहा ओतून टाकला.

'हा चहा गार होऊन गेला आहे,' तो चिडून म्हणाला, 'आमच्यासाठी जरा गरमागरम चहा बनवाल का?' त्याने पत्नीला विचारलं.

मिसेस डिन्समीड लगबगीने उठली आणि चहाचं भांडं घेऊन आत गेली. खोलीतून बाहेर पडताना तिला बरं वाटलं असावं, असं मॉर्टिमरला वाटून गेलं.

लवकरच गरम चहा आणला गेला आणि अचानक आलेल्या त्या पाहुण्याला त्याच्याबरोबर खायला फराळाचे पदार्थ समोर ठेवले गेले.

मिस्टर डिन्समीड बोलत राहिला, बोलतच राहिला. त्याने भरपूर अघळपघळ आणि मैत्रीपूर्ण गप्पा मारल्या. त्या अनोळखी माणसाला त्याने स्वतःबद्दलचं सर्वकाही सांगितलं. बऱ्यापैकी चालू असलेल्या बांधकाम व्यवसायातून तो नुकताच निवृत्त झाला होता. उभयतांना वाटलं की, जरा गावाकडची हवा मिळाली, तर चांगलं होईल – ते कधीच खेड्यात राहिले नव्हते. अर्थात, ऑक्टोबर-नोव्हेंबर म्हणजे अशा ठिकाणी राहायला यायला चुकीचा मोसम होता; पण त्यांना लवकरात लवकर हलायचं होतं. 'तुम्हाला तर माहीत आहेच, आयुष्यात कधी, काय होईल याचा भरोसा नाही.' आणि म्हणून त्यांनी हा बंगला पसंत केला होता. आसपास आठ मैल काहीच वस्ती नव्हती आणि ज्याला लहान शहर म्हणता येईल ते किमान अठरा मैल दूर होतं. नाही, कोणाची तशी तक्रार नव्हती. मुलींना अर्थात थोडंसं कंटाळवाणं वाटायचं; पण त्याला आणि बायकोला मात्र तिथली शांतता भावली होती.

तर तो असा बोलत राहिला आणि त्याच्या त्या संथ आणि एकसुरी बोलण्याने मॉर्टिमरला गुंगी येऊ लागली. त्याला वाटलं हे एक चांगलं घरकुल आहे, दुसरं काही नाही आणि तरीही, प्रथमदर्शनी त्याला काहीतरी विचित्र वाटलं होतं; त्या पाच लोकांपैकी कोणाच्या तरी बाबतीत त्याला काहीसा ताण, टेन्शन जाणवलं होतं. नेमकं कोण, हे त्याला सांगता आलं नसतं किंवा हा त्याचाच वेडेपणा असेल. कदाचित, तोच किंचित घाबरा झाला असेल! तो असा अचानक अवतरल्यामुळे ते लोक दचकले होते, बाकी काही नाही.

त्याने रात्रीच्या मुक्कामाचा विषय काढला, तेव्हा उत्तर तयार होतं.

'तुम्हाला इथेच राहावं लागेल मिस्टर क्लीव्हलँड. कित्येक मैल दुसरी काहीही सोय नाहीये. आम्ही तुम्हाला एक बेडरूम देऊ शकतो आणि माझा पायजमा तुम्हाला किंचित ढगळ झाला तरी काहीच नसण्यापेक्षा बरा नाही का! सकाळपर्यंत तुमचे कपडेही वाळून जातील.'

'थँक्स!'

'छे हो, थँक्स कसले?' तो म्हणाला, 'मी म्हणालो नाही का की अशा रात्री कोणी एखाद्या कुत्र्यालासुद्धा परत पाठवणार नाही. मॅग्डॅलेन, शारलॉट वर जा आणि यांच्या अंथरुणाचं बघा.'

त्या दोघी गेल्या. मॉर्टिमरला त्या वरच्या मजल्यावर वावरत असल्याचं ऐकू आलं.

'तुमच्या दोन सुंदर मुलींना इथे कंटाळवाणं होतंय, हे मी समजू शकतो,' क्लीव्हलँड म्हणाला.

'हो, आहेत ना सुंदर!' मिस्टर डिन्समीड अभिमानाने म्हणाला, 'माझ्यासारख्या किंवा त्यांच्या आईसारख्या नाहीयेत. आम्ही नवरा-बायको घर-गृहस्तीत समाधान मानतो, मिस्टर क्लीव्हलँड. काय गं मॅगी, हो का नाही?'

मिसेस डिन्समीड किंचित संकोचाने हसली. तिने आपलं विणकाम पुन्हा सुरू केलं होतं. तिचा हात सफाईने चालत होता.

थोड्या वेळाने पाहुण्याची खोली तयार असल्याचं सांगण्यात आलं आणि आपल्या यजमानाचे पुन्हा आभार मानून मॉर्टिमरने आपण झोपायला जात असल्याचं सांगितलं.

'तुम्ही त्याच्या बिछान्यात गरम पाण्याची बाटली ठेवलीत ना?' मिसेस डिन्समीडने विचारलं. तिच्यात अचानक तिच्या घराबद्दलचा अभिमान उफाळून आला.

'हो, आई. दोन ठेवल्या आहेत.'

'ठीके. पोरींनो, त्यांच्याबरोबर वर जा आणि आणखी काही हवंय-नकोय का ते बघा.'

मॅग्डॅलेन हातात मेणबत्ती धरून त्याच्या पुढे चालू लागली. शारलॉट त्याच्या मागून जात होती.

ती खोली छोटी असली तरी बऱ्यापैकी आल्हाददायक होती. तिचं छप्पर उतरतं होतं. बिछाना आरामदायी दिसत होता आणि जे काही किरकोळ, धुळकट फर्निचर होतं ते जुन्या महोगनीचं होतं. बेसिनमध्ये गरम पाण्याचा एक मोठा डबा होता. खुर्चीवर एक मोठा, गुलाबी रंगाच्या पायजम्याचा जोड टाकलेला होता आणि चादर व्यवस्थित अंथरलेली होती.

खिडकीपाशी जाऊन तिच्या कड्या नीट लावलेल्या आहेत ना, याची मॅग्डॅलेनने खात्री करून घेतली. शारलॉटने बाकी व्यवस्था नीट आहे ना, हे पुन्हा एकदा पाहिलं. मग दोघी जणी दारापाशी थोड्या घुटमळल्या.

'गुड नाइट, मिस्टर क्लीव्हलँड. तुम्हाला हवं ते सगळं आहे ना?'

'हो. थँक यू, मिस मॅग्डॅलेन. तुम्हा दोघींना एवढा त्रास दिल्याबद्दल मलाच लाज वाटते आहे. गुड नाइट.'

'गुड नाइट.'

खोली बाहेर जाऊन त्या दोघींनी दरवाजा लावून घेतला. क्लीव्हलँड एकटाच उरला. त्याने हळूहळू, एक एक करत कपडे बदलले. मिस्टर डिन्समीडचा गुलाबी पायजमा घातल्यावर त्याने स्वतःचे ओले कपडे गोळा केले आणि त्याच्या यजमानाच्या सुचनेनुसार ते खोलीच्या दाराबाहेर ठेवून दिले. तळमजल्यावरून त्याला मिस्टर डिन्समीडचा आवाज ऐकू येत होता.

काय बडबड्या माणूस होता! एकूणच एक विचित्र मनुष्य; पण त्या साऱ्या कुटुंबाबद्दलच काहीतरी विचित्र होतं का हा केवळ त्याचा भ्रम होता?

त्याने खोलीत जाऊन दरवाजा बंद केला आणि विचार करत पलंगापाशी उभा राहिला. शेजारचं महोगनी टेबल धुळीने भरलेलं होतं आणि त्या धुळीत *एस.ओ. एस.* ही तीन अक्षरं लिहिलेली स्पष्टपणे दिसत होती.

मॉर्टिमरचा स्वतःच्या डोळ्यांवर विश्वासच बसत नव्हता. त्याला जे काही वाटत होतं, जी काही अनामिक भीती वाटत होती, ती योग्यच होती असं त्याला वाटलं. या घरात नक्कीच काहीतरी गौडबंगाल होतं.

एस.ओ.एस. म्हणजे सेव्ह अवर सोल्स! म्हणजे मदतीची हाक; पण कोणाच्या बोटाने हा संदेश त्या धुळीत लिहिला असेल? मॅग्डॅलेन का शारलॉट? खोलीतून बाहेर पडण्याआधी त्या दोघीही तिथे दोन क्षण घुटमळल्या होत्या. मग कोणाचा हात हळूच हे काम करून गेला?

त्या दोघींचे चेहरे त्याच्या डोळ्यांसमोर आले. मॅग्डॅलेनचा सावळा आणि अलिप्त, तर शारलॉटचा स्तिमित झालेला आणि काहीतरी अतर्क्य भाव असलेला...

त्याने परत जाऊन दरवाजा उघडला. आता मिस्टर डिन्समीडचा आवाज ऐकू येत नव्हता. संपूर्ण घरात शांतता होती.

त्याने विचार केला. 'आज रात्री मी काहीच करू शकत नाही. उद्याच बघू या.'

क्लीव्हलँडला लवकर जाग आली. तो खाली आला आणि बैठकीची खोली ओलांडून बागेत गेला. पावसानंतर उजाडलेला दिवस सुंदर आणि टवटवीत भासत होता. आणखीही कोणीतरी लवकर उठलं होतं. बागेच्या खालच्या बाजूला कुंपणावर रेलून पलीकडच्या डाउन्सकडे बघत शारलॉट उभी होती. तिला भेटायला जाताना त्याचं हृदय किंचित धडधडत होतं. ती अक्षरं शारलॉटनेच लिहिली आहेत याची त्याला पहिल्यापासून जणू खात्री होती. ती मागे वळून त्याला 'गुड मॉर्निंग' म्हणाली. तिचे डोळे लहान मुलाप्रमाणे निरागस होते. त्यांच्यात काहीतरी लपवल्याचा भाव अजिबात नव्हता.

'व्हेरी गुड मॉर्निंग,' तो हसून म्हणाला, 'काल रात्रीची आणि आत्ताची हवा - केवढा फरक आहे!'

'हो ना.'

मॉर्टिमारने जवळच्या एका झाडाची काटकी तोडली आणि तिने तो पायापाशी असलेल्या रेताड जमिनीवर वेडेवाकडे फराटे चितारू लागला. आधी एस, मग ओ आणि मग पुन्हा एस. हे करत असताना शारलॉटवर त्याची नजर होती; पण त्याला तिच्यात काहीही बदल झालेला दिसला नाही.

'ही अक्षरं काय आहेत तुला माहीत आहे?' त्याने अचानक विचारलं.

शारलॉटच्या कपाळावर किंचित आठ्या पडल्या. 'अं, बोटी किंवा जहाजं संकटात असली तर हा संदेश पाठवतात ना?' तिने विचारलं.

त्याने होकार दिला, 'कोणीतरी माझ्या पलंगाशेजारच्या टेबलावर काल रात्री ही अक्षरं लिहिली,' तो शांतपणे म्हणाला. 'मला वाटलं कदाचित तू लिहिली असशील.'

तिने आश्चर्याने त्याच्याकडे पाहिलं.

'मी? ओह, नाही.'

त्याचा गैरसमज झाला होता म्हणायचं. त्याला एकदम निराश झाल्यासारखं वाटलं. त्याला इतकी खात्री होती. त्याचे अंदाज फार कमी वेळा चुकत असत.

'खरंच तुझं काम नव्हतं ते?'

'हो, अजिबात नाही.'

दोघेही संथ गतीने घराकडे वळले. शारलॉटच्या डोक्यात काहीतरी चालू असावं. त्याच्या बोलण्यावर तिने अशीच तुटक उत्तरं दिली आणि मग अचानक, घाईघाईने आणि दबक्या आवाजात ती म्हणाली :

'एस.ओ.एस., या अक्षरांबद्दल तुम्ही विचारणं विचित्र आहे, अगदी विचित्र. अर्थात, मी ती लिहिली नाहीयेत – पण मी सहज लिहू शकले असते.'

त्याने थबकून तिच्याकडे पाहिलं. ती पटकन पुढे बोलू लागली : 'मला माहीत आहे की तुम्हाला हे वेड्यासारखं वाटेल; पण तुम्ही काल रात्री आलात, तेव्हा मी इतकी प्रचंड घाबरले होते, माहीत आहे? आणि तुमचं येणं मला कशाचं तरी उत्तर असल्यासारखं वाटलं.'

'तुला कशाची भीती वाटते आहे?'

'मला माहीत नाही.'

'तुला माहीत नाही?'

'मला वाटतं – आमचं घर. आम्ही इथे राहायला आल्यापासून ही भीती वाढतच चालली आहे. सगळे जण काहीतरी वेगळे वाटत आहेत. बाबा, आई, मॅग्डॅलेन, सगळे मला वेगळे वाटतात.'

मॉर्टिमर लगेच काही बोलला नाही आणि तो बोलायच्या आधीच शारलॉट पुन्हा बोलू लागली.

'या घरात भुतं आहेत म्हणे, हे तुम्हाला माहीत आहे का?'

'काय?' त्याचं कुतूहल पूर्ण चाळवलं गेलं होतं.

'काही वर्षांपूर्वी या घरात एका माणसाने त्याच्या बायकोचा खून केला होता. आम्ही इथे राहायला आल्यावरच आम्हाला कळलं. बाबा म्हणतात की, भुतंबितं म्हणजे बकवास आहे; पण मला – मला माहीत नाही.'

मॉर्टिमरच्या मनात भराभर विचार येत होते.

'मला सांग,' तो त्याच्या व्यावसायिक आवाजात बोलू लागला, 'मी ज्या खोलीत काल राहिलो, त्या खोलीत तो खून झाला होता का?'

'मला त्याबद्दल काहीच माहिती नाही,' शारलॉट म्हणाली.

'असंय तर,' मॉर्टिमर स्वतःलाच म्हणाला, 'हो, असंच काहीतरी असेल.'

शारलॉटला काहीच बोध झाला नाही.

'मिस डिन्समीड,' मॉर्टिमर हलकेच म्हणाला, 'तू माध्यम आहेस म्हणजे ज्या व्यक्तीच्या मृतात्मांशी संपर्क साधू शकतात ती आहेस असं तुला कधी वाटलं आहे का?'

ती त्याच्याकडे बघतच राहिली.

'मला वाटतं काल रात्री तूच ती अक्षरं *काढलीस* आणि हे तुला माहीत आहे,' तो शांतपणे म्हणाला, 'अर्थात हे तुझ्या नकळत घडलं. तसं म्हटलं तर एखाद्या गुन्ह्याचे 'डाग' वातावरणावर पडतात. तुझ्यासारखं संवेदनशील मन असेल, तर त्यावर अशा प्रकारे प्रभाव पडू शकतो. खून झालेल्या त्या दुर्दैवी व्यक्तीच्या संवेदना तू परत प्रकट करत आहेस. अनेक वर्षांपूर्वी त्या *स्त्रीने* कदाचित एस.ओ.एस. हे शब्द त्या टेबलावर लिहिले असतील आणि तुझ्या नकळत काल रात्री तू त्याची पुनरावृत्ती केलीस.'

शारलॉटचा चेहरा उजळला.

'हं,' ती म्हणाली, 'तुम्हाला वाटतं की हे त्याचं स्पष्टीकरण आहे?'

घरातून तिला कोणीतरी हाक मारली म्हणून ती आत गेली. मॉर्टिमर बागेत येरझारा घालत राहिला. त्याच्या स्पष्टीकरणाने त्याचं तरी समाधान झालं होतं का? त्याला माहीत असलेली सर्व तथ्यं त्यात सामावली होती का? तो आदल्या रात्री घरात शिरला, तेव्हा जो तणाव त्याला जाणवला होता त्याचा कशाशी संबंध होता?

असेलही; पण त्याच्या अचानक अवतरण्याने घरात नक्कीच खळबळ माजली होती. त्याने स्वतःला सांगितलं : 'मी मानसिक बाबींच्या स्पष्टीकरणात वाहवत जाता कामा नये. शारलॉटचं एकवेळ ठीक आहे; पण बाकीच्यांचं काय? माझ्या येण्याने जॉनी वगळता सगळे जण प्रचंड हादरले आहेत. हे प्रकरण जे काही आहे, त्यात जॉनी नाहीये.'

त्याला खात्री होती; तो इतका सकारात्मक होता हे जरा विचित्रच होतं.

त्याच क्षणी जॉनी घरातून बाहेर येऊन मॉर्टिमरच्या दिशेने आला.

'न्याहारी तयार आहे,' तो संकोचून म्हणाला, 'तुम्ही आत येता का?'

त्या पोराची बोटं डागाळलेली असल्याचं मॉर्टिमरच्या लक्षात आलं. तो आपल्याकडे बघतोय हे जॉनीली जाणवलं आणि तो किंचित हसला.

'मी सतत रसायनांशी खेळत असतो,' तो म्हणाला, 'बाबा त्यामुळे कधी कधी खूप चिडतात. मी बांधकाम व्यवसायात जावं अशी त्यांची इच्छा आहे; पण मला रसायनशास्त्र आणि संशोधनात रस आहे.'

त्यांच्या समोरच मिस्टर डिन्समीड खिडकीत अवतरला, तसाच हसणारा, खुशालचेंडू. त्याला पाहून मॉर्टिमरच्या मनातल्या सर्व शंका-कुशंका, अविश्वास पुन्हा वर आला. मिसेस डिन्समीड आधीच टेबलापाशी येऊन बसली होती. 'गुड मॉर्निंग,' ती नीरस आवाजात म्हणाली. पुन्हा मॉर्टिमरला वाटलं की, आपल्याला पाहून ही बाई घाबरली आहे.

सर्वांत शेवटी मॅग्डॅलेन आली. तिने मॉर्टिमरकडे पाहून किंचित अभिवादन केलं आणि त्याच्या समोरच्या खुर्चीवर जाऊन बसली.

'तुम्हाला व्यवस्थित झोप लागली का?' तिने अचानक प्रश्न केला, 'बिछाना आरामदायी होता ना?'

तिने त्याच्याकडे आस्थेने पाहिलं आणि त्याने जेव्हा तिच्या प्रश्नाला होकारार्थी उत्तर दिलं, तेव्हा तिच्या चेहऱ्यावर अगदी क्षणभर निराशा चमकून गेली असं त्याला वाटलं. तिला काय उत्तर अपेक्षित होतं?

मग तो यजमानाकडे वळला.

'तुमच्या मुलाला रसायनशास्त्रात रस आहे असं दिसतंय!' तो सहज बोलून गेला.

मिसेस डिन्समीडच्या हातून चहाचा कप जमिनीवर पडून फुटला.

'मॅगी, मॅगी, सावर स्वतःला,' मिस्टर डिन्समीड म्हणाला.

मॉर्टिमरला वाटलं, त्या माणसाच्या आवाजात एक इशारा होता. मग मिस्टर डिन्समीड पाहुण्याकडे वळून त्याला बांधकाम व्यवसायात पडण्याचे फायदे, लहान मुलांना नसता आगाऊपणा करू देता कामा नये, वगैरे सांगू लागला.

न्याहारीनंतर तो एकटाच बागेत जाऊन सिगारेट ओढू लागला. हे घर सोडून जायची वेळ जवळ आली आहे, हे नक्की. एका रात्रीसाठी आसरा मिळणं वेगळं आणि विनाकारण तिथे राहणं वेगळं. तसंही तो मुक्काम वाढवायला काय कारण देऊ शकला असता? पण त्याला तिथून अजिबात जायचं नव्हतं.

यावर विचार करत करत तो घराच्या मागच्या बाजूला जाणाऱ्या वाटेला लागला. त्याच्या बुटांना क्रेप रबराचे तळवे असल्यामुळे त्याच्या पावलांचा अजिबात आवाज होत नव्हता. स्वयंपाकघराच्या खिडकीजवळून जात असताना त्याच्या कानावर मिस्टर डिन्समीडचं बोलणं पडलं आणि ताबडतोब त्याने कान टवकारले.

'हा बराच पैसा आहे, खरंच.'

मिसेस डिन्समीड इतक्या हळू आवाजात बोलली की मॉर्टिमरला नेमके शब्द ऐकू आले नाहीत; पण तिच्या नवऱ्याचे शब्द मात्र ऐकू आले :

'जवळपास ६०,००० पौंड, वकीलसाहेब म्हणाले.'

असं चोरून ऐकायची मॉर्टिमरची मुळीच इच्छा नव्हती; पण तो विचार करू लागला. पैशांचा उल्लेख आल्यावर गोष्टी स्पष्ट होऊ लागल्या. जे काय होतं त्याचा संबंध ६०,००० पौंडांशी होता आणि त्यामुळे परिस्थिती अधिक ओंगळ झाली होती.

मॅग्डॅलेन घरातून बाहेर आली; पण वडिलांची हाक आल्यामुळे लागलीच आत गेली. लवकरच स्वतः डिन्समीड पाहुण्याजवळ आला.

'इतकी चांगली सकाळ क्वचितच उगवते,' तो म्हणाला, 'तुमची गाडी फार वाईट अवस्थेत नसावी अशी आशा आहे.'

'मी कधी जातोय हे याला माहीत करून घ्यायचंय,' मॉर्टिमर स्वतःला म्हणाला.

त्याने त्याच्या यजमानाचे पुन्हा एकदा आभार मानले.

'ठीक आहे हो, मी काही मदतबिदत केली नाहीये,' डिन्समीड म्हणाला.

मॅग्डॅलेन आणि शारलॉट, दोघी घराबाहेर आल्या. एकमेकींच्या हातात हात घालून काही अंतरावर असलेल्या एका जुन्या बाकावर जाऊन बसल्या. काळे केस आणि सोनेरी केस असे एकत्र छान दिसत होते आणि मॉर्टिमर उत्स्फूर्तपणे म्हणाला: 'तुमच्या मुली अगदी भिन्न आहेत, मिस्टर डिन्समीड.'

पाइप पेटवत असलेल्या डिन्समीडच्या हातून एका झटक्यात काडी खाली पडली.

'तुम्हाला वाटतं असं?' त्याने विचारलं, 'हो, आहेत वेगळ्या.'

मॉर्टिमरला एकदम साक्षात्कार झाला, 'अर्थातच त्या दोघी तुमच्या मुली नाहीयेत,' तो सराईतपणे म्हणाला.

डिन्समीडने त्याच्याकडे पाहिलं, क्षणभर अडखळला आणि म्हणाला : 'तुम्ही चलाख आहात, सर,' तो म्हणाला. 'आम्ही त्यांच्यापैकी एकीला तिच्या बाल्यावस्थेतच दत्तक घेतलं आणि आमची असल्यासारखी तिला वाढवली. तिला स्वतःलाही सत्य परिस्थितीची कल्पना नाहीये; पण एक ना एक दिवस तिला सांगावं लागेल,' त्याने सुस्कारा सोडला.

'वारसा हक्काचा प्रश्न आहे?' मॉर्टिमरने शांतपणे विचारलं.

डिन्समीडने त्याच्याकडे संशयाने पाहिलं.

मग खरं काय ते सांगितलेलं बरं असं त्याने ठरवलं असावं, कारण मग तो काहीशा आक्रमकतेने आणि खुलेपणाने म्हणाला : 'तुम्ही हे म्हणावं हे जरा विचित्र आहे, सर.'

'कदाचित मनातलं वाचलं मी असं म्हणता येईल?' मॉर्टिमर हसून म्हणाला.

'सर, हे कसंय बघा. तिच्या आईवर उपकार म्हणून आम्ही तिला आमच्या पदरी घेतलं – काही रकमेच्या मोबदल्यात. त्या वेळी मी नुकताच माझा बांधकाम व्यवसाय सुरू करत होतो. काही महिन्यांपूर्वी मी पेपरात एक जाहिरात पाहिली आणि मला वाटलं की, संबंधित मुलगी आमची मॅग्डॅलेन असणार. मी वकिलांकडे गेलो आणि आमच्यात उलट-सुलट अशी बरीच चर्चा झाली. अर्थात त्या लोकांना जरा संशय आला – स्वाभाविक आहे, तुम्ही म्हणाल – पण आता सर्व ठीक आहे. अजून तिला याविषयी काहीही माहीत नाहीये; पण मी स्वतः त्या मुलीला पुढच्या आठवड्यात लंडनला घेऊन जाणार आहे. तिचे वडील बहुधा एक श्रीमंत ज्यू गृहस्थ

होते. त्यांच्या मृत्यूच्या काही महिने आधीच त्यांना या मुलीच्या अस्तित्वाविषयी समजलं. तिला शोधायला त्यांनी गुप्तहेर पाठवले आणि ती सापडल्यावर त्यांचे सर्व पैसे तिला मिळावेत, अशी त्यांनी तजवीज केली.'

मॉर्टिमरने हे सगळं नीट लक्ष देऊन ऐकलं. मिस्टर डिन्समीडने सांगितलेल्या गोष्टीवर अविश्वास दाखवण्यासारखं काहीच नव्हतं. मॅग्डॅलेनचा सावळा वर्ण, तिचा तटस्थपणा समजण्यासारखा होता आणि तरीही काहीतरी लपवलं जातंय, असं मॉर्टिमरला वाटत राहिलं.

पण आपल्या यजमानाचा संशय जागृत होईल असं काहीही त्याला बोलायचं नव्हतं. उलट त्याचं मन शांत करायचा सर्वतोपरी प्रयत्न केला पाहिजे, असं त्याला वाटलं.

'खूपच रंजक कहाणी आहे, मिस्टर डिन्समीड,' तो म्हणाला, 'मिस मॅग्डॅलेनचं अभिनंदन. एक वारसदार आणि सुंदरी. तिचं भविष्य उज्ज्वल आहे.'

'ते तर आहेच,' तिचे वडील आपुलकीने म्हणाले, 'आणि मिस्टर क्लीव्हलँड, तिच्यासारखी गुणी मुलगी फार दुर्मीळ असते.'

तो अतिशय मनापासून आणि प्रेमाने बोलत होता हे निःसंशय.

'ठीक आहे,' मॉर्टिमर म्हणाला, 'मला वाटतं मी आता निघायला हवं. पुन्हा एकदा तुमचे आभार मानतो, मिस्टर डिन्समीड. अगदी योग्य वेळी तुमची मदत झाली.'

मग आपल्या यजमानाबरोबर तो घरात गेला; मिसेस डिन्समीडचेही आभार मानायचे होते. ती त्यांच्याकडे पाठ करून, खिडकीपाशी उभी होती. ते आत आल्याचं तिला ऐकू आलं नसावं; पण नवऱ्याच्या 'हे पाहा, मिस्टर क्लीव्हलँड तुला गुड बाय म्हणायला आले आहेत,' या उद्गाराने तिने दचकून मागे पाहिलं. तिच्या हातातली वस्तू खाली पडली. मॉर्टिमरने ती उचलून तिला दिली. ती वस्तू म्हणजे पंचवीसेक वर्षांपूर्वीच्या शैलीत केलेलं शारलॉटचं मिनिएचर होतं. मिस्टर क्लीव्हलँडने तिच्या नवऱ्याला अगोदर धन्यवाद दिले होते, त्याप्रमाणे तिचेही आभार मानले. पुन्हा एकदा त्याला जाणवलेली गोष्ट म्हणजे तिच्या डोळ्यातली भीती आणि ती नवऱ्याकडे ज्या प्रकारे चोरून कटाक्ष टाकत होती ते.

दोन्ही मुली कुठे दिसत नव्हत्या; पण त्यांना भेटायची इच्छा व्यक्त करणं हा मॉर्टिमरच्या योजनेचा भाग नव्हता. त्याच्या डोक्यात एक कल्पना होती, जी लवकरच बरोबर ठरणार होती.

तो त्याच्या गाडीच्या दिशेने जेमतेम अर्धा मैल गेला असेल-नसेल, इतक्यात बाजूची झुडपं सारून मॅग्डॅलेन त्याच्या पुढ्यात उभी ठाकली.

'मला तुम्हाला भेटायचंच होतं,' ती म्हणाली.

'मला अपेक्षित होतंच,' मॉर्टिमर म्हणाला, 'माझ्या खोलीतल्या टेबलावर काल रात्री एस.ओ.एस. लिहिणारी तूच होतीस ना?'

तिने मानेने होकार दिला.

'का?' त्याने हलकेच विचारलं.

त्या मुलीने मान वळवून एका झुडपाची पानं तोडायला सुरुवात केली.

'मला माहीत नाही,' ती म्हणाली, 'खरंच ठाऊक नाही.'

'मला सांगायला हरकत नाही,' मॉर्टिमर म्हणाला.

'मी व्यवहारी आहे,' ती म्हणाली, 'मला भ्रम वगैरे होत नाहीत किंवा मी काल्पनिक जगात रमत नाही. तुमचा भुता-खेतांवर विश्वास आहे हे मला माहीत आहे; पण माझा नाही आणि या घरात काहीतरी चांगलीच गडबड आहे, असं मी जेव्हा म्हणते, तेव्हा प्रत्यक्षात काहीतरी चुकीचं सुरू आहे, असं मला म्हणायचं आहे. तो केवळ भूतकाळाचा प्रतिध्वनी नाहीये. आम्ही इथे आल्यापासून हे चालू आहे आणि हे दररोज आणखी वाईट होत चाललं आहे. बाबा वेगळे वाटत आहेत, आई वेगळी वाटते, शारलॉट वेगळी वाटू लागली आहे.'

मॉर्टिमर मध्येच बोलला, 'जॉनी वेगळा आहे का?'

मॅग्डॅलेनने त्याच्याकडे पाहिलं. तिच्या डोळ्यात काहीतरी समजल्याचे भाव उमटले. 'नाही. जॉनी वेगळा नाहीये. कसं सांगू? या सगळ्याचा परिणाम न झालेला तो एकटाच आहे. काल रात्री चहाच्या वेळी तो तसाच अस्पर्शित होता.'

'आणि तू?' मॉर्टिमरने प्रश्न केला.

'मला भीती वाटत होती - प्रचंड भीती, एखाद्या लहान मुलाला वाटेल अशी भीती; पण कशाची भीती वाटत होती हे मला नाही माहीत आणि बाबा तर विचित्रच होते - होय, हाच शब्द योग्य आहे. ते चमत्काराविषयी बोलत होते आणि मी प्रार्थना केली - चमत्कार घडावा म्हणून प्रार्थना केली आणि तुम्ही दरवाजा ठोठावलात.'

अचानक बोलायचं थांबून तिने त्याच्याकडे पाहिलं.

'मी तुम्हाला वेडी वाटत असेन, नाही?' ती म्हणाली.

'नाही,' मॉर्टिमर म्हणाला. 'उलट, तू मला अतिशय शहाणी वाटतेस. सर्व शहाण्या लोकांना, धोका त्यांच्या जवळपास असला तर त्याची चाहूल लागते.'

'तुम्हाला नाही समजलं,' ती म्हणाली, 'मला माझ्यासाठी भीती नाही वाटली.'

'मग कोणासाठी?'

पण पुन्हा मॅग्डॅलेनने तिची मान नकारार्थी हलवली, 'मला नाही ठाऊक.'

ती पुढे म्हणाली : 'मी एस.ओ.एस. ही अक्षरं मनात येताक्षणीच लिहिली. माझ्या डोक्यात एक विचार आला, अर्थातच वेडपट - की ते मला तुमच्याशी बोलू

देणार नाहीत – म्हणजे ते बाकीचे सगळे. मी तुम्हाला काय विचारणं अपेक्षित होतं हे मला माहीत नाही. आता मला सांगताही नाही येणार.’

‘असू दे,’ मॉर्टिमर म्हणाला, ‘मी ते करतो.’

‘तुम्ही काय करू शकाल?’

मॉर्टिमर किंचित हसला, ‘मी विचार करू शकतो.’

तिने त्याच्याकडे साशंक नजरेने पाहिलं.

‘हो,’ तो म्हणाला, ‘विचार करून बऱ्याच गोष्टी साधता येतात. कदाचित, तुझा विश्वास बसणार नाही इतक्या. मला सांग, काल रात्रीच्या जेवणाच्या थोडंसंच आधी असं काही म्हटलं गेलं का, ज्याने तुझं लक्ष वेधलं गेलं?’

तिच्या कपाळावर आठ्या उमटल्या. ‘मला नाही वाटत,’ ती म्हणाली, ‘बाबा आईला शारलॉटसंबंधी काहीतरी म्हणाले – की ती तिची जिवंत प्रतिमा आहे – आणि मग ते अतिशय विचित्र हसले; पण यात काही विशेष नाहीये ना?’

‘नाही,’ मॉर्टिमर हळू म्हणाला, ‘फक्त एवढंच की, शारलॉट तुझ्या आईसारखी नाहीये.’

तो एक-दोन मिनिटं स्वतःच्याच विचारात मग्न होता आणि त्याने जेव्हा मान वर केली, तेव्हा मॅग्डॅलेन त्याच्याकडे साशंक नजरेने बघत होती.

‘घरी जा, पोरी,’ तो म्हणाला, ‘आणि काळजी करू नकोस; सगळं माझ्यावर सोड.’

ती आज्ञाधारकपणे घराच्या वाटेला लागली. मॉर्टिमर आणखी थोडं पुढे चालत गेला आणि मग त्याने स्वतःला हिरवळीवर झोकून दिलं. त्याने डोळे मिटून घेतले आणि मन सर्व विचारांपासून मुक्त करायचा प्रयत्न केला. मनात एका पाठपोठ एक चित्रांची मालिका तरळू दिली.

जॉनी! पुनःपुन्हा आपण जॉनीपाशी येतो. पूर्णपणे निरागस, संशयकल्लोळापासून एकदम मुक्त; पण तरीही सगळ्या गोष्टी त्याच्या भोवती फिरत होत्या. त्या सकाळी न्याहारीच्या वेळी मिसेस डिन्समीडच्या हातून कप बशीवर आपटल्याचं त्याला आठवलं. ती इतकी का बावचळली होती? मुलाला रसायनशास्त्रात रस असल्याचा उल्लेख केला गेला म्हणून? त्या वेळी मिस्टर डिन्समीडकडे त्याचं लक्ष गेलं नव्हतं; पण आता त्याला स्पष्ट दिसत होतं; कप ओठांना लावता लावता तो मध्येच थांबला होता.

मग त्याचे विचार पुन्हा शारलॉटकडे गेले. काल रात्री दरवाजा उघडला गेला, तेव्हा ती कपाच्या कडेवरून त्याच्याकडे एकटक पाहत होती. त्याच्या पाठोपाठ जी प्रतिमा आली ती ‘चहा थंड झाल्या’चं सांगत सर्व कप एका मागोमाग एक करत ओतून टाकणाऱ्या मिस्टर डिन्समीडची.

त्या भांड्यातून वाफ बाहेर येत असल्याचं त्याला आठवत होतं. नक्कीच चहा इतका काही थंड झाला नव्हता!

त्याच्या मेंदूत काहीतरी हालचाल सुरू झाली. नुकतीच वाचनात आलेली गोष्ट; एक महिनाही झाला नसेल. एका पोराच्या निष्काळजीपणामुळे एक अख्खं कुटुंब विषबाधा होऊन दगावलं होतं. कपाटात आर्सेनिकचं एक पाकीट होतं आणि मधल्या फटीतून त्यातली पूड खालच्या खणातल्या ब्रेडवर पडली होती. त्याने वर्तमानपत्रात ती बातमी वाचलेली होती. कदाचित, मिस्टर डिन्समीडनेही वाचली असेल.

आता चित्र आणखीच स्पष्ट होऊ लागलं...

अर्ध्या तासाने मॉर्टिमर क्लीव्हलँड हिरवळीवरून झटकन उठला.

त्या कॉटेजमध्ये पुन्हा एकदा संध्याकाळ होती. आज पोच्ड एग्ज आणि डुकराच्या शिजवलेल्या मांसाचा एक डबा होता. लवकरच मिसेस डिन्समीड स्वयंपाकघरातून चहाची मोठी किटली घेऊन आली. सर्व कुटुंबीय टेबलाभोवती आपापल्या जागांवर बसले.

'कालच्या रात्रीपेक्षा अगदी वेगळी हवा,' खिडकीकडे पाहत मिसेस डिन्समीड म्हणाली.

'हो,' तिचा नवरा म्हणाला, 'सगळं इतकं शांत आहे की, टाचणी पडली तरी आवाज होईल. आई, ओततेस ना चहा?'

मिसेस डिन्समीडने सगळ्यांचे कप भरले आणि एकेकाला दिले. मग किटली खाली ठेवत असताना तिच्या तोंडून अस्फुट किंचाळी बाहेर पडली आणि तिने आपला हात छातीवर ठेवला. मिस्टर डिन्समीडने गर्रकन वळून तिच्या भेदरलेल्या डोळ्यांच्या दिशेने पाहिलं, तर दरवाजात क्लीव्हलँड मॉर्टिमर उभा होता.

तो माफी मागतच पुढे आला.

'सॉरी, मी तुम्हाला दचकवलं,' तो म्हणाला, 'मला परत यावं लागलं.'

'काही राहिलं होतं का?' मिस्टर डिन्समीड म्हणाला. त्याचा चेहरा काळा-निळा पडला होता, कपाळावरच्या शिरा फुगल्या होत्या, 'काय विसरला होतात, सांगा मला.'

'थोडा चहा मिळेल का?' मॉर्टिमरने विचारलं.

मग झटकन त्याने आपल्या खिशातून काहीतरी बाहेर काढलं आणि टेबलावरचा एक कप उचलून हातातल्या पुडीतली थोडी भुकटी डाव्या हातातल्या परीक्षा नळीत टाकली.

'काय – हे काय करताय तुम्ही?' मिस्टर डिन्समीडला धाप लागल्यासारखं वाटत होतं. त्याचा चेहरा पांढराफट्ट पडला होता; त्यातला सर्व रंग जणू जादू झाल्यासारखा गायब झाला होता. मिसेस डिन्समीडने एक आर्त किंकाळी फोडली. ती पूर्णपणे घाबरली होती.

'मिस्टर डिन्समीड, मला वाटतं तुम्ही वर्तमानपत्र वाचता, नाही का? नक्कीच वाचत असणार. एखाद्या अख्ख्या कुटुंबाला विषबाधा झाल्याचं आपण कधी कधी वाचतो. त्यातले काही जगतात, काही दगावतात. *या केसमध्ये एक दगावला नाही.* तुम्ही डब्यातलं डुकराचं मांस खात होता, ते कारण पुढे येईल; पण समजा तो डॉक्टर संशयी स्वभावाचा असला तर? हे डब्यातलं अन्न वगैरे कारण त्याला पटत नसलं तर? तुमच्या कपाटात आर्सेनिकचं पाकीट आहे. वरच्या खणाला अगदी सोयीस्कर असं एक भोक आहे. मग अगदी चुकून, त्या भोकातून आर्सेनिकची पूड खालच्या फळीवरच्या चहात पडली, तर त्यात नवल ते काय? फार तर जॉनीवर निष्काळजीपणाचा ठपका ठेवला जाईल, बाकी काही नाही.'

'तुम्ही – मला – तुम्ही – काय म्हणताय काय, मला कळत नाहीये,' मिस्टर डिन्समीड चाचरत म्हणाला.

'मला वाटतं तुम्हाला अगदी नीट कळलंय,' मॉर्टिमर म्हणाला. त्याने दुसरा कप उचलला आणि दुसरी परीक्षा नळी भरली. मग एकीवर लाल आणि एकीवर निळं लेबल चिकटवलं.

'लाल लेबलवाल्या नळीत शारलॉटच्या कपातला चहा आहे,' तो म्हणाला, 'दुसऱ्या नळीत मॅग्डलेनच्या कपातला. मी शपथेवर सांगू शकतो की, शारलॉटच्या कपात दुसऱ्या कपापेक्षा चौपट किंवा पाचपट जास्त आर्सेनिक असेल.'

'तुम्हाला वेड लागलंय,' डिन्समीड म्हणाला.

'नाही! मी अजिबात वेडा नाहीये. मिस्टर डिन्समीड, तुम्ही मला आज सांगितलं की, मॅग्डलेन तुमची मुलगी *आहे* आणि शारलॉट दत्तक घेतलेली आहे. ही मुलगी इतकी तिच्या आईसारखी दिसते की, जेव्हा मी तिच्या आईचं मिनिएचर माझ्या हातात घेतलं, तेव्हा मला ते शारलॉटचंच चित्र वाटलं. तुमच्या स्वतःच्या मुलीला तो पैसा वारशाने मिळणार होता आणि शारलॉटला नजरेआड ठेवणं कदाचित अशक्य झालं असतं आणि ज्याला कोणाला तिची आई ठाऊक असेल, त्या व्यक्तीला आई आणि मुलीतलं साम्य लक्षात आलं असतं... त्यामुळे तुम्ही चहाच्या कपात आर्सेनिक टाकायचं ठरवलं.'

मिसेस डिन्समीडच्या तोंडून एक भयानक आवाज आला. भावनावेगाने तिचं शरीर गदागदा हलत होतं.

'चहा,' ती चिरकली, 'तो तेच म्हणाला होता. चहा दे, लिंबू सरबत नको.'

'आधी तोंड आवर तुझं!' डिन्समीड रागाने म्हणाला.

शारलॉट विस्फारलेल्या नजरेने आपल्याकडे पाहते आहे, असं मॉर्टिमरच्या लक्षात आलं. मग त्याच्या दंडावर एक हात ठेवला गेला आणि मॅग्डॅलेन त्याला दूर घेऊन गेली.

'त्या...' नळ्यांकडे निर्देश करून ती म्हणाली, 'बाबा, तुम्ही हे...!'

मॉर्टिमरने तिच्या खांद्यावर आपला हात ठेवला. 'पोरी, तुझा भूतकाळावर विश्वास नाही; पण माझा आहे. या घरातल्या वातावरणावर माझा विश्वास आहे. तुझे वडील जर इथे आले नसते, तर कदाचित - *कदाचित* त्यांना ही कल्पना सुचली नसती. आत्ता आणि भविष्यात, शारलॉट सुरक्षित राहावी म्हणून मी या दोन परीक्षानळ्या माझ्याकडे ठेवणार आहे. मी आणखी काहीही करणार नाही. ज्या हाताने ती एस.ओ.एस. ही अक्षरं लिहिली, त्याच्याप्रती कृतज्ञता म्हणून.'

इजिप्शियन थडग्याचं रहस्य

प्वारोबरोबर ज्या ज्या साहसी मोहिमांमध्ये मी सहभागी झालो आहे, त्यापैकी सर्वांत नाट्यमय आणि थरारक मोहीम म्हणजे मेन-हर-रा या राजाचं थडगं उघडल्यानंतर झालेल्या रहस्यमय मृत्यूंच्या मालिकेचा तपास. फार थोड्या मोहिमा इतक्या रोमहर्षक ठरल्या होत्या.

कैरोपासून थोड्याच अंतरावर, गिझाच्या पिरॅमिड्सच्या आसपास उत्खनन करत असताना लॉर्ड कार्नारव्हॉन, सर जॉन विलार्ड आणि न्यू यॉर्कच्या मिस्टर ब्लाईबनर यांना तुतानखामेनच्या थडग्याचा शोध लागला. त्याच्या पाठोपाठ अनपेक्षितपणे अनेक दफन कक्ष सापडले. या शोधामुळे या विषयात सर्वत्र प्रचंड रस उत्पन्न झाला होता. थडगं मेन-हर-रा नावाच्या राजाचं असावं असा अंदाज होता. हा राजा जुनी राजवट म्हणजे ओल्ड किंग्डम डबघाईला आलं असताना उदयाला आलेल्या आठव्या राजवंशाचा होता. या कालखंडाबद्दल फारशी माहिती नव्हती आणि या सर्व शोधांना वर्तमानपत्रात भरपूर प्रसिद्धी मिळाली.

लवकरच एक घटना घडली जिने जनमानसावर प्रचंड ताबा मिळवला. हृदय बंद पडल्यामुळे सर जॉन विलार्ड यांचा अचानक मृत्यू झाला.

त्यातली जी वर्तमानपत्रं सनसनाटी बातम्या देण्यात पुढे होती, त्यांनी लागलीच जुन्या अंधश्रद्धांना खतपाणी घालायला सुरुवात केली - काही विशिष्ट मौलिक इजिप्शियन वस्तूंमुळे कसे अपशकुन होतात, वगैरे. ब्रिटिश म्युझियममधल्या त्या अतिशय जुन्या, अभागी ममीचा विषय पुन्हा एकदा बाहेर काढण्यात आला. म्युझियमने शांतपणे त्यांच्यावरचे 'आरोप' नाकारलेही; पण काही दिवस लोकांना चघळायला विषय मिळाला.

पंधरा दिवसांनी मिस्टर ब्लाईबनर रक्तात विषबाधा होऊन मरण पावले आणि त्यानंतर काही दिवसांनी त्यांच्या एका भाच्याने न्यू यॉर्कमध्ये स्वतःवर गोळ्या झाडून

आत्महत्या केली. 'मेन-हर-राच्या शापा'बद्दल सगळीकडे चर्चा झाली आणि आता मृत असलेल्या गत इजिप्तच्या जादुई शक्तींना प्रचंड उचलून धरण्यात आलं.

याच सुमारास प्वारोला लेडी विलार्ड म्हणजे मृत सर जॉनची विधवा पत्नी, हिच्याकडून एक छोटंसं पत्र आलं. त्यात प्वारो यांनी विलार्ड यांच्या केन्सिंग्टन स्क्वेअर येथील घरी यावं, अशी विनंती करण्यात आली होती. मी त्याच्या बरोबर गेलो.

लेडी विलार्ड सडसडीत बांध्याची, उंच स्त्री होती. तिने सुतकात घालतात तसे कपडे परिधान केलेले होते. तिच्या चेहऱ्यावर दु:ख अगदी स्पष्ट दिसत होतं.

'मिस्टर प्वारो, तुम्ही इतक्या तातडीने आलात याबद्दल मी मनापासून आभार मानते,' ती म्हणाली.

'लेडी विलार्ड, मी तुमच्या सेवेसाठी हजर आहे. तुम्ही माझा सल्ला घेऊ इच्छिता?'

'तुम्ही डिटेक्टिव्ह आहात याची मला कल्पना आहे; पण केवळ त्यासाठी मी तुम्हाला बोलावलं नाहीये. तुमची मतं ही खास तुमची असतात, तुमची कल्पनाशक्ती विलक्षण आहे आणि तुम्हाला जगाचा अनुभव आहे, तर मला सांगा, अतिभौतिकाबद्दल तुमचं काय मत आहे?'

काही बोलायच्या आधी प्वारो किंचित थांबला. तो यावर विचार करत असावा असं वाटलं. अखेर तो म्हणाला : 'लेडी विलार्ड, आपल्या दोघांमध्ये गैरसमज असता कामा नयेत. तुम्ही हा प्रश्न मला सहज म्हणून विचारत नाही आहात. यात तुमचं वैयक्तिक काहीतरी गुंतलेलं आहे ना? तुम्ही आडून का असेना; पण तुमच्या नवऱ्याच्या मृत्यूविषयी बोलत आहात ना?'

'खरंय,' तिने मान्य केलं.

'मी त्याच्या मृत्युसंबंधीच्या परिस्थितीचा तपास करावा अशी तुमची इच्छा आहे का?'

'मला तुमच्याकडून हे हवंय की, या प्रकरणातली नेमकी वस्तुस्थिती काय आहे आणि वर्तमानपत्रातल्या बडबडीचा त्याच्याशी कितपत संबंध आहे. मिस्टर प्वारो, तीन लोकांचे प्राण गेले आहेत - यातल्या प्रत्येक मृत्यूचा स्वतंत्रपणे विचार केला, तर स्पष्टीकरण सापडेलही; पण एकत्रित विचार केला तर मात्र योगायोग म्हणणं अवघड जातं; थडगं खुलं केल्यानंतरच्या एका महिन्यात हे तीन मृत्यू झाले हे विशेष! कदाचित, अंधश्रद्धा असेल. कदाचित, आधुनिक विज्ञानाच्या कल्पनेपलीकडच्या पद्धतीने कार्यरत असलेला एक शक्तिशाली शाप असेल; पण तीन मृत्यू झाले ही वस्तुस्थिती आहे! आणि मिस्टर प्वारो, मला भीती वाटते आहे, प्रचंड भीती. अजूनही या प्रकरणाचा अंत झालेला नाहीये असं मला वाटतंय.'

'तुम्हाला कोणाकरता भीती वाटते आहे?'

'माझ्या मुलाची काळजी वाटते आहे मला. माझ्या नवऱ्याच्या मृत्यूची वार्ता आली, तेव्हा मी आजारी होते. माझा मुलगा, जो नुकताच ऑक्सफर्डहून परतला आहे, तो तिकडे गेला. त्यानंच माझ्या नवऱ्याचं पार्थिव घरी आणलं; पण आता माझ्या विनवण्यांना डावलून, तो परत परदेशी गेला आहे. त्याला उत्खननात इतका रस आहे की, आपल्या वडिलांच्या जागी त्यालाही तेच काम पुढे सुरू ठेवायचं आहे. तुम्हाला मी वेडपट वाटेन, मिस्टर प्वारो; पण मला खरंच भीती वाटते आहे. त्या मृत राजाच्या भुताचं अजूनही समाधान झालं नसलं तर? कदाचित, तुम्हाला हे बोलणं निरर्थक वाटेल...'

'नाही लेडी विलार्ड,' प्वारो चटकन म्हणाला, 'माझासुद्धा अशा शक्तींवर विश्वास आहे. जगातल्या सर्वांत महान शक्तींपैकी एक ही शक्ती असते.'

मी त्याच्याकडे आश्चर्याने पाहिलं. प्वारो आणि अंधश्रद्धाळू? पण हा माणूस अगदी मनापासून बोलत होता.

'तुमचं काय म्हणणं आहे की, मी तुमच्या मुलाचं रक्षण करावं, होय ना? मी सर्वतोपरी प्रयत्न करेन.'

'हो, रूढ अर्थाने नक्कीच; पण भूतपिशाच्चांच्या प्रभावापासून?'

'मध्ययुगासंबंधीच्या ग्रंथांमध्ये ब्लॅक मॅजिकला प्रत्युत्तर देण्याचे अनेक मार्ग सांगितलेले आहेत. आपल्याला आपल्या विज्ञानाबद्दल गर्व आहे; पण कदाचित या विज्ञानापेक्षा त्या लोकांना जास्त माहिती असेल; पण आता आपण तथ्यांबद्दल बोलू या म्हणजे मला मदत होईल. तुमचा नवऱ्याने स्वतःला इजिप्टॉलॉजीला वाहून घेतलं होतं ना?'

'हो, अगदी तरुण असल्यापासून. या विषयातल्या सर्वांत महान तज्ज्ञांपैकी तो एक होता.'

'पण माझ्या माहितीनुसार मिस्टर ब्लाईबनर मात्र हौशी म्हणावेत असे होते ना?'

'हो. तसं म्हणता येईल. तो एक श्रीमंत माणूस होता, त्यामुळे जो विषय आवडेल त्यात तो काहीतरी करायचा. माझ्या नवऱ्याने त्याच्या मनात इजिप्टॉलॉजीबद्दल रस निर्माण केला आणि त्याच्याच पैशांनी ही मोहीम होऊ शकली.'

'आणि त्या भाच्याचं काय? त्याच्या आवडीनिवडींविषयी काही सांगू शकाल? तो या चमूबरोबर होता का?'

'मला नाही वाटत. खरं म्हणजे त्याच्या मृत्यूविषयी वर्तमानपत्रात वाचेपर्यंत असा कोणी माणूस आहे, हेही मला ठाऊक नव्हतं. मिस्टर ब्लाईबनर आणि त्याचे फार जवळचे संबंध असणं अवघड वाटतंय. त्यांना नातेवाईक असल्याचं ते कधी बोलले नव्हते.'

'त्या गटात आणखी कोण कोण होतं?'

'ब्रिटिश म्युझियमचे एक किरकोळ पदाधिकारी डॉ. टॉसविल; न्यू यॉर्कच्या मेट्रोपोलिटन म्युझियमचे मिस्टर श्नायडर; एक तरुण अमेरिकन सेक्रेटरी; डॉक्टर या नात्याने सर्व मोहिमांवर जाणारे डॉ. एम्स आणि माझ्या नवऱ्याचा एकनिष्ठ स्थानिक नोकर.'

'त्या अमेरिकन सेक्रेटरीचं नाव आठवतंय का?'

'हार्पर असावं; पण खात्रीने सांगता येणार नाही. तो मिस्टर ब्लाईबनरबरोबर फार काळ नव्हता; पण तो चांगला, हसतमुख तरुण होता.'

'थँक यू, लेडी विलार्ड.'

'तुम्हाला आणखी काही...'

'तूर्तास तरी नाही. आता हे प्रकरण माझ्यावर सोपवा आणि निश्चिंत राहा. तुमच्या मुलाच्या रक्षणासाठी जे जे करणं शक्य आहे, ते सर्व मी करेन याची खात्री बाळगा.'

हे बोल काही फार आश्वासक नव्हते आणि ते उच्चारल्यावर लेडी विलार्डच्या कपाळावर क्षणभर आठ्या उमटलेल्या मी पाहिल्या; पण त्याचबरोबर प्वारोने तिला उडवून लावलं नव्हतं याचं तिला बरं वाटलं असावं.

माझ्यापुरतं बोलायचं तर प्वारोमध्ये अंधश्रद्धेची एवढी 'नस' असेल असं मला कधी वाटलं नव्हतं.

'आपण काय करणार आहोत?'

'नेहमी मदतीला *तत्पर* असतोस रे, हेस्टिंग्ज! तुझे पाय नेहमीच जमिनीवर असतात! आधी आपण न्यू यॉर्कला तार पाठवून मिस्टर ब्लाईबनरच्या मृत्यूबद्दल आणखी काही माहिती मिळते का हे बघणार आहोत.'

त्याप्रमाणे त्याने तार पाठवली. त्यावर अचूक आणि संपूर्ण उत्तर आलं. तरुण रूपर्ट ब्लाईबनर कित्येक वर्षांपासून अत्यंत हलाखीच्या परिस्थितीत राहत होता. साउथ सीमधल्या अनेक बेटांवर तो लोकांनी पाठवलेल्या पैशांवर गुजराण करत होता. मग दोन वर्षांपूर्वी तो न्यू यॉर्कमध्ये आला आणि तिथे वेगाने त्याचं अध:पतन होऊ लागलं. माझ्या दृष्टीने सर्वांत लक्षणीय गोष्ट म्हणजे त्याने इजिप्तला जाण्याकरता पुरेसे पैसे उधार मिळवण्यात यश मिळवलं होतं. 'तिथे माझा एक चांगला मित्र असतो, ज्याच्याकडे मी पैसे मागू शकतो.' असं त्याने सांगितलं होतं; पण त्याचे सर्व मनसुबे मोडीत निघाले. आपल्या चिंगूस मामाला शिव्या घालत तो न्यू यॉर्कला परतला होता. या मामाला स्वतःच्या भाच्यापेक्षा मेलेल्या राजांच्या हाडांमध्ये जास्त रस होता! सर जॉन विलार्डचा मृत्यू इजिप्तमध्येच झाला होता. रूपर्ट पुन्हा एकदा न्यू यॉर्कमध्ये आपल्या जुन्या मार्गाने जगू लागला आणि मग अचानक त्याने

आत्महत्या केली. त्याने त्यावेळी लिहिलेल्या चिठ्ठीत काही विचित्र शब्दप्रयोग होते. त्याला आपल्या गत आयुष्याबद्दल अचानक पश्चात्ताप वाटू लागला असावा. त्याने स्वतःचं वर्णन कुष्ठरोगी, वाळीत टाकला गेलेला असं केलं होतं. माझ्यासारखा माणूस मेलेलाच बरा, असं त्यात शेवटी म्हटलं होतं.

माझ्या मनात अचानक एक धूसर कल्पना आकार घेऊ लागली. अनेक वर्षांपूर्वी मेलेला राजा सूड उगवतो यावर माझा कधीच विशास नव्हता. इथे मला एक सरळ गुन्हा दिसत होता. या तरुण माणसाने आपल्या मामाचा खून करायचं ठरवलं असेल तर – विष घालून? चुकून सर जॉन विलार्डच्या पोटात भरपूर विष जातं आणि तो मरतो. मग या गुन्ह्याचं ओझं घेऊन हा तरुण न्यू यॉर्कला परततो. तिथे त्याला मामा मेल्याची बातमी मिळते. आपण केलेला गुन्हा अनावश्यक होता हे त्याच्या लक्षात येतं आणि पश्चात्तापदग्ध मनःस्थितीत तो आत्महत्या करतो.

मी प्वारोला माझे विचार सांगितले; त्याला त्यांमध्ये रस वाटला.

'तू चलाख आहेस, नक्कीच. कदाचित ते खरंही असेल; पण त्या थडग्याच्या प्रभावाला तू विचारात घेतलेलं नाहीयेस.'

मी खांदे उडवले. 'तुला अजूनही त्याचा संबंध आहे असं वाटतं?'

'*प्रिय मित्रा,* इतका संबंध आहे असं वाटतंय, की उद्या आपण इजिप्तला जायला निघणार आहोत.'

'काय?!' मी उडालोच.

'सांगितलं ना, तेच,' प्वारोच्या चेहऱ्यावर विजयी भाव उमटले. मग किंचित कण्हत तो म्हणाला, 'समुद्र! अगदी नकोसा वाटणारा समुद्र!'

एक आठवडा उलटला होता. आमच्या पायांखाली वाळवंटातली सोनेरी वाळू होती. उन्हं तापलेली होती. प्वारोची स्थिती दयनीय झाली होती; तो पार कोमेजून गेला होता असं म्हणता येईल. या छोटेखानी माणसाला प्रवास झेपत नसे. मार्सायपासूनचा चार दिवसांचा प्रवास म्हणजे त्याच्यासाठी एक दिव्यंच होतं. अलेक्झॅन्ड्रियाला आम्ही उतरलो तेव्हा तो निम्मा झाला होता. त्याचा नेहमीचा नीटनेटकेपणासुद्धा उरला नव्हता. आम्ही कैरोला पोहचल्यावर गाडीने लगेच पिरॅमिड्जच्या छायेत असलेल्या मेना हाउस हॉटेलवर गेलो.

माझ्यावर इजिप्तने मोहिनी घातली होती; पण प्वारोवर मात्र अजिबात नाही. त्याचा पोशाख लंडनमध्ये असतो तसाच होता. त्याने सामानात एक ब्रश आणला होता आणि त्याने तो सतत त्याच्या कपड्यांवरची धूळ साफ करायचा प्रयत्न करत होता.

'आणि माझे बूट! बघ हेस्टिंग्ज, त्यांची काय अवस्था झाली आहे!' तो रडायचा तेवढा बाकी होता. इतके स्मार्ट, चकचकीत चामड्याचे बूट आणि

त्यांच्यात ही वाळू गेली आहे. मला तिचा त्रास होतोय, शिवाय बाहेरून तर त्यांच्याकडे बघवत नाहीये आणि उन्हाळा तो किती. अरे, माझ्या मिशा चक्क लुळ्या पडल्या आहेत, लुळ्या!'

'त्या स्फिंक्सकडे बघ,' मी सांगून पाहिलं. 'मलासुद्धा त्यांनी भुरळ घातली आहे, मलासुद्धा काहीतरी गूढ जाणवतंय.'

प्वारोने त्यांच्याकडे कंटाळून पाहिलं. 'त्याला पाहून बरं नाही वाटत,' तो म्हणाला. 'कसं वाटणार म्हणा, त्या वाळूत अस्ताव्यस्त आणि अर्धा रुतून गेला आहे तो. ही शापित वाळू!'

'चल, चल, बेल्जियममध्येसुद्धा काही कमी वाळू नाहीये,' नॉक-स्यूर-मेरला आम्ही एकदा सुटीला गेलो होतो त्याची मी त्याला आठवण करून दिली. पर्यटकांसाठीच्या पुस्तिकेत त्याचं वर्णन *परिपूर्ण वाळवंट* असं केलं होतं.

'पण ब्रसेल्समध्ये नाही,' प्वारो म्हणाला. तो पिरॅमिड्जकडे विचारमग्न होऊन पाहत होता. 'निदान हे तरी नीट भौमितिक आकाराचे आहेत; पण तेसुद्धा बाहेरून किती ओबडधोबड आहेत! आणि ही पामची झाडंसुद्धा मला अजिबात आवडत नाहीत आणि हे लोक ती धड रांगेतही लावत नाहीत!'

आपण प्रत्यक्ष छावणीवर जाऊ असं सुचवून मी त्याचं बोलणं मध्येच थांबवलं. तिथे उंटावरून जायचं होतं. ते बिचारे प्राणी संथपणे खाली बसून आमची वाट पाहत होते. चित्रात शोभतील अशी काही पोरं आणि एक बडबड्या दुभाष्या आमच्याबरोबर होता.

'उंटावर बसलेला प्वारो' या विषयाला मी हात घालणार नाही! त्याने कण्हत कुंथत सुरुवात केली आणि हातवारे करणं, किंचाळणं, व्हर्जिन मेरीचा उद्धार आणि सर्व ज्ञात संतांना आवाहन करून प्रवासाचा शेवट झाला. अखेर तो अत्यंत बेढबपणे उंटावरून उतरला; उरलेला प्रवास छोट्याशा गाढवांवरून आम्ही पूर्ण केला. अर्थात नवशिक्याच्या दृष्टीने उंटावरून प्रवास करणं काही सोपी बाब नाही हे मी मान्य करतो. पुढे अनेक दिवस माझंही अंग दुखत होतं.

तर असा प्रवास करून आम्ही उत्खननाच्या जागी पोहचलो. उन्हात काम करून रापलेला एक माणूस आम्हाला भेटायला पुढे आला – करड्या रंगाची दाढी आणि पांढरे कपडे, डोक्यावर हेल्मेट.

'मिस्टर प्वारो आणि कॅप्टन हेस्टिंग्ज? आम्हाला तुमची तार मिळाली. तुमच्या स्वागतासाठी कैरोला कोणी येऊ शकलं नाही याकरता तुमची माफी मागतो. इथे एक अशी अनपेक्षित घटना घडली की, योजलेल्या सगळ्या गोष्टी कोलमडल्या.'

प्वारोचा चेहरा उतरला. कपड्यांवरची धूळ झटकायला उचललेला हात मध्येच अधांतरी राहिला.

'आणखी एक मृत्यू तर नाही ना?' त्याने विचारलं.

'हो.'

'सर गाय विलार्ड?' मी म्हणालो.

'नाही, कॅप्टन हेस्टिंग्ज. माझा अमेरिकन साथीदार मिस्टर श्नायडर.'

'आणि कारण?'

'धनुर्वात.'

मी हादरलो. मला माझ्याभोवती जेमतेम जाणवेल असं; पण दुष्टपणाचं वातावरण असल्याचा भास झाला. माझ्या मनात एक भयंकर विचार चमकून गेला. पुढचा नंबर माझा असला तर?

'प्रिय मित्रा,' प्वारो अगदी हलक्या आवाजात म्हणाला. 'मला काही कळत नाहीये. अतिशय भयंकर आहे हे सगळं. मला सांगा, नक्की धनुर्वात हेच कारण होतं?'

'काही शंका नाही; पण माझ्यापेक्षा डॉ. एम्स याबद्दल जास्त सांगू शकतील.'

'ओह! तुम्ही डॉक्टर नाही आहात ना.'

'माझं नाव टॉसविल.'

लेडी विलार्डने ज्याच्याबद्दल सांगितलं होतं तोच हा ब्रिटिश तज्ज्ञ होता तर; म्युझियममधला एक किरकोळ पदाधिकारी. मला त्याच्या वावरातला गंभीरपणा भावला.

'माझ्याबरोबर आलात तर,' असं म्हणून डॉ. टॉसविल पुढे झाला. 'मी तुम्हाला सर गाय विलार्डकडे नेतो. तुम्ही आल्या आल्या मला कळवा, असं त्यांनी आग्रहाने सांगितलं होतं.'

त्या छावणीतून आम्ही चालत एका मोठ्या तंबूकडे गेलो. डॉ. टॉसविलने पडदा सारला आणि आम्ही आत शिरलो. आतमध्ये तीन माणसं बसलेली होती.

'गाय, मिस्टर प्वारो आणि कॅप्टन हेस्टिंग्ज आले आहेत,' टॉसविल म्हणाला.

त्या तिघांपैकी सर्वांत तरुण असलेला माणूस आम्हाला भेटायला पुढे आला. त्याच्या हालचालींमध्ये एक आवेग होता, ज्यामुळे मला त्याच्या आईची आठवण झाली. तो इतरांइतका रापलेला नव्हता आणि त्याच्या डोळ्यांभोवतीच्या रेषांमुळे तो त्याच्या बावीस वर्षांच्या वयाहून मोठा भासत होता. प्रचंड मानसिक तणावात तो टिकून राहायचा प्रयत्न करतोय हे उघड दिसत होतं.

त्याने डॉ. एम्स आणि मिस्टर हार्पर या दोन सहकाऱ्यांची ओळख करून दिली. एम्स साधारण तिशीतला आणि कर्तृत्ववान वाटत होता. त्याच्या कानशिलाजवळचे केस तेवढे किंचित पिकले होते. हार्पर एक उत्साही, बारीक अंगकाठीचा माणूस होता, त्याने हॉर्न-रिम्ड चश्मा घातला होता.

काही वेळ हवा-पाण्याच्या किरकोळ गप्पा झाल्यावर हार्पर बाहेर गेला आणि त्याच्या मागोमाग डॉ. टॉसविलही. आता आम्ही दोघे, सर गाय आणि डॉ. एम्स उरलो.

'मिस्टर प्वारो, तुम्हाला हवे ते प्रश्न विचारा,' विलार्ड म्हणाला, 'या सर्व दुर्घटनांमुळे आम्ही पार भांबावून गेलो आहोत; पण हा योगायोगच असणार... नाही का?'

त्याच्या बोलण्यात अजिबात आत्मविश्वास नव्हता. प्वारो त्याच्याकडे निरखून बघतोय हे मला जाणवलं.

'सर गाय, हे काम तुम्ही अगदी मनापासून करताय?'

'हो. काहीही झालं तरी आणि यातून काहीही निष्पन्न झालं तरी काम चालूच राहणार हे तुम्ही लक्षात घ्या.'

प्वारो मग दुसऱ्याकडे वळला. 'यावर तुम्हाला काय म्हणायचं आहे, *डॉक्टरसाहेब?*'

'अं, मी काही काम सोडून जाणार नाहीये.'

प्वारोने मला परिचित असलेला विचित्र चेहरा केला. 'मग, *अर्थातच* आपण नेमकी परिस्थिती काय आहे, ती समजून घेतली पाहिजे. मिस्टर श्नायडरचा मृत्यू कधी झाला?'

'तीन दिवसांपूर्वी.'

'तो धनुर्वातामुळेच झाला याची तुम्हाला खात्री आहे?'

'अगदी.'

'स्ट्रिखनीनची विषबाधा असू शकते का?'

'नाही, मिस्टर प्वारो. तुमचा मुद्दा माझ्या लक्षात आला; पण ही केस धनुर्वाताचीच होती.'

'तुम्ही अँटी-सीरमचं इंजेक्शन नाही दिलंत का?'

'अर्थातच दिलं,' डॉक्टर जरा रागावून म्हणाला. 'जे जे करण्यासारखं होतं, ते सगळं आम्ही केलं.'

'तुमच्यापाशी अँटी-सीरम होतं का?'

'नाही. आम्ही ते कैरोहून मागवलं.'

'या छावणीत आणखी कोणाला धनुर्वात झाला होता का?'

'नाही, एकही केस नव्हती.'

'तुम्हाला खरंच खात्री आहे की मिस्टर ब्लाईबनरचा मृत्यू धनुर्वातामुळेच झाला?'

'अगदी शंभर टक्के खात्री आहे मला. त्याच्या अंगठ्याला जखम झाली होती आणि त्यातूनच त्याच्या अंगात आणि रक्तात विष शिरलं; त्याला सेप्टीसीमिया झाला. सामान्य माणसाला हे सगळं सारखंच वाटतं हे मला ठाऊक आहे; पण हे दोन आजार पूर्णपणे वेगळे आहेत.'

'आता आपल्यासमोर चार मृत्यू आहेत – सर्व एकमेकांपेक्षा वेगळे. एक हृदय बंद पडल्यामुळे, एक रक्तात विषबाधा होऊन, एक आत्महत्या आणि एक धनुर्वात.'

'अगदी बरोबर, मिस्टर प्वारो.'

'या चार मृत्यूंना एकमेकांशी जोडणारा एकही दुवा नाही, याची तुम्हाला खात्री आहे?'

'मला समजलं नाही तुम्ही काय म्हणताय ते.'

'मी स्पष्टच सांगतो. या चार लोकांपैकी कोणाच्याही हातून अशी काही कृती घडली होती का, ज्यामुळे मेन-हर-राच्या आत्म्याचा अपमान झाला असेल?'

डॉक्टर प्वारोकडे थक्क होऊन पाहत राहिला.

'मिस्टर प्वारो तुमचं डोकं ठिकाणावर आहे ना? या असल्या मूर्खपणाच्या कल्पना तुमच्या मनात कोणी भरवल्या नाहीयेत ना?'

'पूर्णपणे निरर्थक आहे हे,' विलार्ड रागाने पुटपुटला.

प्वारो स्थितप्रज्ञासारखा निश्चल उभा होता. मांजरीच्या डोळ्यांसारखे त्याचे हिरवे डोळे चमकत होते.

'म्हणजे तुमचा विश्वास नाहीये तर, *डॉक्टरसाहेब?*'

'नाही, सर, अजिबात नाहीये,' डॉक्टर ठामपणे म्हणाला, 'मी विज्ञाननिष्ठ माणूस आहे आणि विज्ञान जे शिकवतं त्यावरच मी विश्वास ठेवतो.'

'मग प्राचीन इजिप्तमध्ये विज्ञान नव्हतं असं तुम्ही म्हणाल?' प्वारोने हलक्या आवाजात विचारलं. त्याने उत्तराची वाट पाहिली नाही. डॉ. एम्सही क्षणभर स्तिमित झाला होता. 'नको, नको, मला उत्तर नका देऊ; पण इथल्या कामगारांना काय वाटतं ते सांगा.'

'मला वाटतं जिथे गोरी माणसंच विचारशक्ती गमावतात, तिथे स्थानिक अशिक्षितांचं काय? ते घाबरले आहेत हे मी मान्य करतो; पण तसं व्हायचं काही कारण नाहीये.'

'कोण जाणे,' प्वारो म्हणाला.

सर गाय पुढे वाकला. 'तुम्ही नक्कीच असल्या गोष्टींवर विश्वास ठेवत नसणार. किती विचित्र आहे हे सगळं! तुम्हाला जर तसं वाटत असेल, तर प्राचीन इजिप्तबद्दल तुम्हाला काहीच माहीत नाही, असं म्हणावं लागेल.'

उत्तरादाखल प्वारोने खिशातून एक अगदी जुनं, फाटलेलं, छोटं पुस्तक काढलं. त्याने ते पुढे केल्यावर मला त्यावरचं शीर्षक दिसलं – द *मॅजिक ऑफ द इजिप्शियन्स अँड कॅल्डियन्स.* मग गिरकी घेऊन वळत तो तंबूतून निघून गेला. डॉक्टर माझ्याकडे बघत राहिला.

'त्याच्या डोक्यात काय चालू आहे?'

एरवी प्वारो वापरत असलेले हे शब्द दुसऱ्याच्या तोंडून ऐकताना मला गंमत वाटली.

'मला नेमकं सांगता येणार नाही,' मी मान्य केलं, 'मला वाटतं की, दुष्ट भुतांना उतरवण्याची त्याची काहीतरी योजना असावी.'

मी प्वारोच्या शोधात निघालो. तो दिवंगत मिस्टर ब्लाईबनरच्या तरुण सेक्रेटरीशी बोलत असलेला सापडला.

'नाही,' मिस्टर हार्पर म्हणत होता, 'मी या मोहिमेवर आल्याला फक्त सहा महिने झाले आहेत आणि हो, मिस्टर ब्लाईबनर यांच्या व्यवहारांबद्दल मला नीट माहिती आहे.'

'त्यांच्या भाच्याविषयी काही सांगू शकाल का?'

'एके दिवशी अचानक तो इथे आला. दिसायला बरा आहे तो पोरगा. मी त्याला या अगोदर कधी भेटलेलो नव्हतो; पण इथले इतर काही लोक – मला वाटतं एम्स आणि श्नायडर – भेटले असावेत. माझे साहेब त्याला पाहून वैतागले होते आणि थोड्याच वेळात त्या दोघांचं कडाक्याचं भांडण सुरू झालं. 'एक छदामही देणार नाही,' साहेब ओरडले. 'आत्ताच काय, मी मेल्यावरही तुला एक छदाम मिळणार नाही. माझं कार्य पुढे नेण्यासाठी मी माझे सर्व पैसे दान करणार आहे. मी मिस्टर श्नायडरशी आजच याविषयी बोलत होतो आणि याच धरतीवर आणखी काही गोष्टी ते बोलले. त्यांचा तरुण भाचा लागलीच कैरोकडे रवाना झाला.'

'त्या वेळी त्याची तब्येत अगदी चांगली होती?'

'कोणाची, साहेबांची?'

'नाही, त्यांच्या भाच्याची.'

'तब्येतीविषयी तो काहीतरी म्हणाला असं मला वाटतं; पण फारसं गंभीर काही नसावं, नाहीतर माझ्या लक्षात राहिलं असतं.'

'आणखी एक प्रश्न. मिस्टर ब्लाईबनर यांनी मृत्युपत्र लिहिलं होतं का?'

'आमच्या माहितीप्रमाणे, नाही.'

'मिस्टर हार्पर, तुम्ही या मोहिमेबरोबर राहणार आहात का?'

'नाही सर. इथली आवराआवर करून मी लवकरात लवकर न्यू यॉर्कला जायचा विचार करतोय. तुम्ही हसाल कदाचित; पण मला या मेन-हर-राचा पुढचा बळी व्हायचं नाहीये. मी इथेच राहिलो, तर तो मला नक्कीच खलास करेल.'

त्या तरुणाने कपाळावरचा घाम पुसला.

प्वारो जायला निघाला. जाता जाता मागे वळून, हसत म्हणाला, 'लक्षात ठेव, त्याने न्यू यॉर्कमध्येसुद्धा एक बळी घेतला आहे.'

'अरे देवा!' हार्पर उद्गारला.

'तो माणूस घाबरून गेला आहे,' प्वारो म्हणाला, 'पूर्णपणे घाबरून गेला आहे.'

मी प्वारोकडे प्रश्नार्थक कटाक्ष टाकला; पण त्याचं त्यावरचं मंद स्मित रहस्यमय होतं. सर गाय विलार्ड आणि डॉ. टॉसविल आम्हाला उत्खननाच्या जागा दाखवायला घेऊन गेले. सापडलेल्या सर्व मुख्य वस्तू कैरोला पाठवण्यात आल्या होत्या; पण तिथे असलेलं थडग्यातलं काही फर्निचर अतिशय रस वाटावा असं होतं. त्या तरुण बॅरनेटचा उत्साह वाखाणण्याजोगा होता; पण मला त्याच्या वागण्यात किंचित अस्वस्थता जाणवली; जणू काही तिथल्या वातावरणात त्याला धोका जाणवत असावा आणि त्यापासून सुटकेचा मार्ग दिसत नसावा. आमच्यासाठी ठेवलेल्या तंबूत आम्ही जेवणापूर्वी हातपाय, तोंड धुवायला आत शिरलो. एक उंच, सावळा, पांढऱ्या पोशाखातला माणूस आम्हाला आत जाऊ द्यायला बाजूला झाला. त्याने अदबीने अभिवादन केलं आणि अरेबिक भाषेत आमचं स्वागत केलं. प्वारो थांबला.

'तू हसन, दिवंगत सर जॉन विलार्डचा नोकर ना?'

'मी सर जॉन यांची सेवा केली, आता त्यांच्या मुलाची करतो आहे.' मग आमच्याजवळ येऊन तो दबक्या आवाजात म्हणाला, 'तुम्ही अतिशय चाणाक्ष आहात असं मी ऐकून आहे, तुम्हाला दुष्ट भुताखेतांशी दोन हात करता येतात. माझ्या साहेबांना इथून जाऊ दे. आमच्याभोवती दुष्ट प्रवृत्ती वास करत आहेत.'

...आणि आमच्या उत्तराची वाट न पाहता तो तिथून वेगाने निघून गेला.

'*दुष्ट प्रवृत्ती*... हो, मलाही जाणवतंय,' प्वारो म्हणाला.

आम्ही जेवताना वातावरण अजिबात खेळीमेळीचं नव्हतं. डॉ. टॉसविल प्राचीन इजिप्शियन वस्तूंबद्दल खोलात शिरून बोलू लागला. आम्ही आमच्या तंबूकडे झोपायला जाणार, एवढ्यात सर गाय विलार्डने प्वारोचा दंड धरला आणि बोटाने निर्देश केला. तंबूंच्या आसपास एक आकृती फिरत होती. हा कोणी मनुष्य नव्हता : थडग्याच्या भिंतीवर कोरलेल्या आकृतीसारखं या आकृतीला कुत्र्याचं शीर होतं.

मी पूर्णपणे थिजून गेलो.

'अरे देवा!' प्वारो उद्‌गारला आणि त्याने हाताने त्याच्या छातीवर क्रूसाचं चिन्हं चितारलं. 'कोल्ह्याच्या शिराचा अनुबिस, इहलोक सोडून जाणाऱ्या आत्म्यांचा देव.'

'कोणीतरी आपल्याला फसवू पाहतंय,' डॉ. टॉसविल उभा राहत ओरडला.

'ते जे काय होतं, ते तुझ्या तंबूत गेलं, हार्पर,' सर गाय पुटपुटला. त्याचा चेहरा पांढराफट्ट पडला होता.

'नाही,' प्वारोने मान हलवली, 'ते डॉ. एम्सच्या तंबूत गेलंय.'

डॉक्टर अवाक होऊन प्वारोकडे पाहत राहिला. मग डॉ. टॉसविलची री ओढत म्हणाला, 'कोणीतरी आपल्याला फसवत आहे. चला, आपण जाऊन पकडू या त्याला.'

त्या असामीच्या मागे तो वेगाने पळाला. मीही त्याच्या मागोमाग गेलो; पण तिथून कोणी गेल्याची एकही खूण प्रयत्न करूनही आम्हाला दिसली नाही. काहीशा अस्वस्थ मनाने आम्ही परतलो, तेव्हा प्वारो त्याच्या पद्धतीने स्वतःच्या सुरक्षिततेची व्यवस्था करण्यात मग्न होता. आमच्या तंबू भोवतीच्या वाळूत तो वेगवेगळ्या भौमितिक आकृत्या काढत होता. अनेक ठिकाणी त्याने पंचकोन काढला होता. त्याच्या सवयीप्रमाणे तो एकूणच जादूटोणा आणि चेटुकावर उत्स्फूर्त व्याख्यान देत होता. व्हाइट आणि ब्लॅक मॅजिकमधले फरक, 'का'चे अनेक संदर्भ आणि बुक *ऑफ* द डेड अशा गोष्टींचा त्यात समावेश होता.

हा सर्व प्रकार पाहून डॉ. टॉसविलच्या मनातला तिरस्कार पूर्णपणे जागृत झाला. रागाने फणकारत त्याने मला एका बाजूला नेलं.

'मूर्खपणा आहे, सर,' तो चिडून बोलत होता, 'पूर्णपणे निरर्थक. हा माणूस भोंदू आहे. अंधश्रद्धांनी भरलेलं मध्ययुग आणि प्राचीन इजिप्तमधल्या श्रद्धा यांच्यातला फरक याला माहीत नाहीये. इतकं अज्ञान आणि भोळसटपणा मी आजवर पाहिलेला नाही.

मी त्याला शांत केलं आणि तंबूत जाऊन प्वारोला भेटलो. माझा मित्र अतिशय आनंदात दिसला.

'आता आपण निश्चिंतपणे झोपू शकू,' त्याने जाहीर केलं, 'आणि मला झोपेची नक्कीच गरज आहे. माझं डोकं खूपच दुखतंय. आता मस्त काढा मिळाला की काम झालं!'

जणू त्याचे विचार कळले असावेत, असा आमच्या तंबूचा पडदा बाजूला सारून हसन आत आला. त्याच्या हातातला गरमागरम काढ्याचा कप त्याने प्वारोला दिला. तो त्याला अतिशय प्रिय असलेला कॅमोमाइल चहा होता. मी

हसनचे आभार मानले, मला तो चहा नको असल्याचं सांगितलं आणि मग पुन्हा एकदा आम्ही दोघंच तिथे उरलो. मी कपडे बदलून काही वेळ तंबूच्या दारापाशी उभा राहून त्या विस्तीर्ण वाळवंटाकडे पाहत होतो.

'सुंदर जागा आहे,' मी म्हणालो, 'आणि हे कामही किती छान आहे. मलाही त्याचं आकर्षण जाणवतंय. हे वाळवंटातलं जगणं, एका प्राचीन संस्कृतीचा अभ्यास... प्वारो, तुलासुद्धा हे आकर्षक वाटत असेल ना?'

मला अपेक्षित उत्तर न मिळाल्यामुळे मी मागे वळून पाहिलं; पण अचानक माझ्या रागाचं रूपांतर काळजीत झालं. प्वारो कोचावर आडवा पडला होता आणि त्याचा चेहरा फेफरं आल्यासारखा वेडावाकडा झाला होता. त्याच्या बाजूला रिकामा कप होता. मी त्याच्याजवळ गेलो आणि मग डॉ. एम्सच्या शोधात बाहेर पळालो.

'डॉ. एम्स!' मी ओरडलो, 'ताबडतोब या!'

'काय झालं?' डॉक्टर पायजम्यातच बाहेर आले.

'माझा मित्र. त्याची तब्येत खूप खराब झाली आहे. मरतोय की काय असं वाटलं मला. तो कॅमोमाइल चहा. हसनला छावणीतून बाहेर जाऊ देऊ नका.'

एका झटक्यात डॉक्टर आमच्या तंबूत पोहोचले. प्वारो त्याच अवस्थेत पडून होता.

'विलक्षण!' एम्स म्हणाला, 'त्यांना फिट आल्यासारखं वाटतंय – का – ते काय प्यायले तुम्ही म्हणालात?' त्याने रिकामा कप उचलला.

'पण मी तो प्यायलो नाही!' एक शांत आवाज बोलला.

आम्ही चक्रावून पाहू लागलो. प्वारोच्या चेहऱ्यावर स्मित होतं. तो उठून बसला होता.

'नाही,' तो म्हणाला, 'मी तो चहा प्यायलो नाही. माझा प्रिय मित्र हेस्टिंग्ज रात्रीचं गुणगान करण्यात मग्न होता, तेव्हा संधी साधून मी तो चहा घशाखाली नाही, तर एका छोट्या बाटलीत ओतला. ही बाटली आता रसायनशास्त्रज्ञाकडे जाईल.' डॉक्टरने अचानक पुढे जायचा प्रयत्न केला; पण प्वारो मध्ये पडून म्हणाला – 'नाही, तू शहाणा माणूस आहेस, त्यामुळे हिंसेचा उपयोग नाही हे तुला माहीत आहे. हेस्टिंग्ज तुला आणायला गेला, तेवढ्या वेळात मी ती बाटली सुरक्षित ठिकाणी ठेवून दिली आहे. हेस्टिंग्ज! धरून ठेव याला!'

'आणखी एक बळी,' प्वारो गंभीर होऊन म्हणाला, 'पण अखेरचा, हेच योग्य आहे म्हणायचं. त्याच्या माथी तीन मृत्यू आहेत.'

'डॉ. एम्स?' मी आश्चर्याने म्हणालो, 'पण मला वाटलं होतं की, तुझा अतिभौतिक प्रभावावर विश्वास आहे.'

'तुझा गैरसमज़ झाला हेस्टिंग्ज. अंधश्रद्धेच्या प्रचंड ताकदीवर माझा विश्वास आहे. हे सगळे मृत्यू अतिभौतिक कारणांमुळे आहेत, असं एकदा पसरलं की, मग तुम्ही एखाद्याला भर दिवसा भोसकून जरी मारलं, तरी त्यामागे शाप होता, असंच लोक म्हणतील. मानवी मनात अतिभौतिकाची जागा अगदी भक्कमपणे प्रस्थापित झालेली आहे. एक माणूस या गोष्टीचा फायदा उठवतो आहे, याची मला सुरुवातीपासून शंका होती. सर जॉन विलार्डच्या मृत्यूमुळे त्या व्यक्तीला ही कल्पना सुचली असावी. अचानक अंधश्रद्धेचं जणू वादळ उठलं. सर जॉनच्या मृत्यूमुळे कोणाचा काही फायदा होईल, असं मला वाटलं नाही. मिस्टर ब्लाईबनरची गोष्ट वेगळी होती. तो खूप श्रीमंत होता. मला न्यू यॉर्कमधून जी माहिती मिळाली, त्यात अनेक सूचक मुद्दे होते. आपल्याला पैसे उधार देऊ शकेल, असं कोणीतरी इजिप्तमध्ये आहे, असं तरुण ब्लाईबनर म्हणाला होता. हा माणूस म्हणजे त्याचा मामा असं गृहीत धरण्यात आलं; पण तसं असतं तर त्याने सरळ मामाचं नाव घेतलं असतं, असं मला वाटलं; पण त्याच्या बोलण्यावरून कोणीतरी मित्र असावा असं दिसतं. दुसरी गोष्ट म्हणजे इजिप्तला जाण्याइतपत पैसे तो गोळा करू शकला होता. त्याच्या मामाने एक छदामही देणार नाही असं सांगितलं आणि तरीही त्याच्याकडे परतीच्या प्रवासासाठी पैसे होते. याचा अर्थ कोणीतरी त्याला ते उसने दिले असणार.'

'हे काही फार पटत नाहीये मला,' मी म्हणालो.

'आणखीही गोष्टी आहेत, हेस्टिंग्ज. अनेकदा असं होतं की, काही शब्द रूपकात्मक वापरले जातात; पण ते शब्दशः घेतले जातात; पण याच्या उलटही होऊ शकतं. इथे ज्याचा शब्दशः अर्थ घ्यायला हवा होता, तिथे त्याचा रूपकात्मक अर्थ घेतला गेला. तरुण ब्लाईबनरने अगदी स्पष्टपणे लिहिलं होतं की, 'मी कुष्ठरोगी आहे'; पण त्याला हा महाभयंकर रोग झाल्याचा संशय आल्याने त्याने स्वतःचा जीव घेतला असं कोणालाही वाटलं नाही.'

'काय?'

'एका चलाख, सैतानी डोक्यातून आलेली कल्पना आहे ही. तरुण ब्लाईबनरला काहीतरी किरकोळ त्वचेचा विकार होता. तो साउथ सी बेटांवर राहिला होता; तिथे कुष्ठरोग आढळतो. एम्स त्याचा एकेकाळचा मित्र आणि प्रसिद्ध डॉक्टर. आपल्या मित्राचा शब्द त्याने खरा मानणं स्वाभाविक होतं. मी इथे आल्यावर डॉ. एम्स आणि हार्पर अशा दोघांवर माझा संशय होता; पण केवळ डॉक्टरच असे गुन्हे करून त्यांवर पांघरूण घालू शकला असता. एम्स आणि तरुण ब्लाईबनर परिचित होते हे मला हार्परकडून कळलं. केव्हातरी ब्लाईबनरने मृत्युपत्र केलं असणार किंवा डॉक्टरच्या नावे विमा उतरवला असणार. मग डॉक्टरला पैसा मिळवण्याचा मार्ग दिसला. मिस्टर ब्लाईबनरच्या शरीरात त्या जंतूंचं इंजेक्शन देणं अगदीच सोपं गेलं असेल.

मग त्याच्या मित्राने दिलेल्या भयानक वार्तेने खचून जाऊन त्या भाच्याने स्वतःला गोळ्या घातल्या असणार. कारणं काहीही असली तरी मिस्टर ब्लाईबनरने मृत्युपत्र केलं नव्हतं, त्यामुळे त्याचं सर्व धन त्याच्या भाच्याला आणि त्यानंतर डॉक्टरला मिळालं असतं.'

'आणि मिस्टर श्नायडरचं काय?'

'आपण खात्रीशीर सांगू शकणार नाही. तोही तरुण ब्लाईबनरला ओळखत होता आणि त्याला कदाचित संशय आलेला असू शकतो किंवा आणखी एक असा विनाकारण, कशाशीही संबंध नसलेला मृत्यू झाल्यास अंधश्रद्धेला खतपाणी मिळेल, असा विचार डॉक्टरने केला असेल आणि हेस्टिंग्ज, मी तुला आणखी एक रंजक मानसशास्त्रीय माहिती सांगतो. खुनी माणसाला यशस्वी गुन्हा केल्यावर त्याची पुनरावृत्ती करायची तीव्र इच्छा होते. त्याला एका प्रकारे झिंग येते म्हणून तरुण विलार्डची मला चिंता होती. तुला अनुबिसची जी आकृती दिसली, तो पोशाख मीच हसनला घालायला सांगितला होता, त्यामुळे डॉक्टर घाबरतो का, हे मला पाहायचं होतं; पण तो सहजासहजी घाबरणारा नाही असं दिसतंय. *अतिभौतिकावर* माझा विश्वास आहे, या माझ्या म्हणण्यावर तो फसला नाही. त्यामुळे मला खलास करायचा तो प्रयत्न करणार हे माझ्या लक्षात आलं... इतका असह्य उकाडा असूनही, वाळूचा एवढा त्रास होत असूनही माझा मेंदू काम करत होता म्हणायचं!'

प्वारोचं म्हणणं अचूक ठरलं. तरुण ब्लाईबनरने काही वर्षांपूर्वी दारूच्या नशेत, विनोद म्हणून एक मृत्युपत्र तयार केलं होतं. 'तुला इतकी आवडत असलेली माझी सिगारेट केस आणि मी मरेन त्या वेळी माझ्याकडे जे जे असेल, ते ते सगळं मी तुझ्या नावे करत आहे. जे जे आहे ते म्हणजे मुख्यतः रॉबर्ट एम्स या माझ्या चांगल्या मित्राकडून घेतलेली कर्ज असतील. मी एकदा बुडत असताना त्याने माझा जीव वाचवला होता,' असं त्या मृत्युपत्रात लिहिलेलं होतं.

ही केस दाबून टाकण्याचा शक्य तितका प्रयत्न केला गेला आणि आजतागायत त्या मृत्यूंच्या मालिकेबद्दल बोलताना 'मेन-हर-राने त्याच्या थडग्याची विटंबना केली गेली म्हणून सूड उगवला आणि हे मृत्यू म्हणजे या गोष्टीचा निःसंशय पुरावा' असल्याचं ठामपणे सांगितलं जातं. प्वारोने मला सांगितलं त्याप्रमाणे हे सगळं इजिप्शियन विचारसरणी आणि श्रद्धा यांना छेद देणारं आहे.

चौथा माणूस

कॅनन (एक प्रकारचा पाद्री) पार्फिटला किंचित धाप लागली होती. गाडी पकडण्यासाठी पळण्याचं आता त्याचं वय राहिलेलं नव्हतं. एक तर तो आता पूर्वीसारखा बारीक नव्हता आणि जसं त्याचं वजन वाढत गेलं, तसतशी त्याला जास्त जास्त धाप लागू लागली. स्वतः कॅनन मात्र '*मला हृदयाची* समस्या आहे ना!' असं म्हणून त्याला उगाच प्रतिष्ठा द्यायचा प्रयत्न करायचा.

हुश्श! तो एकदाचा प्रथम वर्गाच्या डब्यातल्या एका कोपऱ्यात जाऊन बसला. डब्यातली हवा गरम केलेली असल्यामुळे त्याला बरं वाटलं. बाहेर बर्फ पडत होतं. रात्रभराच्या प्रवासासाठी कोपऱ्यातली सीट मिळणं म्हणजे नशीब म्हणायचं. नाहीतर जीव नकोसा व्हायचा. खरंतर या गाडीला स्लीपर कोच असायला हवा होता.

बाकीच्या तीन कोपऱ्यांत अगोदरच प्रवासी येऊन बसलेले होते. पलीकडच्या कोपऱ्यातला माणूस आपल्याकडे पाहून स्मित करतोय हे कॅनन पार्फिटच्या लक्षात आलं. त्याच्या चेहऱ्यावर ओळख दिसत होती. गुळगुळीत दाढी केलेल्या या माणसाच्या चेहऱ्यावर एक प्रश्नार्थक भाव होता. कानशिलाजवळचे केस पिकू लागले होते. तो वकील होता हे अगदी उघड होतं; कोणालाही त्याचा अन्य व्यवसाय असेल असं क्षणभरही वाटलं नसतं आणि खरोखरंच सर जॉर्ज ड्यूरँड अतिशय नावाजलेला वकील होता.

'काय पार्फिट, तुम्हाला गाडी पकडायला पळावं लागलेलं दिसतंय, हो ना?' तो प्रसन्नपणे म्हणाला.

'अरे, माझ्या हृदयासाठी वाईट आहे,' तो कॅनन म्हणाला, 'तुम्ही भेटणं हा योगायोगच आहे, सर जॉर्ज. तुम्ही दूर, उत्तरेकडे जात आहात का?'

'न्यूकासल,' सर जॉर्ज म्हणाला. तो मितभाषी होता. 'आणि हो, तुम्ही डॉ. कॅम्पबेल क्लार्कला ओळखता का?'

पार्फिटच्याच बाजूला बसलेल्या माणसाने मान डोलावून अभिवादन केलं.

'प्लॅटफॉर्मवर आमची भेट झाली,' वकील म्हणाला, 'आणखी एक योगायोग.'

कॅनन पार्फिटने डॉ. कॅम्पबेल क्लार्ककडे कुतूहलाने पाहिलं. हे नाव त्याने अनेकदा ऐकलेलं होतं. एक फिजिशियन आणि मानसशास्त्रज्ञ म्हणून डॉ. कॅम्पबेल आघाडीचा डॉक्टर होता. त्यांनी लिहिलेलं द *प्रॉब्लेम ऑफ द अनकॉन्शस माइंड* हे पुस्तक त्या वर्षातलं सर्वांत चर्चिलं गेलेलं पुस्तक होतं.

कॅनन पार्फिटला दिसला तो चौकोनी जबडा, रोखून बघणारे निळे डोळे आणि लालसर रंगाचे, अजिबात न पिकलेले केस; पण त्याला टक्कल पडायला मात्र सुरुवात झालेली होती. एकूणच एक जबरदस्त व्यक्तिमत्त्व.

कॅनन पार्फिटने अगदी सहज पाहिल्यासारखं त्याच्या बरोबर समोर बसलेल्या व्यक्तीकडे पाहिलं. तो माणूसही ओळखीचा असेल असं त्याला क्षणभर वाटून गेलं; पण नाही, तिथला चौथा माणूस पूर्णपणे अनोळखी होता – किंबहुना, परदेशी असावा असं कॅनन पार्फिटला वाटलं. तो सावळा होता आणि सहज नजरेत न भरणारा होता. एक मोठा ओव्हरकोट घालून तो अंग चोरून बसला होता. त्याला बहुधा गाढ झोप लागलेली असावी.

'ब्रॅडचेस्टरचे कॅनन पार्फिट?' डॉ. कॅम्पबेल क्लार्कने मधुर आवाजात विचारलं.

कॅननला बरं वाटलं. त्याची 'वैज्ञानिक प्रवचनं' खूपच लोकप्रिय झाली होती – विशेषतः वर्तमानपत्रांनी त्यांना उचलून धरल्यावर. चर्चला याचीच गरज होती – चांगल्या, आधुनिक गोष्टी शिकवायची.

'मी तुमचं पुस्तक अत्यंत कुतूहलाने वाचलं आहे, डॉ. कॅम्पबेल क्लार्क,' तो म्हणाला, 'अर्थात काही भाग जास्त तांत्रिक असल्याने मला नीटसे कळले नाहीत, तरीही.'

ड्यूरँड मध्ये बोलला.

'कॅनन, गप्पा मारायच्या का झोपायचं? तुम्हाला काय वाटतं?' त्याने विचारलं. 'मला निद्रानाशाचा विकार आहे हे मी कबूल करतो, त्यामुळे मला तरी गप्पा मारायला आवडेल.'

'अच्छा! निश्चितच,' कॅनन म्हणाला, 'मला या रात्रीच्या प्रवासांत सहसा झोप लागत नाही आणि माझ्याकडचं हे पुस्तकही खूप कंटाळवाणं आहे.'

'काहीही झालं तरी आपला गट प्रातिनिधिक म्हटला पाहिजे,' डॉक्टर हसून म्हणाला. 'चर्च, कायदा आणि वैद्यकीय व्यवसाय.'

'आपल्या तिघांत मिळून ज्यावर मत देता येणार नाही, असा बहुधा कुठलाच विषय नसेल,' ड्यूरँड हसत हसत म्हणाला. 'आध्यात्मिक विषयांसाठी चर्च, मी पूर्णतः ऐहिक आणि कायदेशीर विषयांकरता आणि डॉक्टर, तुमचं क्षेत्र तर सर्वांत विस्तृत आहे – रोगांपासून ते अतींद्रिय गोष्टींपर्यंत! नक्कीच आपण तिघं सर्व विषय हाताळू शकू, असं मला वाटतं.'

'तुम्हाला वाटतंय तसं नाहीये,' डॉ. क्लार्क म्हणाला, 'एक वेगळा दृष्टिकोन आहे जो तुम्ही विचारात घेतलेला नाही.'

'म्हणजे?' वकिलाने विचारलं.

'सामान्य माणसाचा दृष्टिकोन.'

तो एवढा महत्त्वाचा आहे? सामान्य माणूस बहुतेक वेळा चूक असतो ना?'

'हो! नक्कीच; पण त्याच्याकडे अशी गोष्ट असते जी कुठल्याच तज्ज्ञांकडे नसते – वैयक्तिक दृष्टिकोन. शेवटी तुम्ही वैयक्तिक संबंधांपासून दूर जाऊ शकत नाही. माझ्या व्यवसायात मला हे आढळलंय. खऱ्या अर्थाने आजारी असलेल्या प्रत्येक पेशंटमागे किमान पाच जण असे असतात ज्यांना काहीही झालेलं नसतं – त्यांना त्यांच्या घरातल्या इतर लोकांबरोबर सुखाने राहता येत नसतं, एवढंच. ते गुडघे दुखतात म्हणतील, नाहीतर हाताला मुंग्या येतात म्हणतील; पण खरंतर एकच गोष्ट असते – दोन वा अधिक मनांच्या घर्षणातून निर्माण होणाऱ्या जखमा.'

'तुमच्याकडे असे चिंता करणारे खूप पेशंट्स असतील ना?' कॅननने काहीशा तिरस्कारयुक्त स्वरात विचारलं. त्याचं स्वतःचं त्या बाबतीतलं आरोग्य उत्तम होतं.

'हं? तुम्हाला नेमकं काय म्हणायचं आहे?' डॉक्टर झटकन म्हणाला. 'चिंता किंवा मानसिक बाबी! लोक हा शब्द वापरताना हसतात, अगदी तुम्ही आत्ता हसलात तसे. अमक्या तमक्याला काहीही झालेलं नाहीये, फक्त अति चिंता करतो असं ते म्हणतात; पण माझं ऐका, या चिंता, मानसिक बाबी सगळ्याच्या केंद्रस्थानी असतात. तुम्हाला शारीरिक व्याधी असेल, तर ती बरी करता येते; पण राणी एलिझाबेथच्या काळात जी स्थिती होती, तीच आजही आहे – शंभराहून जास्त मानसिक व्याधींची कारणं आपल्याला नीट कळलेली नाहीत!'

'अरे बापरे,' कॅनन पार्फिट म्हणाला, 'खरं की काय?' डॉक्टरच्या बोलण्याने तो जरा भांबावला होता.

'वास्तविक आपण याकरता ईश्वराचे आभार मानले पाहिजेत,' डॉ. कॅम्पबेल क्लार्क पुढे सांगू लागला, 'जुन्या काळी माणूस म्हणजे शरीर आणि आत्मा असं साधं, सोपं गणित होतं आणि त्यातल्या त्यात शरीराला जास्त महत्त्व दिलं जायचं.'

'बॉडी, सोल आणि स्पिरिट! म्हणजे शरीर, आत्मा आणि चैतन्य!' कॅननने दुरुस्ती केली.

'चैतन्य?' डॉ. कॅम्पबेल क्लार्क विचित्र हसला, 'तुम्ही पाद्री लोक हे जे चैतन्य म्हणता, तेव्हा नेमकं काय म्हणायचं असतं तुम्हाला? याबद्दल तुम्ही कधीही स्पष्टीकरण दिलेलं नाहीये. शतकानुशतकं तुम्ही गुळमुळीत उत्तरं देत आला आहात.'

कॅननने व्याख्यान द्यायला म्हणून घसा खाकरला; पण त्याला संधी दिली गेली नाही. डॉक्टर बोलत राहिला.

'चैतन्य हा शब्द तरी योग्य आहे का? का, *अनेक आत्मे* म्हटलं पाहिजे?'

'अनेक आत्मे?' सर जॉर्ज ड्यूरँडने प्रश्न केला.

'हो,' डॉ. कॅम्पबेल क्लार्क ड्यूरँडकडे बघत म्हणाला. पुढे वाकून त्याने त्याच्या छातीवर आपलं बोट अलगद टेकवलं. 'तुम्हाला खरंच वाटतं असं की, या शरीराच्या वास्तूत एकच रहिवासी असतो? शरीर ही एक वास्तूच असते, बाकी काही नाही. हे घर सात, एकवीस, एक्केचाळीस, एक्काहत्तर – जितकी वर्षं असतील तितकी – वर्षं राहण्याचं ठिकाण! आणि अखेरीस भाडेकरू स्वतःचं सामान एक एक करत बाहेर काढतो आणि मग ते घर सोडून जातो – आणि घरच जमीनदोस्त होतं. तुम्ही घराचे मालक आहात हे आम्ही मान्य करतो; पण तुम्हाला कधीही अन्य लोकांचं अस्तित्व जाणवलं नाहीये? हलक्या पायांनी वावरणारे नोकर, ज्यांचं काम तेवढं दिसतं – जे काम तुम्ही केल्याचं तुमच्या लक्षात येत नाही? किंवा या घरातले मित्र – म्हणजे तुमचे मूड, जे तुमच्यावर ताबा मिळवतात आणि काही काळापुरते तुम्ही एक 'भिन्न व्यक्ती' होऊन जाता? तुम्ही या किल्ल्याचे राजे आहात; पण तो चांडाळही तिथे वास करतो हे ध्यानात असू द्या.'

'अरे बापरे, क्लार्क,' वकील म्हणाला, 'तुम्ही मला अस्वस्थ करताय. माझं मन म्हणजे परस्परविरोधी व्यक्तिमत्त्वांची युद्धभूमी आहे की काय? हे विज्ञानाचं अत्याधुनिक स्वरूप आहे का?'

आता डॉक्टरची खांदे उडवायची पाळी होती.

'तुमचं शरीर जर असेल, तर मन का नाही?' त्याने विचारलं.

'खूपच रंजक आहे,' कॅनन पार्फिट म्हणाला, 'वाह! उत्तम विज्ञान, उत्तम विज्ञान!'

मनातल्या मनात तो म्हणाला : 'ही कल्पना वापरून मी एक उत्तम प्रवचन देऊ शकतो.'

पण अंगातला उत्साह ओसरून डॉ. क्लार्क सीटवर मागे रेलून बसला. 'खरं म्हणजे आज मी न्यूकासलला जातोय ते एक दुहेरी व्यक्तिमत्त्वाची केस बघायला,' त्याच्या व्यावसायिक आवाजात तो म्हणाला, 'खूपच कुतूहलजनक केस आहे. अर्थात मनोरुग्ण; पण खरा.'

'दुहेरी व्यक्तिमत्त्व,' सर जॉर्ज ड्यूरँड विचारपूर्वक म्हणाला, 'एवढं दुर्मीळ नाही, मला वाटतं. अशा केसेसमध्ये स्मृतीसुद्धा गेलेली असते, नाही का? मध्ये एकदा प्रोबेट कोर्टातल्या एका केसच्या बाबतीत हा मुद्दा समोर आला होता.'

डॉ. क्लार्कने मान डोलावली.

'अर्थात, याची क्लासिक केस म्हणजे फेलिसी बॉल्टची,' तो म्हणाला, 'तुम्हालाही त्याबद्दल वाचल्याचं आठवत असेल.'

'हो,' कॅनन पार्फिट म्हणाला, 'वर्तमानपत्रात वाचल्याचं मला आठवतंय; पण याला खूप वर्षं झाली - किमान सात वर्षं तरी.'

डॉ. क्लार्कने पुन्हा मान डोलावली.

'ही मुलगी फ्रान्समधली सर्वांत प्रसिद्ध मुलगी बनली. तिला पाहायला जगभरातून शास्त्रज्ञ आले. तिला किमान चार भिन्न व्यक्तिमत्त्वं होती - फेलिसी १, फेलिसी २, फेलिसी ३, वगैरे.'

'या केसमध्ये मुद्दामहून फसवेगिरी केलेली होती असंही बोललं गेलं होतं ना?' सर जॉर्जने विचारलं.

'फेलिसी ३ व ४च्या बाबतीत शंका घ्यायला वाव होता,' डॉक्टर क्लार्कने मान्य केलं, 'पण मूलभूत गोष्टी खऱ्याच होत्या. फेलिसी बॉल्ट ही ब्रिटनीतील एक शेतकरी मुलगी, पाच भावंडांत तिसरी. तिचा बाप दारुड्या होता आणि आई मनोरुग्ण. एकदा दारूच्या नशेत त्याने बायकोचा गळा दाबून खून केला आणि मला आठवतंय त्याप्रमाणे त्यासाठी त्याला जन्मठेपेची शिक्षा झाली. त्या वेळी फेलिसी पाच वर्षांची होती. काही सहृदय मंडळींपैकी एका अविवाहित इंग्लिश स्त्रीने फेलिसीला शिक्षण दिलं आणि लहानाचं मोठं केलं. ही स्त्री एक प्रकारचं अनाथालय चालवायची; पण पुढे फेलिसीने तिला बुचकळ्यात पाडलं. तिच्या म्हणण्यानुसार फेलिसी अत्यंत मंद आणि मूर्ख होती आणि तिला लिहायला-वाचायला शिकवणं हे एक दिव्यच ठरलं होतं. तिच्या हातातून वस्तू सारख्या पडत. या स्त्रीने म्हणजे मिस स्लेटरने फेलिसीला घरकामात तयार करण्याचा प्रयत्न केला आणि योग्य वयाची झाल्यावर तिला अनेक ठिकाणी काम मिळवून द्यायचा प्रयत्न केला; पण अत्यंत मंद आणि अंगात आळशीपणा असल्यामुळे ती फार काळ कुठेच टिकू शकली नाही.'

डॉक्टर क्षणभर बोलायचे थांबला; कॅननने पायांची घडी बदलली, पांघरूण स्वतःभोवती जास्त घट्ट लपेटून घेतलं आणि तेवढ्यात समोरचा माणूस किंचित हलल्याचं त्याच्या लक्षात आलं. त्याचे बंद डोळे आता उघडलेले होते आणि त्यात एक थट्टेखोरपणाचा भाव होता, जणू तो इतका वेळ सगळं ऐकत होता आणि त्यावर मनातल्या मनात कुत्सितपणे हसत होता. कॅनन दचकला.

'फेलिसी सतरा वर्षांची असतानाचा एक फोटो उपलब्ध आहे,' डॉक्टर पुन्हा बोलू लागला. 'त्यात ती धिप्पाड शरीरयष्टीची, ग्रामीण मुलगी दिसते. लवकरच ती फ्रान्समधील सर्वांत प्रसिद्ध व्यक्ती बनणार आहे, असं काहीही तो फोटो पाहून वाटत नव्हतं.'

'पाच वर्षांनी, ती बावीस वर्षांची असताना फेलिसी बॉल्टला मेंदूचा एक गंभीर आजार झाला आणि त्यातून बरी झाल्यावर ते विचित्र प्रकार सुरू झाले. आता मी जे सांगणार आहे, त्या तथ्यांना अनेक नावाजलेल्या आंतरराष्ट्रीय शास्त्रज्ञांनी दुजोरा दिला आहे. फेलिसी १ ही अगदी पूर्वीच्या बावीस वर्षांच्या फेलिसी बॉल्टसारखी होती. तिला फ्रेंच भाषा धड लिहिता येत नसे; तिला एकही परदेशी भाषा माहीत नव्हती आणि तिला पियानो वाजवता येत नसे. उलट फेलिसी २ उत्तम इटालियन आणि बऱ्यापैकी जर्मन बोलू शकायची. तिचं हस्ताक्षरही वेगळं होतं आणि ती ओघवत्या शैलीत फ्रेंच भाषेत आपले विचार आणि भावना व्यक्त करायची. ती कला आणि राजकारणावर चर्चा करू शकायची आणि तिला पियानो वादन अतिशय आवडायचं. फेलिसी ३ बऱ्याच बाबतीत फेलिसी २सारखी होती; बुद्धिमान, सुशिक्षित; पण नैतिकतेच्या बाबतीत दुसरं टोक. ती अत्यंत वाया गेलेली पॅरिशियन मुलगी होती. तिला पॅरिसमधल्या *खालच्या वर्गाची भाषा* आणि *स्वैराचारी लोकांचे* सर्व शब्दप्रयोग आणि शिव्या ज्ञात होत्या. तिची भाषा ओंगळ होती आणि धर्म व तथाकथित चांगल्या लोकांच्या विरोधात ती अतिशय गलिच्छ भाषा वापरायची, तर फेलिसी ४ स्वप्नाळू, अर्धवट, अत्यंत देवभोळी, भविष्यात घडणाऱ्या गोष्टींची चाहूल लागणारी अशी; पण तिचं हे रूप म्हणजे फेलिसी ३च्या युक्त्या-प्रयुक्त्या असाव्यात असं काही वेळा वाटायचं, जणू ती आजूबाजूच्या लोकांची टिंगल करते आहे. फेलिसी ४ हे रूप वगळता, इतर तीन रूपं स्पष्टपणे भिन्न होती आणि प्रत्येक रूपाला अन्य रूपांच्या अस्तित्वाची जाणीवही नव्हती असं मी म्हणेन. सर्वांत जास्त वेळ ती फेलिसी २च्या रूपात असे – कधी कधी सलग पंधरा दिवस. मग अचानक एक-दोन दिवस फेलिसी १ अवतरायची. त्यानंतर कदाचित फेलिसी ३ किंवा ४; पण या दोघींचा प्रभाव फार तर काही तास टिकत असे. रूप बदलताना तिचं डोकं खूप दुखत असे आणि ती खूप वेळ झोपी जायची. प्रत्येक वेळी आधीच्या रूपाची कणभरही स्मृती नसायची, गत काळाची यत्किंचितही जाणीव नसायची.'

'असामान्य!' कॅनन पुटपुटला, 'अतिशय रंजक. आपल्याला विश्वातल्या चमत्कारांची अजिबात माहिती नाहीये.'

'एक नक्की माहीत आहे की या जगात काही अतिशय चलाख तोतया मंडळी आहेत,' वकील शांतपणे म्हणाला.

'फेलिसी बॉल्टची केस डॉक्टर्स आणि शास्त्रज्ञांप्रमाणे वकिलांनीसुद्धा तपासली आहे,' डॉ. क्लार्क पटकन म्हणाला, 'तुम्हाला आठवत असेल की, मेत्र क्रिमबेलिये

यांनी अतिशय कसून तपासणी केली आणि शास्त्रज्ञांच्या मताला त्यांनी दुजोरा दिला होता. तसं पाहिलं तर आपल्याला आश्चर्य वाटायचं काही कारण नाहीये. दोन बलक असलेली अंडी आपण पाहत नाही का? किंवा जुळी केळी? तसाच जुळा आत्मा का नसावा? किंवा या केसमध्ये एकाच शरीरात चार आत्मे?'

'दुहेरी आत्मा?' कॅननला हे काही पचत नव्हतं.

डॉ. क्लार्कने आपले निळे डोळे कॅननवर रोखले.

'याला वेगळं असं काय नाव देणार? म्हणजे व्यक्तिमत्त्व हाच जर आत्मा असेल तर?'

'एक बरंय की असले प्रकार अगदीच क्वचित आढळतात,' सर जॉर्ज म्हणाला, 'जर हे प्रकार नित्याचे असते तर फार गुंतागुंतीचं झालं असतं.'

'हो, हा आजार अगदीच असामान्य आहे,' डॉक्टरने मान्य केलं, 'याहून खोल अभ्यास करता आला नाही ही दुर्दैवाची गोष्ट आहे, कारण फेलिसीचा अनपेक्षितपणे मृत्यू झाला.'

'मला आठवतंय की त्यातही काहीतरी विचित्र होतं,' वकील म्हणाले.

डॉ. क्लार्कने मान डोलावली. 'सगळाच प्रकार विचित्र होता. ती मुलगी एके दिवशी सकाळी बिछान्यात मृतावस्थेत आढळली. तिचा गळा घोटला गेला होता हे उघड होतं; पण मग तिने स्वतःचा गळा घोटला होता असं निर्विवादपणे सिद्ध झाल्यामुळे सगळे गोंधळात पडले. अशा प्रकारे आत्महत्या करणं शारीरिकदृष्ट्या अशक्य नसलं तरी त्याला प्रचंड ताकद आणि अमानवी इच्छाशक्ती पाहिजे. त्या मुलीला असं कशामुळे करावंसं वाटलं असेल हे शेवटपर्यंत कळलं नाही. अर्थात तिचं मानसिक संतुलन नेहमीच यथातथा असणार; पण तरीही. फेलिसी बॉल्टच्या रहस्यावर कायमचा पडदा पडला आहे.'

...आणि नेमका तेव्हाच तो कोपऱ्यातला माणूस हसला. ते तिघे बंदुकीची गोळी लागल्याप्रमाणे दचकून पाहू लागले. या चौथ्या माणसाचं अस्तित्व ते विसरून गेले होते. कोट घातलेल्या त्या आकृतीकडे ते पाहत असतानाच तो पुन्हा हसला.

'मला माफ करा,' तो अस्खलित; पण किंचित परदेशी वाटावी अशा इंग्रजीत म्हणाला. तो नीट बसला. त्याचा चेहरा फिकट रंगाचा होता आणि त्यावर छोटी काळीभोर मिशी.

'हो, तुम्ही मला कृपया माफ करा,' तो वाकून म्हणाला, 'पण विज्ञानात कधी अंतिम सत्य असं काही असतं का?'

'आम्ही ज्या केसबद्दल बोलत होतो, त्याविषयी तुम्हाला काही माहीत आहे का?' डॉक्टरने सभ्यपणे विचारलं.

'केसबद्दल? नाही; पण मला ती मुलगी माहीत होती.'

'फेलिसी बॉल्ट?'

'हो आणि ॲनेट रॅव्हेलसुद्धा. तुम्ही हे नाव ऐकलेलं नाही असं दिसतंय; पण तरीही एकीची गोष्ट ही दुसरीचीही गोष्ट आहे. तुम्हाला जर ॲनेट रॅव्हेलचा इतिहास माहीत नसला, तर फेलिसी बॉल्टविषयी तुम्हाला काहीच माहीत नाही असं मी म्हणेन.'

त्याने खिशातून घड्याळ काढून त्याकडे बघितलं.

'पुढचं स्टेशन यायला फक्त अर्धा तास बाकी आहे. तुम्हाला हवं असेल तर ती गोष्ट सांगायला माझ्यापाशी वेळ आहे.'

'कृपया आम्हाला सांगा,' डॉक्टर शांतपणे म्हणाला.

'आनंदाने, आनंदाने,' कॅनन म्हणाला.

सर जॉर्ज ड्यूरँड काही बोलला नाही; पण तोही लक्ष देऊन ऐकू लागला.

'सद्‌गृहस्थांनो, माझं नाव राउल लतार्दो,' त्यांचा सहप्रवासी म्हणाला, 'तुम्ही आत्ताच लेडी स्लेटर नावाच्या इंग्लिश स्त्रीबद्दल बोलत होता. मी ब्रिटनीमधील मच्छीमारांच्या त्याच गावात जन्माला आलो आणि माझे आई-वडील रेल्वे अपघातात मारले गेले, तेव्हा याच मिस स्लेटरने मला आसरा दिला. ती आम्हा वीसेक मुलामुलींची काळजी घ्यायची. याच वीस मुलांमध्ये फेलिसी बॉल्ट आणि ॲनेट रॅव्हेल होत्या. ॲनेटचं व्यक्तिमत्त्व जर मी तुम्हाला समजावून सांगू शकलो नाही, तर तुम्हाला ही कहाणीच कळणार नाही. ती एका *वेश्यासदृश* स्त्रीची मुलगी होती. तिच्या आईला क्षयरोग झाल्यावर तिच्या प्रियकराने तिला टाकून दिलं आणि त्याच आजाराने तिचा जीव घेतला. ती नर्तिका होती आणि ॲनेटलाही नृत्याची आवड होती. मी तिला पहिल्यांदा पाहिलं, तेव्हा ॲनेट अकरा वर्षांची, अगदीच लहानखुरी मुलगी होती. तिच्या डोळ्यांत पाहून वाटायचं की, ती तुमची टिंगल करते आहे. एकुणात अंगात 'आग' असलेली आणि रसरशीत आणि ताबडतोब - होय, ताबडतोब, तिने मला जणू गुलाम करून टाकलं. सतत राउल, माझ्यासाठी हे कर. राउल ते कर आणि मी तिच्या आज्ञा पाळत होतो. मी तिचा भक्त झालो होतो आणि हे तिला कळलं होतं.

'आम्ही समुद्रकाठी एकत्र जायचो - आम्ही तिघे - फेलिसीसुद्धा आमच्या बरोबर असायची आणि मग ॲनेट बूट आणि मोजे काढून टाकायची आणि वाळूत नाचायची. दमून खाली बसली की, तिला आयुष्यात कोण व्हायचंय आणि काय करायचंय, हे आम्हाला सांगायची. ती म्हणायची की, बघाच तुम्ही, मी प्रसिद्ध होणार आहे. होय, अतिशय प्रसिद्ध. मग माझ्याकडे हजारो रेशमी स्टॉकिंग्ज असतील - सर्वोत्तम रेशमाचे आणि मी आलिशान घरात राहीन. माझे सर्व प्रियकर तरुण आणि देखणे असतील आणि श्रीमंतही. मी जेव्हा नाचेन, तेव्हा अख्खं पॅरिस

मला पाहायला येईल. ते आरडाओरडा करतील, मला हाका मारतील, माझ्या नृत्याने वेडे होतील. थंडीच्या मोसमात मी नाचणार नाही. मी दक्षिणेकडे जाईन. संत्र्यांच्या बागा असलेला एखादा बंगला घेईन. तिथल्या सूर्यप्रकाशात पडून राहीन, रेशमी गादीवर, संत्री खात आणि राउल, मी कितीही श्रीमंत आणि प्रसिद्ध झाले तरी तुला कधीही विसरणार नाही. मी तुझं रक्षण करेन आणि तुझ्या करिअरला चालना देईन. फेलिसी माझी मोलकरीण असेल – पण नाही, ती फार वेंधळी आहे. बघ तिचे हात किती मोठे आणि ओबडधोबड आहेत ते.

'हे ऐकून फेलिसी रागावत असे आणि मग ॲनेट तिला आणखीच चिडवू लागे. 'फेलिसी अगदी कुलीन स्त्री आहे – इतकी डौलदार. खरंतर ती वेश बदलून आलेली राजकन्याच आहे – हाहाहा!

'माझ्या आई-वडिलांचं लग्न झालेलं होतं – तुझ्यासारखं नाही,' फेलिसी त्वेषाने म्हणायची.

'हो आणि तुझ्या वडिलांनी तुझ्या आईला मारून टाकलं होतं. वा! तू तर एका खुनी माणसाची मुलगी आहेस.'

'तुझ्या वडिलांनी तर तुझ्या आईला सोडून दिलं,' फेलिसी प्रत्युत्तर द्यायची.

'हो, हो,' मग ॲनेट विचारात पडायची, 'बिचारी आई. आपण आपली तब्येत चांगली ठेवली पाहिजे.'

'मी घोड्यासारखी ताकदवान आहे,' फेलिसी फुशारक्या मारायची.

'आणि ती खरंच तशी होती. आमच्या अनाथालयातल्या कोणत्याही मुलीपेक्षा तिच्यात दुप्पट ताकद होती आणि ती कधीही आजारी पडायची नाही.'

'पण लक्षात घ्या, ती मूर्ख होती, एखाद्या तगड्या प्राण्यासारखी मूर्ख. ती सारखी ॲनेटच्या मागे का फिरायची, असा मला प्रश्न पडत असे. मला वाटतं की, ती मंत्रमुग्ध झाली होती. मला वाटतं कधी कधी ती ॲनेटचा द्वेष करायची. अर्थातच ॲनेट तिच्याशी कधीच चांगली वागली नव्हती. इतरांसमोरसुद्धा ॲनेट तिला चिडवत असे, टोमणे मारत असे. फेलिसी रागाने पांढरी पडलेली मी पाहिली आहे. मला वाटायचं की, एक दिवस ही ॲनेटचा गळा घोटेल. ती ॲनेटच्या चिडवण्याला सडेतोड उत्तर देण्याइतकी हुशार आणि हजरजबाबी नव्हती; पण काळाच्या ओघात एक खास प्रत्युत्तर द्यायला ती शिकली. हा मुद्दा म्हणजे तिची स्वतःची तब्येत आणि ताकद. मला जे आधीच माहीत होतं ते फेलिसीला उशिरा कळलं; ॲनेटला तिच्या मजबूत बांध्याचा हेवा वाटे म्हणून ती तिच्या कमकुवतपणावर हल्ला करत असे.

'एके दिवशी ॲनेट माझ्याकडे खूप आनंदात आली.

'राउल,' ती म्हणाली. 'आज आपण त्या मूर्ख फेलिसीची गंमत करू या. हसून हसून पोट दुखायची वेळ येईल आपल्यावर.'

‘काय करायचा विचार आहे तुझा?’

‘चल, त्या छोट्याशा झोपडीमागे चल, मग मी तुला सांगते.’

‘ॲनेटला कोणतं तरी पुस्तक सापडलं होतं. त्यातला काही भाग, किंबहुना बराचसा तिला समजला नाही; पण ते संमोहनशास्त्रावरचं सुरुवातीचं पुस्तक होतं.

‘एक चमकणारी वस्तू, ते म्हणतात. माझ्या पलंगाचा पितळी नॉब; तो गोल फिरू शकतो. मी फेलिसीला त्याच्याकडे पाहत राहायला सांगितलं. ‘स्थिर नजरेनं त्याच्याकडे बघ,’ मी म्हणाले, ‘डोळे अजिबात हलवू नकोस,’ असं म्हणून मी तो फिरवला. राउल, मी घाबरले रे. तिचे डोळे इतके विचित्र दिसायला लागले ना. ‘फेलिसी, मी जे सांगेन ते तू नेहमी करशील,’ मी म्हणाले. ‘तू जे म्हणशील ते मी नेहमी करेन, ॲनेट,’ ती म्हणाली आणि मग, मग मी म्हणाले, ‘उद्या तू बारा वाजता एक मेणबत्ती घेऊन खेळाच्या मैदानावर येशील आणि ती खाऊ लागशील. तुला जर कोणी काही विचारलं तर तुझ्या खाण्यात आलेला हा सर्वांत छान केक आहे असं तू सांगशील.’ ओह, राउल! विचार कर, किती मजा येईल!’

‘पण ती असं काहीही करणार नाही,’ मी म्हणालो.

‘पुस्तकात तसं म्हटलं आहे. माझाही पूर्ण विश्वास नाहीये - पण राउल, पुस्तकातलं जर सगळं खरं असेल, तर आपल्याला खूप मजा येईल!’

‘मलासुद्धा ही कल्पना गमतीची वाटली. आम्ही आमच्या मित्र-मैत्रिणींना सांगितलं आणि बारा वाजता आम्ही सगळे मैदानावर पोहोचलो. बाराच्या ठोक्याला फेलिसी हातात मेणबत्ती घेऊन बाहेर आली आणि ती चक्क मेणबत्ती खायला लागली! तुमचा विश्वास बसतोय का? आम्हाला तर वेड लागायचं बाकी होतं. अधूनमधून एखादा मुलगा किंवा मुलगी तिच्याजवळ जायची आणि म्हणायची की, तू जे खाते आहेस, ते छान आहे ना, फेलिसी? आणि ती उत्तर द्यायची की, खरंच, मी इतका चांगला केक कधी खाल्लेला नाही आणि मग आम्ही हसत सुटायचो. शेवटी आमच्या हसण्याचा इतका जोराचा आवाज झाला की, अचानक फेलिसीला जाग आल्यासारखं झालं आणि आपण काय करतोय हे तिच्या लक्षात आलं. तिने डोळ्यांची उघडझाप केली, मेणबत्तीकडे पाहिलं, मग आमच्याकडे. तिने स्वतःच्या कपाळावरून हात फिरवला.

‘पण मी हे काय करते आहे?’ ती पुटपुटली.

‘तू मेणबत्ती खात आहेस,’ आम्ही किंचाळलो.

‘*मी* तुला खायला लावली. *मी* तुला खायला लावली,’ ॲनेट नाचत नाचत म्हणाली.

फेलिसीने क्षणभर ॲनेटकडे रोखून पाहिलं आणि मग ती हळूहळू तिच्याजवळ गेली.

'तू आहेस तर मला वेडं ठरवणारी? मला आठवतंय. हो! याकरता मी तुझा जीव घेईन.'

'फेलिसी अत्यंत शांतपणे बोलली; पण ॲनेट एकदम माझ्या मागे येऊन उभी राहिली.

'राउल, मला वाचव रे. मला तिची भीती वाटते आहे. फेलिसी, अगं ही फक्त मजा होती. थोडीशी मजा.'

'मला असली मजा आवडत नाही,' फेलिसी म्हणाली, 'कळलं का तुला? मला तिटकारा येतो तुझा. तुम्हा सगळ्यांचा.'

'तिला एकदम रडू कोसळलं आणि ती घाईघाईने तिथून निघून गेली.

'या प्रयोगाने ॲनेट घाबरली असावी, असं मला वाटतं आणि तिने पुन्हा असं काही केलं नाही; पण त्या दिवसापासून तिचं फेलिसीवरचं वर्चस्व वाढीला लागलं असावं.

'माझ्या मते फेलिसीला पहिल्यापासून ॲनेटचा तिटकारा होता; पण ती तिच्यापासून दूर राहू शकत नसे. ॲनेट जाईल तिथे तिथे एखाद्या इमानदार कुत्र्याप्रमाणे फेलिसी तिच्या मागोमाग जाई.

'त्यानंतर लवकरच माझ्यासाठी नोकरी शोधण्यात आली आणि मी अधूनमधून फक्त सुट्टीला अनाथालयात भेटीला येऊ लागलो. नर्तकी होण्याच्या ॲनेटच्या इच्छेला कोणी फार महत्त्व दिलं नव्हतं; पण वाढत्या वयाबरोबर ती अतिशय सुंदर गायला लागली आणि तिला गाणं शिकवायला मिस स्लेटर तयार झाल्या.

'ॲनेट काही आळशी मुलगी नव्हती. तिने भरपूर आणि अथक परिश्रम घेतले. मिस स्लेटरला मध्ये पडून जरा कमी कष्ट कर असं तिला सांगावं लागलं. एकदा तिच्याबद्दल त्या माझ्याशी बोलल्या.

'तुला ॲनेट नेहमीच आवडत आली आहे,' त्या म्हणाल्या, 'तिला सांग की, एवढे जास्त कष्ट घेऊ नकोस. तिला अलीकडे थोडा खोकला झाला आहे आणि मला काही ही चिन्हं बरी वाटत नाहीयेत.'

'त्यानंतर लवकरच मी कामानिमित्त बराच दूर गेलो. सुरुवातीला ॲनेटकडून एक-दोन पत्रं आली; पण मग काही नाही. पाच वर्षं मी परदेशात होतो.

'...आणि योगायोगाने मी जेव्हा पॅरिसला परतलो, तेव्हा एका जाहिरातीच्या पोस्टरवर मला ॲनेट रॅव्हेलीचा फोटो दिसला. मी लगेच तिला ओळखलं. त्या रात्री मी त्या नाट्यगृहात गेलो. ॲनेटने फ्रेंच आणि इटालियन गाणी म्हटली. स्टेजवरचा तिचा वावर सुरेख होता. कार्यक्रमानंतर मी ड्रेसिंग रूममध्ये गेलो. ती लागलीच मला भेटायला पुढे आली.

'राउल!' माझ्या हातात हात देत ती म्हणाली, 'किती छान. इतकी वर्षं होतास तरी कुठे?'

'मी तिला आनंदाने सांगितलं असतं; पण तिला कुठे ऐकायचं होतं?

'हे पाहा, मी आता यशाच्या शिखरावर पोहोचायच्या बेतात आहे!'

'पुष्पगुच्छांनी भरलेल्या खोलीकडे पाहून तिने विजयी मुद्रेने हात केला.

'आपल्या मिस स्लेटरना तुझ्या यशाचा अभिमान वाटत असणार.

'कोण, ती म्हातारी? अजिबात नाही. तिने मला युरोपीयन शास्त्रोक्त संगीतासाठी तयार केलं. शालीन, कॉन्सर्ट गायनासाठी; पण मी एक कलाकार आहे. इथे व्हरायटी रंगमंचावर मी सर्वांत चांगली व्यक्त होऊ शकते.'

'तेवढ्यात एक देखणा मध्यमवयीन माणूस तिथे आला. तो उच्चभ्रू दिसत होता. तो ॲनेटचा रक्षणकर्ता असावा, असा त्याचा वावर मला वाटला. त्याने माझ्याकडे एक कटाक्ष टाकल्यावर ॲनेट म्हणाली, 'लहानपणीचा मित्र आहे. तो पॅरिसला आला. माझा फोटो पाहिला आणि *इथे आला!*'

'हे ऐकल्यावर त्या माणसाचं वागणं बदललं. तो माझ्याशी सौजन्याने बोलू लागला. मग माझ्या समोरच त्याने एक माणिक व हिरा असलेली बांगडी काढली आणि ॲनेटच्या मनगटावर चढवली. मी जायला उठलो, तर ॲनेटने माझ्याकडे विजयी कटाक्ष टाकला.

'बघितलंस ना? बघितलंस? सारं जग माझ्यासमोर खुलं आहे.'

'पण बाहेर पडताना ती खोकल्याचं माझ्या लक्षात आलं. कोरडा खोकला. या खोकल्याचा अर्थ मला लगेच कळला. क्षयरोग झालेल्या तिच्या आईची ही देणगी होती.

'यानंतर आमची गाठ पडली ती दोन वर्षांनी. ती मिस स्लेटरकडे आश्रयाला गेली होती. तिच्या करिअरची वाट लागली होती. तिचा आजार बराच वाढला होता आणि डॉक्टरांनी हात टेकले होते.

'बापरे! तेव्हा ती जशी दिसली, ते मी कधीही विसरू शकणार नाही! बागेत एका आडोशाला तिचा पलंग होता. दिवस-रात्र ती बाहेरच असे. तिचे गाल खप्पड झाले होते, डोळ्यात चमक होती; पण ताप चढल्यावर असते तशी. तिला सारखी ढास लागत होती.

'मला ओळखल्यावर तिच्यामध्ये जी अगतिकता मला दिसली, ती पाहून मी दचकलो.

'तू आला आहेस तर मला बरं वाटलं, राउल. तुला माहीत आहे ते काय म्हणतात – की ही बरी होणार नाही. ते माझ्यासमोर म्हणत नाहीत. माझ्याशी बोलताना अगदी नीट वागतात; पण हे काही खरं नाहीये! मी स्वतःला मरू देणार

नाही. मरायचं? एवढं सुंदर आयुष्य समोर दिसत असताना? जगण्याची जिद्द हीच महत्त्वाची असते. हल्लीचे सगळे चांगले डॉक्टर्स हेच म्हणतात. मी कमकुवत आणि शरण जाणाऱ्यांपैकी नाहीये. मला आत्ताच खूप बरं वाटू लागलंय – ऐकतो आहेस ना? अतिशय बरं वाटतंय मला!'

'कोपरावर आधार घेत ती अर्धवट उठून बसली, जणू तब्येत सुधारल्याचं तिला दाखवून द्यायचं होतं. मग खोकल्याची जोरदार उबळ येऊन ती मागे पडली. तिच्या कृश शरीराला हे झेपत नव्हतं.

'हा, हा खोकला काही विशेष नाहीये,' ती धापा टाकत म्हणाली, 'आणि रक्तबिक्त पडल्याने मी घाबरत नाही. मी डॉक्टरांना आश्चर्यचकित करून सोडेन. इच्छाशक्तीच महत्त्वाची. लक्षात ठेव राउल, मी जगणार आहे.'

'लक्षात घ्या तुम्ही, हे सगळं खूप केविलवाणं होतं.

'तेवढ्यात एक ट्रे घेऊन फेलिसी बाहेर आली. त्यावर गरम दुधाचा ग्लास होता. तिने तो ॲनेटला दिला; पण ॲनेट दूध पीत असताना फेलिसी तिच्याकडे ज्या प्रकारे बघत होती, त्याचा अर्थ मला अजिबात कळला नाही. तिच्या चेहऱ्यावर जणू समाधान होतं.

'ॲनेटच्च्यासुद्धा ते लक्षात आलं आणि तिने चिडून तो ग्लास जमिनीवर आपटून फोडला.

'बघितलंस तिला? ती अशीच बघते माझ्याकडे. मी मरणार म्हणून तिला आनंद होतोय. ती ठणठणीत आणि मजबूत आहे ना! बघ एकदा तिच्याकडे. एक दिवसही आजारी पडत नाही आणि याचा उपयोग काय, हां? तिच्या त्या प्रेतवत शरीराचा तिला काय उपयोग आहे? ती काय करू शकते त्याचं?

फेलिसीने वाकून ग्लासचे तुकडे वेचले.

'तिच्या अशा बोलण्याचं मला काही वाटत नाही,' ती बेफिकिरीने म्हणाली, 'त्याने काय फरक पडतो? मी एक सभ्य मुलगी आहे आणि तिचं काय? लवकरच तिला नरकयातना भोगाव्या लागणार आहेत. मी एक ख्रिश्चन आहे. मी काहीही बोलत नाही.'

'तुला माझा तिटकारा वाटतो,' ॲनेट ओरडली, 'पहिल्यापासून तुला तिटकारा आहे; पण तरीही मी तुला वश करू शकते. मला हवं ते तुला करायला लावू शकते. बघ. मी जर आत्ता तुला सांगितलं, तर तू इथे माझ्यासमोर गुडघे टेकशील.'

'तू विचित्र आहेस,' फेलिसी अस्वस्थ होत म्हणाली.

'हो; पण तरीही तू ते करशील. नक्की करशील. मला बरं वाटावं म्हणून. टेक गुडघे, टेक. मी, ॲनेट तुला सांगते आहे. फेलिसी, गुडघ्यांवर बस.'

'ॲनेटच्या आवाजातली मधुर याचना असेल किंवा आणखी काही; पण फेलिसीने तिची आज्ञा पाळली. ती सावकाश तिच्या गुडघ्यांवर बसली; तिचे हात पसरलेले होते आणि चेहऱ्यावर एक मूर्ख भाव.

'ॲनेट मान मागे फेकून जोरात हसली; हसत राहिली, खदाखदा हसत राहिली.

'बघ तिच्याकडे, तिच्या मंद चेहऱ्याकडे! किती हास्यास्पद दिसते. फेलिसी, तुला आता उठायला हरकत नाही, थँक्स! माझ्याकडे कातावून बघण्यात अर्थ नाही. मी तुझी मालकीण आहे. मी म्हणेन ते तुला करायला हवं.'

'शेवटी दमून ती उशीवर पहुडली. फेलिसीने ट्रे उचलला आणि ती सावकाश निघून गेली. तिने एकदा मागे वळून पाहिलं, तेव्हा तिच्या डोळ्यांतली धग पाहून मी दचकलो.

'ॲनेट गेली तेव्हा मी तिथे नव्हतो; पण तिचा अंत अतिशय भयंकर झाला असावा. वेड लागलेल्या एखाद्या बाईप्रमाणे ती मृत्यूशी लढत राहिली. पुनःपुन्हा ती धापा टाकत ओरडत होती : 'मी नाही मरणार – ऐकलंत का, मी नाही मरणार! मी जगणार आहे – जगणार आहे!'

'सहा महिन्यांनी मी तिला भेटायला गेलो, तेव्हा मिस स्लेटरने मला हे सगळं सांगितलं.

'बिचारा राउल,' ती अत्यंत प्रेमाने म्हणाली, 'तुझं तिच्यावर पहिल्यापासून प्रेम होतं ना?'

'कायमच; पण तिला माझा काय उपयोग होता? त्याबद्दल नको बोलायला. ती आता मेली आहे – अत्यंत हुशार, रसरसलेलं आयुष्य असलेली ती...'

'मिस स्लेटर दयाळू स्त्री होती. तिने विषय बदलला. तिला फेलिसीची खूप काळजी वाटत होती. ती अचानक औदासीन्यग्रस्त झाली होती आणि ॲनेटच्या मृत्यूनंतर ती विचित्र वागू लागली होती.

'तुला माहीत आहे का की ती पियानो शिकते आहे?' क्षणभर थांबून मिस स्लेटर म्हणाली.

'मला नव्हतं ठाऊक आणि अर्थात मला या गोष्टीचं आश्चर्य वाटलं. फेलिसी आणि पियानो! या मुलीला एक सूर दुसऱ्यापासून वेगळा असतो हेही सांगता येणार नाही.

'तिच्यात टॅलेंट आहे असं ते म्हणतात, मिस स्लेटर पुढे सांगू लागली. मला कळत नाहीये. मी सतत तिला कमी लेखत आले आहे. तुलाही माहीतच आहे की, ती कशी मंदबुद्धी होती ते.

'मी होकार दिला.

'कधी कधी ती इतकी विचित्र वागते की, बोलून सोय नाही. मला काहीच कळत नाही.'

'काही मिनिटांनी मी अभ्यासिकेत गेलो. तिथे फेलिसी पियानो वाजवत होती. पॅरिसमध्ये मी जे गाणं ॲनेट गाताना ऐकलं होतं, त्याच गाण्याचे ते स्वर होते. मित्रांनो, लक्षात घ्या की, मी किती हादरलो असेन आणि मग माझी चाहूल लागताच तिने वाजवणं थांबवलं आणि अत्यंत थट्टेखोरपणे माझ्याकडे पाहू लागली. क्षणभर मला वाटलं... जाऊ दे. मला काय वाटलं ते मी नाही सांगत.

'अच्छा!' ती म्हणाली, 'तू आहेस तर, *मिस्टर* राउल.'

'ती ज्या प्रकारे हे म्हणाली, ते मी नेमक्या शब्दांत सांगू शकणार नाही. ॲनेटकरता मी नेहमीच राउल होतो; पण फेलिसी? आम्ही मोठे झाल्यावरच एकमेकांना भेटलो असल्यामुळे ती मला नेहमीच *मिस्टर* राउल म्हणायची; पण आताच्या मिस्टरमध्ये काहीतरी वेगळं होतं, जणू तिने त्यावर जोर दिला होता किंवा त्यात तिला खूप मजा वाटत असावी.

'अगं फेलिसी,' मी चाचरलो, 'तू आज खूप वेगळी दिसते आहेस.'

'हो का?' ती म्हणाली, 'जरा विचित्र आहे; पण इतका गंभीर होऊ नकोस राउल – आता मी तुला राउल म्हणणार आहे – आपण लहानपणी एकमेकांबरोबर खेळलो होतो का नाही? आयुष्य हे मौजमजेसाठीच तर असतं. आपण बिचाऱ्या ॲनेटविषयी बोलू – मेलेली, आता गाडली गेलेली ॲनेट. ती कुठे बरं असेल? नरकात? का आणखी कुठे?'

'...आणि मग ती एक गाणं गुणगुणू लागली – फारशी सुरात नव्हे; पण त्याचे शब्द मात्र माझ्या परिचयाचे होते.

'फेलिसी,' मी म्हणालो, 'तू इटालियन बोलतेस?'

'का नाही, राउल? मी दाखवते तितकी मूर्ख नाहीये कदाचित,' आणि ती माझ्या बावचळण्याला हसली.

'मला – मला नाही समजलं –' मी बोलू लागलो.

'मी सांगते ना. फारसं कोणाला माहीत नसलं, तरी मी अतिशय उत्तम नटी आहे. मी अनेक भूमिका वठवू शकते आणि चांगल्या प्रकारे.'

'ती पुन्हा एकदा हसली आणि मी तिला थांबवायच्या आत ती खोलीतून पळून गेली.

'मी जाण्याआधी पुन्हा एकदा तिला भेटलो. ती आरामखुर्चीत झोपली होती. मस्तपैकी घोरत होती. मी स्तिमित होऊन तिच्याकडे पाहत राहिलो, तरीही मनात एक नकोसा भावही होता. अचानक तिला जाग आली. तिचे निस्तेज डोळे माझ्याकडे पाहत होते.

'मिस्टर राउल,' ती यांत्रिकपणे म्हणाली.

'बोल फेलिसी, मी आता निघालो आहे. जाण्याअगोदर तू पुन्हा एकदा मला पियानो वाजवून दाखवशील?'

'मी? वाजवू? तू माझी टिंगल करतोयेस मिस्टर राउल.'

'तुला आठवत नाहीये का? तू सकाळी मला पियानो वाजवून दाखवला होतास ते?'

'तिने मानेने नकार दिला.

'मी आणि वाजवणार? माझ्यासारखी गरीब बिचारी मुलगी कशी वाजवू शकेल?'

'मिनिटभर थांबून, विचार करून, तिने मला जवळ बोलावलं.

'मिस्टर राउल, या घरात विचित्र गोष्टी घडत आहेत! तुम्ही भांबावून जाता. घड्याळांच्या वेळा बदलल्या जातात. हो, हो. मला माहीत आहे सगळं आणि ही सारी तिची करणी आहे.

'कोणाची करणी?' मी दचकून विचारलं.

'त्या ॲनेटची. त्या दुष्ट बाईची. जिवंत असताना तिने मला सतत छळलं. आता मेली आहे तरी इथे येऊन मला छळत असते.'

'मी फेलिसीकडे टक लावून बघत होतो. ती अत्यंत घाबरलेली होती. तिचे डोळे खोबणीतून बाहेर यायचे तेवढे बाकी होते.

'ती वाईट आहे. मी सांगते तुला, ती अतिशय वाईट आहे. ती तुमच्या तोंडचा घास काढून घेईल, अंगावरचे कपडे काढून नेईल. *तुमच्या शरीरातून तुमचा आत्माच काढून नेईल...'*

'अचानक तिने मला घट्ट पकडलं.

'मला खूप भीती वाटते आहे. मला तिचा आवाज ऐकू येतो - कानात नाही - इथे - इथे, माझ्या डोक्यात - असं म्हणून तिने कपाळावर बोट टेकवलं. ती मला इथून हाकलून देईल - पूर्णपणे हाकलून देईल. मग मी काय करू? माझं काय होईल?'

'तिचा आवाज एकदम चढला; ती किंचाळलीच म्हणायला हरकत नाही. बांधून ठेवलेल्या, प्रचंड घाबरलेल्या जंगली जनावरासारखे भाव तिच्या डोळ्यांत होते...

'मग अचानक तिने स्मित केलं. मधुर स्मित; पण तितकंच धूर्त. त्यातले भाव पाहून मी शहारलो.

'तशीच वेळ आली ना, मिस्टर राउल, तर माझे हात खूप मजबूत आहेत - खूपच ताकद आहे त्यांच्यात.

'मी यापूर्वी तिच्या हातांकडे विशेष लक्ष दिलं नव्हतं; पण आता त्यांच्याकडे पाहून मी हादरलो. जाड, आखूड बोटं आणि ती म्हणाली त्याप्रमाणे प्रचंड ताकद असलेली... मला जरा मळमळल्यासारखं झालं; त्याचं वर्णन मी नाही करू शकणार. अशाच हातांनी तिच्या वडिलांनी तिच्या आईचा गळा घोटला असणार...

'मी फेलिसी बॉल्टला पाहिल्याची ती शेवटची वेळ. कारण, त्यानंतर लागलीच मी दक्षिण अमेरिकेला गेलो. मी इथे परतलो तेव्हा तिच्या मृत्यूला दोन वर्षं होऊन गेली होती. तिच्या आयुष्याबद्दल आणि अकस्मात मृत्यूबद्दल मी वर्तमानपत्रात थोडंफार वाचलं होतं आणि आज मला तुमच्याकडून जास्त तपशील समजला! फेलिसी ३ आणि फेलिसी ४ – कोण जाणे! ती एक उत्तम नटी होती, माहीत आहे ना!'

गाडीचा वेग एकदम कमी झाला. कोपऱ्यातला तो माणूस ताठ होऊन बसला आणि त्याने ओव्हरकोटची बटणं लावून तो अधिक लपेटून घेतला.

'तुमचा अंदाज काय आहे?' वकिलाने पुढे वाकून विचारलं.

'माझा तर विश्वासच बसत नाहीये...' कॅनन पार्फिट बोलता बोलता थांबला.

डॉक्टर काहीच बोलला नाही. तो राउल लतार्दोकडे एकटक बघत होता.

'तुमच्या अंगावरचे कपडे, तुमच्या शरीरातून आत्मा...' असं म्हणत तो फ्रेंच मनुष्य उठून उभा राहिला. 'मी तुम्हाला सांगतो, फेलिसी बॉल्टचा इतिहास, म्हणजे ॲनेट रॅव्हेलचा इतिहास. सभ्य गृहस्थहो, तुम्ही तिला ओळखत नव्हता. मी ओळखत होतो. तिचं जगण्यावर खूप प्रेम होतं...'

दरवाजावर हात ठेवून बाहेर पडायच्या तयारीत असताना त्याने एकदम मागे वळून पाहिलं आणि खाली वाकून कॅनन पार्फिटच्या छातीवर बोट आपटलं.

'ते डॉक्टरसाहेब आत्ता म्हणाले की हे सगळं...' त्याने हाताने कॅनन पार्फिटच्या पोटावर गुद्दा मारला 'म्हणजे केवळ राहायची जागा आहे, मला सांगा. तुमच्या घरात जर चोर शिरला, तर तुम्ही काय करता? त्याला गोळ्या घालता ना?'

'नाही,' कॅनन ओरडला, 'नाही बाबा – नाही – निदान या देशात तरी नाही.'

पण त्याचे हे शेवटचे शब्द हवेत विरून गेले. गाडीचा दरवाजा धाडकन बंद झाला होता.

वकील, डॉक्टर आणि कॅनन असे तिघंच तिथे उरले होते. चौथा कोपरा रिकामा होता.

अस्तार्तचं देऊळ

'आणि आता, डॉ. पेंडर, तुम्ही आम्हाला काय सांगणार आहात?'

त्या वृद्ध पाद्रीने किंचित स्मित केलं.

'माझं आयुष्य शांत ठिकाणी गेलेलं आहे,' तो म्हणाला, 'माझ्या वाट्याला फार उल्लेखनीय घटना आल्या नाहीत; पण एकदाच, मी तरुण असताना मला एक अतिशय विचित्र आणि दुःखद अनुभव आला होता.'

'अच्छा!' जॉइस लेम्प्रीएर उत्साहाने म्हणाली.

'मी तो प्रसंग कधीही विसरू शकलेलो नाही,' पाद्री सांगू लागला, 'त्या वेळीसुद्धा त्या घटनेचा माझ्यावर खोल परिणाम झाला होता. अजूनही तो क्षण जसाच्या तसा माझ्या डोळ्यांसमोर येतो - जेव्हा माझ्या समोर एक माणूस गूढ प्रकारे मरताना मी पाहिला.'

'पेंडर, माझ्या अंगावर काटा आणतो आहेस,' सर हेन्री तक्रारीच्या सुरात म्हणाला.

'मलाही तसंच वाटलं होतं. लोक ज्याला 'वातावरण' म्हणतात, त्या संकल्पनेला तेव्हापासून मी कधीही हसलेलो नाही. अशी गोष्ट अस्तित्वात असते. काही जागा अशा असतात, जिथे चांगल्या किंवा वाईट प्रभावांचं अस्तित्व, त्यांची शक्ती तुम्हाला जाणवते.'

'ते घर, म्हणजे द लार्चेस, अतिशय दुःखी घर आहे,' मिस मार्पल म्हणाली, 'वृद्ध मिस्टर स्मिदर्सने आपले सर्व पैसे गमावले होते आणि त्याला जागा सोडावी लागली होती. मग कार्स्लेक कुटुंबाने ती घेतली, तेव्हा जॉनी कार्स्लेक जिन्यावरून पडला आणि त्याचा पाय मोडला. मिसेस कार्स्लेकला तब्येत खराब झाल्यामुळे दक्षिण फ्रान्सला जावं लागलं. आता बर्डन मंडळी तिथे राहतात; पण तिथे गेल्यावर

लवकरच बिचाऱ्या मिस्टर बर्डनचं कसलं तरी ऑपरेशन करावं लागलं असं मी ऐकलं आहे.'

'अशा गोष्टींच्या भोवती बरीच अंधश्रद्धा असते,' मिस्टर पेथरिक म्हणाला, 'अशा बातम्यांमुळे विनाकारण अनेक जागांचं नुकसान होतं.'

'मला एक-दोन चांगली धष्टपुष्ट भुतं माहीत आहेत,' सर हेन्री हसत म्हणाला.

'मला वाटतं, आपण डॉ. पेंडरना पुढे बोलू द्यावं,' रेमंड म्हणाला.

जॉइसने उठून दोन्ही दिवे बंद केले. आता खोलीत फक्त शेकोटीचा उजेड उरला.

'वातावरण,' ती म्हणाली, 'आता बोलू या.'

डॉ. पेंडर तिच्याकडे पाहून हसला. खुर्चीत मागे रेलून त्याने चश्मा काढला आणि हलक्या आवाजात त्याची गोष्ट सांगू लागला.

'तुमच्यापैकी कोणाला डार्टमूर माहीत आहे का, मला ठाऊक नाही. मी ज्या जागेबद्दल सांगतोय ती जागा डार्टमूरच्या सीमेवर आहे. अनेक वर्षं विकाऊ असूनही ती विकली गेली नसली, तरी ती खूप लोभसवाणी जागा होती. थंडीच्या दिवसांत जरा उदासवाणी वाटायची; पण तिथून दिसणारी दृश्यं अप्रतिम होती. खुद्द वास्तूतल्या काही गोष्टी अन्यत्र न दिसणाऱ्या आणि कुतूहल जागृत करतील अशा होत्या. सर रिचर्ड हेडन या माणसाने ती विकत घेतली. हेडन कॉलेजात असताना मला माहीत होता आणि मधली काही वर्षं आमची भेट झाली नसली, तरी आमची जुनी मैत्री टिकून होती आणि त्याच्या या नव्या घरात - त्याला त्याने 'सायलेंट ग्रोव्ह' असं नाव दिलं होतं - यायला त्याने मला आमंत्रण दिलं, तेव्हा मी ते आनंदाने स्वीकारलं.

'घरात फार लोक नव्हते. स्वतः रिचर्ड हेडन आणि त्याचा चुलत भाऊ एलियट हेडन. एक लेडी मॅनरिंग नावाची स्त्री आणि चटकन उठून दिसणार नाही, अशी तिची मुलगी व्हायोलेट. एक कॅप्टन रॉजर्स आणि त्याची बायको. ते फक्त शिकारीकरता आणि अश्वारोहणाकरता जणू जगायचे आणि त्यामुळे ते रापलेले होते. एक तरुण डॉक्टर सायमंड्ज होता आणि मिस डायना ॲशले होती. डायनाबद्दल मला थोडी माहिती होती. सोसायटी नियतकालिकांमध्ये बऱ्याचदा तिचे फोटो असायचे. ती एक कुप्रसिद्ध सुंदरी होती असं म्हणता येईल. खरोखर तिचं व्यक्तिमत्त्व अतिशय आकर्षक होतं; उंच, फिक्या क्रीम रंगाची मुलायम त्वचा आणि किंचित तिरके आणि अर्धोन्मिलित काळे डोळे, त्यामुळे ती पौर्वात्य देशातली वाटत असे. तिचा आवाजसुद्धा विलक्षण, खोल असा होता.

'माझा मित्र रिचर्ड तिच्याकडे आकृष्ट झाला आहे, हे लगेच माझ्या लक्षात आलं. किंबहुना, ही पार्टी म्हणजे केवळ तिच्यासाठी योजलेला मंच होता असं

मला वाटलं. तिला याबद्दल काय वाटत होतं याची मला कल्पना नाही. तिच्या वागण्यात एक लहरीपणा होता. आज दिवसभर फक्त रिचर्डशीच बोलेल, तर उद्या एलियटशीच. मग रिचर्ड जणू तिच्यासाठी अस्तित्वातच नसेल आणि एखाद्या दिवशी शांत डॉ. सायमंड्जकडे अशी बघेल की, तो संमोहित झालाच पाहिजे.

'मी तिथे पोहोचलो त्याच्या दुसऱ्या दिवशी सकाळी आमच्या यजमानाने सर्वांना त्याची जागा दाखवली. भक्कम, डेव्हनशायर ग्रॅनाइटचं ते घर फार उल्लेखनीय नव्हतं. वर्षानुवर्षं टिकून राहील असंच ते बांधलेलं होतं. त्या घरामध्ये 'काव्यात्मक' काहीही नव्हतं; पण ते अतिशय आरामदायी होतं. त्याच्या खिडक्यांमधून बाहेर नजर टाकली, तर दूरवर पसरलेला माळ दिसे; एका मागोमाग एक टेकड्या आणि खडकाळ उंचवटे.

'सर्वांत जवळच्या खडकाळ भूमीवर पाषाणयुगीन झोपड्यांच्या वर्तुळांचे अवशेष होते. आणखी एका टेकडीवर नुकतंच उत्खनन झालं होतं आणि त्या ठिकाणी पितळीची भांडी आणि अवजारं सापडली होती. पुरातन गोष्टींमध्ये हेडनला बराच रस असल्यामुळे त्याविषयी तो आमच्याशी अतिशय उत्साहाने बोलत होता. या विशिष्ट ठिकाणी पुरातन काळातल्या अनेक वस्तू आहेत, असं तो म्हणाला.

'झोपड्यांमध्ये राहणारे निओलिथिक लोक, त्यांचे उपदेशक, रोमन लोक आणि सुरुवातीच्या फिनिशियन्सचेसुद्धा अवशेष इथे सापडले होते.

'पण ही जागा यातली सर्वांत रंजक आहे,' तो म्हणाला, 'तुम्हाला तिचं नाव माहीत आहेच – सायलेंट ग्रोव्ह. हे नाव का, हे उघडच आहे.'

'त्याने हाताने निर्देश केला. त्या भागात फक्त खडक, रानटी झुडुपं आणि जांभळ्या फुलांची हिदर झुडुपं होती; पण घरापासून शंभर यार्डांवर घनदाट वृक्षांची राई होती. ही सर्व झाडं मुद्दाम लावलेली होती.

'ते जे दिसतंय ते खूप जुन्या काळातलं आहे,' हेडन म्हणाला. 'मूळ झाडं मरून गेली आहेत आणि त्यांच्या जागी वृक्षारोपण केलं आहे; पण होता होईतो, सर्व गोष्टी जशा होत्या तशा ठेवायचा प्रयत्न केला आहे – फिनिशियन वसाहतकर्त्यांच्या काळात होत्या तशा. या, बघा.'

'आम्ही सगळे त्याच्या मागोमाग गेलो. त्या राईत जसे आम्ही शिरलो, तसं एक अनामिक दडपण माझ्यावर आलं. या झाडांमध्ये पक्ष्यांची घरटी नव्हती. वातावरण उदासवाणं आणि भीतिदायक होतं. हेडनने माझ्याकडे पाहून विचित्र स्मित केलं.

'पेंडर, काही वाटतंय का या जागेबद्दल?' त्याने मला विचारलं, 'अस्वस्थता किंवा शत्रुत्व?'

'मला अजिबात आवडली नाही,' मी शांतपणे म्हणालो.

'तुला अधिकार आहे तुझं मत द्यायला. ही जागा म्हणजे तुझ्या जातीच्या जुन्या शत्रूचा बालेकिल्ला होता. हा आहे ग्रोव्ह ऑफ अस्तार्त.'

'अस्तार्त?'

'अस्तार्त किंवा इश्तार किंवा अ‍ॅश्तोरेथ किंवा तुला हवं ते नाव दे तिला. माझ्या माहितीनुसार या देशात उत्तरेकडे एक ग्रोव्ह ऑफ अस्तार्त आहे. माझ्यापाशी पुरावा नाहीये; पण मला वाटतं ही जागा म्हणजे खरी, अस्सल ग्रोव्ह ऑफ अस्तार्त आहे. इथे, याच झाडीत अनेक पवित्र विधी वगैरे केले जायचे.'

'पवित्र विधी,' डायना अ‍ॅशले पुटपुटली. तिच्या डोळ्यांत स्वप्नाळू भाव तरळले. 'काय बरं असतील हे विधी?'

'फार काही आदर वाटावा असे नक्कीच नाहीत,' जोरात हसत कॅप्टन रॉजर्स म्हणाला, 'मला वाटतं बरेच काही चाळे वगैरे असणार.'

हेडनने त्याच्याकडे लक्ष दिलं नाही.

'इथे मध्यभागी एक देऊळ असलं पाहिजे,' तो म्हणाला, 'मी देवळात गेलो नसलो तरी माझे माझे काही प्रयोग मी केले आहेत.'

'बोलता बोलता आम्ही त्या झाडीतल्या एका मोकळ्या भागात पोहोचलो. तिथे एक दगडी इमारत होती, समरहाउस वाटेल अशी. डायना अ‍ॅशलेने हेडनकडे प्रश्नार्थक कटाक्ष टाकला.

'मी याला देऊळ म्हणतो, तो म्हणाला. आयडल हाउस ऑफ अस्तार्त. अस्तार्तचं देऊळ!

'तो आम्हाला तिथे घेऊन गेला. आत एबनीच्या एका खांबावर एक विचित्र आकृती होती – अर्धचंद्राकृती शिंगं असलेली आणि सिंहावर आरूढ झालेली एक स्त्री.

'अस्तार्त ऑफ द फिनिशियन्स,' हेडन म्हणाला, 'चंद्राची देवी – गॉडेस ऑफ द मून.'

'चंद्राची देवी,' डायना म्हणाली, 'वा! चला आज रात्री आपण धमाल करू या. फॅन्सी ड्रेस! आपण इथे चांदण्यात येऊ आणि अस्तार्तचा उत्सव साजरा करू.'

'मी अचानक हाललो आणि रिचर्डचा गाऊ एलियट हेडन माझ्याकडे पाहू लागला.

'पाद्रीबुवा, तुम्हाला हे अजिबात रुचत नाहीये ना?' त्याने विचारलं.

'नाही. अजिबात नाही आवडलं मला,' मी गंभीरपणे म्हणालो.

'त्याने माझ्याकडे कुतूहलाने पाहिलं; पण ही तर निव्वळ गंमत आहे. ही जागा खरंच पवित्र आहे का, हे डिकला माहीत असणं शक्यच नाही. त्याच्या डोक्यातली कल्पना आहे, बस्स. त्याला आवडतं त्याविषयी बोलायला आणि तसंही, जर...'

'जर काय?'

'अं...' म्हणत तो अस्वस्थपणे हसला, 'तुझा असल्या गोष्टींवर विश्वास नाहीये ना? तू पाद्री आहेस.'

'पाद्री आहे म्हणून माझा विश्वास नसला पाहिजे, हे मला पटत नाही.'

'नाही; पण या सगळ्या गोष्टी आता अस्तित्वात नाहीयेत.'

'काही सांगता येत नाही,' मी म्हणालो. मला एवढंच माहीत आहे : माझ्यावर असल्या वातावरणाचा परिणाम सहसा होत नाही; पण या राईत शिरल्यापासून मला सभोवताली दुष्टावा आणि धोक्याची चाहूल लागल्यासारखं वाटतंय.'

'त्याने जरा घाबरूनच मागे वळून पाहिलं.

'हो,' तो म्हणाला, 'नक्कीच विचित्र आहे. तुला काय म्हणायचंय ते कळतंय मला; पण बहुधा हे सगळे आपल्याच मनाचे खेळ असावेत. तुला काय वाटतं, सायमंड्ज?'

'दोनेक मिनिटं डॉक्टर काहीही बोलला नाही. मग शांतपणे म्हणाला : 'मला आवडलं नाहीये हे. का नाही आवडलं ते सांगता येणार नाही; पण नाही आवडलं खरं.'

'त्या क्षणी व्हायोलेट मॅनरिंग माझ्याजवळ आली.

'मला अगदी नकोशी वाटते आहे ही जागा,' ती काकुळतीला येऊन म्हणाली, 'चला, आपण लगेच परत जाऊ.'

'आम्ही जरा बाजूला गेलो आणि बाकीचे लोक आमच्या मागे आले. डायना ॲशले तेवढी रेंगाळली. मी मागे वळून पाहिलं, तेव्हा ती त्या देवळासमोर उभी राहून त्यावरची आकृती निरखून पाहत होती.

'त्या दिवशी एरवीपेक्षा उन्हाळा जास्त जाणवत होता; पण हवा मात्र सुंदर होती आणि रात्री फॅन्सी ड्रेस पार्टी करायची तिची कल्पना लोकांनी उचलून धरली. मग नेहमी होतं, त्याप्रमाणे कोणी काय कपडे घालायचे, कसे शिवायचे, वगैरे चर्चा दबक्या आवाजात सुरू झाली. जेव्हा आम्ही सगळे पार्टीला जमलो, तेव्हा एकमेकांचे कपडे पाहून भरपूर आरडाओरडा, मौजमजा झाली. रॉजर्स आणि त्याची बायको निओलिथिक काळातले झोपडीत राहणारे बनून आले होते – अचानक पांघरुणांचा तुटवडा पडला होता! रिचर्ड हेडन फिनिशियन खलाशी झाला होता आणि त्याचा भाऊ दरोडेखोरांचा म्होरक्या. डॉ. सायमंड्ज स्वयंपाकी झाला होता. लेडी मॅनरिंग परिचारिका आणि तिची मुलगी सरकॅशियन गुलाम. सगळ्यात शेवटी डायना खाली आली आणि ती एका साध्या काळ्या डॉमिनोत आल्यामुळे आमची थोडी निराशा झाली.

‘अज्ञात – द अननोन,’ तिने जाहीर केलं. ‘मी अज्ञात व्यक्ती आहे. आता चला, आधी जेवायला चला.’

‘जेवण झाल्यावर सगळे जण घराबाहेर पडले. रात्र फार मोहक होती; उबदार, मुलायम. चंद्र उगवत होता.

‘आम्ही गप्पा मारत इकडेतिकडे फिरत होतो; वेळ भराभर चालला होता. साधारणपणे एका तासाने आमच्या लक्षात आलं की, डायना कुठेच दिसत नाहीये.

‘ती नक्कीच झोपायला गेली असणार,’ रिचर्ड हेडन म्हणाला.

‘व्हायोलेट मॅनरिंगने मान हलवली.

‘छे, छे! मी पंधराएक मिनिटांपूर्वी तिला त्या दिशेने जाताना पाहिलं,’ असं म्हणत तिने त्या राईकडे बोट दाखवलं. चांदण्यात ती राई काळीशार, सावल्यांनी भरलेली दिसत होती.

‘ती तिथे काय करत असेल? रिचर्ड हेडनला प्रश्न पडला. ‘काहीतरी सैतानी दिसतंय, आपण जाऊन पाहू या.’

‘आम्ही सगळे त्या दिशेने निघालो. मिस अ‍ॅशले काय करत असेल याचं सगळ्यांनाच कुतूहल होतं; पण मला मात्र त्या झाडीत शिरावंसं वाटत नव्हतं. कोणतीतरी शक्ती तिथे जाण्यापासून मला रोखते आहे असं मला वाटलं. त्या जागेत दुष्टावा आहे ही माझी समजूत आणखीच दृढ झाली. मला वाटतं इतरांनाही असं काहीतरी जाणवलं असावं; पण कोणीही तसं कबूल केलं नसतं. ती झाडं एकमेकांच्या इतकी जवळ जवळ होती की, चंद्रप्रकाश जमिनीपर्यंत पोहोचत नव्हता. आमच्या भोवतालातून अनेक हलकेसे आवाज येत होते. जणू कोणी कण्हत असावं किंवा सुस्कारे सोडत असावं. अत्यंत भयप्रद होतं ते. आम्ही सगळे जण एकमेकांच्या शक्य तितकं जवळ राहून चालू लागलो.

‘अचानक आम्ही त्या मोकळ्या जागेत पोहोचलो आणि आमचे पाय जागच्या जागी थबकले. त्या देवळाच्या उंबरठ्यात झिरझिरीत वस्त्र घट्ट लपेटून घेतलेली, डोक्याला दोन अर्धचंद्राकृती शिंगं असलेली एक आकृती उभी होती.

‘अरे देवा!’ रिचर्ड हेडन ओरडला. त्याचं कपाळ घामाने भिजलं होतं.

‘पण व्हायोलेट मॅनरिंग जास्त चाणाक्ष होती.

‘ही तर आपली डायना आहे,’ ती उद्गारली, ‘तिने हे काय करून घेतलंय स्वतःचं? अरे! ती अगदी वेगळी दिसते आहे!’

‘दारातील आकृतीने आपले हात उंचावले. एक पाऊल पुढे टाकत उंच आवाजात ती बोलू लागली : ‘मी आहे अस्तार्तची स्त्री पुजारी. सावधान! माझ्या जवळ आलात तर सावधान. कारण, माझ्या हातात मृत्यू आहे.’

‘अगं, असं काही करू नकोस,’ लेडी मॅनरिंग तिला विनवू लागली, ‘तू घाबरवते आहेस आम्हाला.’

‘हेडन अचानक तिच्या दिशेने झेपावला.

‘देवा! डायना!’ तो ओरडला, ‘तू खूपच भारी आहेस.’

‘एव्हाना माझे डोळे चंद्रप्रकाशाला सरावले होते आणि मला जास्त स्पष्ट दिसू लागलं होतं. व्हायोलेट म्हणाली तशी डायना खरंच वेगळी दिसत होती. तिचा चेहरा अधिकच पौर्वात्य वाटत होता आणि तिच्या बारीक, तिरक्या डोळ्यांमध्ये एक क्रौर्य जाणवत होतं आणि तिचं हसू... असा भाव तिच्या चेहऱ्यावर मी कधीच पाहिला नव्हता.

‘सावधान!’ ती पुन्हा ओरडली, ‘देवीजवळ येऊ नका. मला कोणी स्पर्श केला तर मृत्यू अटळ आहे.’

‘डायना, तू खूपच छान नाटक वठवलं आहेस,’ हेडन म्हणाला, ‘पण हे आता थांबव. मला – मला – हे आवडत नाहीये.’

‘तो गवतावरून तिच्याकडे जात असताना तिने तिचा हात त्याच्या दिशेने ताणला.

‘थांब!’ ती ओरडली, ‘आणखी एक पाऊल जवळ आलास तर अस्तार्तच्या जादूने मी तुझ्यावर प्रहार करेन.’

‘रिचर्ड हेडनने हसत हसत आपला वेग वाढवला आणि अचानक एक विचित्र गोष्ट घडली. तो क्षणभर थांबल्यासारखा वाटला, अडखळला आणि मग एकदम खाली पडला.

‘तो पुन्हा उठलाच नाही. जमिनीवर होता तिथेच पालथा पडून राहिला.

‘अचानक डायना वेड लागल्यागत हसू लागली. त्या राईच्या शांततेत तिचं ते हसणं आणखीच भेसूर वाटत होतं.

‘एक शिवी हासडत एलियट पुढे झेपावला.

‘हे सहन करण्याच्या पलीकडचं आहे,’ तो ओरडला, ‘ऊठ डिक, ऊठ रे बाबा.’

‘पण रिचर्ड हेडन काही हलला नाही. एलियट त्याच्या बाजूला गेला आणि खाली वाकून त्याने रिचर्डला उताणं केलं. जवळ जाऊन त्याने त्याचा चेहरा निरखला.

‘मग एकदम उभा राहिला, तेव्हा त्याचा तोल किंचित गेल्यासारखा वाटला.

‘डॉक्टर,’ तो म्हणाला, ‘डॉक्टर लगेच या, मला – मला वाटतंय तो मेला आहे.’

‘सायमंड्ज धावतच आला आणि एलियट आमच्या जवळ येऊन उभा राहिला. तो स्वतःच्या हातांकडे असा बघत होता की, मला काही समजलं नाही.

'त्या क्षणी डायनाच्या तोंडून एक भयंकर किंचाळी बाहेर पडली.

'मी त्याला मारलं आहे,' ती ओरडली, 'अरे देवा! मला असं करायचं नव्हतं; पण मी त्याला मारलं आहे.'

'आणि मग बाजूच्या गवतावर मुटकुळं होऊन ती बेशुद्ध पडली.

'मिसेस रॉजर्स किंचाळली. 'ओह! या भयंकर जागेपासून दूर चला.' ती रडत म्हणाली, 'इथे आपल्याला काहीही होऊ शकतं. बापरे!'

'एलियटने माझा खांदा घट्ट धरला.

'नाही, असं होऊ शकत नाही,' तो पुटपुटला, 'मी सांगतोय, असं होऊ शकत नाही. एखाद्या माणसाला असं मारता नाही येत. हे – हे – निसर्गाच्या विरुद्ध आहे.'

'मी त्याचं सांत्वन करायचा प्रयत्न केला.

'या सगळ्यामागे काहीतरी कार्यकारणभाव असणार,' मी म्हणालो, 'तुझ्या भावाचं हृदय कदाचित कमकुवत असेल आणि मग या धक्क्यामुळे –'

'त्याने मला थांबवलं.

'तुला कळत नाहीये,' तो म्हणाला. त्याने त्याचे हात वर करून मला दाखवले, तर त्यावर लाल डाग होता.

'डिक शॉकने मेला नाही. त्याला भोसकण्यात आलं – वार त्याच्या हृदयापर्यंत पोहोचला; *पण कुठे हत्यारच नाहीये.*

'मी अवाक होऊन त्याच्याकडे पाहत राहिलो. त्याच वेळी मृतदेह तपासून सायमंड्ज उठला आणि आमच्या दिशेने चालत आला. त्याचा चेहरा पांढरा पडला होता आणि सर्वांग कापत होतं.

'आपण सगळे वेडे आहोत का?' त्याने विचारलं, 'ही कसली जागा आहे – ज्यात हे – हे असं काहीतरी घडतं?'

'म्हणजे खरं आहे तर,' मी म्हणालो.

'त्याने होकार दिला.

'एखाद्या लांब, पातळ सुरीने करावी अशी ती जखम आहे; पण तिथे सुरी नाहीये.'

'पण असलीच पाहिजे,' एलियट म्हणाला, 'ती कुठेतरी पडली असेल. गवतावर दिसली पाहिजे आपल्याला. चला, आपण पाहू या.'

'आम्ही गवतात तपासून पाहिलं; पण काहीही सापडलं नाही. व्हायोलेट मॅनरिंग एकदम म्हणाली : 'डायनाच्या हातात काहीतरी होतं, खंजिरासारखं. तिने त्याला धमकावलं तेव्हा ते चमकलेलं मला दिसलं.'

'एलियट हेडनने मान हलवली.

'तो तीन यार्डापेक्षा तिच्या जवळ गेलाही नव्हता,' तो म्हणाला.

'लेडी मॅनरिंग बेशुद्ध पडलेल्या डायनाच्या जवळ वाकून बसली होती.

'आता तिच्या हातात काहीही नाहीये,' ती म्हणाली, 'आणि मला जमिनीवरही काही दिसत नाहीये. व्हायोलेट, तुला खरंच काही दिसलं होतं का? मला तर नाही दिसलं.'

'डॉ. सायमंड्ज त्या मुलीजवळ गेला.

'तिला घरात घेऊन गेलं पाहिजे,' तो म्हणाला, 'रॉजर्स, जरा मदत करतोस का?'

'आम्ही सगळ्यांनी हात लावला आणि त्या बेशुद्ध मुलीला घरात घेऊन गेलो. मग आम्ही सर रिचर्डचा मृतदेह उचलून घरात आणला.'

डॉ. पेंडर आजूबाजूला पाहू लागला. 'आजकाल गुप्तहेरांच्या कादंबऱ्या असल्यामुळे लोकांना जास्त कळतं,' तो म्हणाला, 'अगदी रस्त्यावरच्या लहान पोरालासुद्धा ठाऊक असतं की मृतदेह जागेवरून हलवायचा नसतो; पण त्या काळात आम्हाला हे काही माहीत नव्हतं, त्यामुळे आम्ही रिचर्ड हेडनचा मृतदेह त्याच्या बेडरूममध्ये नेऊन ठेवला. पोलिसांना बोलवायला बटलरला सायकलवरून धाडलं. पोलीस चौकी चांगली बारा मैल दूर होती.

'त्या वेळी एलियट हेडनने मला बाजूला नेलं.

'हे पाहा,' तो म्हणाला. 'मी परत त्या राईत चाललो आहे. ते हत्यार सापडायलाच हवं.'

'म्हणजे जर असेल तर,' मी साशंकपणे पुस्ती जोडली.

'त्याने माझा दंड धरून जोरात हलवला. 'तुझ्या डोक्यात त्या अंधश्रद्धा जाऊन बसल्या आहेत. तुला वाटतं हा मृत्यू अतिभौतिक आहे; पण मी तिथे परत जाऊन बघणार आहे.'

'का कुणास ठाऊक; पण त्याने असं काही करू नये असं मला वाटत होतं. मी त्याला अडवायचा बराच प्रयत्न केला; पण त्याचा उपयोग झाला नाही. त्या घनदाट झाडीचा विचारसुद्धा मला करायचा नव्हता. आणखी काहीतरी भयंकर घडेल अशी मला भीती होती; पण एलियट हे काही ऐकणार नव्हता. मला वाटतं की, मनातून तोही घाबरलेलाच होता; पण ते त्याने मान्य केलं नसतं, त्यामुळे या रहस्याच्या मुळाशी जायचंच, असं म्हणून तो निघाला.

'ती रात्र थरकाप उडवणारी होती. कोणालाही झोप लागली नाही. जेव्हा पोलीस आले, तेव्हा त्यांना असलं काही घडलं आहे, हे पटतच नव्हतं. त्यांना मिस ॲशलेची उलटतपासणी घ्यायची फार इच्छा होती; पण डॉ. सायमंड्जने ठाम नकार दिला. मिस ॲशले नुकतीच शुद्धीवर आली होती, त्याने तिला झोपेचं औषध दिलं होतं. दुसऱ्या दिवसापर्यंत तिला कोणीही त्रास द्यायचा नाही, असं तो म्हणाला.

'सकाळी सात वाजेपर्यंत एलियट हेडनबद्दल कोणीच विचार केला नव्हता. मग अचानक सायमंड्जने तो कुठे आहे म्हणून विचारलं. मी त्याला झालेला प्रकार सांगितला, तेव्हा त्याचा चेहरा आणखीच गंभीर झाला. 'त्याने जायला नको होतं. अगदी वेडेपणा केलाय त्यानं,' तो म्हणाला.

'त्याला काही झालं तर नसेल ना?'

'देव करो आणि तसं न होवो. पाद्रीबुवा, मला वाटतं आपण दोघांनी जाऊन बघितलं पाहिजे.'

'सायमंड्जचं म्हणणं योग्यच होतं; पण त्याला हो म्हणण्याकरता, मला होतं नव्हतं तेवढं धैर्य एकवटावं लागलं. आम्ही निघालो आणि पुन्हा एकदा त्या भयाण झाडीत शिरलो. एलियटला दोन-चार हाका मारल्या; पण काहीच प्रतिसाद मिळाला नाही. दोनेक मिनिटांत आम्ही त्या मोकळ्या जागी पोहोचलो. ती जागा पहाटेच्या उजेडात भुतासारखी भासत होती. सायमंड्जने माझा दंड धरला आणि मी काहीतरी बडबडलो. काल रात्री चंद्रप्रकाशात तिथे गवतावर एक माणूस पालथा पडलेला आम्ही पाहिला होता आणि आत्ता पहाटेसुद्धा तेच दृश्य आम्हाला दिसत होतं! एलियट हेडनचा देह अगदी त्याच ठिकाणी, तसाच पडलेला होता.

'अरे देवा!' सायमंड्ज उद्गारला, *'त्याने एलियटलाही गाठलं आहे!'*

'आम्ही दोघे धावतच त्याच्याजवळ गेलो. तो बेशुद्ध पडला होता; पण त्याचा श्वासोच्छ्वास मात्र कसाबसा चालू होता आणि या वेळी या दुर्घटनेबद्दल कोणतीही शंका नव्हती. एलियटच्या शरीरात एक पातळ, पितळी खंजीर रुतलेला होता.

'नशीब म्हणायचं की, वार खांद्यावर बसला आहे, हृदयात नाही,' डॉक्टर म्हणाला. 'काय म्हणावं हेच मला कळत नाहीये; पण तो मेला नाहीये, त्यामुळे नेमकं काय झालं, हे तो सांगू शकेल.'

'...आणि एलियट हेडन हेच करू शकला नाही. तो जे बोलला ते अत्यंत संदिग्ध होतं. त्याने तिथे पोहोचल्यावर खंजीर शोधायचा आटोकाट प्रयत्न केला होता; पण त्याला यश मिळालं नव्हतं. मग तो त्या देवळाजवळ जाऊन उभा राहिला, तेव्हा त्याला जाणवलं की झाडीतून त्याच्याकडे कोणीतरी पाहतंय. हा केवळ भास आहे असं त्याने स्वतःला सांगायचा खूप प्रयत्न केला; पण ती भावना अजिबात गेली नाही. मग अचानक एक विचित्र, गार वारा वाहू लागला. हा वारा जंगलातून नव्हे, तर त्या देवळातून येत होता. त्याने मागे वळून, आत डोकावून पाहिलं. त्याला ती देवीची आकृती दिसली; पण हा दृष्टिभ्रम आहे असं त्याला वाटलं; पण मग ती आकृती त्याच्या डोळ्यांसमोर मोठी मोठी होत गेली आणि अचानक आपल्या डोक्यात जोरदार फटका बसल्यासारखं त्याला वाटलं. त्या धक्क्याने तो मागे फेकला गेला आणि पडता पडता त्याला डाव्या खांद्यात तीव्र वेदना जाणवली.

'या वेळचा खंजीर म्हणजे टेकडीवर जो उत्खननात सापडला होता आणि रिचर्ड हेडनने विकत घेतला होता, अगदी तसाच होता. त्याने तो घरात ठेवला होता का देवळामध्ये का आणखी कुठे हे कोणालाच माहीत नव्हतं.

'पोलिसांचं मत होतं – आणि ते तसंच राहणार – की मिस ॲशलेने त्याला मुद्दामहून मारलं; पण आम्ही सगळ्यांनी ठामपणे सांगितलं होतं की, ती हेडनपासून किमान तीन यार्ड तरी दूर होती, त्यामुळे पोलिसांचा नाइलाज झाला, त्यामुळे आजतागायत हे रहस्य उलगडलेलं नाहीये.'

खोलीत शांतता पसरली.

'यावर म्हणण्यासारखं काही दिसत नाही,' शेवटी जॉइस लेम्प्रीएर म्हणाली, 'हे सगळं इतकं भयानक आहे, गूढ आहे. डॉ. पेंडर, तुमचं स्वतःचं असं काही मत असेल ना.'

डॉक्टरने मान डोलावली. 'हो,' तो म्हणाला, 'मी काही गोष्टींचं स्पष्टीकरण देऊ शकतो. थोडंसं विचित्रच आहे आणि त्यात काही गोष्टी अर्धवट राहतात.'

'मी आत्म्यांशी संवाद साधायच्या बैठकांना गेलेली आहे,' जॉईस म्हणाली, 'आणि तुम्ही काहीही म्हणा; पण जगात अनेक विचित्र गोष्टी घडत असतात. हा कदाचित संमोहनाचा प्रकार असू शकेल. ती मुलगी खरोखर अस्तार्तची राजकन्या झाली आणि काहीतरी करून तिने त्याला भोसकलं असेल. कदाचित, मिस मॅनरिंगला तिच्या हातात जो खंजीर दिसला होता, तो तिने फेकला असेल.'

'किंवा तो भाला असू शकतो,' रेमंड वेस्टने सुचवलं, 'नाही म्हटलं तरी चंद्रप्रकाश तितका प्रखर नसतो. तिच्या हातात भाला असेल आणि तिने लांबून तो मारला असेल आणि मग कदाचित तिथले सर्व लोक संमोहित झाले असतील. तुम्हा सगळ्यांनाच वाटलं की, अतिभौतिक शक्तींनी त्याला खलास केलं आणि म्हणून तुम्हाला ते दृश्य तसं दिसलं.'

'सुरे आणि इतर हत्यारं वापरून अनेक गोष्टी करता येतात हे मी म्युझिक हॉल्समध्ये पाहिलं आहे,' सर हेन्री म्हणाला. 'त्या झाडीत एखादा माणूस दडून बसलेला असू शकतो आणि तिथून त्याने तो खंजीर अचूक मारलेला असू शकतो. अर्थात त्याकरता तो असल्या प्रकारात तरबेज असायला हवा. हे जरा ओढूनताणून होतंय हे मलाही कळतंय; पण त्यातल्या त्यात ही शक्यता जास्त वाटते. झाडीत कोणीतरी आहे असं एलियटला वाटत होतं हे तुमच्या लक्षात असेल. मिस मॅनरिंगला तिच्या हातात खंजीर दिसला; पण बाकी कोणाला नाही, याचं मला आश्चर्य वाटत नाही. तुम्ही माझ्याइतके अनुभवी असता तर पाच माणसं एकाच घटनेची पाच वेगवेगळी वर्णनं करतात, हे तुम्हाला ठाऊक असतं.'

मिस्टर पेथरिक खाकरला.

'या सर्व गप्पांत आपण एक महत्त्वाची गोष्ट विसरतोय,' तो म्हणाला, 'त्या हत्याराचं काय झालं? मिस ॲशले त्या मोकळ्या जागेत उभी होती. तिथून तो भाला ती कसा आणि कुठे दडवणार? आणि खुनी झाडीत असेल, तर तो खंजीर मृतदेहातच अडकलेला हवा होता. मला वाटतं नुसत्या कल्पनेच्या भराऱ्या मारण्यापेक्षा तथ्यांकडे लक्ष द्यायला हवं.'

'आणि हा मार्ग आपल्याला कुठे नेतोय?'

'एक गोष्ट स्पष्ट आहे. रिचर्ड हेडन खाली पडला, तेव्हा त्याच्याजवळ कोणीही नव्हतं. त्यामुळे त्याच्यावर वार करणारा तोच एकमेव असू शकतो म्हणजे ही आत्महत्या आहे.'

'पण त्याला आत्महत्या का करावीशी वाटेल?' रेमंड वेस्टने प्रश्न केला.

वकील पुन्हा खाकरला. 'हं! हा पुन्हा जर-तरचा प्रश्न आहे,' तो म्हणाला, 'मला या घडीला अंदाजांशी घेणंदेणं नाहीये. माझा अतिभौतिकावर अजिबात विश्वास नाही, त्यामुळे तो मुद्दा सध्या बाजूला ठेवू. मला वाटतं त्याने स्वतःला भोसकलं आणि खाली पडताना त्याचे हात दोन्ही बाजूंना फेकले गेले. तसं होत असताना खंजीर जखमेतून बाहेर आला आणि दूर, झाडीत कुठेतरी फेकला गेला. हे अवघड असलं तरी अगदीच अशक्य नाही.'

'मला खात्री आहे, असं मी म्हणणार नाही,' मिस मार्पल म्हणाली, 'मलाही अनेक प्रश्न पडले आहेत; पण विचित्र गोष्टी घडतात. मागच्या वर्षी लेडी शार्पलीच्या पार्टीत क्लॉक गोल्फ या खेळाचे आकडे लावणारा माणूस एका आकड्यावरून अडखळून पडला आणि नंतर पाचेक मिनिटं तो बेशुद्ध होता.'

'हो, मावशी,' रेमंड वेस्ट शांतपणे म्हणाला, 'पण त्याला कोणी भोसकलं नव्हतं ना!'

'अर्थातच नाही रे,' मिस मार्पल म्हणाली, 'मी तेच सांगते आहे तुला. सर रिचर्ड फक्त एकाच प्रकारे भोसकला जाऊ शकतो; पण तो का पडला, हे मात्र मला माहीत नाही. हां, एखाद्या झाडाच्या मुळावर त्याचा पाय अडखळला असेल. तो तेव्हा त्या मुलीकडे बघत असणार आणि मंद चंद्रप्रकाशात अडखळणं सहज शक्य आहे.'

'मिस मार्पल, सर रिचर्ड भोसकला जायचा एकच मार्ग आहे, असं तू म्हणालीस.' पाद्री तिच्याकडे पाहत म्हणाला.

'खूपच दुःखद आहे आणि मला त्याचा विचारही करावासा वाटत नाही. तो डावखुरा नव्हता, नाही का? डाव्या खांद्यात स्वतःला भोसाकायला तो तसा असून उपयोग नाही. युद्धात मेलेल्या बिचाऱ्या जॅक बेन्सची मला दया येते. आरासला झालेल्या तुंबळ युद्धात त्याच्या हातून त्याच्याच पायात गोळी गेली होती. मी

हॉस्पिटलमध्ये त्याला भेटायला गेले होते, तेव्हा त्याने मला ती कहाणी सांगितली होती. त्याला या गोष्टीची खूप लाज वाटत होती. या दुष्ट कृत्यामुळे एलियट हेडनला फार काही फायदा झाला असं मला वाटत नाही.'

'एलियट हेडन!' रेमंड उद्‌गारला, 'तुला वाटतं तो खुनी आहे?'

'दुसरा कोणी कसा असू शकेल, असं मला वाटतं,' मिस मार्पल म्हणाली. तिच्या डोळ्यात किंचित आश्चर्याचा भाव होता. 'मिस्टर पेथरिकने इतक्या हुशारीने सांगितलंय त्याप्रमाणे आपण तथ्यं तेवढी लक्षात घेतली पाहिजेत आणि बाकी वातावरण, देवी वगैरे वाईट गोष्टींकडे दुर्लक्ष केलं पाहिजे. एलियट आधी त्याच्याजवळ गेला आणि त्याने त्याला पाडलं. अर्थात, त्यासाठी त्याची बाकी लोकांकडे पाठ असायला हवी. त्या रात्री त्याने दरोडेखोराच्या म्होरक्याचा वेष केला होता, त्यामुळे त्याच्या कमरेला एखादं शस्त्र नक्कीच असणार. मी तरुण असताना दरोडेखोराच्या म्होरक्याचा वेष केलेल्या अशाच एका माणसाबरोबर नृत्य केलं होतं. त्याच्यापाशी पाच प्रकारचे चाकू-सुरे होते आणि नृत्य करताना मला त्यांचा किती अडथळा होत होता!'

सर्व नजरा डॉ. पेंडरकडे वळल्या.

'त्या दुर्घटनेनंतर पाच वर्षांनी मला सत्य कळलं होतं,' तो सांगू लागला, 'एलियट हेडनने पाठवलेल्या पत्रातून मला हकिकत समजली. माझा त्याच्यावर पहिल्यापासून संशय आहे असं त्याला वाटत होतं. त्या रात्री त्याला अचानक मोह झाला. त्याचंही डायना ॲशलेवर प्रेम होतं; पण तो निव्वळ होतकरू वकील होता. रिचर्ड मार्गातून दूर झाल्यावर त्याचं पद आणि इस्टेट एलियटला दिसू लागली. तो रिचर्डपाशी बसला, तेव्हा त्याच्या पट्ट्यातून खंजीर खाली पडला आणि कळायच्या आत त्याच्या हातून तो वार केला गेला आणि खंजीर पुन्हा पट्ट्यात गेला. मग त्याच्यावर संशय येऊ नये म्हणून त्याने स्वतःला भोसकलं. पत्र लिहिताना तो दक्षिण ध्रुवाच्या मोहिमेवर निघाला होता आणि जर तो तिथून परतला नाही, तर मला माहीत असावं म्हणून या पत्राचा प्रपंच त्याने केला होता. मला वाटतं त्याचा परत येण्याचा मानस नव्हताच आणि मिस मार्पल म्हणाली, त्याप्रमाणे त्याला हा गुन्हा करून काहीच फायदा झाला नाही. पाच वर्षं मी जणू नरकात राहिलो आहे. निदान मानाने मरून तरी मी काही प्रमाणात पापक्षालन करू शकेन अशी आशा आहे, त्याने लिहिलं होतं.'

काही वेळ खोलीत शांतता पसरली.

'आणि त्याचा अंत मानाने झाला,' सर हेन्री म्हणाल,. 'डॉ. पेंडर, तू कथेतल्या लोकांची नावं बदलली आहेस; पण मला वाटतं मी तुझ्या गोष्टीतल्या माणसाला ओळखतो.'

'मी म्हणालो होतो, त्याप्रमाणे हे स्पष्टीकरण सर्व तथ्यांचा अर्थ लावू शकत नाही. त्या राईमध्ये काहीतरी दुष्ट प्रवृत्ती होती आणि तिनेच एलियट हेडनला ते कृत्य करायला भाग पाडलं असं मला अजूनही वाटतं; पण आजसुद्धा अस्तार्तच्या देवळाचं नाव घेतलं तरी माझ्या अंगावर काटा उभा राहतो,' पाद्री म्हणाला.

जिप्सी

आपला मित्र डिकी कार्पेंटरला जिप्सी लोकांबद्दल विचित्र तिटकारा आहे, असं मॅकफार्लेनच्या लक्षात आलं होतं. यामागचं कारण त्याला कधीच समजलेलं नव्हतं; पण जेव्हा डिकीचं एस्थर लॉजशी ठरलेलं लग्न मोडलं, तेव्हा या दोन मित्रांमधला संकोच काही काळाकरता नाहीसा झाला.

मॅकफार्लेनचा वाङ्‌निश्चय रेशेल या तिच्या धाकट्या बहिणीशी होऊन साधारण एक वर्ष झालं होतं. तो दोन्ही लॉज बहिणींना लहानपणापासून ओळखत होता. सर्वच बाबतीत सावकाश आणि सावधानतेनं वागणारा मॅकफार्लेन, आपल्याला बालसुलभ चेहऱ्याची आणि प्रामाणिक डोळ्यांची रेशेल आवडू लागली आहे हे मान्य करायला लवकर तयार नव्हता. एस्थरसारखं सौंदर्य तिचं नव्हतं; पण तिच्यापेक्षा कितीतरी जास्त सच्ची आणि गोड रेशेलच होती. डिकीचं तिच्या थोरल्या बहिणीशी लग्न ठरल्यावर या दोन पुरुषांमधलं नातं अधिक दृढ झालं होतं.

...आणि आता, काही आठवडे झाल्यावर ते ठरलेलं लग्न मोडलं होतं आणि साधा भोळा डिकी पार कोलमडून गेला. तोवर त्याचं आयुष्य सुरळीतपणे चालू होतं. नेव्हीत जायचा त्याचा निर्णय योग्यच होता. कारण, त्याला जन्मतःच समुद्राविषयी प्रचंड आकर्षण होतं. त्याचा थोडासा दर्यावर्दी चाचासारखा स्वभाव होता - रानटी आणि थेट. वैचारिक बारकावे वगैरे त्याच्या गावचे नव्हते. कोणत्याही प्रकारच्या भावना न आवडणाऱ्या आणि ज्यांना आपल्या मनात काय चाललंय हे शब्दांत मांडता येत नाही अशा इंग्लिश तरुणांपैकी तो होता...

मॅकफार्लेन हा स्कॉट होता. या काहीशा स्थितप्रज्ञ माणसात सेल्टिक वंशाचे काही स्वभावविशेष होते. त्याचा मित्र बरळत असताना तो सिगारेट ओढत बसला होता. आपला मित्र मनातलं सर्व काही ओकणार याची त्याला कल्पना होती; पण

विषय वेगळा असेल असं त्याला वाटलं होतं. सुरुवातीला एस्थर लॉजचा उल्लेख नव्हता; लहानपणी वाटलेल्या कसल्या तरी भीतीबद्दल तो बोलतोय त्याला असं वाटलं होतं.

'मला लहानपणी पडलेल्या एका स्वप्नापासून सगळ्याला सुरुवात झाली. अगदीच दुःस्वप्न नव्हतं ते. ती – जिप्सी – नुसतीच कुठल्याही स्वप्नात यायची – चांगल्या स्वप्नातसुद्धा (लहान मुलाच्या दृष्टीने चांगल्या स्वप्नात म्हणजे पार्टी, फटाके, वगैरे). इकडे मी मजा करत असताना मला एकदम जाणवायचं, कळायचं की, ती आली आहे आणि मी मान वर करून पाहिलं, तर ती असायची. ती नेहमी उभी राहून माझ्याकडे पाहत असायची... तिचे डोळे दुःखी असायचे, जणू मला माहीत नसलेली काहीतरी गोष्ट तिला ठाऊक आहे... मी एवढा का घाबरायचो, हे मला सांगता येणार नाही – पण घाबरायचो खरा! दर वेळी! प्रत्येक वेळी मी किंचाळत जागा व्हायचो आणि माझी म्हातारी दाई म्हणायची : बघा! मास्टर डिकीला पुन्हा जिप्सीचं स्वप्न पडलंय!'

'तुला कधी खऱ्या जिप्सी लोकांची भीती वाटली आहे?'

'खरे जिप्सी नजरेस पडेपर्यंत मध्ये बरीच वर्षं गेली. तो प्रसंगही विचित्रच होता. मी माझ्या कुत्र्याच्या पिलाच्या मागे धावत होतो. आमच्या बागेच्या फाटकातून बाहेर पडून आम्ही जंगलातल्या पायवाटेला लागलो, तेव्हा आम्ही न्यू फॉरेस्टमध्ये राहायचो. पायवाटेच्या शेवटी थोडी मोकळी जागा होती आणि तिथल्या ओढ्यावर एक लाकडी पूल होता आणि त्याच्या अगदी जवळ एक जिप्सी मुलगी उभी होती – डोक्यावर लाल रुमाल बांधलेला – अगदी माझ्या स्वप्नात होती तशीच. मी एकदम घाबरलो! तिने माझ्याकडे पाहिलं... तीच नजर – जणू तिला काहीतरी माहीत आहे आणि त्याबद्दल ती दिलगिरी व्यक्त करते आहे... मग माझ्याकडे बघून ती अतिशय शांतपणे म्हणाली : *'मी जर तुझ्या जागी असते, तर त्या वाटेने गेले नसते.'* का कुणास ठाऊक; पण मला मरणाची भीती वाटली. मी तिच्या बाजूने पुलावर धावतच गेलो. बहुधा ते लाकूड कुजलेलं असेल, कारण तो पूल कोसळला आणि मी पाण्यात पडलो. त्या ओढ्याला बराच वेग होता आणि मी जवळपास बुडणार होतो. मी तो प्रसंग कधीच विसरू शकणार नाही. मला वाटतं या सगळ्याचा संबंध त्या, त्या जिप्सीशी आहे...'

'पण खरंतर तिने तुला सावध केलं होतं ना?'

'हां, तू असंही म्हणू शकतोस,' डिकी थोडं थांबला आणि पुढे म्हणाला, 'मी तुला माझ्या स्वप्नाबद्दल सांगितलं, ते त्यानंतर जे घडलं त्याच्याशी त्याचा संबंध आहे म्हणून नाही, तर ती सगळ्याची सुरुवात आहे म्हणून. मी जेव्हा जिप्सी भावना म्हणतो, तेव्हा मला काय म्हणायचं असतं, हे तुला आता कळेल, त्यामुळे

आता मी लॉज कुटुंबाच्या घरातल्या पहिल्या रात्रीकडे वळतो. मी तेव्हा नुकताच पश्चिम किनाऱ्यावरून परत आलो होतो. इंग्लंडमध्ये परतण्यात खूपच मजा होती. लॉज कुटुंब आणि आमच्या कुटुंबाची जुनी दोस्ती होती. मी सात वर्षांचा होतो त्यानंतर मला त्या मुली भेटल्याच नव्हत्या; पण आर्थर माझा चांगला मित्र होता आणि तो मेल्यावर एस्थर मला पत्रं लिहायची, वर्तमानपत्रं पाठवायची. खूप छान पत्रं असायची तिची! ती वाचून माझ्या मनाला उभारी मिळत असे. मला तिच्याइतकी चांगली पत्रं लिहिता यायला हवी होती, असं मला नेहमी वाटे. तिला भेटायला मी प्रचंड उत्सुक होतो. एखाद्या मुलीची पत्रांमुळे ओळख आहे; पण प्रत्यक्षात भेट नाही, हे विचित्र वाटत होतं मला. तर संधी मिळताच मी त्यांच्या घरी गेलो. मी पोहोचलो तेव्हा एस्थर घरात नव्हती; पण ती संध्याकाळपर्यंत येणं अपेक्षित होतं. मी डिनरला रेशेलच्या शेजारी बसलो आणि माझ्या दोन्ही बाजूला नजर टाकल्यावर मला काहीतरी विचित्र जाणवलं. कोणीतरी माझ्याकडे बघतंय असा मला भास होत होता आणि मी अस्वस्थ झालो आणि मग मला ती दिसली...'

'कोण दिसली?'

'मिसेस हॅवर्थ – जिच्याबद्दल मी तुला सांगतोय.'

'मला वाटलं तू मला एस्थर लॉजबद्दल सांगतोयेस,' असं मॅकफार्लेन अगदी म्हणणार होता; पण तो गप्प बसला.

डिकी पुढे सांगू लागला, 'तिच्यात बाकीच्यांपेक्षा काहीतरी वेगळं होतं. ती मिस्टर लॉजच्या शेजारी बसली होती आणि मान खाली करून तो काय सांगतोय हे नीट लक्ष देऊन ऐकत होती. तिच्या गळ्याभोवती लाल, झिरझिरीत असं काहीतरी गुंडाळलेलं होतं. ते वस्त्र बहुधा फाटलेलं असावं. कारण, तिच्या डोक्याभोवती ज्वाळा असाव्यात असे त्या कापडाचे तुकडे विखुरलेले होते... मी रेशेलला विचारलं की, ती बाई कोण आहे? सावळी, लाल स्कार्फ घातलेली.

'तुला ॲलिस्टेर हॅवर्थ म्हणायची आहे का? तिने लाल स्कार्फ घातला आहे; पण ती गोरी आहे – *खूप* गोरी.

'आणि तुला सांगतो, ती खरंच गोरी होती. तिचे केस सुंदर, चमकदार, सोनेरी रंगाचे होते; पण ती चांगलीच सावळी आहे, असं मी शपथेवर सांगितलं असतं. डोळे काय जादू दाखवतील याचा भरोसाच नाही... जेवणानंतर रेशेलने ओळखी करून दिल्या आणि आम्ही सगळे बागेत गेलो. बोलण्याचा विषय होता पुनर्जन्म...'

'डिकी, हा विषय म्हणजे अगदीच तुझ्या पलीकडचा आहे!'

'हं, आहे तसा; पण काही लोक आपल्या ओळखीचे आहेत असं त्यांना पाहताक्षणी आपल्याला वाटतं, यामागे पुनर्जन्म असू शकतो असं काहीतरी मी बहुतेक म्हणालो होतो तेव्हा आणि ती म्हणाली की तुला प्रेमिकांबद्दल म्हणायचंय...

ती हे ज्या प्रकारे म्हणाली, त्यात काहीतरी विचित्र होतं – मृदू आणि उत्सुकतापूर्ण; मला कसलीतरी आठवण झाली – पण कशाची, हे सांगता येत नव्हतं. काही वेळ अशाच गप्पा झाल्या आणि मग मिस्टर लॉजने गच्चीवरून आम्हाला हाक मारली – एस्थर आली होती आणि तिला मला भेटायचं होतं. मिसेस हॅवर्थने माझ्या दंडावर हात ठेवला आणि म्हणाली की, तू आत जातो आहेस? 'हो,' मी म्हणालो. 'हं, ठीक आहे' आणि मग – मग –'

'बोल...'

'इतकं वेड्यासारखं वाटतंय. मिसेस हॅवर्थ म्हणाली : *'तुझ्या जागी मी असते, तर आत गेले नसते...'* तो थबकला. 'मला भीती वाटली, खूपच घाबरलो मी म्हणून मी तुला माझ्या स्वप्नाबद्दल आधी सांगितलं... कारण, ती तशीच शांतपणे बोलली, जणू मला माहीत नसलेलं काहीतरी तिला माहीत आहे. माझ्याबरोबर बागेतच राहू इच्छिणारी एक सुंदर स्त्री नव्हती ती. तिच्या आवाजात कमालीची कणव होती. जणू पुढे काय घडणार आहे, याची तिला जाणीव असावी... मी जरा उद्धटपणा केला; तिला सोडून पळतच घरात गेलो. घर जास्त सुरक्षित वाटत होतं. मग माझ्या लक्षात आलं की, मी पहिल्यापासूनच तिला घाबरलो होतो. मिस्टर लॉजला पाहून माझ्या जिवात जीव आला. एस्थर त्याच्या शेजारी उभी होती...' आणि मग क्षणभर थांबून तो असं काहीतरी पुटपुटला : 'प्रश्नच नव्हता – तिला पाहताक्षणी माझ्या लक्षात आलं की, मी पूर्णपणे गोत्यात आलो आहे.'

मॅकफार्लेनचं मन झटकन एस्थर लॉजकडे गेलं. 'सहा फूट एक इंची परिपूर्ण सुंदर ज्यू मुलगी,' हे कोणीतरी तिचं केलेलं वर्णन बऱ्यापैकी चपखल बसणारं होतं. त्याच्या डोळ्यांसमोर *तिची* शिडशिडीत आकृती, संगमरवरासारखा चेहरा, नाजूक नाक आणि सुंदर, काळेशार केस आणि डोळे तरळले. डिकीसारख्या भाबड्या पोराची अशी गत होणं स्वाभाविक होतं. त्याच्या स्वतःवर एस्थरच्या सौंदर्याचा काहीच परिणाम झाला नव्हता; पण तिचं प्रभावी व्यक्तिमत्त्व मान्य करणं भाग होतं.

'आणि मग,' डिकी सांगू लागला, 'आमचा साखरपुडा झाला.'

'लागलीच?'

'अगदी लगेच नाही, एका आठवड्याने. तिच्या मनात असलं काहीही अजिबात नाहीये हे कळायला तिला त्यानंतर पंधरा दिवस लागले...' असं म्हणून तो केविलवाणं हसला.

'मी बोटीवर जायच्या आधीची ती शेवटची रात्र होती. मी जंगलाच्या मार्गे गावाकडून परत येत होतो – आणि मग मला ती दिसली – म्हणजे मिसेस हॅवर्थ. तिने लाल रंगाची, गोंडावाली लोकरी टोपी घातली होती आणि एक मिनिटाकरता मी उडालोच! मी तुला माझ्या स्वप्नाबद्दल सांगितलंच आहे, त्यामुळे तुला कळेल...

मग आम्ही काही अंतर एकमेकांबरोबर चाललो. एस्थरला सांगता येणार नाही असं काहीच आम्ही विशेष बोललो नाही...'

'असं? खरंच?' मॅकफार्लेनने आपल्या मित्राकडे पाहिलं. स्वतःलाच ज्यांचा थांगपत्ता नाही, अशा गोष्टी लोक कशा काय सांगतात!

'आणि मग मी मागे वळून घराकडे परत जात असताना तिने मला थांबवलं आणि म्हणाली, *'तू लवकरच घरी पोहोचशील; पण मी तुझ्या जागी असते तर इतकी घाई केली नसती...'* आणि मग *मला कळून चुकलं* – की माझ्यासमोर काहीतरी भयंकर वाढून ठेवलं आहे... आणि मी पोहोचताच मला एस्थर भेटली आणि तिने मला सांगितलं की, तिला माझ्याबद्दल काहीच वाटत नाही...'

मॅकफार्लेनने समजून हुंकार दिला. 'आणि मिसेस हॅवर्थ?' त्याने विचारलं.

'मला ती पुन्हा कधी दिसली नाही – आज रात्रीपर्यंत.'

'आज रात्री?'

'हो. डॉक्टरांच्या नर्सिंग होममध्ये. त्यांनी माझा पाय तपासला – तोच पाय जो पाणतीर लागून जखमी झाला होता. तो अलीकडे जरा त्रास देतोय. डॉक्टरांनी ऑपरेशन करायचा सल्ला दिला – अगदी सोपं ऑपरेशन आहे म्हणाले आणि मग मी परत जाताना मला परिचारिकेच्या कपड्यांवरून लाल कोट घातलेली एक मुलगी भेटली. ती मला म्हणाली, *'मी तुझ्या जागी असते, तर या ऑपरेशनला नकार दिला असता...'* आणि ती मिसेस हॅवर्थच होती. ती इतकी झटकन निघून गेली की, मी तिला थांबवू शकलो नाही. मी दुसऱ्या एका परिचारिकेला तिच्याबद्दल विचारलं. तर ती म्हणाली की, या नर्सिंग होममध्ये अशा नावाचं कोणीच नाहीये... विचित्र!'

'नक्की तीच होती?'

'हो तर! तुला माहीत आहे का, ती खूप सुंदर आहे...' किंचित थांबून तो पुढे म्हणाला, 'अर्थात मी ऑपरेशन करून घेणार *आहे* – पण – जर का मी त्यात मेलोच –'

'काहीतरीच!'

'अर्थात, हे निरर्थक आहे. तरीही मी हा जिप्सी प्रकार तुला सांगितला याचं मला बरं वाटतंय... यात आणखी बऱ्याच गोष्टी आहेत; पण मला सगळ्या आठवत नाहीयेत...'

मॅकफार्लेन माळावरच्या उंच रस्त्याने वर गेला. डोंगरमाथ्याच्या जवळ असलेल्या घराचं फाटक उघडून तो आत शिरला. मग मन घट्ट करून त्याने बेल वाजवली.

'मिसेस हॅवर्थ आहे का?'

'होय सर. मी सांगते त्यांना,' असं म्हणून कामवाली बाई आत गेली. ती खोली लांबलचक होती आणि तिला माळावर उघडणाऱ्या मोठ्या खिडक्या होत्या. त्याच्या कपाळाला आठ्या पडल्या. आपण मूर्खपणा तर करत नाहीये ना, असं त्याला वाटून गेलं.

आणि अचानक तो दचकला, वरच्या खोलीत कोणीतरी गात होत :

'द *जिप्सी वुमन*
लिव्हज ऑन द मूर –'

तो आवाज एकदम बंद झाला आणि मॅकफार्लेनचं हृदय धडधडू लागलं. दरवाजा उघडला.

त्या स्त्रीचा स्कॅन्डिनेव्हियन गोरेपणा पाहून त्याला धक्का बसला. डिकीने वर्णन केलेलं असूनसुद्धा, त्याला ती जिप्सीसारखी सावळी असेल असं वाटलं होतं... आणि मग त्याला डिकीचे शब्द आणि ते त्याने ज्या प्रकारे उच्चारले होते, तो आवाज आठवला. *'ती अत्यंत सुंदर आहे...'* निर्दोष, निर्विवाद सौंदर्य दुर्मीळ असतं आणि नेमकं असंच सौंदर्य ॲलिस्टेर हॅवर्थला लाभलेलं होतं.

स्वतःला सावरून तो तिच्या दिशेने गेला. 'तुम्ही मला अजिबात ओळखत नाही, मला ठाऊक आहे. मला लॉज मंडळींकडून तुझा पत्ता मिळाला. मी – डिकी कार्पेंटरचा मित्र आहे.'

तिने दोनेक मिनिटं त्याच्याकडे रोखून पाहिलं आणि मग म्हणाली, 'मी बाहेर जायला निघाले होते. माळावर. तूही माझ्याबरोबर येतोस का?'

तिने खिडकी उघडली आणि त्यातून ती बाहेर पडली. तो तिच्या मागोमाग गेला. एका वेताच्या खुर्चीत वेडपट वाटावा असा एक माणूस सिगारेट ओढत बसला होता.

'माझा नवरा! मॉरीस, आम्ही जरा चक्कर मारून येतोय आणि नंतर मिस्टर मॅकफार्लेन आपल्याबरोबर दुपारच्या जेवणाला असतील. तू येशील ना?'

'थँक्स' म्हणत तो तिच्याबरोबर टेकडी चढू लागला. तो स्वतःला विचारत होता, 'का? का? *त्याच्याशी* का लग्न करावं तिने?'

ॲलिस्टेर वाट काढत काही खडकांच्या जवळ गेली. 'आपण इथे बसू या आणि तू मला सांगशील – मला जे काही सांगायला आला आहेस ते.'

'तुला माहीत होतं?'

'काहीतरी वाईट घडणार असेल, तर त्याची चाहूल मला पहिल्यापासून लागत आली आहे. हे वाईट आहे ना? डिकीबद्दलचं?'

'त्याचं एक छोटंसं ऑपरेशन झालं. चांगलं झालं ते; पण त्याचं हृदय कमकुवत असावं. कारण, भूल दिल्यावर त्याचे प्राण गेले.'

तिच्या चेहऱ्यावर काय भाव उमटणं त्याला अपेक्षित होतं, हे तोही सांगू शकला नसता – पण आता दिसला तो कमालीचा थकवा नक्कीच त्याला अपेक्षित नसावा... तिचं पुटपुटणं त्याच्या कानावर पडलं 'पुन्हा – थांबायचं – इतका वेळ – इतका वेळ...' तिने मान वर करून पाहिलं, 'अं, तू काय म्हणत होतास?'

'हेच. हे ऑपरेशन करू नकोस असा इशारा कोणीतरी त्याला दिला होता. एक परिचारिका होती. त्याला वाटलं की, ती तूच होतीस. होतीस का?'

तिने नकार दिला. 'नाही. मी नव्हते; पण माझी एक दूरची बहीण परिचारिका आहे, जी कमी उजेडात अगदी माझ्यासारखी दिसते. तसंच झालं असणार.' तिने पुन्हा त्याच्याकडे पाहिलं. 'पण आता काही फरक पडत नाही, नाही का?' आणि मग तिचे डोळे एकदम विस्फारले. तिने श्वास आत घेतला. 'ओह! काय विचित्र आहे! तुला नाही समजलं...'

मॅकफार्लेन गोंधळून गेला. ती अजूनही त्याच्याकडे टक लावून पाहत होती.

'मला वाटलं तुला समजलं... समजायलाच हवं. तुझ्यापाशीसुद्धा ते *असणार* असा तू दिसतोस...'

'काय आहे माझ्यापाशी?'

'ही दैवी देणगी – शाप म्हण हवं तर. मला वाटतं तुझ्यात आहे ते. खडकांच्या त्या पोकळीत नीट बघ. कसलाही विचार करू नकोस, नुसता बघ... हं! तो किंचित दचकल्यावर ती म्हणाली, 'तुला – तुला काही दिसलं?'

'भास असणार; पण क्षणभर मला ती पोकळी रक्ताने भरल्यासारखी दिसली.'

तिने मान डोलावली. 'मला माहीत होतं तुझ्यात ती शक्ती आहे. याच ठिकाणी पूर्वीच्या काळातले सूर्याचे उपासक बळी द्यायचे. ही गोष्ट कोणीही सांगायच्या आधीच मला माहीत होती आणि त्यांना काय वाटलं असेल, हे कधी कधी मला जाणवतं – जणू मी तिथेच होते... आणि या माळाच्या परिसरात असं काहीतरी आहे, ज्यामुळे मी स्वगृही आली आहे असं मला वाटतं... अर्थात, मला ही देणगी लाभलेली असणं स्वाभाविक आहे. मी फर्ग्युएसन आहे आणि आमच्या कुटुंबात ही अशी 'दृष्टी' लाभलेली आहे. माझ्या आईचं लग्न होईपर्यंत ती आत्म्यांशी संवाद करणारी माध्यम होती. तिचं नाव क्रिस्टीन. तिचं बऱ्यापैकी नाव होतं.'

'तू ज्याला देणगी म्हणते आहेस, ती म्हणजे गोष्टी घडायच्या आधी त्या दिसणं, असंच ना?'

'हो, आधीच्या किंवा नंतरच्या – सगळं सारखंच आहे. उदाहरणार्थ, मी मॉरीसशी लग्न का केलं हा प्रश्न तुला पडला होता, हे मला तुझ्या चेहऱ्यावर दिसलं –

नाही म्हणू नकोस! तुला तसं वाटलं होतं! – त्याच्या डोक्यावर कायम कसलीतरी टांगती तलवार आहे हे मला माहीत होतं... आणि मला त्याचं रक्षण करायचं होतं... बायका अशा असतात. माझ्यात ती शक्ती असल्यामुळे मला वाईट गोष्टी थांबवता यायला हव्यात... जर कोणीही थांबवू शकत असेल तर... मी डिकीला मदत नाही करू शकले आणि डिकीला हे काही कळलंही नसतं... तो घाबरलेला होता. खूप तरुण होता तो.'

'बावीस.'

'आणि मी तीस आहे; पण मी त्या अर्थाने नाही म्हणाले. विभाजन अनेक प्रकारे करता येतं – उंचीप्रमाणे, लांबीप्रमाणे, रुंदीप्रमाणे... पण काळाने विभाजन होणं सर्वांत वाईट...' मग ती बराच वेळ विचार करत, शांत बसली.

खालून घरातून जेवणाची वेळ झाली आहे हे सांगणारी घंटा वाजली.

जेवत असताना मॅकफार्लेन मॉरीस हॅवर्थकडे पाहत होता. तो बायकोच्या प्रेमात बुडाला होता, हे उघड होतं. एखाद्या आनंदी, सुखी कुत्र्याच्या वावरण्यात असतात तसे भाव त्याच्या डोळ्यांत होते. तीसुद्धा त्याच्याशी अतिशय हळुवारपणे वागते हे मॅकफार्लेनच्या लक्षात आलं. जणू ती त्याची आईच असावी. जेवण झाल्यावर त्याने निरोप घेतला.

'मी एक-दोन दिवस इथल्याच इन मध्ये राहणार आहे. तुला परत भेटायला आलो तर चालेल का? उद्या, वगैरे?'

'नक्कीच; पण...'

'पण काय?'

तिने तिचा हात झटकन डोळ्यांवरून फिरवला. 'मला नाही ठाऊक. मला – मला वाटतं आपण पुन्हा भेटता कामा नये – बस्स... गुडबाय.'

तो संथपणे पावलं टाकत रस्त्याला लागला. एखाद्या थंडगार हाताने त्याचं हृदय घट्ट धरलं आहे, असा भास त्याला होत होता. तिच्या शब्दांमुळे मुळीच नाही; पण –

वळणावरून एक गाडी वेगाने आली. त्याने बाजूच्या झुडपात स्वतःला दाबलं... अगदी थोडक्यात वाचला तो... आणि त्याचा चेहरा पांढरा पडू लागला...

'अरे देवा! माझ्या मनाची काय अवस्था झाली आहे!' दुसऱ्या दिवशी सकाळी उठताना मॅकफार्लेन स्वतःला म्हणाला. भावना बाजूला ठेवून त्याने आदल्या दिवशीच्या घटनांचा विचार केला. इनकडे जाणारा जवळचा रस्ता, ती मोटारगाडी आणि अचानक आलेलं धुकं ज्यामुळे तो वाट चुकला होता आणि जवळच एक धोकादायक दलदल आहे याची त्याला असलेली जाणीव. मग इनमध्ये वरून एक कुंडी पडली होती. रात्री केव्हातरी जळल्याचा वास आला होता आणि त्याच्या

पांघरुणावर निखारा पडल्याचं त्याच्या लक्षात आलं होतं. या सगळ्याचा अर्थ काय? खरंतर काहीच नाही! पण - तिचे शब्द! आणि त्याने मान्य केलं नसलं, तरी मनात खोलवर त्याला खात्री होती की तिला *माहीत* आहे...

त्याने एकदम पांघरूण बाजूला फेकलं. उठल्या उठल्या तिला जाऊन भेटलंच पाहिजे. म्हणजे मग हा प्रभाव संपेल. अर्थात, *तो तिच्या घरापर्यंत सुरक्षितपणे पोहोचला तर...* देवा! काय मूर्ख आहे मी!

त्याला धड न्याहारीही करता आली नाही. दहा वाजले तसा तो तिच्या घराकडे निघाला. साडेदहाला त्याने तिच्या दारावरची बेल वाजवली आणि तेव्हा कुठे त्याने पहिला मोकळा श्वास घेतला.

'मिसेस हॅवर्थ आहेत का?'

मागच्या वेळी जिने दार उघडलं होतं, त्याच वृद्ध स्त्रीने आजही दार उघडलं; पण तिच्या चेहऱ्यावर प्रचंड दुःख दिसत होतं.

'बापरे, सर! सर! तुम्हाला कळलं नाही का?'

'काय?'

'मिस ॲलिस्टेर. तिचं टॉनिक. रोज रात्री ती ते घेत असे. बिचारा कॅप्टन तर सैरभैर झाला आहे. त्याला वेड लागायचं तेवढं बाकी आहे. त्याने अंधारात कपाटातून चुकीची बाटली काढली...

'त्याने डॉक्टरांना बोलावलं; पण तोवर उशीर झाला होता -'

...आणि मॅकफार्लेनच्या मनात एकदम ते शब्द आले : *'त्याच्या डोक्यावर कायम कसली तरी टांगती तलवार आहे हे मला माहीत होतं. मी ते थांबवू शकले पाहिजे - जर अशा गोष्टी कोणाला थांबवता येत असतील तर -'* बापरे! पण प्रारब्धाला कोणीही टाळू शकत नाही. प्रारब्ध... अशी दृष्टी जिने वाचवायच्याऐवजी नाश केला होता...

ती वृद्ध स्त्री सांगत होती, 'माझी सुंदर पोरगी! इतकी नाजूक आणि मृदू होती. कोणालाही त्रास होत असला तरी तिला अतिशय वाईट वाटायचं. कोणाला इजा झालेली तिला सहन नाही व्हायची.' मग किंचित थांबून पुढे म्हणाली, 'तुम्हाला वर जाऊन तिला बघायचं आहे का? तिच्या बोलण्यावरून वाटलं की तुमची *खूप* जुनी ओळख आहे. खूपच काळापासूनची ओळख आहे असं ती म्हणाली...'

मॅकफार्लेन तिच्या मागोमाग जिना चढून वर गेला. आदल्या दिवशी जिथून त्याला गाण्याचे शब्द ऐकू आले होती, त्या मोठ्या खोलीत ते गेले. खिडक्यांच्या वर रंगीत काचा बसवलेल्या होत्या आणि त्यांमधून पलंगावर लाल उजेड पडला होता... *डोक्याला लाल रुमाल बांधलेली जिप्सी...* छे! आपलं मन पुन्हा विचित्र वागू लागलं आहे, त्याने ॲलिस्टेर हॅवर्थवर अखेरची नजर टाकली.

'सर, तुम्हाला भेटायला एक स्त्री आली आहे.'

'आँ?' मॅकफार्लेनने त्याच्या घरमालकिणीकडे पाहिलं. 'अं? सॉरी, मिसेस राउस. काय म्हणालात? मला भुतं दिसू लागली आहेत.'

'खरं की काय, सर? मला माहीत आहे की, रात्रीच्या वेळी माळावर विचित्र गोष्टी दिसतात ते. ती गोरी बाई, तो शैतानाचा लोहार, तो खलाशी, ती जिप्सी...'

'जिप्सी? आणि खलाशी? काय म्हणालीस?'

'सर, लोक काहीबाही म्हणतात. माझ्या लहानपणी ही गोष्ट खूप गाजली होती. बऱ्याच दिवसांपूर्वीची ती एक प्रेमकथा आहे... पण आता ते दोघं एकत्र दिसल्याला बराच काळ होऊन गेला आहे.'

'नाही? कोण जाणे - कदाचित आता पुन्हा दिसतील...'

'बापरे, सर! काय बोलताय तुम्ही? आणि ती तरुण स्त्री -'

'कोणती तरुण स्त्री?'

'तुम्हाला भेटायला जी थांबली आहे, ती. ती पार्लरमध्ये बसली आहे. मिस लॉज नाव आहे तिचं, असं म्हणाली.

'अच्छा!'

रेशेल! त्याच्या हृदयात एक विचित्र चलबिचल झाली. तो आतापर्यंत एका वेगळ्या जगाकडे पाहत होता. तो रेशेलला विसरला होता. कारण, रेशेल इहलोकातली होती... पुन्हा एकदा केवळ त्रिमितीय जगात अलगद उतरल्याची भावना.

त्याने पार्लरचा दरवाजा उघडला. रेशेल - प्रामाणिक, तपकिरी डोळ्यांची रेशेल आणि मग अचानक स्वप्नातून जाग्या झालेल्या माणसासारखी त्याच्या सर्वांगातून आनंदाची लहर पसरली - वास्तवाच्या जाणिवेची लहर. तो जिवंत होता - जिवंत! त्याला वाटलं, 'आपण फक्त एकाच जीवनाबद्दल खात्रीने बोलू शकतो! याच जीवनाबद्दल!'

'रेशेल!' तो म्हणाला आणि तिची हनुवटी किंचित वर करून त्याने आपले ओठ अलगद तिच्या ओठांवर टेकवले.

फिलोमेल कॉटेज

'गुडबाय, डार्लिंग.'

'गुडबाय, स्वीटहार्ट.'

गावाच्या दिशेने चालत जाणाऱ्या तिच्या नवऱ्याच्या पाठमोऱ्या आकृतीकडे पाहत ॲलिक्स मार्टिन त्या छोट्याशा फाटकाला रेलून उभी होती.

तो एका वळणानंतर दिसेनासा झाला तरी ॲलिक्स तशीच उभी होती. वाऱ्याने तिच्या चेहऱ्यावर आलेली दाट, तपकिरी केसांची बट तिने अलगद जागेवर बसवली. तिचे डोळे दूरवर कुठेतरी लागलेले होते. त्यांच्यामध्ये एक स्वप्नाळू भाव होता.

ॲलिक्स मार्टिन सुंदर वगैरे नव्हती; तिचा चेहरा आता तारुण्य सरलेल्या स्त्रीचा असला तरी त्यावर एक प्रकारचं तेज होतं आणि त्यात कोमलता होती, ज्यामुळे तिच्या जुन्या ऑफिसातल्या बायकांनी तिला आता ओळखलं नसतं. मिस ॲलेक्स किंग सडसडीत बांध्याची, कामाला वाहून घेतलेली तरुण स्त्री होती. अतिशय कार्यक्षम, कर्तृत्ववान, पाय जमिनीवर रोवलेली आणि वागायला किंचित तुटक.

ॲलिक्स जीवनाच्या कठीण शाळेत शिकली होती. वयाच्या अठराव्या वर्षापासून तेहेतिसाव्या वर्षापर्यंत, पंधरा वर्षं ती स्वतःच्या पायांवर उभी होती. शॉर्टहँड टायपिस्ट म्हणून नोकरी करतानाच्या या काळातली सात वर्षं तिला तिच्या विकलांग आईची देखभालही करावी लागली होती. रोजच्या जगण्यासाठी केलेल्या या झगड्यामुळे तिच्या तरुण चेहऱ्यावरच्या रेषा जणू ठळक झाल्या होत्या.

नाही म्हणायला तिच्या आयुष्याला प्रेम म्हणावं अशा कशाने तरी स्पर्श केला होता – डिक विंडीफोर्ड हा तिच्या ऑफिसातला सहलिपिक होता. डिकला तिच्याबद्दल काय वाटतंय, हे तिच्यातल्या स्त्रीला आपोआपच कळलं होतं. वरकरणी

ते केवळ एकमेकांचे मित्र होते, बाकी काही नाही. डिकला त्याच्या तुटपुंज्या पगारात धाकट्या भावाचं शालेय शिक्षणही करायचं होतं, त्यामुळे तूर्तास तरी तो लग्नाचा विचार करू शकणार नव्हता.

...आणि मग अचानक त्या मुलीला रोजच्या रामरगाड्यातून अनपेक्षितपणे सुटका मिळाली. तिच्या दूरच्या नातलग स्त्रीचा मृत्यू झाला आणि तिची सर्व मालमत्ता ॲलिक्सला मिळाली - काही हजार पौंड. त्या काळात या पैशांच्या व्याजावर वर्षाकाठी दोनेकशे पौंड घरात येऊ शकले असते. ॲलिक्सला एकदम स्वातंत्र्य, मुक्ती मिळाल्यासारखं वाटलं. आता डिकला आणि तिला वाट पाहायची गरज उरली नव्हती.

पण डिकची प्रतिक्रिया तिला अनपेक्षित होती. त्याने ॲलिक्सवरचं त्याचं प्रेम कधी स्पष्ट शब्दांत व्यक्त केलेलं नव्हतं आणि आता तो जास्तच संकोचत होता. तो उदास झाला, तिला टाळू लागला. ॲलिक्सला काय ते लागलीच समजलं. ती आता पैसेवाली बाई झाली होती आणि त्याचा स्वाभिमान डिकच्या आड येत होता.

तरी त्याच्या प्रती असलेल्या तिच्या भावना तशाच राहिल्या. इतकंच नव्हे, तर पहिलं पाऊल आपणच उचलावं असं तिच्या मनात आलं आणि दुसऱ्यांदा, तिच्या आयुष्यात अनपेक्षित असं काहीतरी घडलं.

एका मैत्रिणीच्या घरी तिला जेराल्ड मार्टिन भेटला. तो तिच्या प्रेमात पडला; नव्हे पार बुडाला आणि एका आठवड्यात त्यांचा वाङ्‌निश्चय झाला. ॲलिक्स स्वतःला 'प्रेमात पडणाऱ्यांपैकी मी नाही' असं समजत आली होती; पण आता तीसुद्धा प्रेमाच्या लाटेवर वाहत गेली.

तिच्या नकळत तिचा आधीचा प्रियकर खडबडून जागा झाला. रागाने लालबुंद झालेला, धड बोलता न येण्याचा अवस्थेत डिक विंडीफोर्ड तिच्याकडे गेला होता.

'हा माणूस पूर्णपणे अपरिचित आहे! तुला त्याच्याबद्दल काहीही माहिती नाहीये!'

'माझं त्याच्यावर प्रेम आहे, हे मला नीट माहीत आहे.'

'कसं शक्य आहे? एका आठवड्यात तुला कळलं?'

'आपण एखाद्या मुलीच्या प्रेमात पडलोय, हे लक्षात यायला सगळ्यांनाच काही अकरा वर्षं लागत नाहीत,' ती रागाने म्हणाली.

त्याचा चेहरा पांढराफट्ट पडला.

'तुला भेटलो तेव्हापासून मला तुझ्याबद्दल प्रेम वाटत आलं आहे. तुलाही माझ्याबद्दल काहीतरी वाटायचं असं मी समजत होतो.'

ॲलिक्स खरं बोलली. 'मलाही वाटायचं,' तिने मान्य केलं, 'पण त्याचं कारण प्रेम म्हणजे काय, हे मला माहीत नव्हतं.'

डिकला पुन्हा राग अनावर झाला. त्याने याचना केली, धमक्या दिल्या – त्याची जागा घेतलेल्या माणसाविरुद्ध धमक्या. या शांत वाटणाऱ्या माणसाच्या आतमधला ज्वालामुखी पाहून ॲलिक्स थक्क झाली आणि तिला वाटायचं आपण याला नीट ओळखतो!

लख्ख सूर्यप्रकाश असलेल्या या सकाळी, फाटकाला रेलून उभी असताना त्या भेटीच्या स्मृती पुन्हा एकदा तिच्या मनात तरळल्या. तिच्या लग्नाला एक महिना झाला होता आणि ती खुशीत होती; पण तिचं सर्वस्व असलेला तिचा नवरा क्षणभर दूर गेला तरी तिच्या आनंदावर जणू विरजण पडत होतं आणि या अस्वस्थतेमागचं कारण होतं डिक विंडीफोर्ड.

लग्नानंतर तीनदा तिला एकच एक स्वप्न पडलं होतं. ठिकाणं वेगवेगळी होती; पण स्वप्नाचा गाभा तोच होता. *तिचा नवरा मृतावस्थेत पडलेला आहे आणि डिक विंडीफोर्ड त्याच्याजवळ उभा आहे. त्याच्या हातानेच तो अखेरचा वर्मी घाव घातला याची तिला खात्री आहे.*

हे तर भयानक होतंच; पण त्याहूनही भयानक म्हणजे – नवरा असा मरणं हे तिला स्वप्नात अतिशय नैसर्गिक आणि अपरिहार्य वाटायचं... आणि *तिला, ॲलिक्स मार्टिनला नवरा मेल्याचा आनंद झाला होता.* ती खुन्याच्या दिशेने कृतज्ञतेच्या भावनेने तिचा हात पुढे करत होती, कधी त्याचे आभार मानत होती. ती डिक विंडीफोर्डच्या घट्ट मिठीत आहे, असाच या स्वप्नाचा शेवट असायचा.

तिने या स्वप्नाबद्दल नवऱ्याला काहीही सांगितलं नव्हतं; पण मनातल्या मनात ती हादरली होती. ही धोक्याची सूचना होती का? डिक विंडीफोर्डच्या बाबतीतली?

घरातल्या टेलिफोनच्या खणखणण्याने तिच्या विचारात खंड पडला. आतमध्ये जाऊन तिने फोन उचलला आणि अचानक घेरी आल्यासारखं वाटून तिने भिंतीचा आधार घेतला.

'कोण बोलताय, म्हणालात?'

'अगं ॲलिक्स, तुझ्या आवाजाला काय झालंय? मी ओळखला नसता. डिक बोलतोय मी.'

'ओह!' ॲलिक्स म्हणाली, 'ओह! कुठे आहेस तू?'

'ट्रॅव्हलर्स आर्म्समध्ये उतरलोय – बरोबर नाव घेतोय ना मी? का तुला तुझ्याच गावातला पब माहीत नाहीये? मी रजा घेऊन आलोय – थोडीशी मासेमारी करायचा विचार आहे. आज रात्री तुम्हा दोघांना भेटायला आलं तर चालेल का?'

'नाही,' ॲलिक्स एकदम म्हणाली, 'तू येता कामा नयेस.'

क्षणभर शांततेनंतर पलीकडून डिकचा किंचित वेगळा आवाज आला.

'काय म्हणालीस?' तो औपचारिकपणे म्हणाला, 'तसं असेल तर मी नाही त्रास देणार तुम्हाला.'

ॲलिक्सने त्याला पुढचं बोलू दिलं नाही. तिचं वागणं त्याला खूप विचित्र *वाटलं* असणार. तिचं चित्त ठिकाणावर नसणार.

'मला एवढंच म्हणायचं होतं की, आज आमचा दुसरा कार्यक्रम ठरला आहे,' आपला आवाज शक्य तितका स्थिर ठेवायचा प्रयत्न करत ती म्हणाली, 'तू - तू उद्या रात्री जेवायला येशील का?'

पण तिच्या आवाजात अगत्य नसल्याचं डिकला जाणवलं.

'थँक्स,' तो तशाच तटस्थ आवाजात म्हणाला, 'तसंही मी इथून कधीही परत जाईन. माझा एक मित्र येतोय का नाही, त्यावर ते अवलंबून आहे. गुडबाय ॲलिक्स.' मग थोडंसं थांबून, वेगळ्या आवाजात 'बेस्ट ऑफ लक टू यू,' असं म्हणून त्याने फोन बंद केला.

इकडे ॲलिक्सनेही सुटकेचा निःश्वास सोडला.

'तो इथे येता कामा नये,' ती स्वतःशीच बोलली, 'अजिबात येता कामा नये. ओह! किती मूर्ख आहे मी! काय अवस्था झाली आहे माझी; पण काहीही असो, तो येत नाहीये हे चांगलंच झालं.'

तिने टेबलावरची एक गवती टोपी उचलली आणि ती पुन्हा बागेत आली. पोर्चवर कोरलेलं नाव तिने पुन्हा वाचलं : फिलोमेल कॉटेज.

'फिलोमेल म्हणजे नाइटिंगेल पक्ष्याचं नाव ना... जरा अलंकारिक आहे नाही का?' ती लग्नाअगोदर एकदा जेराल्डला म्हणाली होती. तो फक्त हसला होता.

तो लाडाने म्हणाला होता, 'मला नाही वाटत तू कधी नायटिंगेल पक्ष्याचं गाणं ऐकलं असशील आणि नाही हे बरंच आहे. नायटिंगेल्सनी फक्त प्रेमिकांसाठी गायलं पाहिजे. आपण वसंताच्या एखाद्या संध्याकाळी आपल्याच घराच्या बागेत एकत्र बसून ते ऐकूयात.'

...आणि खरोखरच त्यांनी तसं गाणं ऐकलं होतं. ॲलिक्स घराच्या दारात उभी होती. आनंदाने चक्क लाजली होती.

फिलोमेल कॉटेज हे घर जेराल्डने हुडकलं होतं आणि मग ही बातमी त्याने लहान मुलाच्या उत्साहात ॲलिक्सला जाऊन सांगितली होती. त्या दोघांसाठी ते घर म्हणजे रत्न होतं, रत्न! आणि खरंच, ते पाहिल्यावर ॲलिक्ससुद्धा त्याच्या मोहात पडली. तसं पाहिलं तर ते अगदीच निर्मनुष्य ठिकाणी होतं - सगळ्यात जवळचं गाव तिथून दोन मैल दूर होतं - पण घर मात्र सुंदर होतं. जुन्या शैलीतलं, गरम पाण्याची सोय असलेलं. वीजपुरवठा असलेलं, शिवाय टेलिफोनही! ॲलिक्स

बेहद्द खूश झाली; पण मग एक अडचण समोर आली. त्याच्या श्रीमंत मालकाने आपल्याला ते भाड्याने द्यायचंच नाहीये, असं अचानक जाहीर केलं. तो फक्त विकायला तयार होता.

जेराल्ड मार्टिनचं उत्पन्न अगदीच कमी नव्हतं; पण साठवलेल्या पैशांना तो हात लावू शकत नव्हता. तो जास्तीत जास्त एक हजार पौंड उभे करू शकला असता आणि मालकाला तीन हजार हवे होते. ॲलिक्सला ते घर इतकं आवडलं होतं की, ती जेराल्डच्या मदतीला आली. तिचं मुद्दल बेअरर बॉन्ड्जच्या रूपात असल्यामुळे त्यातले निम्मे पैसे ती घरासाठी द्यायला तयार होती. अशा प्रकारे ते दोघं फिलोमेल कॉटेजचे मालक झाले आणि एक मिनिटभरही ॲलिक्सला या निर्णयाचा पश्चात्ताप झाला नव्हता. हां, तिच्याकडे घरकाम करणाऱ्यांना हे एकाकीपण रुचलं नव्हतं – म्हणजे सध्या तर त्यांच्याकडे कामाला कोणीच नव्हतं – पण ॲलिक्सला कधीही 'घरपण' अनुभवायला मिळालेलं नसल्यामुळे तिला गृहिणी व्हायला खूपच आवडलं. घर सांभाळण्यात आणि छान छान स्वयंपाक करण्यात ती रमून गेली.

घराची बाग फुलझाडांनी बहरलेली होती. आठवड्यातून दोनदा जवळच्या गावातला एक वृद्ध माळी तिथे कामाला यायचा.

ॲलिक्सने घराचा कोपरा ओलांडला, तेव्हा माळी समोर काम करत असलेला पाहून तिला आश्चर्य वाटलं. कारण, आज बुधवार होता. त्याच्या कामाचे वार सोमवार आणि शुक्रवार होते.

'अरे जॉर्ज, तू इथे काय करतो आहेस?' त्याच्या दिशेने जात तिने विचारलं.

तो म्हातारा उठून उभा राहिला आणि तिला अभिवादन करण्यासाठी किंचित हसत त्याने त्याच्या जुन्या टोपीला स्पर्श केला.

'बाई, तुम्हाला आश्चर्य वाटणार हे मला माहीत होतं; पण त्याचं असं आहे बघा. शुक्रवारी जमीनदार साहेबांच्या घरी जत्रा आहे आणि मी म्हणालो की, या वेळी शुक्रवारऐवजी मी बुधवारी कामाला आलो तर मार्टिनसाहेब किंवा बाईंना ते चालेल.'

'हो, ठीक आहे की,' ॲलिक्स म्हणाली, 'जत्रेत मजा करून ये.'

'हो,' जॉर्ज म्हणाला, 'सगळ्यात छान म्हणजे हवं तेवढं खायचं-प्यायचं आणि त्याचे पैसे दुसरं कोणीतरी देणार! जमीनदार साहेब आमच्यासारख्या लोकांना व्यवस्थित चहा-पाणी करतात. मी विचार केला की, तुम्ही बाहेर जायच्या आधी तुम्हाला विचारून त्याप्रमाणे फुलं लावावीत. तुम्ही परत कधी येणार हे सांगता येत नाही ना?'

'पण मी बाहेर जाणारच नाहीये.'

जॉर्ज तिच्याकडे बघत राहिला.

'पण तुम्ही तर उद्या लंडनला जाणार आहात ना?'

'अजिबात नाही. तुला कोणी सांगितलं?'

'काल खाली गावात मिस्टर मार्टिन भेटले होते. ते म्हणाले की, तुम्ही दोघं उद्या लंडनला जाणार आहात आणि परत कधी येणार हे ठरलेलं नाहीये.'

'छे, काहीतरीच!' ॲलिक्स हसून म्हणाली, 'तुझा गैरसमज झालेला दिसतोय.'

तरीही जेराल्ड नेमकं काय म्हणाला असेल, हा प्रश्न तिच्या मनात घोळत राहिला. लंडनला जाणार? तिला तर परत कधीही लंडनला जायचं नव्हतं.

'मला लंडन अजिबात आवडत नाही,' ती एकदम ओरडली.

'अच्छा!' जॉर्ज म्हणाला, 'माझाच काहीतरी घोटाळा झालेला दिसतोय; पण साहेब तर तसं म्हणाल्याचं मला नीट आठवतंय; पण तुम्ही इथेच असणार हे बरंय. मलाही लंडनबद्दल फार प्रेम नाहीये आणि उगाच इकडेतिकडे फिरत बसणंही मला आवडत नाही. मला कधी तिथे जायची गरज वाटली नाही. फार मोटारगाड्या आहेत तिथे – हाच त्रास आहे सध्या. एकदा का लोकांकडे गाडी आली की, ते एका जागी स्थिर बसूच शकत नाहीत. आता या घराचे मालक पाहा. मिस्टर एम्स चांगल्या शांत स्वभावाचे होते; पण त्यांनी गाडी घेतली आणि महिन्याभरात त्यांनी ही जागा विकायला काढली. त्यांनी त्यावर बऱ्यापैकी पैसेही खर्च केले होते. बेडरूममध्ये नळ, विजेवरचे दिवे, आणखी काय काय. तुमचे पैसे वाया गेले! मी त्यांना म्हणायचो; पण या घरासाठी दोन हजार पौंडांपेक्षा मी एक दमडीसुद्धा कमी घेणार नाही, असं त्यावर त्यांचं उत्तर आणि त्यांना ते मिळालेही.'

'त्यांना तीन हजार मिळाले,' ॲलिक्स हसून म्हणाली.

'दोन हजार,' जॉर्ज म्हणाला, 'त्या वेळी ते हीच रक्कम सांगायचे.'

'अरे, खरंच तीन हजार दिले आम्ही,' ॲलिक्स म्हणाली.

'बायकांना पैशांचं काही कळत नाही,' जॉर्ज म्हणाला. त्याला तिचं म्हणणं पटत नव्हतं. 'मिस्टर एम्स तुमच्यासमोर उभं राहून, नजरेला नजर देऊन तीन हजार म्हणाले, असं सांगताय तुम्ही?'

'मला नाही म्हणाले,' तिने उत्तर दिलं, 'माझ्या नवऱ्याला म्हणाले.'

जॉर्ज पुन्हा फुलझाडांमध्ये काम करू लागला.

'किंमत दोन हजार होती,' त्याने ठामपणे सांगितलं.

ॲलिक्सने वाद वाढवला नाही. ती थोडं पुढे जाऊन काही फुलं वेचू लागली. वेचलेल्या सुवासिक फुलांचा गुच्छ घरात नेत असताना तिला झुडपांमध्ये, पानांच्या आडून गडद हिरव्या रंगाची एक चपटी वस्तू दिसली. तिने उचलून पाहिली, तर ती तिच्या नवऱ्याची डायरी होती.

डायरी उघडून गंमत म्हणून ती वाचू लागली. लग्न झाल्या झाल्या तिच्या लक्षात आलं होतं की, भावनिक आणि आवेगपूर्ण जेराल्ड हा अत्यंत नीटनेटकासुद्धा होता. जेवणाला अगदी वेळेवर येणं, दिवसाचे कार्यक्रम व्यवस्थित ठरवणं आणि ते वेळापत्रक काटेकोरपणे पाळणं यांसारख्या गोष्टी त्याच्या स्वभावातच होत्या.

डायरी चाळत असताना एक नोंद पाहून तिला हसू आलं. मे १४ : 'ॲलिक्सशी लग्न, सेंट पीटर्स, दुपारी २.३०.

'वेडा कुठला!' ॲलिक्स लाडिकपणे स्वतःशी पुटपुटली; पण मग पानं उलटता उलटता ती अचानक थांबली.

'बुधवार, १८ जून – अरे, ही तर आजची तारीख.'

त्या दिवसाच्या जागेत जेराल्डच्या वळणदार अक्षरांत लिहिलेलं होतं : 'रात्री ९.' बस्स, आणखी काही नाही. रात्री ९साठी जेराल्डने काय योजलं असेल? तिला प्रश्न पडला. तिला किंचित हसू आलं. ती नेहमी वाचत असे, तशी जर ही एखादी कथा असती, तर डायरीमध्ये काहीतरी सनसनाटी वाचायला मिळालं असतं. नक्कीच दुसऱ्या एखाद्या बाईचं नाव, वगैरे. तिने सहज पानं फडफडवली. त्यांवर काही तारखा होत्या, अपॉइंटमेंट्स, व्यवसायासंबंधी काही नोंदी; पण एकाच बाईचं नाव – तिचं!

असं असूनही, ती डायरी खिशात टाकून, फुलं घेऊन ती घरात जाताना तिचं मन अस्वस्थ झाल्याचं तिला जाणवलं. तिच्या मनात डिक विंडीफोर्डचे शब्द घुमू लागले, जणू तो तिच्या शेजारी उभं राहून तिच्याशी बोलत असावा : 'हा माणूस पूर्णपणे अनोळखी आहे. तुला त्याच्याबद्दल काहीही माहीत नाहीये.'

...आणि हे खरंच होतं की. तिला कुठे काय माहीत होतं? नाही म्हटलं तरी जेराल्ड चाळिशीचा होता आणि एवढ्या वर्षांत त्याच्या आयुष्यात काही स्त्रिया तरी नक्कीच येऊन गेल्या असणार...

ॲलिक्सने स्वतःला हलवलं. हे असले विचार मनात आणता कामा नयेत! त्याहून महत्त्वाच्या गोष्टीचा तिला आधी निकाल लावायचा होता. डिक विंडीफोर्डने फोन केला होता हे नवऱ्याला सांगायचं का नाही?

जेराल्डची आणि डिकची याआधीच गावात भेट झाली असल्याची शक्यता होती; पण तसं असतं तर जेराल्ड बोलला असता आणि हा प्रश्न निकालात निघाला असता आणि नाहीतर – काय? हा विषय काढायला नको अशी तीव्र इच्छा तिच्या मनात उत्पन्न झाली.

जर जेराल्डला सांगितलं, तर डिकला फिलोमेल कॉटेजवर बोलाव, असं तो नक्की म्हणाला असता आणि मग डिकनेच यायचा प्रस्ताव मांडला होता; पण आपणच त्याला काहीतरी सबब सांगून, येऊ नकोस म्हणालो होतो, हे तिला सांगावं

लागलं असतं आणि असं का केलंस असं जेराल्डने विचारलं असतं, तर ती काय उत्तर देणार होती? तिच्या स्वप्नाबद्दल सांगणार होती? त्यावर तर जेराल्ड हसलाच असता. इतकंच नव्हे, तर ती या गोष्टीला एवढं महत्त्व का देते आहे, हा प्रश्न त्याला पडला असता.

तिला असं करताना लाज वाटत असली तरी शेवटी तिने काहीच न बोलण्याचा निर्णय घेतला. नवऱ्यापासून काहीतरी लपवण्याची ही तिची पहिलीच वेळ होती, त्यामुळे ती अस्वस्थ झाली.

जेवणाच्या थोडंसं आधी जेराल्ड परत येत असल्याचं तिला ऐकू आलं आणि ती लगबगीने स्वयंपाकघरात गेली. मनातला गोंधळ चेहऱ्यावर दिसू नये म्हणून उगाच काहीतरी खुडबूड करत राहिली.

जेराल्डला डिक विंडीफोर्ड भेटला नव्हता हे लागलीच स्पष्ट झालं. ॲलिक्सने सुटकेचा निःश्वास टाकला; पण तिला लाजही वाटत होती. आता लपवण्याचं धोरण पुढे रेटण्याला पर्याय नव्हता.

संध्याकाळचं साधंच जेवण झाल्यावर ते ओक लाकडाच्या तुळ्या असलेल्या बैठकीच्या खोलीत बसले होते. फुलांचा सुगंध घेऊन येणाऱ्या वाऱ्यासाठी त्यांनी खिडक्या उघड्या ठेवल्या होत्या. ॲलिक्सला डायरीची आठवण झाली.

'तू याने झाडांना पाणी घालत होतास,' असं गमतीने म्हणत तिने ती डायरी त्याच्या मांडीत टाकली.

'ओह! बागेत पडली होती का?'

'हो; आता मला तुझी सगळी गुपितं कळली आहेत.'

'मी निर्दोष आहे!' मान हलवत जेराल्ड म्हणाला.

'आणि आज रात्री नऊचं काय?'

'अच्छा, ते!' तो क्षणभर बावचळला असावा; मग कशाची तरी खास मौज वाटत असावी असं स्मित त्याने केलं. 'रात्री नऊची भेट एका छान मुलीशी ठरली आहे. ॲलिक्स. तिचे केस तपकिरी आणि डोळे निळे आहेत. ती अगदी तुझ्यासारखी आहे.'

'मला नाही समजलं,' ॲलिक्सही लटक्या रागाने म्हणाली, 'तू मूळ मुद्दा टाळतो आहेस.'

'अजिबात नाही. किंबहुना, मला आठवण झाली की, आज मी काही फोटोंच्या निगेटिव्हज डेव्हलप करणार आहे आणि त्याकरता मला तुझी मदत लागेल.'

जेराल्ड मार्टिन हौशी आणि उत्साही फोटोग्राफर होता. त्याचा कॅमेरा तसा जुन्या प्रकारचा होता; पण त्याची लेन्स खूप चांगली होती. एका छोट्याशा खोलीत त्याने डार्क रूम केली होती आणि त्यात तो स्वतःच फोटो डेव्हलप करायचा.

'आणि हे काम ठीक रात्री नऊ वाजताच करायचं आहे,' ॲलिक्स त्याला चिडवत म्हणाली.

जेराल्ड जरा वैतागल्यासारखा दिसला.

'प्रिये,' त्याच्या आवाजाला किंचित धार होती, 'कोणतीही गोष्ट करताना वेळेचं योग्य नियोजन करावं म्हणजे मग काम व्यवस्थित पार पडतं.'

दोनेक मिनिटं ॲलिक्स शांत बसली. जेराल्ड खुर्चीत निवांतपणे सिगारेट ओढत होता. गर्द काळा केशसंभार असलेलं त्याचं डोकं मागे केलेलं होतं आणि गुळगुळीत दाढी केलेला त्याचा चेहरा उठून दिसत होता आणि अचानक, कुठूनतरी तिच्या मनात तीव्र भीतीची लाट उसळली. तिच्या नकळत तिच्या तोंडून अस्फुट किंचाळी बाहेर पडली. 'अरेरे जेराल्ड! मला तुझ्याबद्दल जास्त माहीत असायला हवं होतं!'

तिच्या नवऱ्याने आश्चर्याने तिच्याकडे पाहिलं.

'प्रिये, तुला माझ्याबद्दल सर्वकाही माहीत आहे. मी नॉर्दम्बरलँडमधल्या माझ्या बालपणाबद्दल बोललो आहे, दक्षिण आफ्रिकेतल्या माझ्या वास्तव्याबद्दल सांगितलं आहे आणि गेली दहा वर्षं मला कॅनडामध्ये मिळालेल्या यशाबद्दल बोललो आहे.'

'हुं! तुझा व्यवसाय!' ॲलिक्स तुच्छतेने म्हणाली.

अचानक जेराल्ड हसला. 'तुला काय म्हणायचंय माझ्या लक्षात आलं - प्रेमप्रकरणं. तुम्ही बायका सगळ्या सारख्याच असता. तुम्हाला खासगी आयुष्य सोडून कशातच रस नसतो.'

आपला घसा कोरडा झाला आहे असं ॲलिक्सला वाटलं. ती कशीबशी पुटपुटली : 'अंहं म्हणजे प्रेम वगैरे झालंच असेल की. म्हणजे - मला - मला माहीत असतं तर -'

पुन्हा एकदा दोनेक मिनिटं शांतता पसरली. जेराल्ड मार्टिनच्या कपाळावर आठ्या उमटल्या. तो द्विधा मनःस्थितीत असल्यासारखा वाटत होता. तो जेव्हा बोलू लागला, तेव्हा आधीच्या खेळकरपणाचा लवलेशही त्याच्या आवाजात नव्हता.

'ॲलिक्स, हे असं खोदून विचारणं योग्य आहे असं तुला वाटतं? माझ्या आयुष्यात पोरी येऊन गेल्या; मी नाकारणार नाही. तसंही मी नाही म्हणालो असतो, तर तू विश्वास ठेवला नसतास; पण मी शपथेवर सांगतो की, त्यापैकी कोणावरही माझं प्रेम वगैरे काही नव्हतं.'

त्याच्या आवाजातल्या प्रामाणिकपणामुळे तिला जरा बरं वाटलं.

'झालं समाधान?' त्याने हसून विचारलं. मग तिच्याकडे कुतूहलाने पाहत त्याने प्रश्न केला.

'या अप्रिय गोष्टींमध्ये तुझं मन का रेंगाळतंय? तेही आज रात्री?'

ॲलिक्स उभी राहिली आणि अस्वस्थपणे येरझारा घालू लागली.

'माहीत नाही रे,' ती म्हणाली, 'आज दिवसभर मी अस्वस्थ आहे.'

'हे विचित्र आहे, खूपच विचित्र,' जणू स्वतःशीच बोलत असावा इतक्या हलक्या आवाजात जेराल्ड म्हणाला.

'का? विचित्र का?'

'अगं, अशी अंगावर धावून येऊ नकोस माझ्या. विचित्र अशासाठी वाटलं की, एरवी तू इतकी शांत आणि गोड असतेस.'

ॲलिक्स कशीबशी हसली.

'सगळ्या गोष्टी जणू मलाच चिडवायला उठल्या आहेत आज,' ती म्हणाली. 'जॉर्जसुद्धा बडबडत होता की, आपण लंडनला जाणार आहोत आणि तूच त्याला तसं सांगितलं होतंस म्हणे.'

'तुला जॉर्ज कुठे भेटला?' जेराल्डने एकदम विचारलं.

'तो शुक्रवारच्याऐवजी आज आला होता कामाला.'

'साला म्हातारा! मूर्ख कुठला!' जेराल्ड रागाने म्हणाला.

आता ॲलिक्स चक्रावून गेली. जेराल्डचा चेहरा रागाने वेडावाकडा झाला होता. तिच्या चेहऱ्यावरचे भाव पाहून जेराल्डने राग आटोक्यात आणायचा प्रयत्न केला.

'तो आहेच मूर्ख,' जेराल्ड पुन्हा म्हणाला.

'पण त्याचा गैरसमज झाला असेल असं तू त्याला काय म्हणाला होतास?'

'मी? मी काहीच म्हणालो नाही. अं - आठवलं. सकाळी सकाळी लंडनला जाण्याबद्दल मी काहीतरी फालतू जोक मारला होता. त्याला ते खरं वाटलं असावं किंवा नीट ऐकू आलं नसेल. तू अर्थात त्याचा गैरसमज दूर केला असशील ना?'

तो तिच्या उत्तराची आतुरतेने वाट पाहत होता.

'अर्थातच; पण तो असा माणूस आहे की, एकदा एखादी गोष्ट डोक्यात घेतल्यावर ती सहजासहजी त्याच्या डोक्यातून काढता येत नाही.'

मग त्या घराच्या किमतीबद्दल जॉर्ज काय म्हणाला होता, हे तिने जेराल्डला सांगितलं.

दोन मिनिटं थांबून जेराल्ड शांतपणे म्हणाला, 'एम्स दोन हजार पौंड रोख घ्यायला तयार होता. उरलेले एक हजार गहाण म्हणून. जॉर्जच्या गैरसमजामागे हे कारण असावं.'

'अगदीच शक्य आहे,' ॲलिक्स म्हणाली. मग तिने खट्याळपणे घड्याळाकडे बोट केलं.

'कामाला लागलं पाहिजे जेराल्ड. पाच मिनिटं उशीरच झाला आहे.'

जेराल्ड मार्टिनच्या चेहऱ्यावर विचित्र हसू उमटलं.

'मी विचार बदलला आहे,' तो शांतपणे म्हणाला, 'आज रात्री फोटोग्राफी वगैरे काही नाही.'

स्त्रीचं मन ही गमतीशीर गोष्ट असते. त्या बुधवारी रात्री ॲलिक्स झोपायला गेली, तेव्हा तिचं मन समाधानी होतं. काही काळ तिच्या आनंदावर पडलेलं विरजण नाहीसं झालं होतं आणि ती पूर्ववत झाली होती.

पण दुसऱ्या दिवशीच्या संध्याकाळपर्यंत तिच्या लक्षात आलं की, काही अज्ञात शक्ती तिचं सुख हिरावून घेऊ पाहत आहेत. डिक विंडीफोर्डने परत फोन केला नव्हता; पण या सगळ्यात त्याचा हात आहे असं तिला वाटलं. तिच्या मनात पुनःपुन्हा तेच शब्द घोळत होते : *'हा माणूस पूर्णपणे अनोळखी आहे. तुला त्याच्याबद्दल काहीही माहीत नाही.'* आणि या शब्दांच्या पाठोपाठ तिच्या मनात स्पष्टपणे कोरला गेलेला तिच्या नवऱ्याचा चेहरा आला. तो म्हणाला होता, 'ॲलिक्स, तुला हे योग्य वाटतंय, हे असं खोदून विचारणं?' तो असं का म्हणाला असावा?

त्या शब्दांमध्ये एक इशारा होता, धोका जाणवत होता. जणू त्याला म्हणायचं होतं, 'ॲलिक्स, माझ्या आयुष्यात ढवळाढवळ करू नकोस. केलीस तर तुला जबरदस्त धक्का बसेल.'

शुक्रवारची सकाळ उजाडली, तोपर्यंत ॲलिक्सच्या मनाची खात्री झाली होती की, जेराल्डच्या आयुष्यात कोणीतरी बाई आली होती – जिला तो ॲलिक्सपासून प्रयत्नपूर्वक लपवू पाहत होता. आता तिचं मन मत्सराने भरून गेलं.

त्या रात्री ९ वाजता तो तिलाच भेटायला जाणार होता का? फोटो डेव्हलप करायचे आहेत ही त्याने ऐन वेळी मारलेली थाप होती का?

आपण आपल्या नवऱ्याला अंतर्बाह्य ओळखतो असं तीन दिवसांपूर्वी तिने शपथ घेऊन सांगितलं असतं. आता हाच माणूस तिला अनोळखी वाटू लागला होता. जॉर्जवर त्याचं विनाकारण रागावणं तिला आठवलं. एरवी तो किती संयमाने बोलत असे. म्हटलं तर छोटीशीच गोष्ट; पण ती तिच्या नवऱ्याला नीट ओळखत नाही, हे त्यातून दिसून येत होतं.

शुक्रवारी गावातून अनेक गोष्टी आणायच्या होत्या. तिने दुपारी जाऊन त्या आणाव्यात आणि जेराल्डने बागेकडे लक्ष द्यावं असं तिने सुचवलं; पण त्याने याला कडाडून विरोध केलेला पाहून तिला आश्चर्य वाटलं. मीच गावात जाणार, तिने घरी

थांबावं असं तो हट्टाने म्हणाला. ॲलिक्सचा नाइलाज झाला; पण त्याचा आवेश पाहून तिच्या मनात चर्र झालं. तिला गावात जाऊ न द्यायला तो इतका उत्सुक का होता?

...आणि अचानक तिच्या मनात एक स्पष्टीकरण आलं आणि तिला सगळं स्पष्ट दिसू लागलं. तिला तो काहीही म्हणाला नसला तरी जेराल्डला प्रत्यक्षात डिक भेटला असेल तर? लग्नाच्या वेळी पूर्णपणे सुप्तावस्थेत असलेला तिच्या मनातला मत्सर त्यानंतर जागृत झाला होता. जेराल्डच्या बाबतीतही तेच झालेलं असू शकतं. आपल्या बायकोने डिक विंडीफोर्डला पुन्हा भेटता कामा नये असं त्याला वाटलेलं असू शकतं. हे स्पष्टीकरण तथ्यांशी इतकं मिळतंजुळतं होतं की, तिचं सैरभैर झालेलं मन एकदम शांत झालं आणि म्हणून तिने हे स्पष्टीकरण स्वीकारलं.

तरीही दुपारचा चहा होऊन गेल्यावरसुद्धा तिची अस्वस्थता काही कमी झाली नव्हती. जेराल्ड गावात गेल्यापासून ती मनातल्या एका तीव्र इच्छेशी झगडत होती. शेवटी खोली बऱ्याच दिवसांत आवरलेली नाही, अशी सबब स्वतःला सांगून ती वरच्या मजल्यावर, नवऱ्याच्या ड्रेसिंगरूममध्ये गेली. खरंच घरकाम करते आहे असं वाटावं म्हणून तिने हातात एक डस्टर घेतला.

'मला खात्री करता आली असती *तर!*' ती स्वतःला म्हणाली.

दिसू नये असं काही असतं तर एव्हाना तिच्या नवऱ्याने ते खूप पूर्वीच नष्ट करून टाकलं असतं, अशी तिने मनाची समजूत काढायचा वृथा प्रयत्न केला. मग लगेच विरुद्ध विचार मनात घुसला; कधी कधी पुरुष भावनिक कारणांसाठी सर्वांत महत्त्वाचा पुरावासुद्धा नष्ट करत नाहीत.

शेवटी ॲलिक्सचा निर्धार कोलमडला. आपण जे करतोय त्याची शरम वाटून तिचे गाल लालबुंद झाले. वेड लागलेल्या एखाद्या बाईप्रमाणे ती नवऱ्याचे पत्रव्यवहार आणि कागदपत्रं धुंडाळू लागली; ड्रॉवर्स उपसून पाहिले; नवऱ्याचे खिसे तपासून पाहायलासुद्धा तिने कमी केलं नाही. फक्त दोन ड्रॉवर्स – एक खालचा खण आणि लिहायच्या टेबलाचा उजवा खण – तपासायचे बाकी राहिले. कारण, त्यांना कुलूप होतं; पण एव्हाना तिने सर्व लाज सोडून दिलेली होती. या दोनपैकी एका ड्रॉवरमध्ये नक्कीच नवऱ्याच्या व्यभिचाराचा, त्या अज्ञात बाईचा पुरावा सापडेल याची तिला खात्री वाटली.

जेराल्ड खालच्या मजल्यावरच्या टेबलावर किल्ल्या विसरला आहे, हे तिला आठवलं. तो जुडगा घेऊन त्यातली प्रत्येक किल्ली ती लावून पाहू लागली. तिसरी किल्ली लिहायच्या टेबलाच्या ड्रॉवरला लागली. ॲलिक्सने तो बाहेर खेचला. त्यात एक चेकबुक आणि पैशांचं पाकिट होतं. पाठीमागे रिबिनीने बांधलेला पत्रांचा गठ्ठा होता.

आता तिला चक्क धाप लागली होती. तिने रिबीन सोडली आणि मग एकदम तो गठ्ठा परत ड्रॉवरमध्ये टाकला आणि कुलूप लावलं. तिनेच लग्नाअगोदर जेराल्ड मार्टिनला लिहिलेली पत्रं होती ती.

आता ती दुसऱ्या ड्रॉवर्सकडे वळली. खरंतर काही सापडण्याच्या तिच्या आशा आता संपुष्टात आल्या होत्या; पण काहीही राहून जायला नको म्हणून तिने तोही बघायचा ठरवलं.

पण त्या जुडग्यातली एकही किल्ली त्याला लागली नाही. हार न मानता तिने घरात इतरत्र फिरून आणखी किल्ल्या आणल्या. तिच्या सुदैवाने अडगळीच्या खोलीची किल्ली या ड्रॉवरला लागली. तिने कुलूप उघडलं आणि ड्रॉवर बाहेर काढला; पण त्यात फक्त धुळीने भरलेली, जुन्या वर्तमानपत्रांची काही कात्रणं होती.

ॲलिक्सने सुटकेचा निःश्वास सोडला; पण तरीही कुतूहल तिला गप्प बसू देईना. अशा कोणत्या विषयात जेराल्डला इतका रस होता की, त्याने इतकी वर्षं ही कात्रणं जपून ठेवायची तसदी घेतली असेल? ती सगळी कात्रणं सात वर्षांपूर्वीच्या एका अमेरिकन वर्तमानपत्रातली होती आणि विषय होता कुप्रसिद्ध भामटा आणि अनेक स्त्रियांना फसवणाऱ्या चार्ल्स लेमैतर विरुद्धचा खटला. त्याला भुललेल्या स्त्रियांना चार्ल्स नंतर मारून टाकत असे, असा संशय होता. त्याने भाड्याने घेतलेल्या घराच्या फरशीखाली एक सांगाडा सापडला होता; ज्या ज्या स्त्रियांशी त्याने ‘लग्न’ केलं होतं, त्या स्त्रिया गायब होत असत.

तत्कालीन युनायटेड स्टेट्सचे सर्वोत्तम वकील त्याच्या दिमतीला होते आणि सर्व आरोपांच्या बाबतीत त्याने अत्यंत चलाखीने स्वतःचा बचाव केला होता. त्याच्या केसच्या बाबतीत स्कॉटलंडमध्ये म्हणतात तसं ‘सिद्ध झालेलं नाही’ हे विधान लागू होतं. खुनाचे आरोप सिद्ध झाले नसले तरी अन्य आरोपांच्या बाबतीत तो दोषी ठरवला जाऊन त्याला बराच काळ तुरुंगवास भोगावा लागला होता.

त्या वेळी या केसने खळबळ माजवल्याचं ॲलिक्सला आठवलं. शिवाय तीन वर्षांनंतर चार्ल्स तुरुंगातून पळून गेल्याची सनसनाटी बातमी प्रसिद्ध झाली होती. त्यानंतर तो कधीच सापडला नव्हता. त्याचं व्यक्तिमत्त्व आणि स्त्रियांना वश करायच्या कसबाबद्दल इंग्लिश वर्तमानपत्रांत बरीच चर्चा झाली होती. तो कोर्टात कसा पेटून बोलायचा, नाट्यमय रीतीने तो निर्दोष असल्याचं सांगायचा, हृदय कमकुवत असल्यामुळे अचानक कोर्टात मूर्च्छा येऊन पडायचा, वगैरे गोष्टींवर भरपूर चर्चा झाली होती. अडाणी लोक मात्र त्याच्यात प्रचंड शक्ती आहे असं मानायचे.

एका कात्रणावर चार्ल्सचा फोटो होता. ॲलिक्स त्याच्याकडे टक लावून पाहत होती – एक अभ्यासू वाटणारा, लांब दाढी असलेला माणूस.

हा चेहरा पाहून कोणाची बरं आठवण होते आहे? आणि अचानक तिच्या लक्षात आलं तो जेराल्डच होता. तेच डोळे आणि तेच कपाळ. कदाचित त्याने याच कारणासाठी ते कात्रण जपून ठेवलं असेल. तिची नजर फोटोशेजारच्या मजकुरावर गेली. आरोपीच्या डायरीत काही तारखा लिहिलेल्या होत्या आणि त्याच तारखांना त्याने त्या त्या स्त्रियांना मारलं असावं असा अंदाज होता. मग एका स्त्रीने साक्ष देताना आरोपीच्या डाव्या मनगटावर, तळहाताच्या अगदी जवळ असलेल्या तिळावरून त्याला ओळखलं होतं.

ॲलिक्सला भोवळ आली आणि तिच्या हातातून ते कागद खाली पडले. *तिच्या नवऱ्याच्या डाव्या मनगटावर, तळहाताच्या अगदी जवळ एक छोटा व्रण होता...*

ॲलिक्सला संपूर्ण खोलीच फिरत असल्यासारखं वाटलं. तिला इतक्या चटकन खात्री वाटल्याचं तिलाच विचित्र वाटलं. जेराल्ड मार्टिन म्हणजेच चार्ल्स लेमैतर होता! तिला हे सत्य क्षणार्धात उमगलं. अनेक तुटक दृश्यं तिच्या मनात तरळू लागली. एखाद्या जिगसॉ पझलप्रमाणे मनात एक चित्र तयार होऊ लागलं.

घरासाठी भरलेले पैसे – तिचे पैसे – तिचेच पैसे; तिने त्याच्याकडे सुपुर्द केलेले बेअरर बॉन्ड्ज. तिच्या स्वप्नाचं खरं महत्त्वसुद्धा तिला स्पष्टपणे कळलं. मनाच्या खोलात, जाणिवेच्याही खाली कुठेतरी तिला जेराल्ड मार्टिनची पहिल्यापासून भीती वाटत होती आणि ती त्याच्यापासून सुटका मिळवू इच्छित होती आणि तिचं हे मन डिक विंडीफोर्डकडून मदत घेऊ इच्छित होतं. यामुळेसुद्धा तिला सत्य निःशंकपणे आणि चलबिचल न होता स्वीकारणं सोपं गेलं असावं. ती चार्ल्सची आणखी एक बळी होणार होती. कदाचित लवकरच...

काहीतरी आठवल्याने तिच्या तोंडून अस्फुट आवाज उमटला. *बुधवार, रात्री ९.* ज्याचं झाकण सहज उघडता यायचं असं ते तळघर! या अगोदरसुद्धा त्याने एकीला असंच तळघरात पुरलं होतं. सगळा बेत बुधवार रात्रीसाठी ठरला होता; पण हे सगळं असं पद्धतशीरपणे लिहून ठेवणं – वेडेपणाच! नाही, जेराल्ड नेहमीच त्याच्या कार्यक्रमांची व्यवस्थित नोंद ठेवायचा. खून करणं हे त्याच्यासाठी एखाद्या व्यवसायासारखंच होतं.

ती कशामुळे वाचली होती? अगदी शेवटच्या क्षणी त्याने माघार घेतली होती का? नाही! आणि वीज चमकल्यासारखं तिला लख्ख दिसलं – *म्हातारा जॉर्ज.*

आपला नवरा एवढा का चिडला होता, हेही आता तिला कळलं. जे जे कोणी भेटलं, त्याला त्याने आम्ही दोघं दुसऱ्या दिवशी लंडनला जाणार असल्याचं सांगून स्वतःचा मार्ग सुलभ केला होता. मग जॉर्ज अनपेक्षितपणे कामाला आला, त्याने लंडनचा उल्लेख केला आणि हिने आपण जाणार नसल्याचं सांगितलं होतं,

त्यामुळे ठरवलेल्या रात्री तिला मारून टाकणं आता धोक्याचं ठरलं असतं म्हणजे ती कशीबशी वाचली होती! जर का तिने या किरकोळ मुद्द्याचा विषय काढला नसता तर? ॲलिक्स शहारली.

...आणि मग जणू दगडात कोरलेली मूर्ती असावी अशी ती एकदम स्तब्ध झाली. बंगल्याच्या फाटकाचा कर्र आवाज तिच्या कानावर आला होता. *तिचा नवरा परतला होता.*

क्षणभर तिला काही सुचलं नाही; पण मग ती अलगदपणे, आवाज न करता खिडकीपाशी गेली आणि पडद्यामागून बाहेर डोकावली.

हो, तिचा नवरा परतला होता. त्याच्या चेहऱ्यावर स्मित होतं आणि तो स्वतःशीच कोणतं तरी गाणं गुणगुणत होता. त्याच्या हातातली वस्तू पाहून ॲलिक्सचं हृदय बंद पडायचं तेवढं बाकी होतं. ते नवं कोरं फावडं होतं.

तिला अंतःप्रेरणेने कळून चुकलं. *आजची रात्र, काळरात्र होती...*

पण अजूनही सारं काही संपलेलं नव्हतं. गाणं गुणगुणत जेराल्ड घराच्या मागच्या बाजूला गेला.

आता क्षणाचाही विलंब न लावता ती धावतच जिना उतरून खाली गेली आणि घराबाहेर पडली; पण ती दारातून बाहेर पडली न पडली तोच तिचा नवरा घरामागून आला.

'हॅलो,' तो म्हणाला, 'इतक्या घाईघाईने कुठे निघाली आहेस?'

ॲलिक्सने शक्य तितकं शांत राहायचा प्रयत्न केला. हातची संधी गेली होती; पण त्याचा संशय जागा न करणं सगळ्यात महत्त्वाचं होतं. पुन्हा संधी मिळेल. कदाचित आत्तासुद्धा...

'मी गल्लीच्या टोकापर्यंत फिरून येणार होते,' ती क्षीण आवाजात म्हणाली. तिच्या आवाज़ातली अनिश्चितता तिची तिलाच जाणवली.

'ठीक आहे, मीही तुझ्याबरोबर येतो की,' जेराल्ड म्हणाला.

'नको – प्लीज, जेराल्ड. मी – मी जरा सैरभैर झाले आहे. डोकंही दुखतंय माझं. मला एकटीलाच जाऊ दे.'

त्याने तिच्याकडे निरखून पाहिलं. त्याच्या डोळ्यांत क्षणभर संशय तरळून गेला होता का?

'ॲलिक्स, तुला झालंय तरी काय? तू अशी थरथर का कापते आहेस आणि चेहरा इतका पांढरा का पडलाय तुझा?'

'काही नाही.' तिने ते हसण्यावारी नेण्याचा प्रयत्न केला. 'माझं डोकं दुखतंय, बाकी काही नाही. जरा चालून आले की बरं वाटेल.'

'हे पाहा, मी एकटीच जाते वगैरे काही चालणार नाही,' जेराल्ड आरामात हसत म्हणाला, 'तुला मी हवा असो किंवा नसो, मी येणारच आहे.'

आता आणखी विरोध करण्यात अर्थ नव्हता. तिला कळलंय असा त्याला संशय आला तर...

तिने प्रयत्नपूर्वक स्वतःला सावरलं. तरीही आपला नवरा सारखं आपल्याकडे पाहतोय असं तिला वाटत राहिलं, जणू त्याला तिचं म्हणणं फारसं पटलं नसावं. तिला धड काही कळेना.

ते घरात परतले तेव्हा तिने पलंगावर पडावं असा त्याने आग्रह केला. मग तिच्या डोक्याला चोळायला तो ओ-द-कोलोन घेऊन आला. अगदी सेवाभावी नवराच जणू! हात-पाय बांधलेल्या अवस्थेत एखाद्या सापळ्यात आपण अडकलोय असं ॲलिक्सला वाटलं.

नवरा तर तिच्या बाजूने हटायचं नाव काढेना. तो तिच्याबरोबर स्वयंपाकघरात गेला आणि तयार केलेले पदार्थ घेऊन यायला त्याने तिला मदत केली. खरंतर तिच्या घशाखाली घास उतरत नव्हता, तरी आपण चांगल्या मूडमध्ये आहोत असं दाखवायचा ती प्रयत्न करत होती. हा आपल्या जीवन-मरणाचा प्रश्न आहे हे तिला जाणवत होतं. ती इथे, त्याच्याबरोबर एकटीच होती; मैलोन्‌मैल काळं कुत्रंही नव्हतं. ती पूर्णपणे नवऱ्याच्या तावडीत सापडली होती. बचावाचा एकच मार्ग म्हणजे त्याचा संशय कमी करून काही क्षण त्याच्यापासून दूर जायचं - बैठकीच्या खोलीतल्या टेलिफोनपर्यंत जाऊन मदत मागवायची. एवढीच काय ती आशा उरली होती.

त्याने आधीचा प्लॅन कसा मोडीत काढला होता हे आठवून क्षणभर तिच्या आशा पल्लवित झाल्या. आज रात्री डिक विंडीफोर्ड आपल्या घरी येतोय असं सांगितलं तर?

हे शब्द तिच्या ओठांवर आले; पण तिने लागलीच ते फेटाळून लावले. दुसऱ्यांदा या माणसाला चकवणं शक्य नव्हतं. त्याच्या चेहऱ्यावरचा दृढनिश्चय आणि वरून शांत भासला तरी आतून त्याला होणारा आनंद पाहून तिला कसंनुसं झालं. आता तिने काही चूक केली तर जास्त वेळ न घालवता तो तिला खलास करेल आणि शांतपणे डिकला फोन करून सांगेल की, आम्हाला अचानक बाहेर जावं लागतंय, त्यामुळे तू प्लीज येऊ नकोस. ओह! खरंच आज डिक विंडीफोर्ड त्यांच्या घरी येणार असता तर! जर डिक...

तिच्या डोक्यात एकदम एक कल्पना चमकली. आपल्या नवऱ्याला आपल्या मनातलं कळलं तर नसेल ना, हे जणू पाहण्यासाठी तिने त्याच्याकडे कटाक्ष टाकला. मनात जशी एक योजना आकार घेऊ लागली, तसं तिचं धैर्य आणि आत्मविश्वास वाढत गेला. तिच्यात झालेला बदल पाहून तिचं तिलाच आश्चर्य वाटलं.

तिने कॉफी केली आणि दररोज संध्याकाळी ते दोघे बसायचे तिथे व्हरांड्यात घेऊन गेली.

'अगं हां,' जेराल्ड म्हणाला, 'आपण नंतर त्या फोटोजचं बघू या.'

ॲलिक्स मनातल्या मनात चरकली; पण तिने बेफिकिरीने उत्तर दिलं, 'तुला एकट्याला नाही का जमणार? मला जरा थकल्यासारखं झालंय.'

'अगं, फार वेळ लागणार नाही,' तो स्वतःशीच हसून म्हणाला, 'आणि हे काम करून तुझा थकवा वाढणार नाही याची मला खात्री आहे.'

त्याला हे बोलताना मजा वाटत असावी. ॲलिक्स मात्र हादरली. हीच वेळ होती तिच्या मनातल्या योजनेची पूर्तता करण्याची.

ती उठून उभी राहिली.

'मी जरा आत जाऊन आपल्या खाटकाला फोन करून येते,' ती म्हणाली, 'तू बस, मी आलेच.'

'खाटकाला? आत्ता, रात्री?'

'अरे वेड्या, त्याचं दुकान बंद झालं असेल हे मला माहीत आहे; पण तो त्याच्या घरी असेल. उद्या शनिवार आहे आणि सकाळी लवकरच व्हील कटलेट्स घेऊन ये, असं मी त्याला सांगते. दुसऱ्या कोणी घ्यायच्या आधी आपल्यासाठी तो बाजूला काढून ठेवेल. माझ्यासाठी काहीही करेल तो.'

ती पटकन घरात गेली आणि तिने दार लावून घेतलं. 'दार लावू नकोस,' असे जेराल्डचे शब्द तिच्या कानावर आले; पण तिने तत्परतेने उत्तर दिलं. 'अरे पतंग आत येतील. मला ते अजिबात आवडत नाहीत. तुला काय वाटलं, मी त्या खाटकाबरोबर प्रेमाचे चाळे करणार आहे की काय?'

आत गेल्यावर तिने फोनचा रिसीव्हर काढला आणि ट्रॅव्हलर्स आर्म्सचा नंबर मागितला. फोन लगेच लागला.

'मिस्टर विंडीफोर्ड. ते अजून आहेत ना तिथे? मला त्यांच्याशी बोलता येईल का?'

मग तिचं हृदय क्षणभर बंद पडल्यासारखं झालं. दरवाजा उघडून तिचा नवरा आत आला.

'जेराल्ड, जा रे बाबा,' ती वैतागून म्हणाली. 'मी फोनवर बोलत असताना कोणी ऐकत असलेलं मला आवडत नाही.'

त्याने हसून खुर्चीत अंग टाकलं.

'तू खरंच खाटकाला फोन करते आहेस?' त्याने विचारलं.

ॲलिक्सला काही सुचेना. तिच्या योजनेचा बोऱ्या वाजला होता. कुठल्याही क्षणी डिक फोन उचलेल. सर्व काही पणाला लावून त्याच्याकडे मदत मागावी का?

मग फोनच्या छोट्याशा चावीशी खेळत असताना तिच्या लक्षात आलं की पलीकडच्या व्यक्तीला आपलं बोलणं ऐकू येतंय का नाही, हे आपण फोनची चावी दाबून किंवा सोडून ठरवू शकतो. त्याचबरोबर तिला एक नवी कल्पना सुचली.

'जरा अवघड आहे,' तिने विचार केला. 'डोकं एकदम शांत ठेवावं लागेल, न अडखळता योग्य शब्द वापरावे लागतील; पण जमेल; नव्हे, *जमवलंच* पाहिजे.'

आणि त्याच क्षणी पलीकडून डिक विंडीफोर्डचा आवाज आला.

एक दीर्घ श्वास घेत, चावी दाबून ती बोलू लागली.

'मिसेस मार्टिन बोलते आहे – फिलोमेल कॉटेजमधून. प्लीज ये (चावी सोडली) उद्या सकाळी. अर्धा डझन छानसे व्हील कटलेट्स घेऊन (चावी पुन्हा दाबली). *खूप महत्त्वाचं आहे* (चावी सोडली). थँक यू व्हेरी मच मिस्टर हेक्सवर्दी; एवढ्या उशिरा फोन केला ते ठीक आहे ना? ती व्हील कटलेट्स म्हणजे (चावी पुन्हा दाबली) *जीवन-मरणाचा प्रश्न आहे* (चावी सोडली). ठीक आहे तर – उद्या सकाळी (चावी दाबली), *लवकरात लवकर.'*

फोन परत ठेवून ती नवऱ्याला सामोरी गेली. तिला किंचित धाप लागली होती.

'अच्छा, तर तू खाटकाशी असं बोलतेस का?' जेराल्डने विचारलं.

'तुला नाही कळणार बायकांच्या गोष्टी,' ती हसत म्हणाली.

तिच्यातला उत्साह ओसंडून वाहत होता. तिच्या नवऱ्याला जराही संशय आलेला दिसत नव्हता. डिक मात्र काहीही कळलं नसलं तरी येईल.

बैठकीच्या खोलीत येत तिने दिवा लावला. जेराल्ड तिच्या मागोमाग आला.

'तुझा थकवा-बिकवा पार गेलेला दिसतोय,' तिच्याकडे पाहत त्याने विचारलं.

'हो, आता डोकं दुखायचं थांबलं आहे,' ॲलिक्स म्हणाली.

नेहमीच्या खुर्चीत बसत ती नवऱ्याकडे पाहून हसली. तो तिच्या समोरच्या खुर्चीत बसला. तूर्तास तरी ती वाचली होती. आठ वाजून पंचवीस मिनिटं झाली होती. नऊ वाजायच्या कितीतरी आधी डिक इथे पोहोचलेला असेल.

'तू मगाशी दिलेली कॉफी काही मला फार आवडली नाही,' तक्रारीच्या सुरात जेराल्ड म्हणाला, 'कडू लागली मला.'

'मी एक नवीन प्रकारची करून पाहिली. तुला आवडली नसेल तर पुन्हा नाही करणार.'

बाजूला ठेवलेलं शिवणकाम तिने हातात घेऊन ती शिवू लागली. जेराल्डने हातातल्या पुस्तकाची काही पानं वाचली आणि घड्याळाकडे पाहत पुस्तक बाजूला टाकलं.

'साडेआठ. तळघरात जाऊन काम करायची वेळ झाली आहे.'

ॲलिक्सच्या हातातून शिवण खाली पडलं.

'अरे! इतक्यात नको. नऊ वाजेपर्यंत थांबू या.'

'नाही पोरी – साडेआठ. मी हीच वेळ ठरवली आहे. तुलाही लवकर झोपता येईल.'

'तरीही मला नऊपर्यंत थांबायला आवडेल.'

'तुला माहीत आहे ना, मी एकदा वेळ ठरवली म्हणजे ठरवली. चल ॲलिक्स. मी आता आणखी एकही मिनिट थांबणार नाहीये.'

ॲलिक्सने डोळे वर करून त्याच्याकडे पाहिलं. नाही म्हटलं तिला हुडहुडी भरली. मुखवटा गळून पडला होता. जेराल्डचे हात शिवशिवत होते. त्याच्या डोळ्यात एक वेगळीच चमक दिसू लागली होती आणि तो सारखा त्याची जीभ कोरड्या पडलेल्या ओठांवरून फिरवत होता. आपला उत्साह सरळ सरळ दिसतोय याची त्याला आता फिकीर नव्हती.

'खरंय तर – *त्याला आता थांबणं शक्य होत नाहीये* – तो वेडापिसा झाला आहे,' ॲलिक्सला वाटलं.

तो झपझप पावलं टाकत तिच्याजवळ आला आणि तिच्या खांद्यावर एक हात ठेवून त्याने तिला खसकन ओढून उभं केलं.

'चल, चल, नाहीतर मी तुला उचलून घेऊन जाईन.'

वरकरणी तो थट्टा करत असल्यासारखा वाटत असला तरी त्याच्या आवाजातला सुप्त हिंस्रपणा पाहून ॲलिक्स थक्क झाली. महत्प्रयासाने स्वतःला सोडवत ती भिंतीला टेकून उभी राहिली. तिच्यात जणू शक्तीच उरली नव्हती. ती तिथून पळून जाऊ शकत नव्हती – काहीच करू शकत नव्हती – आणि तो तिच्या दिशेने येत होता.

'ॲलिक्स, आता –'

'नाही – नाही.'

जोरात किंचाळत तिने त्याला रोखायला दोन्ही हात पुढे केले.

'थांब जेराल्ड – थांब – मला तुला काहीतरी सांगायचं आहे. कबुली म्हण हवं तर.'

तो थांबला.

'कबुली द्यायची आहे?' तो आश्चर्याने म्हणाला.

'हो, कबुली,' ॲलिक्सने हे शब्द खरंतर असेच वापरले होते; पण काहीही करून तिला त्याचं लक्ष दुसरीकडे न्यायचं होतं, त्याला थोपवायचं होतं.

त्याच्या चेहऱ्यावर तिरस्कार उमटून गेला.

'पूर्वीचा कोणी प्रेमिक वाटतं,' तो कुत्सितपणे म्हणाला.

'नाही,' ती म्हणाली, 'वेगळं काहीतरी आहे. तू त्याला - हो, तू त्याला कदाचित एक प्रकारचा गुन्हा म्हणू शकशील.'

आपण योग्य चाल खेळलो आहोत हे तिच्या लगेच लक्षात आलं. तो पूर्ण लक्ष देऊन ऐकत होता, हे पाहून तिच्यात बळ आलं. पुन्हा एकदा ती परिस्थितीची स्वामिनी झाली होती.

'मला वाटतं, तू पुन्हा बसून घे.'

ती स्वतः खोलीच्या दुसऱ्या टोकाला तिच्या जुन्या खुर्चीत जाऊन बसली. जाता जाता जमिनीवर पडलेलं शिवणकाम उचलून घेण्याइतपत आत्मविश्वास आता तिच्यात आला होता; पण या शांत चेहऱ्यामागे तिचं मन वेगाने काम करत होतं : मदत मिळेपर्यंत तिच्या बोलण्याने त्याला रोखून धरलं पाहिजे.

'मी पंधरा वर्षं शॉर्टहँड टायपिस्ट म्हणून काम केलं हे तुला माहीत आहे,' तिने सावकाश सुरुवात केली. 'ते पूर्णपणे खरं नव्हतं. या पंधरा वर्षांत दोन मध्यंतरं होती. त्यातलं पहिलं झालं मी बावीस वर्षांची असताना. थोडाफार जमीनजुमला असलेला एक प्रौढ मनुष्य मला भेटला. तो माझ्या प्रेमात पडला आणि त्याने मला मागणी घातली. मी ती स्वीकारली आणि आम्ही लग्न केलं,' ती पुन्हा थांबली. 'माझ्या नावाने विमा उतरवायला मी त्याला भाग पाडलं.'

तिच्या नवऱ्याच्या डोळ्यांत आता कुतूहल जागं झालेलं तिला जाणवलं. पुन्हा एकदा नव्या जोमाने ती तिची कथा पुढे सांगू लागली.

'युद्धाच्या काळात मी काही दिवस एका हॉस्पिटलच्या औषध विभागामध्ये काम केलं. तिथे मला सर्व प्रकारची दुर्मीळ औषधं आणि विषं हाताळायला मिळाली.'

मग विचारात पडल्यागत ती बोलायची थांबली. आता निःसंशय तो कान देऊन ऐकत होता. खुनी माणसाला खुनात रस असणारच या गोष्टीवर तिने भरोसा ठेवला होता आणि त्यात तिला यश मिळालं होतं. तिने घड्याळावर नजर टाकली, तर त्यात आठ वाजून पस्तीस मिनिटं झालेली होती.

'एक विष असतं - पांढरी पूड असते. तिची एक चिमूट म्हणजे निश्चित मृत्यू! तुलाही कदाचित विषांबद्दल थोडीफार माहिती असेल ना?'

हा प्रश्न तिने जरा भीतभीतच केला होता. त्याला जर माहिती असेल, तर तिने जपून बोलायला हवं.

'नाही,' जेराल्ड म्हणाला, 'मला फार थोडी माहिती आहे.'

तिने खोल श्वास घेतला. तात्पुरती सुटका झाली होती.

'तू हायोसीन हे नाव नक्कीच ऐकलं असशील? हे औषधही बरंचसं तसं काम करतं; पण त्याचा मागमूस अजिबात राहत नाही. हे औषध घेऊन मेलेल्या माणसाच्या बाबतीत कोणीही डॉक्टर हृदय बंद पडल्याने मृत्यू झाल्याचं सर्टिफिकेट देईल. मी हे थोडं औषध तेव्हा चोरलं होतं आणि माझ्यापाशी जपून ठेवलं होतं.'

पुन्हा थोडंसं थांबून तिने मनाची शक्ती एकवटली.

'हं, सांग पुढे,' जेराल्ड म्हणाला.

'नाही, आत्ता नाही सांगू शकत. सॉरी. पुन्हा केव्हातरी.'

'आत्ताच सांग. मला ऐकायचं आहे,' तो अधीर होऊन म्हणाला.

'आमच्या लग्नाला एक महिना झाला होता. मी माझ्या प्रौढ नवऱ्याशी अतिशय प्रेमाने, भक्तिभावाने वागत होते. सर्व शेजाऱ्यापाजाऱ्यांशी बोलताना तो माझं कौतुक करत असे आणि मी किती चांगली पत्नी आहे हे सर्वांना ठाऊक होतं. दररोज संध्याकाळी मी स्वतः त्याच्यासाठी कॉफी बनवायचे. एके दिवशी घरात आम्ही दोघेच असताना मी त्या हायोसीनची चिमूट त्याच्या कॉफीत टाकली –'

क्षणभर थांबून ॲलिक्सने तिच्या सुईत दोरा ओवला. जिने आयुष्यात कधीही नाटकात काम केलेलं नव्हतं, तीच ॲलिक्स या क्षणी जगातली सर्वोत्तम अभिनेत्री बनली होती. थंड डोक्याच्या खुन्याची भूमिका ती जणू जगत होती.

'सारं शांतपणे घडत होतं. मी त्याच्याकडे पाहत बसले होते. एकदा त्याला किंचित दम कोंडल्यासारखं झालं. मी खिडकी उघडली आणि ताजी हवा आत येऊ दिली. मग तो म्हणाला की, त्याला खुर्चीतून उठता येत नाहीये *आणि लवकरच तो मेला.*

ती बोलायची थांबली. तिच्या चेहऱ्यावर मंद स्मित होतं. पावणेनऊ वाजले होते. आता ते कुठल्याही क्षणी येतील.

'विम्याचे किती पैसे होते?' जेराल्डने विचारलं.

'साधारणपणे दोन हजार पौंड. मी त्यावर सट्टेबाजी केली आणि ते घालवून बसले. पुन्हा ऑफिसमध्ये कामाला लागले; पण तिथे फार काळ घालवायचा माझा इरादा नव्हताच. मग मला दुसरा एक माणूस भेटला. मी ऑफिसात माझ्या माहेरचंच नाव लावत होते, त्यामुळे माझं लग्न झाल्याचं त्याला माहीत नव्हतं. शिवाय हा तरुण आणि देखणा होता आणि बऱ्यापैकी श्रीमंतसुद्धा. ससेक्समध्ये आमचं साधंसं लग्न झालं. त्याला विमा वगैरे उतरवायचा नव्हता; पण अर्थात त्याने माझ्या नावे मृत्युपत्र केलं. पहिल्या नवऱ्याप्रमाणे यालाही मीच केलेली कॉफी आवडायची.

'मी खूप छान कॉफी करते,' किंचित स्मित करत ॲलिक्स म्हणाली.

मग ती पुढे बोलू लागली, ‘आम्ही राहायचो त्या गावात आमचा बराच मित्रपरिवार होता. अचानक हृदय बंद पडून माझा नवरा गेलेला पाहून त्या सगळ्यांना खूप वाईट वाटलं. मला तो डॉक्टर फारसा आवडला नाही आणि माझ्या नवऱ्याच्या अचानक मृत्यूचं त्याला आश्चर्य वाटलं असलं, तरी माझा संशय आला नसावा. मी पुन्हा एकदा ऑफिसमध्ये का जाऊ लागले माझं मलाच माहीत नाही. कदाचित, सवयीचा भाग असेल. माझ्या दुसऱ्या नवऱ्याचे मला चारेक हजार पौंड मिळाले. या वेळी मी ते पैसे उडवून नाही टाकले; ते व्यवस्थित गुंतवले आणि मग –’

पण तिच्या बोलण्यात व्यत्यय आला. जेराल्ड मार्टिनचा चेहरा लालबुंद झाला होता आणि त्याचा थरथरणारा हात तिच्याकडे निर्देश करत होता.

‘कॉफी – अरे देवा! माझी कॉफी.’

ती त्याच्याकडे रोखून पाहत होती.

‘आता मला कळलं ती कडू का लागली ते. तू पुन्हा तुझे जुनेच कारनामे करते आहेस!’

त्याची खुर्चीवरची पकड घट्ट झाली. तो तिच्यावर झेप घ्यायला तयार होता.

‘तू मला विष दिलं आहेस!’

ॲलिक्स त्याच्यापासून दूर, विस्तव पेटला होता तिथे गेली. आता भीतीने तिचा थरकाप उडला होता. तिने नकार द्यायला तोंड उघडलं – आणि थांबली. काही क्षणातच त्याने तिच्यावर झडप घातली असती. अंगात होती नव्हती ती सर्व शक्ती एकवटून तिने तिच्या नजरेने त्याला रोखलं.

‘हो,’ ती म्हणाली, ‘मी तुला विष घातलं. त्याचा तुझ्या शरीरावर परिणाम होऊ लागला आहे. या क्षणी तू खुर्चीतून उठूही शकत नाहीयेस –’

आणखी काही मिनिटं जरी ती त्याला अशी रोखू शकली...

अरे! हे काय? कोणाची तरी पावलं वाजत आहेत. फाटकाचा कर्र आवाज. मग दाराबाहेरच्या वाटेवर पावलं. बाहेरचा दरवाजा उघडतोय.

‘तू हलू शकत नाहीयेस,’ ती पुन्हा म्हणाली.

मग त्याच्या बाजूने ती वेगाने पळाली आणि थेट डिक विंडीफोर्डच्या बाहूंमध्ये मूर्च्छा येऊन कोसळली.

‘अरे देवा! ॲलिक्स!’ तो ओरडला.

मग तो त्याच्याबरोबर आलेल्या उंच, गणवेशधारी पोलिसाकडे वळला.

‘त्या खोलीत जाऊन बघ काय झालं आहे.’

त्याने ॲलिक्सला अलगद कोचावर ठेवलं. ‘माझ्या पोरी,’ तो पुटपुटला, ‘बिचारी. तुला काय केलंय या लोकांनी?’

तिने पापण्यांची किंचित उघडझाप केली आणि तिच्या ओठातून त्याचं नाव जेमेतेम बाहेर पडलं.

पोलिसाचा हात त्याच्या खांद्यावर पडल्यामुळे तो चपापला.

'सर, त्या खोलीत काहीच नाहीये. एक माणूस खुर्चीत बसला आहे. काहीतरी भयानक पाहिल्यासारखा भाव त्याच्या चेहऱ्यावर आहे आणि –'

'बोल.'

'सर, तो – मेलेला आहे.'

ॲलिक्सचा आवाज ऐकून दोघेही दचकले. बंद डोळ्यांनी, स्वप्नात असल्यासारखी ती बोलली.

'आणि लवकरच तो मेला,' जणू कुठलं तरी वाक्य ती उद्धृत करत असावी.

दिवा

ते घर नक्कीच जुनं होतं. तो सगळा चौकच जुना होता; कथिड्रलच्या गावात आपल्याला दिसतो तसा स्वाभिमानी, आदरणीय आणि जुना चौक; पण घर क्रमांक १९ म्हणजे वृद्धांमधलं वृद्ध घर होतं; पितृप्रधान वातावरणात असतं तसं त्याच्यात एक गांभीर्य जाणवायचं – करड्यातला करडा रंग, गर्विष्ठांहून गर्विष्ठ आणि भावनाहीन. ज्या घरांमध्ये अनेक वर्षं कोणीही राहिलेलं नसतं अशा घरांमध्ये असतो तसा अलिप्तपणा, भकासपणा आणि उग्रपणा त्या वास्तूत होता. आजूबाजूच्या सर्व घरांहून हे घर उंच होतं, जणू भोवतालच्या परिसरावर त्याचंच आधिपत्य असावं.

हे घर दुसऱ्या एखाद्या गावात असत, तर त्यावर 'भूतबाधा झालेलं' असा शिक्का सहज मारला गेला असता; पण वेमिन्स्टरला भुतांचं वावडं होतं आणि जमीनदार किंवा अमीर-उमरावांच्या घरांमध्ये भुतं शोभून दिसतात असं त्याचं मत होतं, त्यामुळे क्रमांक १९ला भूतबाधा झाली असल्याचं कधीच बोललं गेलं नाही आणि तरीही वर्षानुवर्षं ते 'विकणे किंवा भाड्याने देणे आहे' अशाच अवस्थेत राहिलं होतं.

मिसेस लँकॅस्टर एका बडबड्या एजंटबरोबर ते घर पाहायला गाडीने आली, तेव्हा तिला ते आवडलं. क्रमांक १९ 'जाणार' या कल्पनेने तो एजंट फारच चांगल्या मूडमध्ये होता. चावीने कुलूप उघडताना त्याचं त्या घराचं गुणगान करणं चालूच होतं.

'हे घर किती वर्षांपासून रिकामं आहे?' त्याच्या बडबडीला आवरायच्या हेतूने मिसेस लँकॅस्टरने विचारलं.

'रॅडिश अँड फॉपलो'चा मिस्टर रॅडिश जरा गोंधळून गेला.

'अं - अं - काही काळापासून,' तो निर्विकारपणे म्हणाला.

'हं, दिसतंय तसं,' मिसेस लँकॅस्टर म्हणाली.

मंद उजेड असलेला दिवाणखाना भीतिदायक वाटत होता. एखादी स्वप्नाळू बाई तिथे शहारली असती; पण मिसेस लँकॅस्टर रोखठोक बाई होती - उंच, अगदी किंचित पिकू लागलेले तपकिरी केस आणि भावनाशून्य निळे डोळे.

तळघरापासून ते माळ्यांपर्यंत तिने अख्खं घर पालथं घातलं. अधूनमधून ती एखादा प्रश्न विचारी. सगळीकडे फिरून झाल्यावर ती पुढच्या एका खोलीत आली. तिथून चौक दिसत होता. तिने एजंटला थेट प्रश्न विचारला. 'या घरात नेमकी काय खोट आहे?'

मिस्टर रॅडिशला हा प्रश्न अपेक्षित नसावा.

'मॅडम, सामान-सुमान नसलेलं घर नेहमीच थोडं उदास वाटतं,' तो म्हणाला; पण त्यात फारसा दम नव्हता.

'काहीतरीच,' मिसेस लँकॅस्टर म्हणाली, 'इतक्या मोठ्या घरासाठी तुम्ही जे भाडं मागताय ते अगदीच नगण्य आहे. त्यामागे काहीतरी कारण असणार. मला वाटतं इथे भुताटकी वगैरे असेल.'

मिस्टर रॅडिश अस्वस्थ झाला; पण काहीच बोलला नाही.

मिसेस लँकॅस्टरने त्याच्याकडे रोखून पाहिलं. मग काही क्षणांनी ती बोलली. 'अर्थातच मूर्खपणा आहे सगळा. माझा भुताखेतांवर मुळीच विश्वास नाहीये. माझ्यापुरतं सांगायचं तर मला काही फरक पडत नाही; पण नोकराचाकरांचं तसं नसतं ना. ते लोक पटकन अशा गोष्टींवर विश्वास ठेवतात आणि घाबरून जातात, त्यामुळे या घरात नेमकी काय गडबड आहे, हे तुम्ही मला सांगाल, तर बरं होईल.'

'अं - मला - खरंच माहीत नाहीये,' तो एजंट चाचरत म्हणाला.

'छे! तुला नक्कीच माहीत असणार,' ती शांतपणे म्हणाली, 'मला काय ते कळल्याशिवाय मी हे घर घेऊ शकत नाही. काय झालं होतं? खून?'

'नाही, नाही!' मिस्टर रॅडिश ओरडला, 'इतक्या उच्चभ्रू वस्तीत आणि खून? नाही, एक मूल होतं फक्त.'

'मूल?'

'हो.'

'मला नेमकी घटना माहीत नाहीये,' त्याने नाखुशीने सुरुवात केली, 'अर्थात वेगवेगळे लोक वेगवेगळ्या गोष्टी सांगतात; पण माझ्या मते सुमारे तीस वर्षांपूर्वी विल्यम्स नावाच्या एका माणसाने हे घर घेतलं. त्याच्याविषयी कोणालाच काही माहीत नव्हतं. त्याच्याकडे घरकामाला कोणी नोकर-चाकर नव्हते; त्याल कोणी मित्र नव्हते आणि तो दिवसा क्वचितच बाहेर पडायचा. त्याला एक लहान मुलगा

होता. तो क्रमांक १९मध्ये राहायला येऊन दोनेक महिने झाले असतील नसतील, तोच त्याला लंडनला जावं लागलं. त्या शहरात पाऊल ठेवताच पोलिसांना हवा असलेला हाच तो आहे, असं लोकांच्या लक्षात आलं. पोलीस का त्याच्या मागावर होते हे मला माहीत नाही; पण त्याचा गुन्हा गंभीर असावा. कारण, पोलिसांना शरण जाण्याऐवजी त्याने स्वतःला गोळी घातली. दरम्यान, या घरात तो मुलगा एकटाच राहू लागला. दोन-चार दिवस पुरेल इतकं अन्न घरात होतं. तो वडील परत येण्याची वाट पाहत राहिला. दुर्दैवाने, वाटेल ते झालं तरी घराबाहेर पडायचं नाही आणि कोणाशीही बोलायचं नाही, असं त्याच्या मनावर बिंबवलं गेलं होतं. किरकोळ अंगकाठीच्या आणि आजारी असलेल्या त्या बिचाऱ्याला हे आदेश मोडायचं स्वप्नातही आलं नसणार. त्याचे वडील गावाला गेले आहेत हे माहीत नसलेल्या शेजाऱ्या-पाजाऱ्यांना रात्रीच्या वेळी त्या एकाकी घरातून त्या लहान पोराचे हुंदके ऐकू यायचे.'

मिस्टर रॅडिश क्षणभर थांबला.

'आणि - अं - ते मूल उपासमारीने मेलं,' पाऊस पडू लागला आहे, अशासारखी साधी गोष्ट ज्या आवाजात कोणी सांगेल, तशाच आवाजात त्याने ही घटना सांगितली.

'आणि त्या मुलाचं भूत या घरात असल्याचं मानलं जातं?' मिसेस लॅंकॅस्टरने विचारलं.

'नाही नाही, फार काही नाहीये,' मिस्टर रॅडिश सारवासारवी करू लागला, 'कोणीही काहीही *पाहिलेलं* नाही - लोक काय, मनात येईल ते बडबडतात - ते म्हणतात त्या मुलाचं रडणं रात्रीच्या वेळी ऐकू येतं.'

मिसेस लॅंकॅस्टर दरवाजाकडे निघाली.

'मला हे घर खूप आवडलं आहे,' ती म्हणाली, 'या किमतीत इतकं चांगलं घर कुठेही मिळणार नाही मला. मी विचार करून सांगते तुम्हाला.'

'हे घर खरंच उत्साही वाटतं, नाही का, पप्पा?'

मिसेस लॅंकॅस्टरने तिच्या नव्या घराकडे कौतुकाने पाहिलं. उत्तम पॉलिश असलेलं फर्निचर, छान गालिचे आणि इतर बारीक-सारीक वस्तूंनी सजवल्यावर क्रमांक १९चा नूर पार बदलून गेला होता.

तिचे वडील अतिशय कृश होते आणि ते खांदे वाकवून चालायचे. त्यांच्या नाजूक चेहऱ्यावर एखाद्या साधूसारखे भाव होते. मिस्टर विनबर्न आणि मिसेस लॅंकॅस्टरच्या चेहऱ्यांत अजिबात साम्य नव्हतं. त्याचा चेहरा स्वप्नाळू, तर तिचा रोखठोक बाईचा.

‘हो,’ त्याने हसून उत्तर दिलं, ‘हे घर झपाटलेलं आहे, यावर कोणी विश्वास ठेवणार नाही.’

‘पप्पा, पहिल्याच दिवशी काहीतरी काय बोलताय?’

मिस्टर विनबर्न हसले.

‘ठीके, भुतंबितं काही नसतात हे आपण दोघंही मान्य करू.’

‘आणि प्लीज, ज्यॉफ्रीसमोर काहीही बोलू नका. तो उगाच काहीतरी कल्पना करत बसतो,’ मिसेस लँकॅस्टरने पुस्ती जोडली.

ज्यॉफ्री म्हणजे मिसेस लँकॅस्टरचा लहान मुलगा. त्यांचं कुटुंब म्हणजे मिस्टर विनबर्न, त्यांची विधवा मुलगी आणि ज्यॉफ्री.

‘ऐक,’ मिस्टर विनबर्न म्हणाले, ‘हा आवाज लहान मुलाच्या पावलांचा नाही वाटत?’

‘पावसाच्या आवाजासारखा आहे,’ मिसेस लँकॅस्टर हसून म्हणाली.

‘पण *हा, हा* पावलांचाच आहे,’ कान देऊन ऐकत मिस्टर विनबर्न म्हणाला.

मिसेस लँकॅस्टर जोरात हसली, ‘अहो, ज्यॉफ्री जिना उतरून येतोय.’

मिस्टर विनबर्नला हसणं भाग पडलं. ते बैठकीच्या खोलीत चहा पीत बसले होते आणि मिस्टर विनबर्नची जिन्याकडे पाठ होती. त्याने खुर्ची वळवून मागे पाहिलं.

छोटा ज्यॉफ्री हळूहळू पायऱ्या उतरत येत होता. नव्या जागेत लहान मुलांना वाटतो तसा उत्साह त्याच्यात दिसत होता. पायऱ्या पॉलिश केलेल्या ओक लाकडाच्या होत्या आणि त्यावर कार्पेट नव्हती. तो खोलीत येऊन आईसमोर उभा राहिला. मिस्टर विनबर्न किंचित दचकला. ज्यॉफ्री खोली ओलांडून जात असताना त्यांना जिन्यावर आणखी पावलं स्पष्टपणे ऐकू आली, जणू ज्यॉफ्रीच्या मागोमाग कोणीतरी येत असावं. जे कोणी होतं, ते दुखरी पावलं ओढत चालत असावं असं वाटत होतं. मग खांदे उडवत तो म्हणाला, ‘नक्कीच पाऊस असणार.’

‘मी स्पंज केक्सकडे पाहतोय,’ ज्यॉफ्री म्हणाला.

त्याची आई लागलीच केक्स आणायला उठली.

‘बोल पोरा, तुला नवं घर आवडलं की नाही?’ तिने विचारलं.

‘खूप,’ ज्यॉफ्री केक खात खात म्हणाला, ‘म्हणजे अगदी किलो, किलो आवडतंय.’ हे शब्द म्हणजे तो पूर्णपणे तृप्त असल्याचं लक्षण होतं आणि एवढं बोलून तो शांत झाला. त्याचं उद्दिष्ट एकच होतं – लवकरात लवकर तो स्पंज केक खाऊन टाकायचा!

शेवटचा तोबरा भरून झाल्यावर तो बडबडू लागला.

'आई! इथे माळे आहेत असं जेन म्हणत होती; मी तिथे जाऊन बघू का, आत्ताच? जेन नाही म्हणते आहे; पण मला वाटतं कुठेतरी गुप्त दरवाजासुद्धा असणार आणि शिवाय अनेक *पाइप्स, पाण्याचे पाइप्स* असणार (इथे त्याचा चेहरा अत्यानंदाने खुलला). मी त्यांच्याशी खेळू शकणार! आणि मी बॉयलर जाऊन बघू ना?' नातवाच्या चेहऱ्यावरचे भाव पाहून आजोबा खजील झाले. त्याला कोण समजावणार की, खूप पाइप्स म्हणजे प्लंबरच्या खिशात पैसे ओतावे लागणार आणि बॉयलर असला तरी फारसं गरम पाणी मिळणार नाहीये.

'माळे-बिळे आपण उद्या बघूयात का?' मिसेस लँकॅस्टर म्हणाली, 'जा, तुझ्या खेळातले ठोकळे घेऊन ये आणि *घर* किंवा इंजिन किंवा काहीतरी छान बनव.'

'मला नाही बांधायचं *घरबीर!* घरंही नाही, इंजिनही नाही.'

'मग बॉयलर बनव,' आजोबा म्हणाले.

ज्यॉफ्रेचा चेहरा उजळला.

'पाइप्स वापरून?'

'हो. हवे तितके पाइप्स.'

पोरगा आनंदाने विटा आणायला पळाला.

अजूनही पाऊस थांबला नव्हता. मिस्टर विनबर्न ऐकत होता. हो, आपण ऐकला तो पावसाचाच आवाज असणार; पण वाटला मात्र पावलांचा.

त्या रात्री त्याला एक विचित्र स्वप्न पडलं.

तो एका शहरातून चालत चालला आहे. खूप मोठं शहर होतं ते; पण ते लहान मुलांचं होतं. तिथे एकही मोठा माणूस नव्हता. फक्त मुलं; मुलंच मुलं. स्वप्नात ती सगळी मुलं त्या नवख्या माणसाजवळ आली आणि विचारू लागली : 'तुम्ही त्याला आणलंय का?' ते काय विचारत होते हे त्याला कळलं असावं. कारण, त्याने दुःखाने मान हलवली. ते पाहून पोरं हिरमुसली आणि रडत रडत निघून गेली.

मग ते शहर आणि ती मुलं धूसर होत होत नाहीशी झाली आणि त्याला जाग आली; पण त्या पोरांचे हुंदके अजूनही त्याच्या कानांमध्ये घुमत होते. तो पूर्णपणे जागा होता. त्याला आठवलं की, ज्यॉफ्री खालच्या मजल्यावर झोपला आहे; पण मूल रडण्याचा आवाज वरच्या मजल्यावरून येतोय. उठून बसत त्याने काडी उगाळली, तर रडण्याचा आवाज बंद झाला.

मिस्टर विनबर्न त्या स्वप्नाबद्दल आणि नंतर सकाळच्या अनुभवाबद्दल त्याच्या मुलीशी काहीच बोलला नाही. आज जे त्याने ऐकलं होतं ते नक्कीच खरं होतं, मनाचे

विभ्रम नव्हते याची त्याला खात्री होती. धुराड्यातून वारा घोंगावत होता; पण तो आवाज वेगळा होता – स्पष्ट आणि निःशंकपणे एका दुःखी मुलाच्या हुंदक्यांचा.

तो आवाज ऐकू येणारे आपण एकटेच नाही, हेही त्याच्या लक्षात आलं. घरकाम करणारी एक बाई दुसरीला सांगताना त्याने ऐकलं की, 'ती दाई छोट्या ज्यॉफ्रीशी प्रेमाने वागत नाही; त्याच दिवशी सकाळी तिने बिचाऱ्याचं रडणं ऐकलं होतं.' खरंतर ज्यॉफ्री न्याहारी आणि दुपारच्या जेवणासाठी खाली आला, तेव्हा मस्त मजेत होता आणि रडणारा लहान मुलगा तो नव्हता हे मिस्टर विनबर्नला माहीत होतं. तो रडण्याचा आवाज त्याला एकाहून जास्त वेळा दचकवणाऱ्या त्या दुसऱ्या मुलाचा होता.

फक्त मिसेस लँकॅस्टरने तो आवाज ऐकला नव्हता. कदाचित, परलोकातले आवाज ऐकू येण्याइतपत तिचे कान संवेदनशील नसतील.

पण एके दिवशी तिलाही धक्का बसला.

'मम्मी,' तक्रारीच्या सुरात ज्यॉफ्री तिला सांगत होता, 'तू मला त्या मुलाबरोबर का खेळू देत नाहीस गं?'

मिसेस लँकॅस्टरने काम सोडून त्याच्याकडे पाहिलं.

'कोणता मुलगा रे?'

'मला त्याचं नाव माहीत नाही. तो एका माळ्यावर रडत बसला होता; पण मला पाहून पळून गेला. लाजला असावा (आवाजात किंचित कुत्सितपणा), मोठ्या मुलासारखा नव्हता आणि जेव्हा मी माझ्या खेळण्याच्या खोलीत खेळत होतो, तेव्हा तो दारात उभा राहून माझ्याकडे पाहत होता. तो इतका एकटा आणि केविलवाणा दिसला! त्याला बहुधा माझ्यासोबत खेळायचं असावं. मी म्हणालो, ये, इंजिन तयार कर, तर काहीच बोलला नाही; पण त्याने असं पाहिलं की, जणू त्याला खूप चॉकलेट्स समोर दिसताहेत; पण त्यांना हात लावायचा नाही, असं त्याच्या आईने त्याला बजावलं असावं.' ज्यॉफ्रीने सुस्कारा सोडला. त्यालाही स्वतःच्या आयुष्यातले असे काही प्रसंग आठवले असतील; 'पण तो कोण आहे असं मी जेनला विचारलं आणि मला त्याच्याशी खेळायचंय असं सांगितलं, तेव्हा ती म्हणाली की, घरात लहान मुलगा-बिलगा कोणीही नाहीये आणि मी उगाच चावटपणा करू नये. मला जेन अजिबात आवडत नाही.'

मिसेस लँकॅस्टर उठली.

'जेनचं म्हणणं बरोबर आहे. कोणीही लहान मुलगा नाहीये.'

'पण मी पाहिलं आहे त्याला. अगं, मम्मी! खेळू दे ना मला त्याच्याशी! तो किती एकटा, बिचारा आहे. त्याला बरं वाटावं असं मला वाटतं गं.'

मिसेस लँकॅस्टर काही बोलणार एवढ्यात तिच्या वडिलांनी मान हलवली.

'ज्यॉफ्री,' ते अतिशय प्रेमाने म्हणाले, 'तो पोरगा खरंच *अगदी* एकटा आहे आणि त्याला बरं वाटावं म्हणून तू काहीतरी कर; पण कसं, हे तुझं तूच शोधायचं आहेस – एखादं कोडं सोडवतोस तसं – कळलं?'

'मी आता *मोठा* झालोय म्हणून एकट्याने हे करायचंय का आजोबा?'

'बरोब्बर. तू मोठा होतोयेस म्हणूनच.'

तो खोलीतून बाहेर गेल्यावर मिसेस लँकॅस्टरने वडिलांकडे जरा रागावून पाहिलं.

'पप्पा, हा वेडेपणा आहे. नोकर-चाकर काहीतरी बडबडतात त्यावर विश्वास ठेवायला प्रोत्साहन देताय आपल्या पोराला?'

'कोणीही ज्यॉफ्रीला काही सांगितलेलं नाहीये,' म्हातारा सावकाश म्हणाला, 'मी जे *ऐकलं आहे,* ते आपल्या पोराने बघितलं आहे; मी त्याच्या एवढा असतो, तर कदाचित मलाही दिसलं असतं.'

'पण किती मूर्खपणा आहे हा सगळा! मला का नाही काही दिसत किंवा ऐकू येत?'

मिस्टर विनबर्न हसला; पण त्या हसण्यात एक हताशपणा होता. तो काहीच बोलला नाही.

'का?' मुलीने पुन्हा विचारलं, 'आणि तो त्याला – त्याला मदत करू शकेल असं तुम्ही ज्यॉफ्रीला का सांगितलं? हे किती अशक्य आहे!'

म्हाताऱ्याने मुलीकडे विचारपूर्वक नजर टाकली.

'का नाही?' तो म्हणाला, 'तुला हे शब्द आठवताहेत का :

'व्हॉट लॅम्प हॅज डेस्टिनी टू गाइड
हर लिट्ल चिल्ड्रन स्टम्ब्लिंग इन द डार्क?'
'ए ब्लाइंड अंडरस्टॅन्डिंग,' हेवन रिप्लाइड.

'म्हणजे... अंधारात चाचपडणाऱ्यांना कोणता दिवा मार्गदर्शक ठरेल? यावर स्वर्गातून उत्तर आलं की, एक उपजत समजच त्यांना मार्ग दाखवेल. ज्यॉफ्रीपाशी तशी एक समज आहे. सर्व लहान मुलांमध्ये ती समज असते; पण जसे आपण मोठे होत जातो, तशी ती समज लुप्त होत जाते. आपण तिला झिडकारून टाकतो. कधी कधी आपलं खूप वय झालं की, त्याचा किंचितसा अंश आपल्यात परत येतो; पण हा दिवा सर्वांत प्रखरपणे जळतो, तो बालपणीच म्हणून मला वाटतं की, ज्यॉफ्री कदाचित मदत करू शकेल.'

'मला नाही समजत आहे हे सगळं,' मिसेस लँकॅस्टर म्हणाली.

'मलाही फार कळत नाहीये; पण ते मूल – ते अडचणीत आहे आणि त्याला मुक्ती हवी आहे; पण कशी, हे मला ठाऊक नाही. मला त्याची स्थिती बघवत नाहीये – एक *लहान मूल*, इतकं हमसाहमशी रडतंय.'

हे संभाषण झाल्यानंतर एका महिन्याने ज्यॉफ्री खूप आजारी पडला. पूर्वेकडचा वारा खूप जास्त होता आणि ज्यॉफ्री काही फार सशक्त मुलगा नव्हता. परिस्थिती गंभीर आहे असं डॉक्टर म्हणाले. मिस्टर विनबर्नशी डॉक्टर जास्त मोकळेपणाने बोलले आणि केस हाताबाहेर गेल्याचं त्यांनी सांगितलं. 'कोणत्याही परिस्थितीत हे मूल मोठं होण्याइतपत कधीच जगलं नसतं,' ते म्हणाले, 'याची फुप्फुसं दीर्घकाळापासून खराब झालेली आहेत.'

ज्यॉफ्रीची सेवा करताना मिसेस लँकॅस्टरला त्या दुसऱ्या मुलाचं अस्तित्व जाणवलं. सुरुवातीला त्याचे हुंदके आणि वाहणारा वारा हे दोन्ही सारखेच वाटायचे; पण हळूहळू ते रडणं स्पष्टपणे ऐकू येऊ लागलं आणि अखेर संपूर्ण शांतता असतानासुद्धा ते अतीव दुःखी, हताश हुंदके तिला ऐकू येऊ लागले.

इकडे ज्यॉफ्रीची तब्येत खालावत गेली. ताप वाढला की, तो त्या लहान मुलाचा पुनःपुन्हा उल्लेख करू लागला. 'मला खरंच त्याला इथून बाहेर पडायला मदत करायची आहे,' तो रडून सांगत असे.

या अवस्थेनंतर ज्यॉफ्री एकदम निपचित पडायचा, अर्धवट शुद्धीत असल्यासारखा. श्वासोच्छ्वास चालू आहे की नाही, हेही समजायचं नाही; पण फार काही करता येण्यासारखं नव्हतं. मग एक रात्र अशी आली जेव्हा वारा पूर्णपणे पडला होता, नीरव शांतता होती.

अचानक ज्यॉफ्रीने हालचाल केली. त्याचे डोळे उघडले. आईच्या पलीकडे, उघड्या दाराकडे ते पाहत होते. त्याने बोलायचा प्रयत्न केला आणि नीट ऐकू यावं म्हणून आईने तिचा कान त्याच्या तोंडाजवळ नेला.

'ठीक आहे, मी येतोय', तो पुटपुटला आणि पुन्हा बिछान्यावर कोसळला.

आई एकदम घाबरली आणि खोली ओलांडून तिच्या वडिलांकडे गेली. त्यांच्या आसपास कुठेतरी ते दुसरं मूल हसत होतं. त्याचं विजयी, आनंदी, समाधानी, चंदेरी हास्य खोलीत घुमलं.

'मला भीती वाटते आहे, खूप भीती वाटते आहे,' मिसेस लँकॅस्टर म्हणाली.

तिच्या वडिलांनी तिला जवळ घेतलं. अचानक आलेल्या वाऱ्याच्या झुळुकीने दोघंही किंचित दचकले; पण क्षणातच पुन्हा सगळं शांत झालं.

ते हसू आता लुप्त झालं होतं आणि त्यांच्या कानावर एक अतिशय क्षीण आवाज आला. हळूहळू तो वाढत गेला - कोणाची तरी हलकी पावलं वेगाने दूर दूर जात असल्याचा आवाज.

'पिट-पिट, पिट-पिट, ती लहान मुलाची पावलं होती. ओळखीची आणि आता नक्कीच त्यांच्यात *दुसऱ्या* पावलांचा आवाज मिसळला होता. ही पावलं जरा जास्त वेगाने पळत होती.

दोन्ही पावलांचे आवाज एकत्र असे दरवाजापाशी पोहोचले.

खाली, खाली, खाली, दारापलीकडे... दोन्ही मुलांची ती अदृश्य पावलं *एकत्र* बाहेर पडली.

मिसेस लँकॅस्टरने भेदरून पाहिलं.

'*दोघं* आहेत! *दोघं!*'

भीतीने ती पांढरी पडली आणि पलंगाच्या दिशेने वळली. तिच्या वडिलांनी तिला हलकेच रोखलं आणि निर्देश केला.

'तिकडे,' एवढंच ते म्हणाले.

पिट-पिट, पिट-पिट... पावलांचा आवाज... कमी कमी होत गेला...

आणि मग - शांतता.

स्वप्न

एर्क्युल प्वारो त्या घराकडे बराच वेळ निरखून पाहत होता. क्षणभर त्याचे डोळे आजूबाजूच्या परिसरावरून फिरले. तिथली दुकानं, उजवीकडे असलेली कारखान्याची मोठी इमारत आणि त्याच्यासमोर असलेल्या स्वस्त सदनिका - अशा सर्व गोष्टी त्या नजरेने टिपल्या.

मग पुन्हा त्याचे डोळे नॉर्थवे हाउसवर स्थिरावले. हे घर म्हणजे ज्या काळात भरपूर रिकाम्या जागा होत्या, लोकांना भरपूर निवांतपणा होता आणि जेव्हा त्याच्या भोवती हिरवीगार शेतं अभिमानाने उभी होती, अशा काळाचं अवशेष होतं. आता मात्र ते कालबाह्य वाटत होतं आणि आधुनिक लंडनच्या धकाधकीच्या महासागरात विस्मृतीत गेलं होतं. नॉर्थवे हाउस कुठे आहे, हे शंभरात एक-दोन लोकच सांगू शकले असते.

त्याहूनही कमी लोकांना त्याच्या मालकीविषयी सांगता आलं असतं. खरं म्हणजे त्याचा मालक जगातल्या सर्वांत श्रीमंत लोकांपैकी एक होता; पण पैसा ही अशी गोष्ट आहे जी प्रसिद्धीचं प्रदर्शनही करू शकते आणि तिची तृषा शांतही करू शकते. बेनेडिक्ट फार्ले या विक्षिप्त लक्षाधीशाने त्याच्या निवासस्थानाला प्रसिद्धी न देण्याचा निर्णय घेतला होता. तो स्वतः फार थोड्या वेळा लोकांना दिसायचा. अधूनमधून संचालक मंडळाच्या बैठकांना तेवढा जायचा आणि तिथे त्याची बारीक अंगयष्टी, धारदार नाक आणि रासवट आवाज जमा झालेल्या अन्य संचालकांवर सहजी वर्चस्व गाजवायचा. हे वगळता तो जणू एखाद्या दंतकथेतला सर्वश्रुत असा मनुष्य होता, बाकी काही नाही. तो कधी अत्यंत कंजुषीने वागायचा तर कधी अत्यंत दिलदारपणे. त्याच्या काही खासगी गोष्टी लोकांना माहीत होत्या - आता अठ्ठावीस वर्षं जुना झालेला, ठिगळं लावलेला ड्रेसिंग गाउन, कोबीचं सूप आणि

काव्हिआरचा त्याचा आहार आणि मांजरांविषयी त्याला वाटणारा तिटकारा. या सगळ्या गोष्टी लोकांना माहीत होत्या.

एर्क्युल प्वारोलासुद्धा त्या ठाऊक होत्या. किंबहुना, तो ज्या माणसाला भेटायला आला होता, त्याच्याविषयी एवढंच त्याला माहीत होतं. त्याच्या कोटाच्या खिशातल्या पत्रात आणखी काहीही माहिती नव्हती.

एक-दोन मिनिटं या जुन्या, दुःखी वास्तूकडे पाहून तो पायऱ्या चढून पुढच्या दरवाजाकडे गेला. बेल वाजवल्यावर त्याने स्वतःच्या नव्या, नेटक्या मनगटी घड्याळाकडे पाहिलं. आपल्या जुन्या घड्याळाचा त्याने शेवटी एकदाचा त्याग केला होता. बरोबर साडेनऊ वाजले होते आणि नेहमीप्रमाणे एर्क्युल प्वारोला मिनिटभरही उशीर झाला नव्हता.

बेल वाजवल्यावर अगदी योग्य वेळानंतर दरवाजा उघडला गेला. एक आदर्श बटलर दारात उभा होता. त्याच्या मागे दिवाणखाना होता.

'मिस्टर बेनेडिक्ट फार्ले?' एर्क्युल प्वारोने विचारलं.

त्या अलिप्त नजरेने प्वारोला आपादमस्तक न्याहाळलं. त्यात मग्रुरी नव्हती, होती ती फक्त सफाई.

या माणसाच्या नजरेतून एकही बारकावा निसटत नाही, एर्क्युल प्वारो कौतुकाने मनातल्या मनात म्हणाला.

'सर, तुम्ही भेटीची वेळ घेतलेली आहे?'

'हो.'

'सर, तुमचं नाव?'

'एर्क्युल प्वारो.'

वाकून अभिवादन करत बटलर मागे फिरला. एर्क्युल प्वारो आत गेला आणि त्याच्या मागे दरवाजा बंद करण्यात आला.

बटलरने पाहुण्याची हॅट आणि काठी घेण्याआधी आणखी एक उपचार बाकी होता.

'माफ करा सर; पण तुमच्याकडे एक पत्र मागण्याची मला सूचना देण्यात आली होती.' प्वारोने नीट घडी घातलेलं ते पत्र सावकाश बाहेर काढलं आणि बटलरच्या हाती दिलं. त्याने त्याच्याकडे उडत उडत पाहिलं आणि पुन्हा प्वारोला दिलं. त्याने ते परत खिशात ठेवून दिलं. पत्रातला मजकूर साधाच होता :

नॉर्थवे हाउस, डब्ल्यू. ८

मिस्टर एर्क्युल प्वारो

माननीय महोदय,

मिस्टर बेनेडिक्ट फार्ले तुमचा सल्ला घेऊ इच्छितात. तुम्हाला सोयीचे असेल, तर वरील पत्त्यावर उद्या (गुरुवारी) रात्री ९.३० वाजता येण्याची कृपा करावी.

कळावे,

आपला,

ह्यूगो कॉर्नवर्दी (चिटणीस)

ता. क. कृपया हे पत्र सोबत आणावे.

बटलरने शिताफीने एर्क्युल प्वारोची टोपी, काठी आणि ओव्हरकोट ताब्यात घेतला. तो म्हणाला, 'तुम्ही प्लीज मिस्टर कॉर्नवर्दी यांच्या पहिल्या मजल्यावरच्या खोलीत येता का?'

तो एका रुंद जिन्यावरून पुढे गेला आणि प्वारो त्याच्या मागोमाग गेला. जाता जाता प्वारो आजूबाजूला ठेवलेल्या *महागड्या, कलात्मक* पण काहीशा भडक वस्तूंकडे कौतुकाने बघत होता. प्वारोची अभिरुची त्यामानाने जरा मध्यमवर्गीय होती.

बटलरने पहिल्या मजल्यावरचं दार ठोठावलं.

एर्क्युल प्वारोच्या भुवया किंचित उंचावल्या. आतापर्यंत हीच एक गोष्ट त्याला खटकली. बटलर कधीही दार ठोठावत नाहीत आणि हा तर निःसंशय उच्च दर्जाचा बटलर होता!

आपण एका विक्षिप्त लक्षाधीशाला भेटत असल्याची ही जणू पहिली खूण होती.

आतून एक आवाज आला आणि बटलरने दरवाजा उघडला. त्याने पाहुण्याचं नाव पुकारलं नाही (आणि इथेही मुद्दामहून रीतीरिवाज डावलल्याची प्वारोला जाणीव झाली) : 'सर, तुम्ही ज्यांची वाट पाहत होतात ते आले आहेत.'

प्वारो आत गेला. ती खोली बऱ्यापैकी मोठी होती. त्यात कामापुरतं तेवढं सामान होतं. फाइल्स ठेवण्याकरता कपाटं, संदर्भ ग्रंथ, दोन आरामखुर्च्या आणि व्यवस्थित लावून ठेवलेले कागद असलेलं एक भलं मोठं टेबल. खोलीच्या कोपऱ्यांत फारसा उजेड नव्हता. एका आरामखुर्चीजवळच्या टेबलावर हिरवी शेड लावलेला एक वाचायचा दिवा होता आणि खोलीत जो काही उजेड होता, तो याच दिव्याचा होता. दरवाज्यातून आत येणाऱ्या कोणावरही व्यवस्थित उजेड पडेल, अशा बेतात तो दिवा ठेवलेला होता. एर्क्युल प्वारोने डोळे किंचित मिटून घेतले;

तो दिवा किमान १५० वॉट्सचा असावा. आरामखुर्चीत ठिगळं लावलेला ड्रेसिंग गाउन घातलेली एक सडपातळ व्यक्ती बसली होती – बेनेडिक्ट फार्ले. त्याने आपलं डोकं विचित्र प्रकारे पुढे धरलं होतं आणि त्याचं तीक्ष्ण नाक एखाद्या गरुडाच्या चोचीसारखं वाटत होतं. डोक्यावरचा पांढऱ्या केसांचा पुंजका एखाद्या पोपटाच्या शिरावर शोभला असता. जाड भिंगांच्या चश्म्यातून त्याचे डोळे चमकत होते आणि त्या नजरेत किंचित संशय होता.

'अच्छा!' तो अखेर त्याच्या कर्कश आवाजात म्हणाला, 'तर तू एर्क्युल प्वारो आहेस!'

'तुमच्या सेवेत हजर,' अभिवादन करत प्वारो नम्रपणे म्हणाला. त्याचा एक हात खुर्चीच्या पाठीवर होता.

'बस, बस,' तो म्हातारा त्रासिकपणे म्हणाला.

एर्क्युल प्वारो त्या दिव्याच्या प्रखर प्रकाशात बसला. म्हातारा त्याला आजमावून पाहत असावा.

'मला कसं माहीत तू एर्क्युल प्वारोच आहेस, हां? सांग मला!' म्हातारा जणू आव्हान देत होता.

पुन्हा एकदा प्वारोने खिशातून ते पत्र काढून फार्लेला दिलं.

'हो,' तो लक्षाधीश नाइलाजाने म्हणाला. 'हेच ते. मी कॉर्नवर्दीकडून लिहून घेतलेलं पत्र.' त्याने घडी करून ते परत प्वारोकडे फेकलं, 'तर तू तो माणूस आहेस.'

हात किंचित वर करत प्वारो म्हणाला, 'यात काहीही फसवाफसवी नाही, मी तुम्हाला खात्री देतो!'

अचानक बेनेडिक्ट फार्ले हसला.

'टोपीतून कबुतर बाहेर काढताना जादूगारसुद्धा असंच म्हणतो! असं म्हणणं हाही जादूचाच एक भाग असतो, माहीत आहे?'

प्वारो काहीच बोलला नाही. मग अचानक फार्ले म्हणाला, 'मी संशयखोर माणूस वाटतो ना? काय? आहेच मी. मी कोणावरही विश्वास ठेवत नाही! श्रीमंत असलो की कोणावरही विश्वास ठेवू शकत नाही, हे माझं ब्रीद आहे. छे! नाहीतर चालणारच नाही.'

'तुम्ही माझा सल्ला घेऊ इच्छिता?' प्वारोने नम्रपणे सुचवलं.

म्हाताऱ्याने मान डोलावली.

'बरोबर. नेहमी सर्वांत चांगलं जे असतं तेच घ्यावं. मी असंच करतो. उत्तम तज्ज्ञाकडे जा आणि मग पैशांकडे पाहू नका. मी तुमची फी विचारलेली नाहीये, हे तुमच्या लक्षात आलं असेल. विचारणारही नाही! मला नंतर बिल पाठवा –

मी काही घासाघीस करणारा नाही. डेअरीवाल्या मूर्खांना वाटलं की, बाजारातला भाव दोन शिलिंग सहा पेन्स असताना मला अंड्यासाठी दोन शिलिंग नऊ पेन्स लावू शकतील – चोर साले! मी असा नाही फसणार; पण शिखरावर असलेल्या माणसाची गोष्ट वेगळी असते. त्याचं मूल्य वेगळं – मी स्वतः अशाच शिखरावर आहे. मला माहीत आहे ना.'

एर्क्युल प्वारोने काहीही उत्तर दिलं नाही. डोकं किंचित तिरकं करून तो त्याचं बोलणं लक्षपूर्वक ऐकत होता.

प्वारोचा चेहरा निर्विकार असला तरी मनात कुठेतरी तो काहीसा निराश झाला होता; पण त्याला नेमकं काय खटकत होतं हे तो सांगू शकला नसता. बेनेडिक्ट फार्लेची लोकमानसात जी प्रतिमा होती, त्याप्रमाणेच तो आतापर्यंत वागला होता; पण तरी प्वारोला काहीतरी खटकत होतं.

'हा माणूस भोंदू आहे – भोंदू! दुसरं काही नाही,' तो मनातल्या मनात म्हणाला.

त्याला अनेक लक्षाधीश आणि विक्षिप्त माणसं माहीत होती; पण त्यापैकी जवळपास सर्वांमध्ये अशी काहीतरी एक शक्ती होती, एक प्रकारची अंतर्गत ऊर्जा होती, ज्यामुळे प्वारोला त्या प्रत्येकाबद्दल आदर वाटला होता. अशांपैकी कोणी जर ठिगळं लावलेला गाउन घातला असता, तर त्याला तसा आवडतो म्हणून त्याने घातला होता, असं प्वारो म्हणाला असता; पण बेनेडिक्ट फार्लेचा हा गाउन म्हणजे रंगभूमीवरचा वाटत होता आणि तो माणूसही नाटकीच होता. प्वारोला वाटलं की, त्याचा प्रत्येक शब्द काहीतरी परिणाम साधण्याच्या हेतूनेच उच्चारला जातोय.

त्याने पुन्हा एकदा निर्विकारपणे विचारलं, 'तुम्ही माझा सल्ला घेऊ इच्छित होता का?'

आता त्या लक्षाधीशाचा नूर बदलला.

पुढे वाकून, तो घोगऱ्या आवाजात हळूच म्हणाला, 'हो. हो... मला तुझं मत हवंय – तुला काय वाटतं ते मला ऐकायचं आहे... सर्वोत्तमाकडे जा! हाच माझा मार्ग आहे! सर्वोत्तम डॉक्टर – सर्वोत्तम डिटेक्टिव्ह...'

'अजून तरी तुम्ही काय म्हणताय हे माझ्या लक्षात आलं नाहीये.'

'अर्थातच. मी अजून सांगायला सुरुवातच केलेली नाही,' पुन्हा एकदा पुढे वाकून त्याने अचानक प्रश्न केला : 'मिस्टर प्वारो, तुला स्वप्नांबद्दल काय माहीत आहे?'

प्वारोच्या भुवया उंचावल्या. त्याने हा प्रश्न अपेक्षिला नव्हता.

'मिस्टर फार्ले, त्याकरता मी नेपोलियनचं *बुक ऑफ ड्रीम्स* वाचा असं सुचवेन किंवा हारले स्ट्रीटवरच्या एखाद्या आधुनिक मानसशास्त्रज्ञाला भेटा असं म्हणेन.'

'मी दोन्ही करून पाहिलं आहे,' बेनेडिक्ट फार्ले शांतपणे म्हणाला.

क्षणभर थांबून त्याने बोलायला सुरुवात केली. अगदी हलक्या आवाजापासून वाढत वाढत त्याचा आवाज टिपेला पोहोचला.

'तेच ते स्वप्न – एका रात्रीच्या मागोमाग दुसऱ्या रात्री आणि मला भीती वाटते आहे... एकच एक स्वप्न असतं. मी पलीकडच्या माझ्या खोलीतल्या टेबलापाशी बसून लिहितोय. तिथल्या घड्याळाकडे मी पाहतो – बरोबर तीन वाजून अठ्ठावीस मिनिटं. रोज तीच वेळ.

...आणि मिस्टर प्वारो, जेव्हा मी वेळ बघतो, तेव्हा ते मी केलंच पाहिजे असं मला वाटतं. मला ते करायचं नसतं – मला अजिबात आवडत नाही – पण मला ते करावंच लागतं...'

त्याचा आवाज आता कर्कश झाला होता.

'आणि तुम्हाला नेमकं काय करायचं असतं?' प्वारोने अतिशय थंडपणे विचारलं.

'तीन वाजून अठ्ठावीस मिनिटांनी,' बेनेडिक्ट फार्ले घोगऱ्या आवाजात म्हाणाला, 'मी टेबलाच्या उजवीकडचा दुसरा ड्रॉवर उघडतो, तिथे ठेवलेलं रिव्हॉल्व्हर उचलतो, ते लोड करून खिडकीपाशी जातो आणि मग – आणि मग –'

'हं.'

बेनेडिक्ट फार्ले अस्पष्ट आवाजात म्हणाला : *'मग मी स्वतःला गोळी घालतो...'*

थोडा वेळ शांतता पसरली. मग प्वारोने विचारलं, 'हे तुमचं स्वप्न आहे?'

'हो.'

'दररोज रात्री हेच स्वप्न पडतं?'

'हो.'

'तुम्ही स्वतःला गोळी झाडल्यावर काय होतं?'

'मला जाग येते.'

प्वारोने विचार करत डोकं सावकाश हलवलं, 'कुतूहल म्हणून एक विचारतो. तुम्ही त्याच विशिष्ट ड्रॉवरमध्ये रिव्हॉल्व्हर ठेवता?'

'हो.'

'का बरं?'

'मी नेहमीच तिथे ठेवत आलो आहे. तयारी असलेली बरी.'

'कसली तयारी?'

'माझ्यासारख्या माणसाने कायम सावध असलं पाहिजे. सर्व श्रीमंत लोकांना शत्रू असतात,' तो वैतागून म्हणाला.

प्वारोने विषय पुढे वाढवला नाही. दोन क्षण शांत बसून तो म्हणाला, 'तुम्ही मला नेमकं कशाकरता बोलावलं आहे?'

'सांगतो. मी आधी डॉक्टरांचा सल्ला घेतला. खरंतर तीन डॉक्टरांचा.'

'पुढे बोला.'

'पहिल्याने सांगितलं की, हा आहाराचा प्रश्न आहे. तो वयस्क माणूस होता. दुसरा डॉक्टर तरुण, आधुनिक विचारसरणीचा होता. त्याचं म्हणणं या सगळ्याचा संबंध माझ्या बालपणी एका विशिष्ट वेळी घडलेल्या विशिष्ट प्रसंगाशी आहे. मी तो प्रसंग विसरायचा इतका आटोकाट प्रयत्न करतोय की, स्वतःला मारून टाकून त्या प्रसंगाचं प्रतीक बनवतोय. हे त्या डॉक्टरचं विश्लेषण आहे.'

'आणि तिसरा डॉक्टर?'

फार्लेचा आवाज रागाने चढला, 'तोही एक तरुण माणूस आहे. त्याची थिअरी तर अशक्यच आहे! तो ठामपणे म्हणतो की, मी आयुष्याला कंटाळलेलो आहे आणि माझं जीवन मला इतकं असह्य झालंय की, मला ते संपवून टाकायचं आहे! पण हे मान्य करणं म्हणजे मी एक अपयशी माणूस आहे हे मान्य करावं लागेल आणि मी या सत्याला सामोरं जायला तयार नाही; पण झोपेत मात्र सर्व अडसर दूर होतात आणि *मग मला जे खरंच करायचं आहे,* ते मी करतो. मी स्वतः चा जीव घेतो.'

'त्याच्या मते तुझ्या नकळत तुझ्या मनाला आत्महत्या करावीशी वाटते आहे?' प्वारोने विचारलं.

बेनेडिक्ट फार्ले ओरडलाच, 'आणि हे तर अशक्य आहे! मी अत्यंत सुखी आहे! मला जे जे हवं होतं, ते ते सगळं माझ्यापाशी आहे – पैशाने जे जे काही विकत घेता येतं, ते सर्व माझ्याकडे आहे, त्यामुळे असं काही सुचवणं कल्पनातीत आहे!'

प्वारोने त्याच्याकडे कुतूहलाने पाहिलं. त्याच्या हातांच्या कंपामुळे असेल किंवा त्याच्या टिपेच्या आवाजामुळे असेल; पण प्वारोला वाटलं की, त्याच्या नाकारण्यात *नको इतका* आवेग आहे. इतका आवेग की संशय यावा; पण तो फक्त एवढंच म्हणाला, 'आणि या सगळ्यात मी नेमकं काय करणं अपेक्षित आहे?'

बेनेडिक्ट फार्ले एकदम थंडावला. त्याने बाजूच्या टेबलावर बोट आपटलं.

'आणखी एक शक्यता आहे आणि ती जर बरोबर असेल, तर तुला त्याबद्दल नक्कीच माहिती असेल! तू प्रसिद्ध आहेस आणि तू शेकडो केसेस सोडवल्या आहेस – अशक्य वाटणाऱ्या केसेस! कोणाला जर काही माहीत असेल, तर तो तूच आहेस.'

'काय माहीत असेल?'

'समजा कोणी माझ्या जिवावर उठलं असेल... ती व्यक्ती या प्रकारे मला मारू शकेल का? मला ते स्वप्न पडण्यास भाग पाडू शकेल का?'

'तुम्हाला संमोहन करून असं म्हणायचं आहे का?'

'हो.'

एर्क्युल प्वारोने या प्रश्नावर विचार केला.

'मला वाटतं हे शक्य आहे,' तो अखेर म्हणाला, 'पण हा प्रश्न खरं म्हणजे डॉक्टरला विचारण्यासारखा आहे.'

'तुझ्या माहितीत अशी केस नाही आलेली?'

'नाही, अगदी अशी केस माझ्या पाहण्यात आलेली नाही.'

'मी काय म्हणतो आहे लक्षात येतंय ना? मला दररोज तेच ते स्वप्न पाहायला भाग पाडण्यात येतंय – आणि मग – एक दिवस हे अती होईल – *आणि मी ती कृती करेन.* अनेकदा जे स्वप्नात पाहिलं आहे, ते मी प्रत्यक्षात आणेन – स्वतःला मारून टाकेन!'

एर्क्युल प्वारोने सावकाश मान हलवली.

'तुला हे शक्य वाटत नाहीये?' फार्लेने विचारलं.

'*शक्य?* मी अशा शब्दांच्या भानगडीत पडत नाही.'

'पण तुला हे असंभव वाटतंय का?'

'अतिशय असंभव.'

बेनेडिक्ट फार्ले पुटपुटला, 'डॉक्टरही असंच म्हणाला...'

मग पुन्हा आवाज चढवून तो उद्गारला, 'पण मला हे स्वप्न का पडतंय ? का? का?'

प्वारोने पुन्हा मान हलवली. बेनेडिक्ट फार्ले एकदम म्हणाला, 'तुझ्या अनुभवात असं काही खरंच आलेलं नाही?'

'कधीच नाही.'

'मला तेच जाणून घ्यायचं होतं.'

प्वारोने घसा किंचित खाकरला. 'मी एक प्रश्न विचारू?' तो म्हणाला.

'काय? तुला हवं ते विचार.'

'तुम्हाला कोण मारू इच्छित आहे असं वाटतं? तुमचा कोणावर संशय आहे?'

'कोणी नाही. कोणीही नाही,' फार्ले मध्येच बोलला.

'पण ही कल्पना तुमच्या मनात डोकावली होती?' प्वारोने लावून धरलं.

'ही शक्यता आहे का, एवढंच मला जाणून घ्यायचं होतं.'

'माझ्या अनुभवापुरतं बोलायचं, तर माझं उत्तर 'नाही' असं आहे; पण तुम्हाला कोणी कधी संमोहित केलं आहे का? सहज विचारतोय.'

'अर्थातच नाही. मी असल्या वेडेपणाला थारा देईन असं वाटतंय तुला?'

'मग मला वाटतं तुमचा अंदाज नक्कीच असंभव आहे.'

'पण मूर्खा, त्या स्वप्नाचं काय, स्वप्नाचं?'

'स्वप्न निश्चितच उल्लेखनीय आहे,' प्वारो विचार करून म्हणाला. मग थोडं थांबून तो म्हणाला, 'मला हे नाट्य घडतं ती जागा पाहायची आहे – ते टेबल, घड्याळ, रिव्हॉल्व्हर.'

'अर्थात. मी तुला शेजारच्या खोलीत घेऊन जातो.'

ड्रेसिंग गाउन स्वतःभोवती लपेटून म्हातारा खुर्चीतून उठू लागला, मग काहीतरी डोक्यात आल्यासारखा पुन्हा बसला.

'नाही,' तो म्हणाला, 'तिथे पाहण्यासारखं काहीही नाही. जे सांगण्यासारखं होतं ते मी सांगितलंच आहे.'

'पण तरीही मला पाहायला आवडेल –'

'काहीही गरज नाही,' फार्ले खेकसला, 'तू मला तुझं मत दिलं आहेस. विषय संपला.'

प्वारोने खांदे उडवले. 'जशी तुमची मर्जी.' तो जायला उभा राहिला. 'माफ करा, मिस्टर फार्ले, मी तुम्हाला मदत करू शकलो नाही.'

बेनेडिक्ट फार्ले अगदी समोर नजर लावून बसला होता. 'उगाच लुडबुड नको आहे मला,' तो ओरडला, 'मी तुला सर्व तथ्यं सांगितली आहेत – तुला त्याच्यातून काही उत्तर सापडत नाहीये, त्यामुळे विषय संपला. तुझं बिल पाठवून दे.'

'ते मी करेनच,' प्वारो निर्विकारपणे म्हणाला आणि दरवाजाकडे चालू लागला.

'एक मिनिट थांब,' लक्षाधीशाने प्वारोला सांगितलं, 'ते पत्र – मला ते परत हवं आहे.'

'तुमच्या सचिवाने पाठवलेलं?'

'हो.'

प्वारोच्या भुवया उंचावल्या. त्याने खिशात हात घातला आणि त्यातून घडी घातलेला कागद काढून म्हाताऱ्याकडे दिला. त्याने तो तपासून पाहिला आणि मान डोलावून शेजारच्या टेबलावर ठेवून दिला.

पुन्हा एकदा एर्क्युल प्वारो दरवाजाकडे निघाला. तो कोड्यात पडला होता. त्याच्या मनात म्हाताऱ्याने सांगितलेली गोष्ट पुनःपुन्हा घोळत होती. या सगळ्यामध्ये

काहीतरी गडबड असल्याची जाणीव त्याला टोचत होती आणि त्याचा संबंध बेनेडिक्ट फार्लेशी नव्हता – त्याच्या स्वतःशीच होता.

त्याने दरवाजावर एक हात ठेवला आणि त्याच्या मनातला गोंधळ दूर झाला. तो – एर्क्युल प्वारो – चुकला होता! तो पुनश्च खोलीत शिरला.

'हजार वेळा माफी मागतो! तुमची समस्या सोडवताना माझ्या हातून चूक झाली आहे! आत्ता तुम्हाला मी जे पत्र दिलं, ते चुकून उजव्या खिशात हात घालून दिलं. खरं म्हणजे डाव्या खिशातून द्यायला हवं होतं –'

'हा काय प्रकार आहे, आँ?'

'मी आत्ता जे पत्र तुम्हाला दिलं – ते म्हणजे माझ्या लॉन्ड्रीवाल्या बाईने मला लिहिलेलं, कॉलर्स नीट स्वच्छ न झाल्याबद्दल माफी मागणारं पत्र होतं,' प्वारो संकोचून हसत होता. मग डाव्या खिशातून त्याने एक कागद काढून दिला, 'हे घ्या *तुमचं* पत्र.'

बेनेडिक्ट फार्लेने तो कागद हिसकावून घेतला. 'तू नीट काम का करत नाहीस?' तो चिडून म्हणाला.

प्वारोने आधी दिलेलं पत्र परत घेतलं, पुन्हा एकदा माफी मागितली आणि मग तो खोलीतून बाहेर पडला.

तो क्षणभर बाहेर थांबला. जिन्याच्या वर. तिथे भरपूर जागा होती. त्याच्या बरोबर समोर ओक लाकडाचा एक जुना सोफा होता. त्याच्यापुढे एक टेबल होतं. त्यावर काही मासिकं होती. याखेरीज दोन आरामखुर्च्या आणि फुलदाणी ठेवलेलं आणखी एक टेबल होतं. ते सामान पाहून प्वारोला डेन्टिस्टच्या दवाखान्यातल्या वाट बघत बसायच्या खोलीची आठवण झाली.

खालच्या मजल्यावर बटलर त्याची वाट पाहत उभा होता.

'सर, तुमच्यासाठी टॅक्सी आणू का?'

'थँक यू. नको. हवा छान पडली आहे. मी चालत जाईन.'

एर्क्युल प्वारो रस्ता ओलांडण्यासाठी फुटपाथवर थोडा थांबला.

त्याच्या कपाळावर आठ्या उमटल्या. 'नाही. मला काहीही कळत नाहीये. यातल्या कशाचाच अर्थ लावता येत नाहीये. मला हे आवडत नसलं तरी मान्य करावंच लागेल, की मी, एर्ल्युल प्वारो पूर्णपणे गोंधळून गेलो आहे.'

हे जे घडलं तो नाटकाचा पहिला अंक म्हणता येईल. दुसरा अंक एक आठवड्याने सादर झाला. त्याची सुरुवात एका फोनने झाली. जॉन स्टिलिंगफ्लीट नावाच्या डॉक्टरचा फोन होता तो.

एरवी डॉक्टरांच्या बोलण्यात जी औपचारिकता असते, त्याचा लवलेशही या आवाजात नव्हता.

'कोण, प्वारो का? मित्रा, स्टिलिंगफ्लीट बोलतोय.'

'बोल. काय झालं?'

'मी नॉर्थवे हाउसमधून बोलतोय – बेनेडिक्ट फार्लेच्या घरून.'

'हं, सांग मला,' प्वारोचं कुतूहल जागृत झालं होतं. 'मिस्टर फार्लेचं काय?'

'फार्ले मेला आहे. आज दुपारी त्याने स्वतःला गोळी घातली.'

किंचित थांबून प्वारो म्हणाला : 'हो...?'

'तुला फारसं आश्चर्य वाटलेलं दिसत नाहीये. याविषयी तुला आणखी काही माहीत आहे का?'

'असं का वाटतंय तुला?'

'हा काही चलाख निष्कर्ष, अंतःप्रेरणा किंवा तत्सम प्रकार नाही. फार्लेने तुला साधारणपणे एका आठवड्यापूर्वी भेटायला बोलवण्याकरता चिठ्ठी पाठवली होती. ती आम्हाला मिळाली.'

'अच्छा.'

'इथला पोलीस इन्स्पेक्टर अगदी मवाळ आहे – एखादा लक्षाधीश जेव्हा स्वतःला मारून टाकतो, तेव्हा आपण जपून वागलं पाहिजे. तुला या केसबद्दल काही सांगता येईल का, असा मला प्रश्न पडला, त्यामुळे तू माझ्याकडे येऊ शकशील का?'

'हो, लगेच येतो.'

'छान! काहीतरी गडबड आहे ना?'

प्वारोने लगेच येतो याची पुनरुक्ती केली.

'हां, फोनवर काही सांगायचं नाहीये असं दिसतंय! ठीक आहे, ठीक आहे. भेटूच.'

पंधरा मिनिटांनी प्वारो वाचनालयात बसला होता. नॉर्थवे हाउसच्या तळमजल्यावर, मागच्या बाजूला ही एक लांबुळकी खोली होती. खोलीत आणखी पाच जण होते : इन्स्पेक्टर बार्नेट, डॉ. स्टिलिंगफ्लीट, मिसेस फार्ले म्हणजे बेनेडिक्टची विधवा, त्याची एकुलती एक मुलगी जोॲना फार्ले आणि ह्यूगो कॉर्नवर्दी हा सचिव.

यांपैकी इन्स्पेक्टर बार्नेट हा एखाद्या सैनिकासारखा माणूस होता. डॉ. स्टिलिंगफ्लीट तिशीचा, उंच माणूस; पण त्याची फोनवरची बोलण्याची पद्धत आणि आताचं व्यावसायिक व्यक्तिमत्त्व यात बराच फरक होता. मिसेस फर्ले तिच्या नवऱ्यापेक्षा खूपच तरुण होती, दिसायला देखणी होती. तिचे ओठ जिद्दी वाटत

होते आणि तिच्या काळ्याशार डोळ्यांत काहीही भावना दिसत नव्हती. तिच्या मनात काय चाललं असेल याचा थांगपत्ता लागत नव्हता. आईच्या काळ्याभोर केसांच्या तुलनेत जोॲनाचे केस फिकट होते आणि तिच्या चेहऱ्यावर वांग होते. तिचं धारदार नाक आणि हनुवटी तिने वडिलांकडून घेतलेली होती, हे उघड होतं. तिच्या डोळ्यांत बुद्धी जाणवत होती आणि काहीसा धूर्त भावसुद्धा. ह्यूगो कॉर्नवर्दी दिसायला चांगला होता. त्याचा पोशाख त्याच्या हुद्द्याला साजेसा असाच होता. त्याच्या कामात तो हुशार आणि कार्यक्षम असावा असं वाटत होतं.

ओळख-पाळख झाल्यावर प्वारोने सोप्या शब्दांत त्याच्या भेटीचं वर्णन आणि बेनेडिक्ट फार्ले त्याला काय म्हणाला होता ते सांगितलं. सगळ्यांचं कुतूहल जागृत झालं.

'इतकी विचित्र गोष्ट मी कधी ऐकली नव्हती!' इन्स्पेक्टर म्हणाला, 'स्वप्न काय? मिसेस फार्ले, तुम्हाला यातलं काही माहीत होतं का?'

तिने मानेने होकार दिला. 'माझा नवरा त्याविषयी बोलला होता. तो खूप अस्वस्थ होता. मी – मी – मी त्याला म्हणाले की, अपचनामुळे होत असेल. त्याचा आहार फार विचित्र होता म्हणून डॉ. स्टिलिंगफ्लीटना बोलव, असं मी म्हणाले होते.'

डॉक्टरने मान हलवली. 'त्यांनी माझा सल्ला मागितला नाही. प्वारोच्या म्हणण्यानुसार ते हार्ले स्ट्रीटवरच्या डॉक्टरकडे गेले.'

'डॉक्टर, या मुद्द्यावर मला तुमचं मत हवं आहे,' प्वारो म्हणाला, 'मिस्टर फार्ले मला म्हणाले की, त्यांनी तीन डॉक्टरांचा सल्ला घेतला होता. त्या डॉक्टरांच्या अंदाजांविषयी तुमचं काय मत आहे?'

डॉ. स्टिलिंगफ्लीटच्या कपाळावर आठ्या उमटल्या, 'अवघड आहे सांगणं. मिस्टर फार्ले यांना डॉक्टरांनी काय सांगितलं आणि त्यांनी तुम्हाला काय सांगितलं, यात फरक आहे. मिस्टर फार्ले जे म्हणाले, तो एका सामान्य माणसाने लावलेला अर्थ होता.'

'म्हणजे त्यांनी चुकीचा अर्थ लावला होता?'

'अगदीच तसं नाही म्हणजे डॉक्टर त्यांच्या वैद्यकीय भाषेत काहीतरी सांगणार आणि हे त्याचा विपर्यास करणार आणि मग स्वतःच्या शब्दांत मांडणार, असं काहीतरी.'

'म्हणजे मला ते जे म्हणाले आणि डॉक्टरांनी त्यांना जे सांगितलं होतं, यात अंतर होतं म्हणायचं.'

'हं. त्यांनी जरा गैरसमज करून घेतला असं म्हणता येईल.'

'त्यांनी कोणाचा सल्ला घेतला हे माहीत आहे का?' प्वारोने विचारलं.

मिसेस फार्लेला माहीत नव्हतं. जोॲना फार्ले म्हणाली, 'त्यांनी कोणाचा सल्ला घेतला होता का, हेही आम्हाला माहीत नाही.'

'ते *तुझ्याशी* स्वप्नांबद्दल बोलले होते का?' प्वारोने विचारलं.

'नाही,' जोॲना म्हणाली.

'आणि तुमचं काय, मिस्टर कॉर्नवर्दी?'

'नाही. काहीच बोलले नव्हते. त्यांनी डिक्टेट केलेलं पत्र मी लिहून काढलं; पण त्यांना तुम्हाला का बोलवायचं होतं याची मला कल्पना नव्हती. मला वाटलं व्यवसायासंबंधी काहीतरी असेल.'

'आणि मिस्टर फार्ले यांच्या मृत्यूबद्दलची तथ्यं काय आहेत?' प्वारोने विचारलं.

इन्स्पेक्टर बार्नेटने मिसेस फार्ले आणि डॉ. स्टिलिंगफ्लीटकडे प्रश्नार्थक नजरेनं पाहिलं आणि मग तो बोलू लागला.

'दररोज दुपारी मिस्टर फार्ले पहिल्या मजल्यावरच्या त्यांच्या स्वतःच्या खोलीत काम करत असत. माझ्या माहितीनुसार दोन मोठ्या व्यवसायांच्या एकत्रीकरणाविषयी बोलणी सुरू होती...'

त्याने ह्यूगो कॉर्नवर्दीकडे पाहिलं. 'कन्सॉलिडेटेड कोचलाइन्स,' त्याने उत्तर दिलं.

'त्याच्या संदर्भात मिस्टर फार्ले यांनी प्रेसच्या दोघांना मुलाखत द्यायचं मान्य केलं होतं. ते क्वचितच असं काही करायचे - साधारणपणे पाच वर्षांतून एकदा. त्याप्रमाणे असोसिएटेड न्यूजग्रुप्सचा एक आणि अमाल्गमेटेड प्रेस-शीट्सचा एक, असे दोघं जण आधी वेळ ठरवून सव्वातीन वाजता आले. ते मिस्टर फार्ले यांच्या खोलीबाहेर थांबले - त्यांना भेटायला येणारे तिथेच थांबत असत. तीन वाजून वीस मिनिटांनी कन्सॉलिडेटेड कोचलाइन्समधून एक माणूस काही कागदपत्रं घेऊन आला आणि आत जाऊन त्याने ती मिस्टर फार्ले यांना दिली. मिस्टर फार्ले स्वतः त्या माणसाला निरोप द्यायला दरवाजापाशी आले आणि दोघा पत्रकारांना म्हणाले, 'सद्गृहस्थ हो, मला माफ करा. तुम्हाला थांबावं लागणार आहे. मला एक अर्जंट काम आलंय; पण मी लवकरात लवकर ते आटोपायचा प्रयत्न करेन.'

'मिस्टर ॲडम्स आणि मिस्टर स्टॉडार्ट म्हणाले की, त्यांना थांबायला काही अडचण नव्हती. मिस्टर फार्ले यांनी त्यांच्या सोयीनुसार बोलावलं तरी चालेल. मग मिस्टर फार्ले खोलीत गेले, दार लावून घेतलं - आणि - पुढचं तुम्हाला ठाऊकच आहे!'

'पुढे?' प्वारो म्हणाला.

'चार वाजल्यानंतर थोड्याच वेळाने मिस्टर कॉर्नवर्दी पलीकडे असलेल्या त्यांच्या खोलीतून बाहेर आले. दोन वार्ताहार अजून बाहेरच बसलेले पाहून त्यांना आश्चर्य वाटलं. त्यांना काही पत्रांवर मिस्टर फार्ले यांच्या सह्या हव्या होत्या आणि हे दोन गृहस्थ त्यांची वाट पाहत आहेत, याचीही त्याने आठवण करून दिली असती. त्याप्रमाणे ते खोलीत गेले, तर त्यांना तिथे कोणीच नाहीये असं आधी वाटलं. मग खिडकीजवळच्या टेबलामागून एक बूट बाहेर डोकावत असलेला त्यांना दिसला. पटकन जाऊन बघितल्यावर त्यांच्या लक्षात आलं की, मिस्टर फार्ले मृतावस्थेत पडले आहेत आणि बाजूला एक रिव्हॉल्व्हर आहे.

'मिस्टर कॉर्नवर्दी घाईघाईने बाहेर आले आणि डॉ. स्टिलिंगफ्लीटना बोलवण्याबाबत त्यांनी बटलरला सूचना दिल्या. डॉक्टरांच्या सल्ल्यानुसार मिस्टर कॉर्नवर्दी यांनी पोलिसांना खबर दिली.'

'रिव्हॉल्व्हरचा आवाज ऐकू आला होता का?' प्वारोने विचारलं.

'नाही. इथे रहदारीचा खूप आवाज असतो आणि खिडकी उघडी होती, त्यामुळे गाड्यांचे हॉर्न्स, ट्रक्सचा आवाज इतका असणार की, काहीही ऐकू येणं शक्य नव्हतं.'

प्वारोने मान डोलावली, 'त्यांच्या मृत्यूची वेळ काय असावी?'

डॉ. स्टिलिंगफ्लीट म्हणाला, 'मी इथे आल्या आल्या त्यांना तपासलं म्हणजे चार वाजून बत्तीस मिनिटांनी. मिस्टर फार्ले यांचा मृत्यू किमान एक तास अगोदर झाला असावा.'

प्वारोचा चेहरा एकदम गंभीर झाला.

'याचा अर्थ, त्यांनी मला जी वेळ सांगितली, त्या वेळी त्यांचा मृत्यू झाला असण्याची शक्यता आहे – म्हणजे तीन वाजून अठ्ठावीस मिनिटांनी.'

'बरोबर,' डॉ. स्टिलिंगफ्लीट म्हणाला.

'रिव्हॉल्व्हरवर ठसे वगैरे?'

'हो. मिस्टर फार्ले यांचेच आहेत.'

'आणि रिव्हॉल्व्हरचं काय?' इन्स्पेक्टर पुन्हा बोलू लागला.

'टेबलाच्या उजवीकडच्या दुसऱ्या ड्रॉवरमध्ये ते जे रिव्हॉल्व्हर ठेवत असं तुम्हाला म्हणाले होते, तेच हे होतं. मिसेस फार्ले यांनी ते अचूक ओळखलं आहे. शिवाय खोलीत जायला एकच दरवाजा आहे, जो जिन्याच्या लँडिंगवर उघडतो. दोन्ही पत्रकार दाराच्या अगदी समोरच बसलेले होते. मिस्टर फार्ले त्यांच्याशी बोलल्यानंतर कोणीही त्या खोलीत गेलं नाही, हे ते शपथेवर सांगत आहेत. मिस्टर कॉर्नवर्दी मग चार वाजल्यानंतर थोड्या वेळाने आत गेले.'

'म्हणजे मिस्टर फार्ले यांनी आत्महत्या केली असंच चित्र समोर येतं.'

इन्स्पेक्टर बार्नेट किंचित हसले, 'याबद्दल काहीच शंका उरली नसती; पण एक मुद्दा आहे.'

'कोणता?'

'त्यांनी तुम्हाला लिहिलेलं पत्र.'

प्वारोसुद्धा हसला. 'हं! जिथे एर्क्युल प्वारो असतो, तिथे लागलीच खुनाचा संशय येतो!'

'मला हेच म्हणायचं आहे,' इन्स्पेक्टर म्हणाला, 'पण तुम्ही सगळे मुद्दे स्पष्ट केल्यामुळे –'

प्वारो मध्ये बोलला. 'एक मिनिट.' मग मिसेस फार्लेकडे पाहून म्हणाला, 'तुमच्या नवऱ्याला कधी कोणी संमोहित केलं आहे?'

'कधीच नाही.'

'त्यांनी कधी या विषयाचा अभ्यास केला होता? त्यांना त्यात रस होता?'

'नाही. मला नाही वाटत,' तिने उत्तर दिलं.

मग अचानक तिचा स्वतःवरचा ताबा सुटला. 'ते भयानक स्वप्न! विलक्षण आहे! त्याने दररोज रात्री ते स्वप्न पाहणं – आणि मग – मग जणू मृत्यू त्याच्या *मागे* लागला असावा!'

प्वारोला बेनेडिक्ट फार्लेचे शब्द आठवले – *'मला जे खरोखर करावंसं वाटत असतं, ते मी करतो. स्वतःला मारून टाकतो.'*

तो म्हणाला, 'तुमच्या नवऱ्याला स्वतःचा जीव घेण्याचा मोह होईल असं तुम्हाला कधी वाटलं होतं का?'

'नाही – म्हणजे तसं कधी कधी तो फार विचित्र वागायचा...'

जोॲना फार्लेचा कुत्सित आवाज खोलीत घुमला, 'माझ्या वडिलांनी स्वतःला कधीही मारलं नसतं. ते स्वतःला फार जपायचे.'

डॉ. स्टिलिंगफ्लीट म्हणाले, 'जे लोक आत्महत्या करेन अशी धमकी देतात, ते सहसा तसं करत नाहीत मिस फार्ले, त्यामुळे कधी कधी आत्महत्येमागचं कारण सापडत नाही.'

प्वारो उठून उभा राहिला. 'जिथे ही दुर्घटना घडली, ती खोली मी पाहू शकतो का?'

'नक्कीच. डॉ. स्टिलिंगफ्लीट –'

प्वारोबरोबर डॉक्टर वर गेला.

सचिवाच्या खोलीपेक्षा बेनेडिक्ट फार्लेची खोली बरीच मोठी होती. त्यात चामड्याचं कव्हर असलेल्या उंची आरामखुर्च्या होत्या. जमिनीवरचा गालिचा जाडजूड होता आणि लिहिण्यासाठी एक सुंदर टेबल होतं.

प्वारो त्या टेबलाच्या मागे गेला. खिडकीजवळ कार्पेटवर एक गडद डाग होता. त्याला पुन्हा त्या लक्षाधीशाचे शब्द आठवले : *'तीन वाजून अठ्ठावीस मिनिटांनी मी टेबलाच्या उजवीकडचा दुसरा ड्रॉवर उघडून तिथे ठेवलेलं रिव्हॉल्व्हर बाहेर काढतो, त्यात गोळ्या भरून खिडकीपाशी जातो आणि मग – आणि मग मी स्वतःला गोळी घालतो.'*

प्वारोने मान डोलावली आणि तो पुढे बोलू लागला : 'ही खिडकी अशी उघडी होती?'

'हो; पण त्या मार्गाने कोणीही आत येऊ शकलं नसतं.'

प्वारोने खिडकीतून बाहेर डोकावून पाहिलं. बाहेर छज्जा किंवा पाइप्स किंवा उभं राहता येईल, अशी एकही जागा नव्हती. त्या खिडकीतून एखादं मांजरही आत येऊ शकलं नसतं. समोरच्या बाजूला कारखान्याची मोठी भिंत होती. त्यावर एकही खिडकी नव्हती.

स्टिलिंगफ्लीट म्हणाला, 'स्वतःची खासगी खोली म्हणून एखाद्या श्रीमंत माणसाने ही निवडावी हे विचित्रच आहे. बाहेर काय दिसतं, तर तुरुंगाच्या भिंतीसारखी ती भिंत.'

'हो,' प्वारो म्हणाला, तो मागे सरला आणि समोरच्या भिंतीकडे पाहू लागला. 'मला वाटतं, ती भिंत महत्त्वाची आहे.'

स्टिलिंगफ्लीटला काही समजलं नाही. 'महत्त्वाची म्हणजे – मानसशास्त्रीय दृष्टीने म्हणतो आहेस का?'

प्वारो आता टेबलापाशी पोहोचला होता. सहज वाटावं अशा पद्धतीने त्याने तिथे असलेला एक चिमटा उचलला. त्याचं हँडल दाबल्यावर त्याची पाती पूर्ण बाहेर आली. तो चिमटा धरून प्वारोने थोड्या अंतरावर असलेल्या खुर्चीच्या जवळून एक जळलेली काडी अलगद उचलली आणि केराच्या टोपलीत टाकली.

'तुझं खेळून झालं असेल तर...' स्टिलिंगफ्लीट वैतागून म्हणाला.

एर्क्युल प्वारो पुटपुटला, 'चलाखीने तयार केलेलं अवजार आहे.' तो चिमटा त्याने टेबलावर व्यवस्थित ठेवून दिला आणि विचारलं : 'मिस्टर फार्ले यांच्या मृत्यूच्या वेळी मिसेस फार्ले आणि मिस फार्ले कुठे होत्या?'

'याच्या वरच्या मजल्यावर असलेल्या त्यांच्या खोलीत मिसेस फार्ले विश्रांती घेत होत्या. मिस फार्ले सर्वांत वरच्या मजल्यावर त्यांच्या स्टुडिओमध्ये चित्र काढत होत्या.'

एक-दोन मिनिटं प्वारोने टेबलावर ताल धरल्यासारखं केलं आणि मग म्हणाला: 'मला मिस फार्लेला भेटायचं आहे. तिला इथे बोलावता का?'

'जशी तुमची इच्छा.'

स्टिलिंगफ्लीट पुन्हा बुचकळ्यात पडला. प्वारोकडे कटाक्ष टाकून तो खोलीतून बाहेर पडला. लवकरच खोलीचं दार उघडून जोॲना आत आली.

'मी तुला काही प्रश्न विचारले तर चालेल ना?'

तिने थंडपणे प्वारोकडे पाहिलं. 'जरूर विचारा काय हवं ते.'

'तुझे वडील त्यांच्या ड्रॉवरमध्ये रिव्हॉल्व्हर ठेवायचे हे तुला माहीत होतं का?'

'नाही.'

'तू आणि तुझी आई - म्हणजे सावत्र आई, हो ना - त्या रात्री कुठे होता?'

'हो, लुईज माझ्या वडिलांची दुसरी बायको आहे. ती माझ्याहून फक्त आठ वर्षांनी मोठी आहे. तुम्ही काय म्हणत होतात?'

'मागच्या गुरुवारी तू आणि तुझी आई कुठे होतात? म्हणजे गुरुवारी रात्री.'

क्षणभर विचार करून ती म्हणाली, 'गुरुवार? अं, हो की, गुरुवारी आम्ही *लिटल डॉग लाफ्ड* हा सिनेमा बघायला गेलो होतो.'

'वडील तुमच्याबरोबर येतो असं नाही म्हणाले का?'

'नाही, ते कधीही थिएटरमध्ये जात नसत.'

'मग दररोज संध्याकाळी ते काय करायचे?'

'घरातच वाचत बसायचे.'

'ते कोणात फारसे मिसळत नसत, नाही का?'

जोॲनाने प्वारोच्या नजरेला नजर दिली. 'माझ्या वडिलांचा स्वभाव कोणालाही आवडणार नाही असा होता. त्यांच्या जवळपासच्या कोणालाही त्यांच्याविषयी प्रेम किंवा आपुलकी वाटणं शक्य नव्हतं.'

'मिस, हे खूपच सडेतोड विधान आहे.'

'मिस्टर प्वारो, मी तुमचा वेळ वाचवायचा प्रयत्न करते आहे. तुम्हाला काय म्हणायचं आहे, हे माझ्या लक्षात येतंय. माझ्या सावत्र आईने माझ्या वडिलांशी त्यांचा पैसा पाहून लग्न केलं. मी इथे राहते. कारण, दुसरीकडे कुठे राहणं मला परवडणारं नाही. मी एका माणसाशी लग्न करू इच्छिते; पण तो गरीब आहे. माझ्या वडिलांनी त्याची नोकरी जाण्याची व्यवस्था केली. त्यांची इच्छा होती की, मी चांगल्या घरात लग्न करावं - कारण, साधं आहे. मी त्यांची वारसदार होणार होते!'

'तुझ्या वडिलांचे पैसे तुला मिळणार होते?'

'हो. म्हणजे कर जाऊन त्यांनी लुईजसाठी अडीच लाख ठेवले आहेत; इतरही काही गोष्टी तिला मिळणार आहेत; पण बाकी सगळं माझ्यासाठी आहे.' मग अचानक हसून ती म्हणाली, 'तेव्हा, मिस्टर प्वारो, माझे वडील मरावेत असं मला वाटायला भरपूर कारणं आहेत!'

'मिस, तुझ्या वडिलांची बुद्धी तुझ्यात आली आहे असं दिसतंय.'

जरा विचार करून ती म्हणाली, 'माझे वडील हुशार होते... त्यांच्या बरोबर असताना जाणवायचं - त्यांच्यात काहीतरी ताकद आहे - पुढे जाण्याची शक्ती आहे- पण हे गुण जणू नासून गेले होते - त्यांच्यात कटुता आली होती - त्यांच्यातली माणुसकी संपून गेली होती...'

एर्क्युल प्वारो अतिशय हलकेच म्हणाला, '*अरे देवा*, मी किती मूर्ख आहे...'

जोॲना फार्ले दाराकडे वळली. 'आणखी काही विचारायचं आहे?'

'दोनच प्रश्न. हा चिमटा पाहिलास?' तो उचलत त्याने विचारलं. 'हा नेहमी टेबलावर असायचा?'

'हो. बाबांना वाकायला आवडत नसे, त्यामुळे खाली पडलेल्या वस्तू उचलायला ते हा चिमटा वापरत असत.'

'आणखी एक. तुझ्या वडिलांची दृष्टी चांगली होती का?'

तिने प्वारोकडे पाहिलं.

'अंहं! त्यांना अजिबात दिसायचं नाही - म्हणजे चश्म्याशिवाय, असं मला म्हणायचं होतं. ते लहान असल्यापासूनच त्यांची दृष्टी अधू होती.'

'पण चश्मा लावून?'

'मग अर्थातच त्यांना व्यवस्थित दिसायचं.'

'ते वर्तमानपत्र किंवा अगदी छोटी अक्षरं वाचू शकायचे?'

'हो.'

'बस, आणखी काही नाही, मिस.'

ती खोलीतून बाहेर पडली.

प्वारो स्वतःशी पुटपुटला. 'मी मूर्ख होतो. सगळं काही माझ्या समोर होतं, अगदी डोळ्यांसमोर. इतकं जवळ होतं की, मला ते दिसलंच नाही.'

त्याने पुन्हा एकदा खिडकीतून बाहेर पाहिलं. त्या घराच्या आणि कारखान्याच्या मध्ये असलेल्या अरुंद गल्लीत त्याला एक गडद रंगाची वस्तू पडलेली दिसली. प्वारो समाधानाने हसला, त्याने मान किंचित डोलावली आणि तो खालच्या मजल्यावर गेला.

सगळे अजून वाचनालयात होते. प्वारो सचिवाला उद्देशून म्हणाला, 'मिस्टर कॉर्नवर्दी, मिस्टर फार्ले यांनी मला जे बोलावणं पाठवलं होतं, त्या संबंधीची अचूक

माहिती मला सांगा. उदाहरणार्थ, मिस्टर फार्ले यांनी ते पत्र नेमकं केव्हा डिक्टेट केलं?'

'बुधवारी दुपारी – साधारणपणे साडेपाच वाजले असावेत असं मला वाटतं.'

'ते पोस्टात टाकण्यासंबंधी काही विशेष सूचना दिल्या होत्या का?'

'त्यांनी ते मलाच पोस्ट करायला सांगितलं होतं.'

'आणि तुम्ही तसं केलं?'

'हो.'

'मला घरात घेण्यासंबंधी त्यांनी बटलरला काही खास सूचना दिली होती?'

'हो. त्यांनी मला होम्सला म्हणजे आमच्या बटलरला सांगायला सांगितलं की, एक गृहस्थ रात्री साडेनऊ वाजता येणार आहेत. त्याने त्यांचं नाव विचारून, त्यांच्याकडचं पत्र पाहायचं होतं.'

'ही खबरदारी जरा विचित्र नाही वाटत तुम्हाला?'

कॉर्नवर्दीने खांदे उडवले. 'मिस्टर फार्ले विक्षिप्त होते,' तो म्हणाला.

'आणखी काही सूचना?'

'हो. त्यांनी मला संध्याकाळपुरती रजा दिली.'

'मग तुम्ही घेतली?'

'हो. रात्रीच्या जेवणानंतर लगेचच मी सिनेमाला गेलो.'

'तुम्ही परत कधी आलात?'

'मी माझी किल्ली वापरून सव्वाअकरा वाजता घरात आलो.'

'त्या दिवशी मिस्टर फार्ले तुम्हाला पुन्हा भेटले का?'

'नाही.'

'आणि दुसऱ्या दिवशी सकाळी ते याविषयी काही बोलले?'

'नाही.'

क्षणभर थांबून प्वारो पुन्हा बोलू लागला, 'मी जेव्हा आलो, तेव्हा मला मिस्टर फार्ले यांच्या खोलीत नव्हतं नेलं गेलं. असं का?'

'होम्सने तुम्हाला माझ्या खोलीत घेऊन जावं असं त्यांनी मला सांगितलं होतं.'

'असं का सांगितलं असेल? तुम्हाला काय वाटतं?'

कॉर्नवर्दीने मान हलवली. 'मी मिस्टर फार्ले यांच्या सूचनांवर कधीच उलट प्रश्न विचारलेला नाही. त्यांना ते आवडलं नसतं.'

'एरवी ते पाहुण्यांना स्वतःच्या खोलीत भेटायचे?'

'बहुतेक वेळा त्यांच्याच खोलीत भेटायचे; पण कधी कधी माझ्या खोलीत बोलवायचे.'

'त्या मागे काही कारण होतं का?'

ह्यूगो कॉर्नवर्दीने थोडा विचार केला.

'नाही - मला नाही वाटत - खरं म्हणजे मी या गोष्टीचा कधी फारसा विचारच केला नव्हता.'

मग प्वारो मिसेस फार्लेला म्हणाला, 'मी तुमच्या बटलरला बोलावलं तर चालेल का?'

'जरूर, मि. प्वारो.'

टापटीप, नीटनेटका होम्स लगेचच आला.

'मॅडम, तुम्ही बोलावलंत?'

मिसेस फार्लेने प्वारोकडे बोट दाखवलं. होम्सने नम्रपणे विचारलं, 'येस, सर?'

'मी ज्या गुरुवारी रात्री आलो होतो, त्यासंदर्भात तुला काय सूचना देण्यात आल्या होत्या?'

घसा खाकरून होम्स बोलू लागला : 'जेवणानंतर मिस्टर कॉर्नवर्दीने मला सांगितलं की, मिस्टर फार्ले यांच्याकडे ठीक साडेनऊ वाजता एक मिस्टर एर्क्युल प्वारो नावाचे गृहस्थ येणार आहेत. मी त्यांचं नाव विचारून खात्री करून घ्यायची होती आणि ते देतील ते पत्र तपासून बघायचं होतं. त्यानंतर पाहुण्याला मिस्टर कॉर्नवर्दी यांच्या खोलीत घेऊन जायचं होतं.'

'दरवाजा ठोठाव असं तुला सांगण्यात आलं होतं का?'

बटलरच्या चेहऱ्यावर एक तुच्छतेचा भाव तरळून गेला.

'हो, मिस्टर फार्ले यांची तशी सूचना होती. कोणी पाहुणा आला की - म्हणजे व्यवसायासंबंधी - मी दरवाजा ठोठावणं अपेक्षित होतं.'

'अच्छा! मी याने जरा कोड्यात पडलो होतो! माझ्या येण्यासंबंधी याखेरीज काही सूचना होत्या का?'

'नाही सर. मी जे तुम्हाला आता सांगितलं, ते सांगून झाल्यावर मिस्टर कॉर्नवर्दी निघून गेले.'

'तेव्हा किती वाजले होते?'

'नऊ वाजायला दहा मिनिटं होती.'

'त्यानंतर तू मिस्टर फार्लेना भेटलास का?'

'हो सर. नेहमीप्रमाणे नऊ वाजता मी त्यांच्यासाठी गरम पाण्याचा ग्लास घेऊन गेलो.'

‘त्या वेळी ते स्वतःच्या खोलीत होते का मिस्टर कॉर्नवर्दीच्या?’

‘ते स्वतःच्या खोलीत होते, सर.’

‘त्या वेळी खोलीत काही वेगळं असल्याचं तुझ्या लक्षात आलं होतं का?’

‘वेगळं? नाही सर.’

‘मिस आणि मिसेस फार्ले कुठे होत्या?’

‘सर, त्या सिनेमाला गेल्या होत्या.’

‘थँक यू, होम्स.’

वाकून अभिवादन करून होम्स बाहेर गेला. प्वारो पुन्हा मिसेस फार्लेकडे वळला.

‘आणखी एक प्रश्न, मिसेस फार्ले. तुमच्या नवऱ्याची दृष्टी चांगली होती?’

‘नाही. चश्म्याशिवाय त्याला नीट दिसायचं नाही.’

‘त्यांना ऱ्हस्वदृष्टी होती का?’

‘हो ना. चश्मा नसला तर त्याला काहीच दिसायचं नाही.’

‘त्यांच्याकडे बरेच चश्मे होते?’

‘हो.’

‘अच्छा!’ प्वारो मागे टेकून बसत म्हणाला. ‘मला वाटतं केस आता सुटलेली आहे...’

खोलीत एकदम शांतता पसरली. सगळ्यांच्या नज़रा त्या छोटेखानी माणसावर खिळल्या होत्या. तो मात्र आपल्याच नादात मिशीला पीळ देत बसला होता. इन्स्पेक्टर गोंधळून गेला होता. डॉ. स्टिलिंगफ्लीटच्या कपाळावर आठ्या होत्या. कॉर्नवर्दीला काहीच उमगत नव्हतं. मिसेस फार्ले टक लावून शून्यात नजर लावून बसली होती. जोॲना फार्लेच्या चेहऱ्यावर अतोनात उत्सुकता होती.

शेवटी मिसेस फार्लेने बोलायला सुरुवात केली. ‘मिस्टर प्वारो, मला समजत नाहीये,’ ती त्रासलेल्या आवाजात म्हणाली. ‘ते स्वप्न –’

‘हो. ते स्वप्न खूप महत्त्वाचं होतं,’ प्वारो म्हणाला.

मिसेस फार्ले शहारली. ‘या अगोदर माझा कोणत्याही अतिभौतिक गोष्टींवर विश्वास नव्हता; पण आता – ते स्वप्न दररोज रात्री पाहायचं म्हणजे –’

‘असाधारण आहे,’ डॉ. स्टिलिंगफ्लीट म्हणाला, ‘असामान्य! प्वारो, तू जर म्हणाला नसतास आणि तू जर खुद्द त्या व्यक्तीच्या तोंडून ऐकलं नसतंस... माफ करा मिसेस फार्ले, मिस्टर फार्ले यांनी ती गोष्ट सांगितली नसती, तर –’

‘तेच तर,’ प्वारो म्हणाला. त्याचे अर्धोन्मिलित डोळे उघडले. त्यांचा हिरवा रंग भेदक वाटत होता. *‘बेनेडिक्ट फार्ले यांनी जर मला सांगितलं नसतं...’*

मिनिटभर थांबून त्याने भोवतालचे चेहरे न्याहाळले.

'तुमच्या लक्षात आलं असेल की, त्या संध्याकाळी जे जे घडलं त्यातल्या काही गोष्टींचा अर्थ मला लावता येत नव्हता. पहिली गोष्ट म्हणजे ते पत्र मी माझ्याबरोबर आणायचा एवढा अट्टाहास का?'

'ओळख पटावी म्हणून,' मिस्टर कॉर्नवर्दी म्हणाला.

'नाही, नाही! हे कारण मुळीच नव्हतं. यापेक्षा कितीतरी जास्त सयुक्तिक कारण असलं पाहिजे. कारण, ते पत्र मी आणावं एवढाच त्यांचा आग्रह होता, असं नाही तर मी ते पत्र तिथेच ठेवून दिलं पाहिजे, असं मिस्टर फार्ले म्हणाले होते आणि नंतरसुद्धा, त्यांनी ते पत्र फाडून नाही टाकलं! ते पत्र आज दुपारी त्यांच्या इतर कागदपत्रांत सापडलं. *ते त्यांनी का जपून ठेवलं असेल?'*

आता जोॲना फार्ले मध्ये बोलली, 'त्यांना जर काही झालं, तर त्यासाठी ते त्यांना हवं होतं. त्यांच्या विचित्र स्वप्नाबाबत इतरांना कळावं, अशी त्यांची इच्छा होती.'

प्वारोने खूश होऊन मान डोलावली.

'मिस, तुमची बुद्धी तीक्ष्ण आहे. पत्र जपून ठेवण्यामागे तेच कारण असावं – नव्हे, तेच कारण असू शकतं. मिस्टर फार्ले यांचा मृत्यू झाल्यावर त्या विचित्र स्वप्नाबद्दल सांगितलं जावं! मिस, ते स्वप्न म्हणजे कळीचा मुद्दा होता!

'आता मी दुसऱ्या मुद्द्याकडे येतो. मिस्टर फार्ले यांची कहाणी ऐकल्यावर मी त्यांना ते टेबल आणि त्यातलं रिव्हॉल्व्हर दाखवायला सांगतो. ते त्यासाठी उठणार, तेवढ्यात त्यांनी नकार दिला. असं का?'

या वेळी कोणीच बोललं नाही.

'मी हाच प्रश्न वेगळ्या शब्दांत मांडतो. *त्या दुसऱ्या खोलीत असं काय होतं, जे मी पाहता कामा नये असं मिस्टर फार्लेना वाटलं?'*

स्तब्ध शांतता!

'हो,' प्वारो पुढे सांगू लागला. 'अवघड आहे हे; पण काहीतरी कारण असणार – असं तातडीचं कारण ज्यामुळे मिस्टर फार्ले मला त्यांच्या सचिवाच्या खोलीत भेटले आणि त्यांच्या स्वतःच्या खोलीत मला न्यायला त्यांनी थेट नकार दिला. *तिथे असं काहीतरी असणार जे मी पाहणं त्यांना परवडण्यासारखं नव्हतं.'*

'त्या संध्याकाळी घडलेल्या तिसऱ्या अनाकलनीय गोष्टीकडे आता मी येतो. मी अगदी जायला निघालो, तेव्हा मिस्टर फार्ले यांनी ते पत्र माझ्याकडे मागितलं. मी चुकून माझ्या लॉन्ड्रीवालीने लिहिलेलं पत्र त्यांच्या हातात ठेवलं. त्यांनी ते पाहून बाजूला ठेवून दिलं. खोलीतून बाहेर पडताना माझी चूक माझ्या लक्षात आली –

आणि मी ती दुरुस्त केली! त्यानंतर मी त्यांच्या घरातून बाहेर पडलो - आणि मी मान्य करतो - मला काहीही कळलं नव्हतं! हे संपूर्ण प्रकरण आणि विशेषतः हा शेवटचा मुद्दा मला कळत नव्हता.'

प्वारोनं प्रत्येकाकडे पाहिलं.

'तुमच्या लक्षात येत नाहीये?'

'प्वारो, तुझ्या लॉन्ड्रीवालीचा याच्याशी काय संबंध हे मला अजिबात समजलं नाहीये,' स्टिलिंगफ्लीट म्हणाला.

'माझी लॉन्ड्रीवाली खूप महत्त्वाची होती,' प्वारो म्हणालो, 'ती बाई, जी माझ्या शर्टाच्या कॉलर्स नीट स्वच्छ करत नाही, तिचा कोणालातरी पहिल्यांदा उपयोग होतोय. किती उघड आहे - तुमच्या लक्षात यायला हवं. मिस्टर फार्ले यांनी त्या पत्रावर *एक नजर* टाकली - ते चुकीचं आहे, हे क्षणार्धात त्यांच्या लक्षात आलं असतं - आणि तरी त्यांना काहीच कळलं नाही. का? *कारण, त्यांना नीट दिसत नव्हतं.'*

'त्यांनी चश्मा लावला नव्हता?' इन्स्पेक्टर बार्नेटने विचारलं.

एर्क्युल प्वारोने स्मित हास्य केलं. 'हो. त्यांनी चश्मा लावला होता म्हणूनच हे इतकं रंजक आहे.' मग पुढे वाकून तो बोलू लागला. 'मिस्टर फार्ले यांचं स्वप्न खूप महत्त्वाचं होतं. आपण आत्महत्या केली आहे असं त्यांनी स्वप्नात पाहिलं आणि कालांतराने त्यांनी केली म्हणजे ते एका खोलीत एकटेच होते आणि त्यांच्या शेजारी रिव्हॉल्व्हर पडलेलं सापडलं आणि त्यांना गोळी लागली, तेव्हा त्या वेळी खोलीत ना कोणी गेलं, ना कोणी खोलीतून बाहेर आलं होतं. याचा अर्थ काय? की, ही *आत्महत्याच* असणार!'

'हो,' स्टिलिंगफ्लीट म्हणाला.

एर्क्युल प्वारोने मान हलवली. 'अगदी उलटं,' तो म्हणाला, 'हा खून होता. अत्यंत असाधारण आणि अतिशय हुशारीने योजलेला खून.'

पुन्हा एकदा प्वारो पुढे वाकून बोलू लागला. त्याच्या डोळ्यांत आता एक वेगळीच चमक दिसत होती.

'त्या संध्याकाळी मिस्टर फार्ले यांनी मला त्यांच्या खोलीत का जाऊ दिलं नाही? तिथे असं काय होतं जे मला दिसू नये असं त्यांना वाटलं? मित्रांनो, मला वाटतं त्याचं कारण म्हणजे स्वतः बेनेडिक्ट फार्ले त्या खोलीत होते!'

सर्वांचे मख्ख चेहरे पाहून प्वारो हसला.

'हो, हो, मी काही मूर्खासारखं बोलत नाहीये. मी ज्या मिस्टर फार्लेशी बोलत होतो, त्यांना पूर्णपणे भिन्न असलेल्या या दोन पत्रांमधला फरक कसा कळला नाही?

कारण, त्या माणसाची दृष्टी *अधू* नव्हती; पण त्याने चश्मा लावला होता. जाड भिंगांचा चश्मा जर चांगली दृष्टी असलेल्या माणसाने लावला, तर त्याला धड काही दिसणार नाही. बरोबर ना, डॉक्टर?'

'अं – हो, हो,' स्टिलिंगफ्लीट म्हणाला.

'मिस्टर फार्ले यांच्याशी बोलताना मला सारखं वाटत होतं की, मी एका *तोतयाशी* बोलतोय, एखादी भूमिका वठवणाऱ्या एका नटाशी! आता त्या खोलीतल्या वातावरणाचा विचार करून पाहा. मंद प्रकाश असलेली खोली, हिरव्या शेडचा दिवा खुर्चीत बसलेल्या व्यक्तीच्या समोर प्रकाश टाकतोय. मला काय दिसलं – सर्वांना ठाऊक असलेला ठिगळं लावलेला गाउन, धारदार नाक (जे लांबीसारखा पदार्थ वापरून सहज चिकटवता येतं), पांढऱ्या केसांचा तुरा आणि जाड भिंगांचा, डोळे लपवणारा चश्मा. मिस्टर फार्ले यांना ती स्वप्न पडायची याचा काय पुरावा आहे? मला सांगितली गेलेली गोष्ट आणि *मिसेस फार्ले* यांचा पुरावा. बेनेडिक्ट फार्ले यांच्या ड्रॉवरमध्ये रिव्हॉल्व्हर होतं याला काय पुरावा? पुन्हा एकदा मला सांगितली गेलेली गोष्ट आणि मिसेस फार्ले यांचं वक्तव्य. हा सगळा खेळ दोघांनी योजला – मिसेस फार्ले आणि ह्यूगो कॉर्नवर्दी. त्यानेच ते पत्र लिहिलं, बटलरला सूचना दिल्या, स्वतः सिनेमाला जातो सांगून गेला; पण थोड्याच वेळात परत येऊन स्वतःची किल्ली वापरून घरात शिरला. मग स्वतःच्या खोलीत जाऊन सर्व मेकअप केला आणि बेनेडिक्ट फार्ले म्हणून तयार झाला.

'अशा प्रकारे आपण त्या दिवसापर्यंत येतो. कॉर्नवर्दी ज्या संधीची वाट पाहत होता, ती संधी येते. बेनेडिक्ट फार्लेच्या खोलीत कोणी गेलं नाही आणि कोणी बाहेर आलं नाही, याची ग्वाही देणारे दोघे साक्षीदार खोलीच्या बाहेरच बसलेले आहेत. बाहेरच्या वर्दळीचा आवाज पुरेसा वाढेपर्यंत कॉर्नवर्दी वाट पाहतो. मग त्याच्या खोलीच्या खिडकीबाहेर वाकून एक वस्तू त्या चिमट्यात पकडून फार्ले यांच्या खिडकीबाहेर दिसेल अशा प्रकारे धरतो हा चिमटा त्याने आधीच हस्तगत केलेला असतो. बेनेडिक्ट फार्ले खिडकीपाशी येतो. तेवढ्यात कॉर्नवर्दी चिमटा मागे घेतो आणि फार्ले खिडकीतून वाकून पाहू लागल्यावर त्यांना गोळी घालतो. लक्षात ठेवा, समोर फक्त एक भिंत आहे, त्यामुळे हा गुन्हा होताना कोणालाही दिसणं शक्य नाही. मग कॉर्नवर्दी अर्धा तास थांबतो, काही कागदपत्रं गोळा करतो, रिव्हॉल्व्हर आणि चिमटा त्यांमध्ये लपवतो आणि फार्लेच्या खोलीत जातो. चिमटा परत टेबलावर ठेवतो, रिव्हॉल्व्हर खाली ठेवतो, दिवंगत मिस्टर फार्ले यांच्या बोटांचे ठसे त्यावर येतील, याची खात्री करून घेतो आणि मिस्टर फार्ले यांच्या आत्महत्येची खबर घेऊन घाईघाईने खोलीतून बाहेर येतो.

'मला लिहिलेलं पत्र सापडेल याची तो व्यवस्था करतो आणि मी येतो - *स्वतः मिस्टर फार्ले* यांच्या तोंडून ऐकलेली कहाणी घेऊन - त्यांच्या अद्भुत स्वप्नाची - त्यांना स्वतःला मारावंसं वाटण्याची अनावर इच्छा होण्याची कहाणी! काही लोक संमोहनाबद्दल बोलतील, नाही असं नाही - पण अंतिम निष्कर्ष हाच असेल की, बेनेडिक्ट फार्ले यांच्याच हातून ते रिव्हॉल्व्हर चालवलं गेलं.'

एर्क्युल प्वारोची नजर त्या विधवेकडे वळली. तिच्या चेहऱ्यावरचे भाव पाहून त्याला समाधान वाटलं - पांढराफट्ट पडलेला चेहरा - डोळ्यांत मूर्तिमंत भीती...

'आणि यथावकाश,' प्वारो समारोप करत म्हणाला, 'गोड शेवट झाला असता. अडीच लाख पौंड आणि दोन हृदयांचं मीलन...'

डॉ. जॉन स्टिलिंगफ्लीट आणि एर्क्युल प्वारो नॉर्थवे हाउसच्या बाजूच्या रस्त्याने चालत होते. उजवीकडे कारखान्याची उंचच्या उंच भिंत होती. त्यांच्या वर, डाव्या बाजूला बेनेडिक्ट फार्ले आणि ह्यूगो कॉर्नवर्दी यांच्या खोल्यांच्या खिडक्या होत्या. प्वारोने खाली वाकून रस्त्यावरची एक वस्तू उचलली - काळ्या मांजरीचं एक सॉफ्ट टॉय.

'आहा!' तो म्हणाला, 'फार्लेच्या खिडकीसमोर कॉर्नवर्दीने हे मांजर चिमट्यात धरलं होतं. तुला आठवत असेल, फार्ले यांना मांजरं अजिबात आवडत नसत. अर्थातच ते धावत खिडकीपाशी आले.'

'पण कॉर्नवर्दीने खाली पडलेलं ते मांजर नंतर उचललं का नाही?'

'कसं केलं असतं त्याने? कोणाला तरी संशय यायची शक्यता होती. ते मांजर सापडलं असतं, तर कोणीही काय म्हणालं असतं - आसपासच्या एखाद्या लहान मुलाच्या हातून पडलं असेल.'

'हो,' एक सुस्कारा सोडत स्टिलिंगफ्लीट म्हणाला, 'सामान्य माणसाला *असंच* वाटलं असत; पण एर्क्युलला नाही! तुला माहीत आहे, मला शेवटपर्यंत वाटत होतं की, तू एखादं मानसशास्त्रीय कारण किंवा तत्सम काहीतरी पुढे करशील. त्या दोघांनाही नक्कीच तसं वाटलं असणार! पण पार कोलमडली ती. कसा झाला होता तिचा चेहरा! ती तुझ्या अंगावर धावून आली नसती तर कदाचित कॉर्नवर्दी यातून निसटलाही असता. बरं झालं मी वेळीच तिला आवरू शकलो ते.'

थोडं थांबून तो पुढे म्हणाला, 'मला ती मुलगी आवडते. खंबीर आहे आणि बुद्धिमानसुद्धा. अं - मी तिला आपलंसं करायचा प्रयत्न केला, तर मी पैशांच्या मागे आहे, असं वाटेल नाही का...?'

'मित्रा, तुला उशीर झाला आहे. तिच्या *आयुष्यात* कोणीतरी आहे आणि वडिलांच्या मृत्यूमुळे तिच्या सुखाचा मार्ग मोकळा झाला आहे.'

'तसं पाहिलं, तर खत्रूड वडिलांना खलास करायला तिच्यापाशी चांगलं सबळ कारण होतं म्हणायचं.'

'इच्छा आणि संधी असणं पुरेसं नसतं,' प्वारो म्हणाला, 'गुन्हेगारी स्वभावसुद्धा असावा लागतो!'

'प्वारो, तू कधी एखादा गुन्हा करशील का, असा मला प्रश्न पडतो,' डॉक्टर म्हणाला. 'मला खात्री आहे तू तो पचवू शकशील. किंबहुना, तुझ्यासाठी ते *फारच* सोपं असेल – म्हणजे ते खिलाडूपणाला धरून होणार नाही!'

'ही अगदी तुमची इंग्लिश कल्पना आहे,' प्वारो म्हणाला.

वायरलेस

'मुख्य म्हणजे काळजी करू नका आणि कसलंही उत्तेजन टाळा,' डॉ. मेनेल डॉक्टरला साजेशा आविर्भावात म्हणाला.

दिलासा देणारे हे निरर्थक शब्द ऐकून बहुतेक वेळा जे होतं, तेच मिसेस हार्टरचं झालं. हायसं वाटायच्याऐवजी ती जास्त साशंक झाली.

'हृदय किंचित कमकुवत आहे,' डॉक्टर सफाईने म्हणाला, 'पण काळजी करण्यासारखं काही नाही, याची मी खात्री देतो; पण तरीही, मला वाटतं तुम्ही घरात लिफ्ट बसवून घेतली तर बरं, काय?' डॉक्टर पुढे म्हणाला.

मिसेस हार्टर आता नक्कीच चिंतेत पडल्यासारखी दिसू लागली.

याउलट डॉ. मेनेल स्वतःवर खूश दिसला. त्याला गरीब रुग्णांपेक्षा श्रीमंत लोक जास्त पसंत होते, कारण त्यांना औषधं देताना त्याच्या कल्पनाशक्तीला भरपूर वाव मिळत असे.

'हो, लिफ्ट,' डॉ. मेनेल म्हणाला. खरं म्हणजे त्याला आणखी काहीतरी भन्नाट सुचवायचं होतं; पण तसं काही सुचलं नाही. 'म्हणजे मग आपल्याला अनावश्यक कष्ट पडणार नाहीत. दररोज सपाट जमिनीवर व्यायाम केलात तर उत्तम; पण टेकडी चढू नका आणि मुख्य म्हणजे,' तो आनंदाने म्हणाला, 'मन दुसरीकडे रमवा. तुमच्या तब्येतीचा विचार करू नका.'

पण त्यांच्या भाच्याला म्हणजे चार्ल्स रिजवेला मात्र डॉक्टरने जास्त स्पष्टपणे काय ते सांगितलं. 'गैरसमज करून घेऊ नका,' तो म्हणाला, 'तुमची मावशी बहुधा आणखी अनेक वर्षं जगेल, नाही असं नाही; पण त्यांना एखादा धक्का बसला किंवा जास्त दगदग झाली तर मात्र सांगता येत नाही!'

डॉक्टरांनी चुटकी वाजवून सांगितलं, 'त्यांनी शांत जीवन जगलं पाहिजे. दमायचं नाही, दगदग नको आणि मुख्य म्हणजे सतत तब्येतीचा विषय डोक्यात असता कामा नये. त्यांचं मन दुसरीकडे वळवलं पाहिजे आणि त्यांना आनंदात ठेवलं पाहिजे.'

'हं, मन दुसरीकडे वळवलं पाहिजे,' चार्ल्स स्वतःशीच म्हणाला.

चार्ल्स रिजवे हा विचारी तरुण होता आणि होता होईतो स्वतःच्या आवडीनुसार जगायचा त्याचा प्रयत्न असे.

त्या दिवशी संध्याकाळी त्याने वायरलेस सेट बसवायचं सुचवलं.

लिफ्ट असली तर बरं, या विचाराने आधीच मिसेस हार्टर अस्वस्थ होती. तिला ही कल्पना अजिबात आवडली नाही; पण चार्ल्स मात्र आग्रही होता.

'मला या असल्या नव्या गोष्टी अजिबात नको आहेत,' ती केविलवाण्या सुरात म्हणाली, 'त्यांच्यातल्या लहरी - इलेक्ट्रिक लहरी. त्यांचा माझ्यावर वाईट परिणाम होईल.'

चार्ल्सने प्रेमाने पण ठामपणे मावशीचे मुद्दे खोडून काढले.

मिसेस हार्टरला या विषयातलं फारसं कळत नव्हतं; पण तरी तिचा आडमुठेपणा मात्र तसाच होता.

'ती सगळी वीज,' ती पुटपुटत राहिली, 'तुझं काय जातंय मला सांगायला? पण काही लोकांवर विजेचा परिणाम होतो म्हणजे होतो. वादळ यायच्या अगोदर नेहमी माझं डोकं भयंकर दुखायला लागतं. मला नीट माहीत आहे.' तिने विजयी मुद्रेने त्याच्याकडे बघितलं.

चार्ल्सला घाई नव्हतीच. तो सहजासहजी एवढ्याने हार मानणार नव्हता.

'माझी प्रिय मेरी मावशी,' त्याने सुरुवात केली, 'मी तुला स्पष्ट करून सांगतो.'

या विषयात तो तज्ज्ञ होता, त्यामुळे त्याने एक छोटंसं व्याख्यान द्यायला सुरुवात केली. ब्राइट एमिटर व्हाल्व्ज, डल एमिटर व्हाल्व्ज, उच्च आणि कमी वारंवारता, कंडेन्सर्स आणि ॲम्प्लिफिकेशन्सबद्दल तो रंगात येऊन बोलू लागला.

न समजणाऱ्या या शब्दांच्या समुद्रासमोर मिसेस हार्टरने हार मानली. 'अर्थात चार्ल्स, तुला जर योग्य वाटत असेल तर...' ती म्हणाली.

'मावशी,' तो उत्साहाने म्हणाला, 'तुझ्यासाठी हा वायरलेस म्हणजे अगदी योग्य वस्तू आहे. त्याच्यात रमलीस की डोक्यात उगीच नको ते विचार येणार नाहीत.'

डॉक्टर मेनेलचा सल्ला ऐकून थोड्याच दिवसांत लिफ्ट बसवली गेली. इतर अनेक म्हाताऱ्या बायकांप्रमाणे मिसेस हार्टरलासुद्धा घरात अनोळखी पुरुष आलेले

सहन होत नसत, त्यामुळे लिफ्टचं काम पूर्ण होईपर्यंत तिचा जीव अर्धा झाला. त्या प्रत्येक कामगाराचा आपल्या चांदीच्या भांड्यांवर डोळा आहे अशी तिला खात्री होती.

लिफ्ट पाठोपाठ वायरलेस सेट आला. मोठ्या, ओबडधोबड आणि अनेक बटणं असलेल्या त्या खोक्याकडे पाहून तिला किळस वाटत होती.

मावशीचं मन वळवायला चार्ल्सला भरपूर कष्ट पडले. त्याने प्रत्येक बटण कशासाठी असतं, ते कसं फिरवायचं, वगैरे गोष्टी अत्यंत उत्साहाने सांगितल्या.

मिसेस हार्टर उंच पाठीच्या तिच्या खुर्चीत बसून सगळं शांतपणे ऐकून घेत होती; पण या नव्या गोष्टी म्हणजे डोकेदुखी असते, हे तिचं ठाम मत काही बदललं नाही.

'ऐक, मावशी, आता बर्लिन स्टेशन लागलं आहे, मस्त आहे की नाही! तुला ऐकू येतंय तो माणूस काय बोलतोय ते?'

'मला फक्त खरखर ऐकू येतेय, बाकी काही नाही,' मिसेस हार्टर म्हणाली.

चार्ल्स बटणं फिरवत राहिला. 'ब्रसेल्स,' तो पुन्हा उत्साहाने म्हणाला.

'हो का?' मिसेस हार्टरच्या आवाजात किंचितही उत्साह नव्हता.

चार्ल्सने पुन्हा बटणं फिरवली आणि खोलीत एक भेसूर किंकाळी-सदृश आवाज घुमला.

'आता आपण कुत्र्यांच्या घरात शिरलेलो दिसतोय,' मिसेस हार्टर म्हणाली. तीही काही कमी नव्हती.

'हाहाहा!' चार्ल्स हसत म्हणाला, 'तुझी विनोदबुद्धी चांगली आहे!'

मिसेस हार्टरच्या तोंडावर स्मित उमटलं. चार्ल्स तिचा लाडका भाचा होता. काही वर्षं मिरियम हार्टर ही तिची भाची तिच्याजवळ राहिली होती. खरंतर तिलाच वारस बनवायचा मिसेस हार्टरचा इरादा होता; पण मिरियम मात्र चंचल मुलगी निघाली आणि तिला आत्याच्या संगतीत कंटाळा यायचा, त्यामुळे ती सतत घराबाहेरच असायची. शेवटी जेव्हा मिरियम एका फालतू तरुणाच्या प्रेमात पडली, तेव्हा मिसेस हार्टरला ते अजिबात आवडलं नव्हतं. तिने मिरियमला ताबडतोब तिच्या आईच्या घरी धाडलं. मिरियमने त्याच तरुणाशी लग्न केलं आणि मिसेस हार्टर ख्रिसमसला रुमाल ठेवायची एखादी डबी किंवा तत्सम काहीतरी किरकोळ भेट तिला पाठवायची.

भाच्यांचं काही खरं नसतं हे लक्षात आल्यावर मिसेस हार्टरने मग कुटुंबातल्या मुलांवर लक्ष द्यायला सुरुवात केली. पहिल्यापासूनच चार्ल्स 'यशस्वी' ठरला. तो मावशीशी अतिशय अदबीने वागायचा आणि मावशी तिच्या लहानपणीच्या

आठवणी सांगू लागली की, आपल्याला त्यात खूप रस आहे, अशा पद्धतीने तो तिचं बोलणं ऐकायचा. याबाबतीत तो मिरियमच्या अगदी विरुद्ध होता. ती तिचा कंटाळा लपवू शकत नसे. चार्ल्स मात्र कायम उत्साहात असायचा आणि तू कशी गोड म्हातारी आहेस, असं दिवसातून अनेकदा तिला सांगायचा.

चार्ल्सवर पूर्णपणे खूश होऊन मिसेस हार्टरने एके दिवशी तिच्या वकिलाला पत्र लिहिलं आणि तिच्या मृत्युपत्रात योग्य ते बदल करायला सांगितलं. त्याप्रमाणे नव्या मृत्युपत्रावर यथायोग्य सही करण्यात आली.

आणि आता, या वायरलेस प्रकरणातसुद्धा चार्ल्स उत्तम गुण मिळवून उत्तीर्ण झाला होता.

सुरुवातीला विरोध करणारी मिसेस हार्टर नंतर ठीक आहे म्हणाली आणि शेवटी तिला चक्क तो वायरलेस आवडू लागला; पण एखाद्या गोष्टीशी खुडबुड केली नाही, तर तो चार्ल्स कसला! मिसेस हार्टर तिच्या खुर्चीत आरामात बसून संगीत किंवा ल्युक्रेझिया बोर्जियावरचं व्याख्यान ऐकत सुखात बसली असेल, तर हा चार्ल्स येऊन एखादं परदेशी स्टेशन लागतंय का बघणार; मग त्या सेटमधून चित्रविचित्र आवाज येणार; पण जेव्हा जेव्हा चार्ल्स त्याच्या मित्रांबरोबर रात्री जेवायला बाहेर जायचा, तेव्हा तेव्हा मिसेस हार्टर त्या वायरलेसचा पुरेपूर आनंद लुटायची. दोन बटणं फिरवायची आणि आरामखुर्चीत बसून निवांतपणे संध्याकाळचा कार्यक्रम ऐकायची.

वायरलेस घरात आल्याला तीन महिने झाले असतील आणि पहिली गूढ, भीतिदायक घटना घडली. चार्ल्स ब्रिज खेळायला बाहेर गेला होता.

त्या संध्याकाळी बॅलड कॉन्सर्टचा कार्यक्रम होता. 'ॲनी लॉरी' नावाची एक प्रसिद्ध गायिका गात होती आणि गाण्याच्या मध्यात अचानकपणे संगीत क्षणभर बंद झालं, मग खरखर ऐकू आली आणि मग तीही बंद झाली. नीरव शांतता पसरली आणि त्यापाठोपाठ एक हलका घोंगावण्याचा आवाज फक्त येत राहिला.

का कुणास ठाऊक; पण मिसेस हार्टरला वाटलं की, ते यंत्र कुठल्यातरी दूरच्या ठिकाणाशी ट्यून झालं आहे आणि मग आयरिश हेल असलेल्या एका पुरुषाचा आवाज स्पष्टपणे ऐकू आला.

'मेरी – तुला ऐकू येतंय का? मी पॅट्रिक बोलतोय... मी लवकरच तुला घेऊन जायला येतोय. तू तयार राहशील ना, मेरी?'

...आणि मग पाठोपाठ पुन्हा एकदा ॲनी लॉरीचा आवाज ऐकू येऊ लागला.

मिसेस हार्टर तिच्या खुर्चीत ताठ बसली. तिच्या मुठी खुर्चीच्या हातांभोवती घट्ट आवळल्या गेल्या होत्या. तिला स्वप्न पडत होतं की काय? पॅट्रिक! पॅट्रिकचा आवाज! याच खोलीत, तो तिच्याशी बोलत होता. नाही, नाही. हे स्वप्न

असणार, नाहीतर भास. तिला मिनिटभर डुलकी लागली असणार; पण किती विचित्र स्वप्न – मृत नवऱ्याने अशा प्रकारे बोलणं! तिला किंचित भीती वाटली. काय बरं म्हणाला तो?'

'मी लवकरच तुला घेऊन जायला येतोय. तू तयार राहशील ना, मेरी?'

ही भविष्याची नांदी होती का? कमकुवत हृदय, डॉक्टर म्हणाले होते आणि नाही म्हटलं तरी तिचं वय होत चाललं होतंच.

'ही धोक्याची सूचना आहे – दुसरं काही नाही,' मिसेस हार्टर म्हणाली. मग थोडं कण्हत ती खुर्चीतून सावकाश उठली आणि म्हणाली, 'लिफ्ट बसवण्यावर उगीच एवढे पैसे खर्च केले!'

ती या अनुभवाबद्दल कोणाशीही बोलली नाही; पण पुढचे दोनेक दिवस ती आपल्याच विचारात मग्न होती.

...आणि मग दुसरा प्रसंग आला. पुन्हा एकदा खोलीत ती एकटीच होती. वायरलेसवर एक ऑर्केस्ट्रा सुरू होता. त्या वेळेप्रमाणेच आवाज अचानक बंद झाला. पुन्हा काही वेळ शांतता पसरली. पुन्हा एकदा दुरून पॅट्रिकचा आवाज – पण विचित्र, 'पातळ' आणि अतिभौतिक वाटावा असा.

'पॅट्रिक बोलतोय, मेरी. मी लवकरच येणार आहे...'

मग क्लिक, खरखर आणि पुन्हा ऑर्केस्ट्रा सुरू.

मिसेस हार्टरने घड्याळाकडे पाहिलं. या वेळी तिला नक्कीच झोप लागलेली नव्हती. ती व्यवस्थित जागी होती आणि तिला पॅट्रिकचा आवाज ऐकू आला होता. हा भास नव्हता याची तिला खात्री वाटत होती. ईथर लहरींविषयी चार्ल्स काय म्हणाला होता, हे आठवायचा ती प्रयत्न करत होती.

पॅट्रिक *खरंच* तिच्याशी बोलला असेल का? त्याचा आवाज अंतराळातून तिच्यापर्यंत पोहोचला असेल का? काही लहरी 'अदृश्य' असतात असं म्हणतात. चार्ल्स 'स्केलमधील गॅप्स'बद्दल काहीतरी बोलला होता. कदाचित, या अदृश्य लहरी मानसिक अनुभूतींना कारणीभूत असतील? ही कल्पना फार अशक्य मानता येणार नाही. पॅट्रिक तिच्याशी बोलला होता आणि तिच्या पुढ्यात काय आहे, हे सांगण्याकरता त्याने आधुनिक तंत्रज्ञान वापरलं होतं.

मिसेस हार्टरने एलिझाबेथ या तिच्या कामवाल्या बाईला बेल वाजवून बोलावलं.

एलिझाबेथ उंच, सडपातळ अशी साठीची बाई होती. तिच्या ताठर बाह्य रूपामागे मालकिणीबद्दल अतिशय प्रेम आणि आपुलकी असलेली स्त्री दडलेली होती.

'एलिझाबेथ,' मिसेस हार्टर म्हणाली, 'तुला आठवतंय मी काय सांगितलं होतं? माझ्या कामाच्या खोलीतला डावीकडचा वरचा ड्रॉवर? त्याला कुलूप असतं. त्याच्या किल्लीला पांढरं लेबल आहे. तिथे सर्व तयारी केलेली आहे.'

'तयारी... मॅडम?'

'माझ्या अंत्यविधीची,' मिसेस हार्टर फणकाऱ्यात म्हणाली, 'मी काय म्हणते आहे, हे तुला नीट कळतंय. तूच मला सर्व गोष्टी त्यात ठेवायला मदत केली होतीस.'

एलिझाबेथच्या चेहऱ्यावर विचित्र भाव उमटले.

'मॅम!' ती रडू लागली, 'अशा गोष्टींचा नका विचार करू. मला वाटलं होतं तुमची तब्येत आता जरा बरी आहे.'

'हे पाहा, प्रत्येकाला जावं हे लागणारच आहे,' मिसेस हार्टर म्हणाली, 'मी सत्तरी ओलांडली आहे, एलिझाबेथ. त्यामुळे अशी मुळूमुळू रडू नकोस आणि रडायचंच असेल, तर दुसरीकडे कुठेतरी जाऊन रड.'

एलिझाबेथ मुसमुसत निघून गेली.

मिसेस हार्टरने तिच्या पाठमोऱ्या आकृतीकडे प्रेमाने पाहिलं.

'वेडी आहे बिचारी; पण अतिशय निष्ठावान आहे,' मिसेस हार्टर म्हणाली, 'अं, माझ्या मृत्युपत्रात मी तिच्यासाठी शंभर पौंड ठेवले आहेत का फक्त पन्नास? शंभर असायला हवेत. ती माझ्यासोबत खूप काळ राहिली आहे.'

हा मुद्दा तिच्या मनातून जाईना. दुसऱ्या दिवशी तिने वकिलाला पत्र लिहून तिचं मृत्युपत्र मागवून घेतलं, जेणेकरून तिला खात्री करून घेता येईल. त्याच दिवशी दुपारी जेवताना चार्ल्सने तिला चकित केलं होतं.

'मेरी मावशी,' तो म्हणाला, 'त्या वरच्या खोलीत तो कोण विचित्र म्हातारा आहे? म्हणजे त्या टेबलावरचा फोटो कोणाचा आहे? तो गं, कल्ले वाढवलेला म्हातारा?'

मिसेस हार्टरने चार्ल्सकडे जरा कडक नजरेनं पाहिलं.

'ते तरुणपणचे तुझे पॅट्रिक काका आहेत,' ती म्हणाली.

'हां! सॉरी, सॉरी. खरंच सॉरी. मला असा आगाऊपणा नव्हता करायचा.'

मिसेस हार्टरने मान डोलावून त्याची माफी स्वीकारली.

चार्ल्स पुन्हा बोलू लागला : 'अं, सहज माझ्या डोक्यात आलं, म्हणजे –'

तो बोलायचं थांबला आणि मिसेस हार्टरने विचारलं : 'बोल, बोल. काय म्हणणार होतास?'

'काही नाही,' तो घाईघाईने म्हणाला, 'माझं मलाच कळत नाहीये.'

त्या वेळी मिसेस हार्टर पुढे काही म्हणाली नाही; पण संध्याकाळी जेव्हा ते दोघंच होते, तेव्हा तिने विषय काढला.

'मला सांग चार्ल्स, तुला पॅट्रिक काकाच्या त्या फोटोबद्दल का विचारावंसं वाटलं?'

चार्ल्स संकोचला. 'मी म्हणालो ना, काहीच नाही. माझ्याच मनात विचित्र विचार येऊन गेला, एवढंच.'

'चार्ल्स,' ती ठामपणे म्हणाली, 'तू मला सांगितलंच पाहिजेस.'

'मावशी, त्याचं असं आहे. काल रात्री मी घराकडे येत असताना मला भास झाला की, फोटोतला तो माणूस वरच्या खिडकीतून बाहेर बघत होता. मला वाटतं त्या वेळी विचित्र उजेड पडल्यामुळे मला असं वाटलं असेल. तो चेहरा इतका व्हिक्टोरियन होता, की मला प्रश्न पडला, हा कोण आहे. मग एलिझाबेथ मला म्हणाली की, घरी कोणीच पाहुणा वगैरे आलेला नाही. मग थोड्या वेळाने मी त्या खोलीत गेलो, तर समोर तो फोटो दिसला. मला वाटतं माझ्या अंतर्मनात ते चित्र असणार. या आधीही मी तो फोटो पाहिला असणार; पण मला त्याचा पूर्णपणे विसर पडला असणार आणि मग तोच चेहरा खिडकीत दिसल्याचा भास झाला असणार.'

'घराच्या टोकाची खिडकी का?' मिसेस हार्टरने एकदम विचारलं.

'हो. का?'

'काही नाही.'

पण आता ती चांगलीच हादरली होती. ती खोली म्हणजे तिच्या नवऱ्याची खोली होती.

त्या संध्याकाळी पुन्हा चार्ल्स बाहेर गेला होता आणि मिसेस हार्टरने अधीर होऊन वायरलेस सुरू केला. जर तिसऱ्यांदा तो आवाज ऐकू आला, तर ती परलोकाच्या संपर्कात आहे, याबद्दल किंचितही शंका उरली नसती.

तिचं हृदय धडधडत होतं, तरी अपेक्षित 'मध्यंतर' आल्यावर तिला आश्चर्य वाटलं नाही. पुन्हा काही काळ शांततेनंतर तोच दुरून येणारा आयरिश आवाज आला.

'मेरी – आता तुझी तयारी झाली आहे... शुक्रवारी मी तुला घेऊन जायला येईन... शुक्रवारी साडेनऊ वाजता... घाबरू नकोस – तुला काहीही वेदना किंवा त्रास होणार नाही... तयार राहा...'

मग शेवटचा शब्द हवेत विरतो ना विरतो, तोच कर्कश संगीत पुन्हा सुरू झालं.

मिसेस हार्टर दोनेक मिनिटं स्तब्ध बसून होती. तिचा चेहरा पांढरा पडला होता आणि ओठ आक्रसल्यासारखे दिसत होते.

उठून ती तिच्या टेबलापाशी गेली आणि थरथरत्या हातांनी तिने पुढील मजकूर लिहिला :

आज रात्री ९.१५ला मी माझ्या दिवंगत नवऱ्याचा आवाज स्पष्टपणे ऐकला आहे. तो शुक्रवारी रात्री साडेनऊ वाजता मला घेऊन जायला येणार आहे, असं म्हणाला. जर त्या दिवशी, त्या वेळी माझा मृत्यू झाला, तर मी ही घटना नोंदवू इच्छिते म्हणजे परलोकाशी संपर्क साधता येतो हे निर्विवादपणे सिद्ध होईल.

मेरी हार्टर.

लिहिलेल्या मजकुरावरून मिसेस हार्टरने एक नजर फिरवली आणि कागद पाकिटात सीलबंद करून त्यावर पत्ता लिहिला. मग बेल वाजवून तिने एलिझाबेथला बोलावलं. खुर्चीवरून उठून तिने ते पाकीट तिच्या हातात दिलं.

'एलिझाबेथ,' ती म्हणाली, 'मी जर शुक्रवारी रात्री मरण पावले, तर हे पत्र डॉ. मेनेलला द्यायचं आहेस. नाही...' एलिझाबेथ काहीतरी बोलणार त्या आधीच ती पुन्हा म्हणाली, 'माझ्याशी वाद घालू नकोस. भविष्याची चाहूल लागण्याबद्दल तू अनेकदा माझ्याशी बोलली आहेस. मला अशीच चाहूल लागली आहे. आणखी एक गोष्ट. मी माझ्या मृत्युपत्रात तुझ्यासाठी पन्नास पौंड ठेवले आहेत; पण तुला शंभर पौंड द्यायची माझी इच्छा आहे. मरायच्या आधी मी जर बँकेत जाऊ शकले नाही, तर चार्ल्स ते पैसे तुला द्यायची व्यवस्था करेल.'

आधीप्रमाणेच एलिझाबेथ रडू लागली आणि मिसेस हार्टरने तिला वेळीच आवरलं. ठरवल्याप्रमाणे तिने भाच्याशी दुसऱ्या दिवशी सकाळी हा विषय काढला.

'चार्ल्स, तुला आठवतंय की, मला काही झालं तर एलिझाबेथला माझ्या वतीने पन्नास पौंड द्यायचे आहेत ते? तर तिला आणखी पन्नास दे असं मी सांगते आहे.'

'मावशी, हल्ली तू उदास दिसतेस,' चार्ल्स मजेत म्हणाला, 'तुला काय होणार आहे, हां? डॉ. मेनेल तर म्हणाले की, वीसेक वर्षांत आपण तुझा शंभरावा वाढदिवस करणार आहोत!'

मिसेस हार्टर प्रेमाने हसली; पण तिने उत्तर काही दिलं नाही. दोन मिनिटांनी ती म्हणाली, 'चार्ल्स, शुक्रवारी रात्री तुझा काय कार्यक्रम आहे?'

चार्ल्सला जरा आश्चर्य वाटलं.

'खरं म्हणजे एविंग्ज कुटुंबाने मला ब्रिज खेळायला बोलावलं आहे; पण तू जर म्हणत असशील की मी घरीच थांबावं, तर...'

'नाही,' मिसेस हार्टर ठामपणे म्हणाली, 'अजिबात नाही. शुक्रवारी रात्री तर मी घरात एकटीच राहणं पसंत करेन.'

चार्ल्सने तिच्याकडे विचित्र कटाक्ष टाकला; पण मावशीकडून तो आणखी काही काढून घेऊ शकला नाही. म्हातारी खंबीर आणि जिद्दी होती. आपल्याला आलेला विचित्र अनुभव आपण एकटीनेच निस्तरला पाहिजे असं तिला वाटत होतं.

शुक्रवारी संध्याकाळी घर शांत शांत होतं. मिसेस हार्टर नेहमीप्रमाणे तिच्या खुर्चीत, शेकोटीजवळ बसली होती. तिची सगळी तयारी झाली होती. सकाळीच तिने बँकेत जाऊन पैसे काढून आणले होते आणि रडवेल्या एलिझाबेथचा विरोध न जुमानता तिच्या हातात पन्नास पौंड ठेवले होते. तिच्या सर्व वस्तूंची तिने यादी बनवली होती आणि एक-दोन भारी दागिन्यांवर नातेवाइकांची नावं लिहून ठेवली होती. चार्ल्ससाठी सूचनांची एक यादीच होती. वॉर्स्टरच्या कपबशा एमासाठी होत्या, पॅरिसमधील सेव्हरस नावाने ओळखलं जाणारं एक सुंदर पात्र विलियमसाठी ठेवलं होतं, इत्यादी.

मग तिने हातातल्या लांबुळक्या पाकिटातून घडी घातलेला एक कागद बाहेर काढला. हा कागद म्हणजे तिचे वकील मिस्टर हॉपकिन्सन यांनी तिने सुचवलेले बदल केलेलं तिचं मृत्युपत्र होतं. तिने ते काळजीपूर्वक वाचलेलंच होतं; पण तिने पुन्हा एकदा स्मृतीला उजाळा दिला. पत्र अतिशय संक्षिप्त होतं. एलिझाबेथ मार्शलला तिने केलेल्या सेवेबद्दल पन्नास पौंड, एका सख्ख्या बहिणीला आणि एका दूरच्या बहिणीला प्रत्येकी पाचशे पौंड आणि उर्वरित सर्व धन लाडक्या भाच्याला म्हणजे चार्ल्स रिजवेला.

मिसेस हार्टरने अनेकदा मान डोलवली. तिच्या मृत्यूनंतर चार्ल्स श्रीमंत माणूस बनणार होता. तो तिच्याशी अतिशय चांगला वागत आला होता. प्रेमळ, समजूतदार आणि हसतमुख. त्याच्या संगतीत तिला बरं वाटायचं.

तिने घड्याळाकडे पाहिलं. अजून तीन मिनिटं बाकी होती. ती तयार होती; पण हे शब्द मनात अनेकदा घोळवूनसुद्धा तिचं हृदय धडधडत होतं. तिला नीटसं लक्षात आलेलं नसलं तरी ती अतिशय अस्वस्थ झाली होती.

साडेनऊ. वायरलेस सुरू करण्यात आला. काय ऐकायला मिळेल? परिचित आवाजातला हवामानाचा अंदाज की पंचवीस वर्षांपूर्वी मेलेल्या माणसाचा तो आवाज?

पण तिला यांपैकी काहीच ऐकू आलं नाही. उलट एक ओळखीचा वेगळाच आवाज आला. पूर्णपणे परिचितच; पण आज रात्री आपल्या हृदयावर कोणीतरी थंडगार हात ठेवल्यासारखं तिला वाटलं. कोणीतरी दरवाज्याशी खुडबूड करत होतं...

पुन्हा तो आवाज आला आणि तिच्या सर्वांगावरून थंड वाऱ्याची झुळूक गेली असावी असं तिला वाटलं. मिसेस हार्टर प्रचंड घाबरली होती; तिला मुळीच शंका उरली नाही. ती नुसतीच घाबरली नव्हती... भीतीने तिचा थरकाप उडाला होता...

...आणि अचानक तिच्या मनात विचार आला : *पंचवीस वर्षं म्हणजे खूप मोठा काळ. पॅट्रिक आता माझ्या ओळखीचा राहिलेला नाही.*

मूर्तिमंत भीती! तिच्या नसानसातून टोकाची भीती वाहत होती.

दरवाजाबाहेर दबकी पावलं – किंचित थबकली. मग अलगद दरवाजा उघडला गेला...

मिसेस हार्टर कशीबशी उठून उभी राहिली. तिचा तोल जात होता. नजर दरवाजावर खिळलेली. तिच्या हातातून निसटून शेकोटीत काहीतरी पडलं.

तिच्या गळ्यातून एक अस्फुट किंचाळी बाहेर पडली. दरवाजातल्या अंधुक उजेडात तपकिरी दाढी आणि जुन्या पद्धतीचा व्हिक्टोरियन ओव्हरकोट घातलेली परिचित आकृती उभी होती.

पॅट्रिक तिला घेऊन जायला आला होता!

प्रचंड धक्का बसून तिचं हृदय बंद पडलं आणि तिचा देह धाडकन जमिनीवर कोसळला.

तासाभराने एलिझाबेथला ती त्याच अवस्थेत आढळली.

डॉ. मेनेल यांना ताबडतोब बोलावण्यात आलं; चार्ल्सला त्याच्या ब्रिज पार्टीतून उठवण्यात आलं; पण फार उशीर झाला होता. मिसेस हार्टरला आता कोणीच मदत करू शकणार नव्हतं.

आपल्या बाईंनी एक चिठ्ठी दिली होती हे एलिझाबेथला दोन दिवसांनी आठवलं. डॉ. मेनेल यांनी ती अतिशय कुतूहलाने वाचली आणि चार्ल्स रिजवेलाही दाखवली.

'चांगलाच योगायोग म्हटलं पाहिजे,' डॉक्टर म्हणाले, 'त्यांना मृत नवऱ्याच्या आवाजाचे भास होत होते हे उघड आहे. ती इतकी अस्वस्थ झाली असेल की, प्रत्यक्षात ती वेळ आल्यावर अतिउत्तेजित होऊन तिचं हृदय बंद पडलं असावं.'

'म्हणजे तिच्या मनाचे खेळ तिला खरे वाटू लागले?' चार्ल्सने विचारलं.

'तसंच काहीतरी. उत्तरीय तपासणीत काय निघतं हे लवकरात लवकर मी तुला कळवेन; पण माझ्या मनात शंका नाहीये.' या परिस्थितीत उत्तरीय तपासणी म्हणजे केवळ उपचार होता.

चार्ल्सने मान डोलावली.

आदल्या रात्री घरातले सर्व जण झोपी गेल्यावर चार्ल्सने वायरलेस संचाकडून वरच्या मजल्यावर त्याच्या खोलीत जाणारी एक वायर काढून टाकली होती. शिवाय थंडी असल्यामुळे त्याने एलिझाबेथला शेकोटी पेटवायला सांगितलं होतं. त्याच आगीत त्याने दाढी मिशा जाळल्या होत्या. मृत काकाचे काही कपडे त्याने माळ्यावरच्या लाकडी, कापराचा वास असलेल्या पेटीत ठेवून दिले.

त्याच्या हिशेबानुसार तो पूर्णपणे सुरक्षित होता. जरा काळजी घेतली तर तुझी मावशी आणखी अनेक वर्षं जगू शकेल असं डॉक्टर मेनेलने सांगितल्यावर त्याच्या मनात एक कट आकार घेऊ लागला होता आणि तो आता यशस्वी झाला होता. 'अचानक बसलेला धक्का,' असं डॉ. मेनेल म्हणाला होता. बायकांचा लाडका, प्रेमळ चार्ल्स स्वतःशीच हसला.

डॉक्टर गेल्यावर चार्ल्सने त्याची कामं यांत्रिकपणे करायला सुरुवात केली. अंत्यसंस्काराची व्यवस्था करायची होती. बाहेरगावहून येणाऱ्या नातेवाइकांसाठी गाड्यांची तिकिटं काढायची होती. एक-दोन जणांना रात्री तिथेच मुक्काम करावा लागणार होता. चार्ल्सने ही सर्व कामं पद्धतशीरपणे, उत्तम प्रकारे पार पाडली. एकीकडे त्याच्या मनात विचारचक्र सुरू होतं.

धंद्यासाठी उत्तम परिस्थिती आली आहे, हा त्या विचारांचा गाभा होता. तो आर्थिकदृष्ट्या डबघाईला आला होता हे कोणालाही माहीत नव्हतं, मावशीला तर नाहीच नाही. त्याचे कारनामे जगाच्या दृष्टिआड असले तरी त्याच्या समोर तुरुंगवास उभा ठाकला होता, ही वस्तुस्थिती होती.

काही महिन्यांच्या आत जर मोठी रक्कम उभी करता आली नाही, तर त्याचं गुपित उघड झालं असतं आणि सर्वनाश अटळ झाला असता; पण आता चिंता मिटली होती. चार्ल्स स्वतःशी हसला. तो वाचला होता - *ते* एका खोडीमुळे - खोडीच म्हणायची - आणि चेष्टा करणं हा काही गुन्हा नव्हता. आता सर्व चिंता मिटल्या होत्या; तो श्रीमंत झाला होता. मिसेस हार्टर तिच्या संपत्तीबद्दल त्याच्याशी प्रांजळपणे सर्व काही बोलली होती.

एलिझाबेथ आत डोकावली. मिस्टर हॉपकिन्सन त्याला भेटायला आले असल्याचं तिने सांगितलं.

योग्य वेळी आले म्हणायचे! त्याला आनंदाने शीळ घालावीशी वाटत होती; पण चेहरा प्रसंगानुरूप गंभीर ठेवून तो लायब्ररीत गेला. तिथे तो वृद्ध वकील त्याची वाट पाहत होता. गेलं पाव शतक तो मिसेस हार्टरचा कायदेशीर सल्लागार होता.

चार्ल्सच्या विनंतीनुसार तो बसला आणि घसा किंचित खाकरून त्याने कामाचं बोलायला सुरुवात केली.

'मिस्टर रिजवे, तुम्ही मला पाठवलेल्या पत्राचा नेमका अर्थ मला कळला नाही. मिसेस हार्टरचं मृत्युपत्र आमच्या ताब्यात आहे अशी तुमची समजूत झालेली दिसते.'

चार्ल्स अवाक होऊन त्यांच्याकडे पाहत राहिला.

'हो म्हणजे मावशीने स्वतः मला तसं सांगितलं होतं.'

'हो, हो, बरोबर आहे. आमच्याकडे ते होतं.'

'होतं?'

'तेच म्हणालो मी. मागच्या मंगळवारी मिसेस हार्टरने ते परत मागवलं होतं.'

चार्ल्स अस्वस्थ झाला. लवकरच काहीतरी वाईट घडणार आहे असं त्याला वाटू लागलं.

'अर्थात, त्यांच्या कागदपत्रांमध्ये ते सापडेलच,' वकील पुढे म्हणाला.

चार्ल्स काहीच बोलला नाही. त्याला बोलायची भीती वाटत होती – न जाणो तोंडून काहीतरी चुकीचं बोललं गेलं तर? त्याने मिसेस हार्टरची सर्व कागदपत्रं पिंजून काढली होती आणि त्यात ते मृत्युपत्र नक्कीच नव्हतं. आपल्या पाठीवरून कोणीतरी थंड पाणी सोडतंय असा त्याला भास झाला. दोन क्षण थांबून त्याने स्वतःवर ताबा मिळवला आणि ते वकिलाला सांगितलं; पण स्वतःचा आवाज त्याला वेगळाच वाटला.

'मिसेस हार्टरच्या चीजवस्तू कोणी तपासल्या आहेत का?' वकिलाने विचारलं.

एलिझाबेथने तसं केलं असल्याचं चार्ल्स म्हणाला. मिस्टर हॉपकिन्सनच्या विनंतीनुसार एलिझाबेथला बोलावण्यात आलं. ती लागलीच आली आणि विचारलेल्या प्रश्नांची तिने व्यवस्थित उत्तरं दिली.

बाईसाहेबांचे सर्व कपडे आणि इतर सामान तिने आवरलं होतं आणि त्यात कोणतीही कागदपत्रं नसल्याचा निर्वाळा तिने दिला. तिने मृत्युपत्र बघितलं होतं – बाई गेल्या त्याच दिवशी सकाळी त्यांच्या हातात तिने ते पाहिलं होतं.

'तुला नक्की आठवतंय?' वकिलाने विचारलं.

'हो सर. त्यांनी स्वतः मला सांगितलं होतं. शिवाय त्यांनी मला पन्नास पौंड घ्यायला लावले. मृत्युपत्र एका लांबुळक्या निळ्या पाकिटात होतं.'

'बरोबर आहे,' मिस्टर हॉपकिन्सन म्हणाले.

'मला वाटतं, तेच निळं पाकीट या टेबलावर दुसऱ्या दिवशी सकाळी होतं – पण ते रिकामं होतं. मी ते टेबलावर ठेवलं,' एलिझाबेथ म्हणाली.

'मलाही ते तिथे पाहिल्याचं आठवतंय,' चार्ल्स म्हणाला.

तो टेबलापाशी गेला आणि दोनेक मिनिटांत एक पाकीट घेऊन मागे वळला. मिस्टर हॉपकिन्सनने त्याच्या हातून ते घेतलं आणि तपासून पाहिलं.

'मागच्या मंगळवारी मी याच पाकिटातून ते मृत्युपत्र पाठवलं होतं.'

चार्ल्स आणि हॉपकिन्सनने एलिझाबेथकडे निरखून पाहिलं.

'आणखी काही हवंय का, सर?' तिने अदबीने विचारलं.

'नाही, सध्या तरी काही नाही. थँक यू.'

एलिझाबेथ दारापाशी असताना वकिलांनी विचारलं, 'एक मिनिट. त्या रात्री शेकोटी पेटवली होती का?'

'हो सर, बाई नेहमीच शेकोटी पेटवायच्या.'

'ठीक आहे. थँक यू.'

एलिझाबेथ बाहेर गेली. थरथरत्या हातांनी चार्ल्सने टेबलाचा आधार घेतला.

'तुम्हाला काय वाटतंय?'

मिस्टर हॉपकिन्सनने मान हलवली.

'काहीतरी करून ते मृत्युपत्र हाती लागायला हवं, नाहीतर –'

'नाहीतर काय?'

'तसं झालं तर एकच निष्कर्ष निघतो. ते मृत्युपत्र नष्ट करण्यासाठीच तुझ्या मावशीने ते आमच्याकडून मागवलं असणार आणि एलिझाबेथचं नुकसान होऊ नये म्हणून त्यांनी मृत्युपत्रातली रक्कम तिला रोख देऊन टाकली असणार.'

'पण का?' चार्ल्स चीत्कारला, 'का?'

मिस्टर हॉपकिन्सनने घसा खाकरला.

'अं, मिस्टर रिजवे, तुमच्यात आणि मावशीमध्ये काही वादविवाद झाला होता का?' त्यांनी हलक्या आवाजात विचारलं.

चार्ल्सने आवंढा गिळला, 'अजिबातच नाही. अगदी शेवटपर्यंत आमचे संबंध अतिशय प्रेमाचे होते.'

'ओह!' मिस्टर हॉपकिन्सन उद्‌गारला; पण त्याच्याकडे पाहायचं त्याने टाळलं.

वकिलांचा आपल्यावर विश्वास नाहीये हे पाहून चार्ल्स अचंबित झाला. या म्हाताऱ्याच्या कानांवर न जाणो कोणकोणत्या अफवा आल्या आहेत? चार्ल्सच्या कारभाराविषयी काहीतरी त्यांच्यापर्यंत पोहोचलेलं असू शकेल आणि याच बातम्या मिसेस हार्टरपर्यंत पोहोचल्या असतील असं त्यांना वाटलं असल्यास काय नवल? आणि त्यातून मावशी-भाच्यादरम्यान वादविवाद होणं स्वाभाविक वाटलं असणार.

पण असं नव्हतं! चार्ल्सला त्याच्या आयुष्यातला सर्वांत कटू प्रसंग आठवत होता. त्याच्या थापा पचल्या होत्या आणि आता तो खरं बोलत होता, तर वकिलांचा विश्वास बसत नव्हता. काय हा विरोधाभास!

अर्थातच मावशीने मृत्युपत्र जाळलं नव्हतं! शक्यच नाही.

पण त्याचं विचारचक्र अचानक थांबलं. त्याच्या डोळ्यांसमोर काय चित्र उभं राहत होतं? स्वतःच्या छातीवर एक हात धरलेली एक वृद्ध बाई... हातून काहीतरी निसटतंय... एक कागद... त्या निखाऱ्यांवर पडतोय...

चार्ल्सचा चेहरा लालबुंद झाला. त्याला एक घोगरा आवाज ऐकू आला - त्याचाच! तो विचारत होता : 'जर ते मृत्युपत्र सापडलंच नाही तर -?'

'मिसेस हार्टरने त्याआधी, सप्टेंबर १९२० रोजी केलेलं एक मृत्युपत्र आहे. ते वैध धरलं जाईल. त्यामध्ये त्यांनी त्यांची सर्व संपत्ती त्यांच्या भाचीला म्हणजे मिस मिरियम हार्टर (आता मिरियम रॉबिन्सन) हिला दिलेली आहे.'

'हा मूर्ख म्हातारा काय बडबडत होता? मिरियम? ती आणि तिचा तो फालतू नवरा आणि त्यांची चार हट्टी पोरं? माझी सर्व हुशारी त्या, त्या मिरियमसाठी?'

त्याच्या हाताशी असलेला फोन वाजला. पलीकडून डॉक्टरचा प्रेमळ आवाज आला.

'कोण, रिजवे ना? उत्तरीय तपासणी नुकतीच पूर्ण झाली म्हणून फोन केला. मृत्यूचं कारण मला वाटलं होतं तेच निघालं; पण मिसेस हार्टर हयात असताना मला वाटलं होतं, त्यापेक्षा त्यांचं हृदय बरंच जास्त कमकुवत असल्याचं आढळलं. पुरेपूर काळजी घेतली असती तरी त्या फार तर आणखी दोन महिने जगल्या असत्या. तुला हे सांगावंसं वाटलं. कदाचित, त्याने तुला थोडाफार दिलासा मिळेल.'

'काय म्हणालात?' चार्ल्स म्हणाला, 'परत एकदा सांगता का?' 'त्या दोन महिन्यांहून अधिक काळ जगल्या नसत्या,' डॉक्टर जरा जोरात म्हणाले, 'मित्रा, जे काही होतं, ते चांगल्यासाठीच होत असतं.'

पण त्यांचं बोलणं संपायच्या आत चार्ल्सने फोन खाली आपटला होता. वकिलांचा आवाज दुरून कुठूनतरी ऐकू आल्यासारखा त्याला वाटला.

'बापरे! मिस्टर रिजवे, तुमची तब्येत ठीक नाहीये का?'

खड्ड्यात जाऊ दे सगळ्यांना! तो मख्ख चेहऱ्याचा वकील. तो म्हातारा, गाढव मेनेल. आता सगळं संपलं होतं. दिसत होती ती तुरुंगाच्या भिंतींची सावली...

त्याला वाटलं कोणीतरी आपल्याला खेळवतंय - मांजर जशी उंदराला खेळवते तसं आणि ते कोणीतरी हसत असणार...

द वाइफ ऑफ द केनाइट

मिस्टर शेफरने टोपी काढून कपाळावरचा घाम पुसला. तो भुकेला आणि तहानलेला होता – तहान तर फारच लागली होती; पण त्याहूनही जास्त, तो चिंतित होता. त्याच्या समोर पिवळं माळरान पसरलेलं होतं. पाठीमागे क्षितिजाची रेषा प्रस्तरामुळे तुटल्यासारखी वाटत होती आणि दूर, जोहानेसबर्गच्या दिशेने ढग गडगडल्यासारखा आवाज येत होता; पण मिस्टर शेफरला नीट माहीत होतं की, तो ढगांचा आवाज नव्हता. तो आवाज एकसुरी, नियमित असा होता – कायदा आणि सुव्यवस्थेने क्रांतिकारी शक्तींवर मात केल्याचा आवाज.

या आवाजाने मिस्टर शेफर अस्वस्थ झाला होता. तो अतिशय वाईट परिस्थितीत सापडला होता. आधी अतिशय वेगाने सैनिकीसत्ता प्रस्थापित झालेली होती; पाठोपाठ स्मट्सचं नाट्यमय आगमन, त्याच्या गाडीची टायर्स बंदुकीच्या गोळ्यांनी सपाट होणं... शेफर आणि त्याच्या मित्रांनी काळजीपूर्वक केलेले बेत पूर्णपणे फिस्कटले होते. स्वतः शेफर कसाबसा वाचला होता. या क्षणी जरी तो स्वतंत्र असला, तरी स्थिती काही बरी नव्हती आणि भविष्य तर अंधकारमय भासत होतं.

शेफरने देशाला, हवामानाला, रँड आणि सर्व कामगारांना आणि विशेषतः रेड्ज म्हणजे त्याच्या माजी मालकांना उत्तम जर्मनमध्ये शिव्या घातल्या. एक भाडोत्री आंदोलनकर्ता या नात्याने दिलं गेलेलं काम त्याने अस्सल जर्मन सफाईने पार पाडलं होतं; पण त्याचं प्रशिक्षण आणि बेल्जियममध्ये जर्मन सैन्यात केलेली अनेक वर्षांची सेवा, यामुळे त्याला स्मट्सच्या ताकदीचं कौतुक वाटत होतं. याउलट पहिला खरा प्रतिकार झाल्यावर अप्रशिक्षित, रस्त्यावरून उचलून आणलेले, बेशिस्त लोक ज्या प्रकारे कोलमडले, त्याबद्दल त्याला प्रचंड तिटकारा वाटत होता.

'हे लोक भंगार आहेत,' शेफर कोरड्या ओठांवरून जीभ फिरवत म्हणाला, 'नालायक साले! शिस्त नाही, कामाची काही पद्धत नाही. हातात शस्त्रं असलेले, मोकाट गुंड आहेत! अरे! यांना शिस्त लावायला एक जरी प्रशियन ड्रिल सार्जंट असता तर!'

नकळतपणे तो ताठ उभा राहिला. गेलं वर्षभर तो मुद्दाम पोक काढून उभा राहायचा प्रयत्न करत होता, दाढीसुद्धा त्याने वेडीवाकडी वाढू दिली होती, जेणेकरून कोबी, फ्लॉवर आणि बटाटे विकणारा म्हणून तो खपून जावा. काही कागदपत्रं आताही सैन्याच्या ताब्यात असतील या कल्पनेने तो क्षणभर शहारला – अशी कागदपत्रं ज्यांच्यावर 'कोबी'च्या बाजूला 'सुरुंग' आणि 'बटाट्यां'च्या बाजूला 'स्फोटकं' लिहिलेलं होतं.

सूर्य मावळतीला आला होता; लवकरच संध्याकाळचे गार वारे वाहू लागतील. जवळपास असलेल्या दोन–तीन शेतघरांपैकी एकापर्यंत पोहोचता आलं तर बरं होईल. त्याला अशी घरं माहीत होती. रात्रीपुरता आसरा मिळेल आणि दुसऱ्या दिवशी योग्य दिशा कोणती हे समजेल आणि तो मुक्त होऊ शकेल.

'मका!' तो म्हणाला, 'जिथे मका आहे तिथे जवळ शेतघर असणारच.'

त्याचा तर्क बरोबर ठरला. त्याला शेतामधून जाणारी एक पायवाट दिसली. सर्वांत आधी त्याला क्राल (पारंपारिक आफ्रिकन वसाहत) दिसली; पण त्याने तिला वळसा घातला (जर त्याला हवं असलेलं शेतघर नसलं, तर उगाच पंचाईत नको). मग थोडा उंचवटा चढून गेल्यावर तो अचानक एका शेतघरासमोर पोहोचला. ते नेहमीसारखं बैठं घर होतं – पत्र्याचं छप्पर आणि दोन्ही बाजूला घराभोवती असलेला व्हरांडा.

सूर्य आता एक तप्त, लालबुंद गोळा होता. घराच्या दरवाजात एक बाई पश्चिमेकडे पाहत उभी होती. शेफरने डोक्यावरची हॅट आणखी खाली ओढून घेतली आणि पायऱ्या चढून तो वर गेला.

'हे मिस्टर हेन्शेलचं घर आहे का?' त्याने विचारलं.

त्या बाईने काही न बोलता मान डोलावली. तिच्या निळ्या डोळ्यांनी ती त्याच्याकडे टक लावून पाहत होती. हायसं वाटून शेफरने खोल श्वास घेतला. तिच्या पाठमोऱ्या आकृतीकडे तो कौतुकाने पाहत होता. उन्नत उरोज आणि रुंद नितंब असलेल्या अशा डच बायका त्याला आवडायच्या. ही बाई तरुण नव्हती; चाळिशीच्या आसपास असावी. केस किंचित पिकू लागलेले आणि रुंद कपाळाच्या मध्यभागी साधासा भांग. तिच्यात काहीतरी उदात्त आणि कणखर होतं – जुन्या काळातल्या एखाद्या कुलपुरुषाच्या पत्नीला शोभेलसं.

'तिच्या मुलांची ती एक उत्तम आई असणार,' पुन्हा शेफरच्या मनात आलं, 'तितकाच चांगला स्वयंपाक करत असावी हीच इच्छा.'

बाईच्या बाबतीतल्या शेफरच्या अपेक्षा खूपच साध्या आणि जुनाट होत्या.

'मला वाटतं माझं येणं मिस्टर हेन्शेलला अपेक्षित आहे,' हा जर्मन म्हणाला आणि मग दबक्या आवाजात त्याने पुस्ती जोडली : 'मला बटाट्यांमध्ये रस आहे.'

तिने अपेक्षित उत्तर दिलं.

'आम्हीसुद्धा भाजीपाला पिकवतो,' तिने योग्य शब्द वापरले; पण त्यातला हेल लपत नव्हता. तिचं इंग्रजी फार चांगलं नव्हतं आणि शेफरला वाटलं की, ती एखाद्या डच राष्ट्रवादी कुटुंबातली असावी – असं कुटुंब जे आपल्या मुलांना आगंतुकांची भाषा बोलू देत नाहीत. तिच्या राकट, कष्टकरी हाताने तिने शेफरकडे पाहून मागच्या दिशेला निर्देश केला.

'तू जो'बर्गचा आहेस ना?'

'हो.'

'तिथे आता काहीही उरलं नाहीये. मी कसाबसा बचावलो; पण मग माळरानावर वाट चुकलो. इथवर पोहोचू शकलो हे माझं नशीब म्हणायचं.'

त्या डच बाईने मान हलवली. तिच्या चेहऱ्यावर एक विचित्र; पण अत्यानंदाचं हसू पसरलं.

'नशीब वगैरे काही नसतं – असतो तो फक्त परमेश्वर. हं, या आत.'

शेफरला स्त्रियांनी धार्मिक असलेलं आवडायचं. तिच्या निर्देशानुसार तो आत शिरला. तिने बाजूला सरकून त्याला वाट करून दिली; पण तिच्या चेहऱ्यावरचं हसू तसंच होतं. इथे काहीतरी अनाकलनीय असल्याची जाणीव शेफरला क्षणभर झाली; पण त्याने त्याकडे फार लक्ष दिलं नाही.

बहुतांश घरांप्रमाणे हे घरही इंग्रजी 'एच' अक्षरासारखं होतं. आतल्या हॉलमध्ये सर्व दिशांना असणाऱ्या खोल्यांचे दरवाजे होते. तिथल्या वातावरणात गारवा होता. टेबलावर जेवणाची तयारी केलेली दिसत होती. यजमानीण बाईने त्याला एक बेडरूम दाखवली. हॉलमध्ये त्याने काढून ठेवलेले बूट घ्यायला तो आला, तेव्हा हेन्शेल त्याची वाट पाहत होता. हा नक्कीच इंग्लिश होता – हलकट, बिनडोक आणि अलंकारिक भाषेत बोलणारा नीच मनुष्य. शेफरचं बरंचसं काम या असल्या लोकांतच होतं आणि तो त्यांना चांगला ओळखून होता. भांडवलशहांवर टीका, 'गरिबांचं शोषण करणारे श्रीमंत', चेंबर ऑफ माइन्समधली असमानता – या मुद्द्यांवर हेन्शेल बडबडत होता. शेफर यांत्रिकपणे मान डोलवत होता; पण त्याच्या मनात फक्त जेवणाचे विचार होते.

अखेर ती बाई वाफाळलेल्या सूपचं भांडं घेऊन आली. ते सगळे जेवायला बसले. सूप चांगलं होतं. हेन्शेलची बडबड चालूच होती; पण त्याची बायको शांत बसली होती. शेफर अधूनमधून हं, हूं करत होता. बाकीचे पदार्थ आणायला

मिसेस हेन्शेल आत गेली तेव्हा शेफर कौतुकाने म्हणाला : 'तुझी बायको चांगला स्वयंपाक करते. तू नशीबवान आहेस. एरवी डच बायका सहसा चांगला स्वयंपाक करत नाहीत.'

हेन्शेलने त्याच्याकडे बघितलं. 'माझी बायको डच नाहीये.'

शेफरला आश्चर्य वाटलं; पण हेन्शेलच्या आवाजातला तुटकपणा आणि एका अनामिक अस्वस्थतेमुळे त्याने विषय वाढवला नाही; पण तरी त्याला विचित्र वाटत राहिलं. ती डच आहे अशी त्याला खात्री वाटली होती.

जेवणानंतर तो व्हरांड्यात सिगारेट ओढत बसला. हवा छान गार होती. घरात कुठेतरी दरवाजा जोरात आपटल्याचा आवाज आला. त्या पाठोपाठ घोड्याच्या टापांचा आवाज ऐकू आला. त्याला पुन्हा जरा अस्वस्थ वाटलं. तो आवाज हळूहळू दूर जात असताना अचानक मिसेस हेन्शेल त्याच्याजवळ कॉफीचा कप घेऊन आल्याने तो एकदम दचकला. तिने तो कप त्याच्या शेजारी असलेल्या लहानशा टेबलावर ठेवला.

'माझा नवरा क्लूतेंच्या घरी गेला आहे – तुमची सकाळी जायची व्यवस्था करायला,' तिने सांगितलं.

'अच्छा!'

आपली अस्वस्थता तशीच असल्याचं पाहून त्याला विचित्र वाटलं.

'तो परत कधी येणार आहे?'

'मध्यरात्रीनंतर केव्हातरी.'

तरीही त्याचं समाधान होईना. त्याला नेमकी कशाची भीती वाटत होती? हेन्शेल त्याला पोलिसांच्या हवाली करेल असं काही वाटत नव्हतं. नाही, तो माणूस तसा खरा वाटत होता – अस्सल क्रांतिकारी. वस्तुस्थिती ही होती की तो, कॉन्रॅड शेफर अस्वस्थ झाला होता! एक जर्मन सैनिक (तो मनातल्या मनात स्वतःला सैनिक मानायचा) आणि अस्वस्थ? छे! त्याने बाजूचा कप उचलून कॉफी संपवली. या कंटाळवाण्या लोकांची कसली फालतू कॉफी! भाजलेले ॲकॉर्न्स! नक्कीच!

त्याने कप पुन्हा खाली ठेवला, तेव्हा मिसेस हेन्शेलने सुस्कारा सोडल्याचं त्याला जाणवलं. ती तिथेच आहे, हे तो विसरला होता.

'तुम्ही बसत का नाही?' स्वतः न उठताच त्याने विचारलं.

तिने मानेने नकार दिला. 'मला उष्टी–खरकटी आवरून भांडी धुवायची आहेत आणि घरही आवरायचं आहे.'

शेफरने मान डोलावली. त्याला हा कामसूपणा आवडला.

'पोरं एव्हाना झोपली असतील, नाही का?' त्याने चौकशी केली.

'मला मुलं-बाळं नाहीयेत,' क्षणभर थांबून तिने उत्तर दिलं.

शेफरला आश्चर्य वाटलं. तिला त्याने पाहिलं तेव्हापासून त्याच्या मनात 'मातृत्व' हाच शब्द उमटला होता.

कप उचलून ती दरवाजाच्या दिशेने गेली. मग मागे वळून म्हणाली, 'मला झालं होतं एक मूल; पण ते गेलं...'

'ओह! आय ॲम सॉरी,' शेफर प्रेमळपणे म्हणाला.

तिने काहीच उत्तर दिलं नाही. ती तिथेच उभी राहिली आणि शेफरच्या मनातली अस्वस्थता शतपटीने वाढली. फरक एवढाच की, या वेळी त्याचा संबंध त्याने घराशी, किंवा हेन्शेलशी न जोडता, या बाईशी जोडला; इंग्लिश किंवा डच, दोन्ही नसलेल्या मिसेस हेन्शेलशी. त्याचं कुतूहल पुन्हा जागं झालं आणि ती कोणत्या देशाची आहे हा प्रश्न त्याने थेट विचारला.

'फ्लेमिश,' ती म्हणाली.

हा शब्द उच्चारून ती घरात निघून गेली. शेफर अस्वस्थ होऊन, तसाच बसून होता.

फ्लेमिश! त्याचं मन बेल्जियमच्या सपाट प्रदेशांतून उन्हाने रापलेल्या दक्षिण आफ्रिकेच्या पठारांपर्यंत मागेपुढे विहार करू लागलं. फ्लेमिश! त्याला हे रुचलं नव्हतं. फ्रेंच काय किंवा बेल्जियम काय, हे लोक अतिशय तर्कट असतात! ते विसरत नाहीत.

आपलं मन विचित्र प्रकारे गोंधळून गेल्यासारखं त्याला वाटलं. त्याने दोन-तीन मोठाल्या जांभया दिल्या. लवकर झोपलं पाहिजे - झोप - श्शी! ती कॉफी किती कडू होती - अजूनही तोंडाचा कडवटपणा जात नव्हता.

घरातला एक दिवा लागलेला त्याला दिसला. तो उठून दाराकडे जाऊ लागला; पण त्याच्या पायात त्राण नसल्यासारखं झालं होतं. आत ती धिप्पाड बाई तेलाच्या एका छोट्याशा दिव्याच्या प्रकाशात वाचत बसली होती. तिच्या मांडीवरचा जाड ग्रंथ पाहून शेफरला बरं वाटलं. बायबल! त्याला बायबल वाचणाऱ्या स्त्रिया आवडायच्या. तो स्वतः धार्मिक प्रवृत्तीचा होता आणि जर्मन ईश्वरावर त्याची पूर्ण श्रद्धा होती. ओल्ड टेस्टमेंटमधला ईश्वर - रक्त आणि युद्धांचा देव, वादळं आणि विजांचा देव. बक्षिसं देणारा आणि सूड उगवणारा देव - शीघ्रकोपी आणि चिडला की महाभयंकर असलेला देव.

तो अडखळत एका खुर्चीपर्यंत गेला (आपल्या पायांना काय झालंय?) आणि पेंगुळलेल्या, विचित्र आवाजात, जांभई दाबायचा प्रयत्न करत त्याने विचारलं, 'तुम्ही कोणतं प्रकरण वाचताय?'

तिचे निळे डोळे जाड भुवयांच्या खालून त्याच्या डोळ्यांना भिडले. त्यांच्यातला गूढ भाव त्याला कळला नाही. इस्राईलची जुन्या काळातली एखादी प्रेषित स्त्री अशीच दिसली असती.

'जजेसबद्दलचं चौथं प्रकरण.'

त्याने जांभई देत मान डोलावली. आता मात्र झोपायला *गेलंच* पाहिजे... पण उठून उभं राहण्याइतकी ताकदही त्याच्यात उरली नव्हती... त्याचे डोळे मिटले...

'जजेसबद्दलचं चौथं प्रकरण.' काय बरं होतं या प्रकरणात? त्याला पुन्हा तीच अस्वस्थता जाणवली आणि त्याचं मूर्तिमंत भीतीत रूपांतर झालं. काहीतरी गडबड आहे... जजेस... झोप अनावर होते आहे. तो गाढ झोपेच्या खाईत गेला आणि त्याची भीतीही त्याच्याबरोबर गेली...

तो कसाबसा शुद्धीवर आला... बराच वेळ झाला असणार, नक्कीच. कुठे होता तो? त्याने दिव्याकडे पाहून डोळे मिचकावले. त्याच्या हाता-पायांमध्ये वेदना होती... त्याला मळमळत होतं. कॉफीची चव अजूनही तोंडात तशीच होती... पण हे काय? तो जमिनीवर पडलेला होता आणि टॉवेलच्या पट्ट्यांनी त्याचे हात-पाय बांधलेले होते. डच नसलेली ती बाई त्याच्या वरती उभी होती. भीतीमुळे त्याचं मन एकदम ताळ्यावर आलं. त्याचा जीव धोक्यात होता... प्रचंड धोक्यात...

त्याच्या डोळ्यांत येणारी जाग तिने पाहिली आणि जणू तो बोलला असावा अशा पद्धतीने तिने उत्तर दिलं. 'हो, मी सांगते आता. बेल्जियममध्ये व्हूगप्लात नावाच्या गावातून तू गेला होतास हे आठवतंय का तुला?'

त्याला ते नाव आठवलं. दहा-वीस घरं असलेलं एक नगण्य खेडं. तो त्याच्या तुकडीसह ते गाव ओलांडून गेला होता.

ती पुढे बोलू लागली. 'तू काही सैनिकांबरोबर माझ्या दारावर आला होतास. माझा नवरा बेल्जियम सेनेबरोबर मोहिमेवर गेला होता. माझा पहिला नवरा - हेन्शेल नाही; आमच्या लग्नाला दोनंच वर्षं झाली आहेत. तो मुलगा - माझा लहान मुलगा - तो फक्त चार वर्षांचा होता - तो पळत बाहेर आला. तुम्हाला पाहून तो रडू लागला - कुठलं लहान मूल रडणार नाही? त्याला सैनिकांची भीती वाटत होती. तू त्याला रडणं बंद कर म्हणून दरडावलंस. तो नाही थांबवू शकला रडणं. तू हातात चॉपर घेतलास - देवा! - आणि त्याचा हात तोडून टाकलास! आणि तू हसत म्हणालास, हे हात पुन्हा कधीही जर्मनीच्या विरुद्ध शस्त्र उचलणार नाहीत.'

'हे खरं नाहीये,' शेफर जोरात ओरडला, 'आणि जरी खरं असलं, तरी ते युद्ध होतं!'

तिने त्याच्याकडे लक्ष दिलं नाही.

'मी तुला थोबाडीत मारली. सांग, माझ्या जागी दुसरी कोणी आई असती तर तिने काही वेगळं केलं असतं का? मग तू माझ्या मुलाला उचललंस.. आणि भिंतीवर आपटलंस...'

ती बोलायची थांबली. तिला हुंदका फुटत होता, छाती धाप लागल्यासारखी वरखाली होत होती...

शेफर काहीतरी पुटपुटला. आता काहीही नाकारण्यात अर्थ नव्हता.

'ते युद्ध होतं... ते युद्ध होतं...'

त्याच्या कपाळावर घामाचे थेंब जमा झाले. तो या बाईबरोबर तिथे एकटाच होता. आसपास मैलोन्‌मैल कोणीही नव्हतं.

'तुझी दाढी आणि अस्ताव्यस्त केस असूनसुद्धा मी तुला दुपारी लगेचच ओळखलं; पण तू मला ओळखलं नाहीस. नशिबाने तू इथे आलास असं तू म्हणालास – पण मला माहीत होतं की, ती दैवी इच्छाच होती...'

तिच्या डोळ्यांत एक विचित्र चमक दिसू लागली. तिचा श्वास जोरजोरात चालू होता.

तिचा देव म्हणजे शेफरचाच देव – सूड घेणारा देव. जुन्या काळातल्या एखाद्या पुरोहिताच्या अंगी असेल अशा विचित्र चैतन्याने ती पेटून उठल्यासारखी वाटली. 'त्याने तुला माझ्या ताब्यात दिलं आहे.'

शेफर बरळू लागला... प्रतिवाद, प्रार्थना, दया-याचना. आणखीही काही; पण ती निर्विकार उभी होती.

'देवाने आणखी एक चिन्ह माझ्या पुढ्यात टाकलं. मी आज रात्री बायबल उघडलं तेव्हा त्याला माझ्याकडून काय करवून घ्यायचं होतं हे मला दिसलं. *ब्लेसेड अबव्ह विमेन शॅल जेल, द वाइफ ऑफ हेबर द केनाइट, बी...'*

खाली वाकून तिने जमिनीवरून एक हातोडी आणि काही लांब, चकचकीत खिळे उचलले... शेफरच्या गळ्यातून एक दीर्घ किंचाळी बाहेर पडली. त्याला जजेसविषयीचं चौथं प्रकरण आठवलं. काळ्याकुट्ट शत्रुत्वाची नाट्यमय कहाणी! सिसेरा त्याच्या शत्रूंपासून पळून जातोय... एक बाई एका तंबूच्या दारात उभी आहे... जेल, द वाइफ ऑफ हेबर द केनाइट...

आणि तिच्या जड, फ्लेमिश आवाजात आणि गतकाळातल्या त्या इस्रायली स्त्रीच्या चमकदार डोळ्यांप्रमाणे चमक आलेल्या डोळ्यांनी त्याच्याकडे पाहत तिने ते विजयी शब्द उच्चारले :

'हाच तो दिवस, ज्या दिवशी ईश्वराने माझा शत्रू माझ्या हाती सुपुर्द केला...'

निळ्या बरणीचं रहस्य

जॅक हार्टिंग्टनने मारलेला ड्राइव्ह हुकला होता. तो खजील होऊन चेंडूपाशी उभा राहिला. त्याने मागे वळून टीकडे पाहिलं आणि अंतराचा अंदाज घेतला. स्वतःबद्दल वाटलेला तिटकारा त्याच्या चेहऱ्यावर स्पष्ट दिसत होता. एक सुस्कारा सोडत त्याने आयर्न काढली आणि हवेतच दोनदा जोरदार फटके मारले. त्यात एक फूल आणि गवताचा एक पुंजका उडाला आणि मग त्याने चेंडूवर पुन्हा एकदा लक्ष केंद्रित केलं.

तुम्ही चोवीस वर्षांचे असताना आणि गोल्फमधली तुमची कमजोरी कमी करणं हे तुमचं एकमेव ध्येय असताना तुमचा वेळ आणि शक्ती चार पैसे कमावण्यासाठी खर्च करावी लागणं म्हणजे अवघडच! सात दिवसांपैकी साडेपाच दिवस जॅक शहरातल्या महोगनी लाकडाच्या जणू एका थडग्यात बंदिवान असे. शनिवार दुपार आणि रविवार हे अस्सल जगण्याकरता, एखाद्या धर्मप्रसाराकाच्या उत्साहाने गोल्फकरता वाहिलेले असायाचे. स्टूर्टन हीथ लिंक्सच्या जवळच एका छोट्या हॉटेलात तो भाड्याने खोली घेऊन तिथेच मुक्काम करत असे. सकाळी सहा वाजता उठायचं आणि ८.४६ची गाडी पकडून ऑफिसात जायच्या आधी तासभर गोल्फचा सराव करायचा असा त्याचा कार्यक्रम.

यातली एकमेव मेख म्हणजे इतक्या सकाळी उठून खेळताना त्याचे फटके अजिबात नीट बसायचे नाहीत. ना ड्राइव्हज ना आयर्नचे स्ट्रोक्स. मॅशीने मारलेला चेंडू मजेत जमिनीवरून पळायचा आणि कुठल्याही भोकात घालवायला निदान चार वेळा तरी प्रयत्न करावा लागायचा.

जॅकने सुस्कारा सोडला आणि आयर्न हातात घट्ट धरून तो स्वतःशीच पुटपुटला : 'डाव्या हाताने उजव्या बाजूला मार आणि वर पाहूच नकोस.'

त्याने आयर्न उगारली – आणि तो एकदम जागच्या जागी थिजला. एका किंचाळीने सकाळच्या आल्हाददायक शांततेचा भंग झाला.

'खून,' तो आवाज ओरडला, 'धावा! खून!'

तो एका बाईचा आवाज होता आणि किंचाळीचा आवाज कमी होत होत एक घरघर म्हणा किंवा उसासा तेवढा शेवटी ऐकू आला.

क्लब टाकून जॅक त्या आवाजाच्या दिशेने पळाला. कुठून तरी जवळूनच तो आला होता. गोल्फ कोर्सचा तो भाग म्हणजे वेडंवाकडं वाढलेलं छोटंसं जंगलच होतं, आसपास फार घरं नव्हती. किंबहुना, तिथे एकच टुमदार बंगला होता. त्याच्या जुन्या पण मोहक रूपामुळे जॅकला तो आवडायचा. त्याच्याच दिशेने तो आता गेला. एक लहानसा उंचवटा चढल्यावर ते दृष्टिपथात आलं. तो मिनिटभरातच तो त्याच्या फाटकापाशी पोहोचला होता.

बागेत एक मुलगी उभी होती आणि तीच किंचाळली असेल असं जॅकला क्षणभर वाटलं; पण मग त्याचा विचार बदलला.

तिच्या हातातली परडी तणांनी अर्धवट भरली होती. पॅन्सीजच्या वाफ्यातून तिने नुकतेच काही तण काढले असावेत असं वाटत होतं. तिचे डोळे पॅन्सी फुलांसारखे होते – मखमली, मृदू, गहिरे आणि निळ्यापेक्षा जांभळ्या रंगाकडे झुकणारे. जांभळ्या लिननच्या तिच्या साध्या गाउनमध्ये ती स्वतःच एखाद्या फुलासारखी भासत होती.

जॅकला पाहून तिच्या चेहऱ्यावर आश्चर्य आणि किंचित राग असे दोन्ही भाव तरळले.

'माफ कर,' तो तरुण म्हणाला, 'पण आत्ताच थोड्या वेळापूर्वी तू ओरडली होतीस का?'

'मी? अजिबात नाही.'

तिचं आश्चर्य इतकं सहज होतं की, जॅक गोंधळात पडला. तिच्या मृदू, सुंदर आवाजात किंचित परदेशी हेल होता.

'पण तुलाही तो आवाज ऐकू आला असणार,' तो म्हणाला, 'इथूनच कुठूनतरी मला ऐकू आला तो आवाज.'

ती त्याच्याकडे पाहत राहिली. 'मला काहीच ऐकू आलं नाही.'

आता बघत राहण्याची त्याची पाळी होती. तिला ती आर्त किंकाळी ऐकू आली नसणं केवळ असंभव होतं; पण ती इतकी शांत होती की, खोटं बोलत असेल असं त्याला अजिबात वाटलं नाही.

'नाही; पण इथूनच कुठूनतरी मला किंकाळी ऐकू आली,' तो आग्रहाने सांगत होता.

आता मात्र ती त्याच्याकडे संशयाने पाहू लागली, 'काय ऐकू आलं तुला?'

'खून! धावा! खून!'

'खून! धावा! खून!' ती मुलगी म्हणाली, 'मिस्टर, तुमच्यावर कोणीतरी जादू केलेली दिसते आहे. इथे कोणाचा खून होणार आहे?'

जॅकने आजूबाजूला नजर टाकली; जणू बागेत एखादं प्रेत पडलेलं त्याला अपेक्षित असावं; पण आपण जो ऐकला तो आवाज खरा होता, भास नव्हता, याची त्याला खात्री होती. त्याने मान वर करून बंगल्याच्या खिडक्यांकडे पाहिलं. सारं स्तब्ध आणि शांत होतं.

'तुला आमचं घर तपासून बघायचं आहे का?' तिने त्याला डिवचलं.

तिच्या आवाजातला अविश्वास ऐकून तो आणखी गोंधळून गेला. तो माघारी जायला वळला.

'सॉरी,' तो म्हणाला, 'तो आवाज वर असलेल्या झाडीतून आला असेल.'

टोपी काढून तिला अभिवादन करून तो माघारी फिरला. मागे वळून पाहिलं, तर ती मुलगी पुन्हा बागेत काम करू लागली होती.

काही काळ तो नुसताच इकडेतिकडे फिरला; पण काहीतरी विचित्र घडून गेल्याचं एकही चिन्ह त्याला दिसलं नाही; पण आपल्याला आवाज ऐकू आला असं त्याला अजूनही खात्रीपूर्वक वाटत होतं. शेवटी त्याने नाद सोडला. घरी जाऊन, जमेल तितक्या भरभर न्याहारी करून त्याला ८.४६ची गाडी गाठायची होती. तसंही तो गाडी सुटायच्या फक्त एक-दोन सेकंद आधी पोहोचत असे. तो गाडीत बसला तरी त्याची सदसद्विवेकबुद्धी त्याला चैन पडू देत नव्हती. त्याने पोलिसांत तक्रार द्यायला हवी होती. त्याने तसं केलं नव्हतं ते केवळ त्या मुलीने दाखवलेल्या अविश्वासामुळे. हा नक्कीच आपल्याशी जवळीक साधायला आला होता असं तिला वाटलं असणार - कदाचित पोलिसांनाही तसंच वाटेल. आपण खरंच किंचाळी आणि मदतीची हाक ऐकली *होती* का?

आता हळूहळू तो साशंक झाला. मनातून निसटलेली एखादी संवेदना परत पकडायचा प्रयत्न केला, तर असंच होतं नेहमी. कुठल्यातरी पक्ष्याचा आवाज त्याला मानवी किंचाळीसारखा वाटला होता की काय?

छे! तो नक्कीच एका बाईचा आवाज होता आणि त्याने तो व्यवस्थित ऐकला होता. तो आवाज ऐकायच्या क्षणभर आधीच त्याने घड्याळाकडे पाहिलं होतं. सात वाजून पंचवीस मिनिटं झाली होती. जर काही सापडलंच, तर पोलिसांना ही वेळ सांगितली तर कदाचित उपयोग होईल.

त्या दिवशी संध्याकाळी घरी पोहोचल्यावर त्याने घाईघाईने सायंकालीन वर्तमानपत्रात काही बातमी आली आहे का, हेही पाहिलं; पण तसं काहीही नव्हतं, हे पाहून त्याला हायसं वाटलं का किंचित निराशा, हे तोही सांगू शकला नसता.

दुसऱ्या दिवशी सकाळी पाऊस होता. इतका की सर्वांत उत्साही गोल्फरसुद्धा खजील होईल. जॅक जमेल तितक्या उशिरा अंथरुणातून बाहेर पडला, चार घास घशाखाली ढकलले आणि धावत-पळत ८.४६ची गाडी गाठली. वर्तमानपत्र अधाशासारखं डोळ्यांखालून घातलं. त्यात कोणत्याही गंभीर गुन्ह्याची बातमी नव्हती. सायंकालीन दैनिकांमध्येही तेच.

'गंमत आहे,' जॅक स्वतःलाच म्हणाला, 'पण आहे हे असं आहे. ठीक आहे, काही वात्रट पोरं जंगलात मस्ती करत असतील.'

त्याच्या दुसऱ्या दिवशी तो सकाळी लवकर उठला. त्या बंगल्याच्या बाजूने गोल्फ कोर्सकडे जाताना त्याने तिरक्या नजरेने पाहिलं तर ती मुलगी आजही बागेत काम करत होती. तिचं नित्याचं काम असावं. त्याने एक चांगला फटका मारला आणि तिने तो पाहिला असावा अशी त्याची इच्छा होती. पुढच्या टीवर चेंडू ठेवताना त्याने हातातल्या घड्याळाकडे बघितलं.

'सात वाजून पंचवीस मिनिटं,' तो पुटपुटला. 'मला वाटतं -'

हे शब्द त्याच्या तोंडून बाहेर पडले ना पडले तोच त्याच्या मागून, त्याच दिशेने पुन्हा तीच आर्त किंचाळी ऐकू आली. बाईचा तोच आवाज, मदतीची याचना करणारा. 'खून! धावा! खून!'

जॅक वेगाने तिथे पळाला. ती मुलगी फाटकापाशी उभी होती. ती दचकल्यासारखी वाटत होती आणि जॅकने विजयी मुद्रेने विचारलं : 'या वेळी तरी तू नक्कीच ऐकला असशील.'

तिचे डोळे विस्फारले; पण त्यातला भाव त्याला कळला नाही; पण तो जवळ येतोय हे पाहून ती त्याच्यापासून किंचित दूर झाली. तिने एकवार मागे वळून घराकडे पाहिलं, जणू तिथे जाऊन तिला आसरा घ्यायचा असावा.

त्याच्याकडे पाहत तिने मान हलवली. 'मला काहीही ऐकू आलं नाही,' ती म्हणाली.

आपल्याला कोणीतरी जोराचा फटका मारल्यासारखं त्याला झालं. ती इतक्या प्रामाणिकपणे सांगत होती की, तिच्यावर विश्वास न ठेवणं शक्यच नव्हतं आणि तरीही - त्याला आवाजाचा भास नक्कीच झाला नव्हता - नक्कीच नाही.

त्याला तिचा सौम्य आवाज ऐकू आला - त्या आवाजात सहानुभूती होती. 'तुला जबरदस्त धक्का बसला आहे, हो ना?'

एका क्षणात त्याला तिच्या डोळ्यांतली भीती दिसली आणि तिला वाटत होतं की, यालाच भास होत आहेत...

...आणि मग कोणीतरी थंडगार पाणी तोंडावर मारावं, असा एक विचार त्याच्या डोक्यात चमकून गेला - तिचं म्हणणं बरोबर असलं तर? आपल्याला

खरंच भास होण्याचा विकार जडला असेल तर? या विचाराने तो इतका सैरभैर झाला की, तिच्याशी एक शब्दही न बोलता तो तिथून निघून गेला. तिने त्याच्या पाठमोऱ्या आकृतीकडे पाहून मान हलवली, एक सुस्कारा सोडला आणि पुन्हा बागकामात रमली.

जॅकने भरपूर विचार, तर्क-वितर्क करून पाहिले. 'मला जर तो आवाज सात वाजून पंचवीस मिनिटांनी पुन्हा एकदा ऐकू आला, तर नक्कीच माझ्या मनात काहीतरी गडबड आहे असं मी म्हणेन; पण आता नाही येणार आवाज.'

त्या दिवशी तो अतिशय बेचैन होता. उद्या काय तो सोक्षमोक्ष लावायचा असं मनाशी ठरवून तो रात्री लवकर झोपायला गेला.

अशा बाबतीत जे नैसर्गिक असतं, तेच त्याच्या बाबतीत झालं. त्याला अजिबात झोप लागली नाही आणि परिणामी दुसऱ्या दिवशी सकाळी त्याला उशिरा जाग आली. हॉटेलातून बाहेर पडून गोल्फ कोर्सकडे पळत पळत जाईपर्यंत सात वाजून वीस मिनिटं झाली. त्या ठिकाणी वेळेत पोहोचू शकणार नाही हे त्याच्या लक्षात आलं; पण तो आवाज म्हणजे जर भास असेल, तर तो कुठेही ऐकू येईल. एक डोळा घड्याळाच्या काट्यांवर ठेवून तो पळत राहिला.

सात पंचवीस. दुरून एका बाईच्या आवाजाचा प्रतिध्वनी ऐकू आला. शब्द नीट ऐकू येत नव्हते; पण हा तोच आवाज आहे आणि त्याच ठिकाणहून येतोय, याची त्याला खात्री होती. त्याच बंगल्याच्या आसपास.

गंमत म्हणजे हे पाहून त्याला हायसं वाटलं. हा प्रकार कदाचित फसवाफसवीचा असेल. असंभव असलं, तरी कदाचित तीच मुलगी काहीतरी युक्ती करत असेल. गोल्फ बॅगमधून एक क्लब बाहेर काढून तो निर्धाराने निघाला. बंगल्यापर्यंत गोल्फ खेळत जायचं असं त्याने ठरवलं.

नेहमीप्रमाणे ती मुलगी बागेत होती. तिने मान वर करून पाहिलं, तेव्हा त्याने टोपी काढून अभिवादन केलं, किंचित संकोचून गुड मॉर्निंग म्हटलं... ती रोजच्यापेक्षा जास्त सुंदर दिसते आहे असं त्याला वाटलं.

'मस्त हवा आहे, नाही?' जॅकने मजेत विचारलं.

'हो ना. खरंच सुंदर आहे.'

'फुलझाडांसाठी चांगली असेल ना?'

ती मुलगी किंचित हसली, तेव्हा तिच्या गालाला एक मोहक खळी पडली. 'नाही ना! माझ्या झाडांना पाऊस लागतो. बघ कशी वाळून गेली आहेत.'

तिच्या हावभावातलं आमंत्रण त्याने स्वीकारलं आणि गोल्फ कोर्स आणि तिच्या बगिचाच्या मध्ये असलेल्या झुडपांपाशी तो आला. त्याने बागेत डोकावून पाहिलं.

'बरी दिसताहेत की,' तो काहीशा संकोचाने म्हणाला. ती आपल्याकडे दयेच्या नजरेने बघते आहे असं त्याला वाटलं.

'ऊन पडणं चांगलं असतं, नाही का?' ती म्हणाली, 'फुलांना आपण पाणी घालू शकतो; पण शेवटी त्यांच्या आरोग्यासाठी, त्यांना शक्ती मिळावी म्हणून सूर्यप्रकाश लागतोच. तू आज खूपच बरा वाटतो आहेस.'

तिच्या प्रोत्साहनपर सुराने तो प्रचंड वैतागला. 'काय हे, ती जणू माझ्यावर इलाज करू पाहते आहे,' तो स्वतःशीच बोलला.

'मला काही धाड भरलेली नाही,' तो त्रासून म्हणाला.

'मग ठीक आहे की,' ती मृदू आवाजात म्हणाली.

आपल्या बोलण्यावर तिचा विश्वास बसला नाहीये असं जॅकला वाटून गेलं.

आणखी काही होल्स खेळून तो घाईघाईने न्याहारीसाठी गेला. बाजूच्या टेबलापाशी बसलेला माणूस आपल्याला न्याहाळतो आहे असं त्याला जाणवलं – आणि असं होण्याची ही पहिलीच वेळ नव्हती. तो माणूस मध्यवयीन होता आणि त्याचा चेहरा कणखर होता; त्यात एक ताकद होती. त्याने छोटीशी काळी दाढी ठेवलेली होती आणि त्याचे करडे डोळे तुमच्या आरपार पाहत आहेत असं वाटायचं. त्याच्या वावरण्यात जो आत्मविश्वास आणि सहजता होती, त्यावरून तो एक यशस्वी व्यावसायिक असावा असं वाटत होतं. त्याचं नाव लॅव्हिंग्टन आहे, हे जॅकला ठाऊक होतं आणि तो एक प्रसिद्ध डॉक्टर आहे अशी त्याला कुणकुण होती; पण तो स्वतः कधी हार्ले स्ट्रीटला जाणाऱ्यांपैकी नसल्याने या नावावरून त्याला फारसा बोध होत नव्हता.

पण आज सकाळी मात्र तो माणूस आपल्याला जरा जास्तच निरखतो आहे असं जॅकच्या लक्षात आलं आणि त्याने तो जरा घाबरला. आपल्या मनातलं इतकं उघडपणे चेहऱ्यावर दिसतंय की काय? हा मनुष्य डॉक्टर असल्यामुळे आपल्या मेंदूत बिघाड आहे असं याला कळलं असेल?

या कल्पनेने जॅक शहारला. आपल्याला खरंच वेड लागत असेल का? त्याला भास झाला असेल का तो काही फसवेगिरीचा प्रकार असेल?

...आणि मग अचानक सत्य पडताळून पाहायचा सोपा मार्ग त्याला सुचला. आतापर्यंत तो गोल्फ खेळायला एकटाच जात होता. आणखी कोणाला तरी आपल्या सोबत नेलं तर? असं केल्यास तीनपैकी एक काहीतरी होईल. तो आवाज येणार नाही, तो आवाज दोघांनाही ऐकू येईल किंवा त्याला एकट्यालाच ऐकू येईल.

त्या संध्याकाळी त्याने योजना आखली. आपल्यासोबत लॅव्हिंग्टनला घेऊन जायचं. त्याच्याशी संवाद साधणं अगदीच सोपं गेलं – कदाचित, तो याची वाटच पाहत होता. कारण, काहीही असलं तरी त्याला जॅकमध्ये रस होता, एवढं नक्की.

सकाळच्या न्याहारीअगोदर काही होल्स एकत्र खेळण्याचं आमंत्रण त्याने सहज स्वीकारलं. हे दुसऱ्या दिवशी करायचं ठरलं.

दोघंही सातच्या थोडंसं आधीच निघाले. आकाश निरभ्र होतं आणि फारसं उकडत नव्हतं. डॉक्टर उत्तम खेळत होता, तर जॅकला काहीच जमत नव्हतं. त्याचं मन येऊ घातलेल्या प्रसंगात अडकलेलं होतं. तो सारखा घड्याळाकडे पाहत होता. खेळत खेळत ते सातव्या टीपर्यंत पोहोचले तेव्हा सात वाजून वीस मिनिटं झाली होती. तो बंगला, टी आणि सातवं भोक यांच्या मध्ये होता.

ते तिथून जात असताना नेहमीप्रमाणे ती मुलगी बागेत काम करत होती. तिचं त्यांच्याकडे लक्ष नव्हतं.

हिरवळीवर दोन चेंडू होते. जॅकचा चेंडू भोकाजवळ होता; डॉक्टरचा किंचित अंतरावर.

'मला वाटतं मी होल घ्यायचा प्रयत्न केला पाहिजे,' लॅव्हिंगटन म्हणाला.

फटका कुठल्या दिशेने मारायचा, याचा अंदाज तो खाली वाकून घेत होता. बाजूला जॅक ताठ उभा होता; नजर घड्याळावर खिळलेली. आता बरोबर सात वाजून पंचवीस मिनिटं झाली होती.

चेंडू हिरवळीवरून वेगाने पुढे जात होलच्या कडेवर किंचित स्थिरावला आणि मग अलगद आत पडला.

'वा! छानच,' जॅक म्हणाला, त्याचा आवाज विचित्र, घोगरा होता... प्रचंड सुटका झाल्याच्या आविर्भावात एक सुस्कारा सोडून त्याने घड्याळ मनगटावरून वर ढकललं. काहीही घडलं नव्हतं. शाप टळला होता.

'तुमची हरकत नसेल, तर एक मिनिटभर थांबू या,' तो म्हणाला, 'मला पाइप पेटवायचा आहे.'

आठव्या टीपाशी ते थांबले. पाइपमध्ये तंबाखू भरताना आणि तो पेटवताना जॅकचे हात कापत होते. त्याच्या मनावरचं एक प्रचंड ओझं कमी झालं होतं.

'अहाहा! किती सुंदर दिवस उजाडला आहे,' तो आनंदाने म्हणाला, 'खेळ. तुझी पाळी आहे लॅव्हिंग्टन.'

...आणि मग ते घडलं. डॉक्टर फटका मारणार तेवढ्यात त्या बाईचा उच्च पट्टीतला तो आवाज ऐकू आला.

'खून! धावा! खून!'

तो गर्रकन मागे वळत असताना जॅकच्या हातातून पाइप खाली पडला आणि मग त्याने त्याच्या जोडीदाराकडे बघितलं.

डोळ्यांवर हात धरून लॅव्हिंग्टन हिरवळीकडे बघत होता.

'थोडा अलीकडे पडला – मला वाटतं जेमतेम बंकर ओलांडली.'

त्याला काहीही ऐकू आलं नव्हतं.

जॅकला वाटलं सारं जग त्याच्याबरोबर फिरतंय. त्याने अडखळत एक-दोन पावलं टाकली. तो जरासा सावरला तेव्हा तो हिरवळीवर उताणा पडला होता आणि लॅव्हिंग्टन त्याच्याजवळ उभा राहून काहीतरी म्हणत होता.

'जरा दमाने घे... सावकाश.'

'काय झालं?'

'पोरा, तुला चक्कर आली होती.'

'अरे देवा!' जॅक कण्हत म्हणाला.

'काय झालं? तुझ्या मनात काही आहे का?'

'सांगतो; पण त्याआधी मला एक प्रश्न विचारायचा आहे.'

डॉक्टरने स्वतःचा पाइप पेटवला आणि तोही जमिनीवर टेकला.

'विचार काहीही,' तो आरामात म्हणाला.

'गेले एक-दोन दिवस तू मला निरखत आहेस. ते का?'

लॅव्हिंग्टनचे डोळे थोडे चमकले.

'हा जरा विचित्र प्रश्न आहे. एखादं मांजरसुद्धा राजाकडे पाहू शकतं.'

'मला उडवून लावू नकोस. मी खरंच मनापासून विचारतो आहे. तू असं का करत होतास? तुला हे विचारण्यामागे तसंच महत्त्वाचं कारण आहे.'

आता लॅव्हिंगटनचा चेहरा गंभीर झाला.

'मी प्रामाणिक उत्तर देतो. अतिशय तणावाखाली असलेल्या एखाद्या माणसाची सर्व लक्षणं तुझ्यात मला दिसली आणि कसला ताण असेल याचं मला कुतूहल वाटलं.'

'हे मी सहज सांगू शकतो,' जॅक कडवटपणे म्हणाला, 'मला बहुधा वेड लागतंय.'

'अच्छा. खूपच विचित्र म्हणावं लागेल,' लॅव्हिंग्टन पुटपुटला.

जॅकला अपमानित झाल्यासारखं वाटलं.

'तुला असंच वाटणार. तुम्ही डॉक्टर मंडळी अतिशय भावनाहीन असता.'

'चल, चल, मित्रा,' डॉक्टर म्हणाला, 'तू स्वैर टीका करतो आहेस. एक तर माझ्याकडे वैद्यकीय पदवी असली तरी मी प्रॅक्टिस करत नाही आणि अगदीच तपशिलात जायचं तर मी डॉक्टर नाहीये – म्हणजे शरीराचा डॉक्टर नाहीये.'

जॅक त्याच्याकडे पाहत राहिला. 'मनाचा डॉक्टर?'

'हं, तसं म्हणता येईल; पण मी स्वतःला आत्म्याचा डॉक्टर म्हणवतो.'

'ओह!'

'तुझ्या आवाजातली तुच्छता माझ्या लक्षात आली; पण तरीही शरीरापासून जे वेगळं आहे आणि त्याच्याशिवाय राहू शकतं, त्याला काहीतरी नाव देणं भाग आहे. आत्मा ही संकल्पना तुम्हाला स्वीकारावी लागते. पोरा, हे काही चर्चमधल्या धर्मगुरूंचं कपोलकल्पित असं काही नाहीये. तुला त्याने जास्त बरं वाटत असेल, तर आपण त्याला मन किंवा अंतर्मन किंवा तत्सम काहीतरी म्हणू. तुला माझा आत्ताचा सूर रुचला नाही; पण खरंच सांगतो – तुझ्यासारखा अत्यंत संतुलित माणूस आपल्याला वेड लागतंय अशा भ्रमात कसा राहू शकतो याचं मला कुतूहल वाटलं.'

'मला वेड लागलंय यात शंकाच नाही. पूर्णपणे.'

'माफ कर; पण मला तसं नाही वाटत.'

'मला भास होत आहेत.'

'रात्रीच्या जेवणानंतर?'

'नाही, सकाळी.'

'शक्य नाही,' विझलेला पाइप पुन्हा पेटवत डॉक्टर म्हणाला.

'मी सांगतो तुला, कोणालाही ऐकू न येणारे आवाज मला ऐकू येऊ लागले आहेत.'

'हजारात एका माणसाला गुरूचे चंद्र दिसतात; पण बाकीच्या नऊशे नव्याण्णव लोकांना दिसत नाहीत याचा अर्थ गुरूला चंद्र असतात, यावर शंका घेण्याचं कारण नसतं आणि त्या एका माणसाला वेडं ठरवण्याचं तर नाहीच नाही.'

'गुरूला चंद्र आहेत, हे सिद्ध झालेलं वैज्ञानिक तथ्य आहे.'

'आज जे भ्रम वाटत आहेत, ते उद्याची सिद्ध झालेली तथ्यं असू शकतात हेही शक्य आहे.'

जॅकला फारसं पटत नसलं तरी लॅव्हिंग्टन हे सगळं ज्या प्रकारे सांगत होता, त्याचा त्याच्यावर परिणाम होत होता. त्याला अत्यंत दिलासा मिळाला. मन प्रफुल्लित झालं. एक-दोन मिनिटं त्याच्याकडे पाहून डॉक्टरने मान डोलावली.

'हं, आता कसं!' तो म्हणाला, 'तुम्हा तरुणांचं हेच चुकतं. तुम्हाला वाटतं की, तुमच्या संकुचित दृष्टिकोनापलीकडे काहीही असू शकत नाही आणि तुमच्या या समजुतीला जराही धक्का बसला की तुम्ही सैरभैर होता. तुला वेड लागतंय असं जे वाटतंय, त्या मागची कारणं ऐकव मला आणि मग तुला वेड्यांच्या इस्पितळात टाकायचं का नाही, ते आपण ठरवू.'

जमेल तितक्या अचूकपणे जॅकने ते सर्व प्रसंग सांगितले.

'पण मला हे कळत नाहीये की, आज सकाळी तो आवाज पाच मिनिटं उशिरा म्हणजे साडेसातला का आला असेल,' तो शेवटी म्हणाला.

लॅव्हिंग्टनने एक-दोन मिनिटं विचार केला. मग म्हणाला, 'तुझ्या घड्याळात आत्ता किती वाजले आहेत?'

'पावणेआठ,' जॅकने उत्तर दिलं.

'माझ्या घड्याळात सात वाजून चाळीस मिनिटं झाली आहेत. तुझं घड्याळ पाच मिनिटं पुढे आहे. माझ्या मते हा मुद्दा खूप रंजक आणि महत्त्वाचा आहे, नव्हे अमूल्य आहे.'

'कसं काय?' जॅकचं कुतूहल जागृत झालं होतं.

'पहिल्या वेळी तुला खरंच एक आवाज ऐकू आला – कोणीतरी मजा म्हणून ओरडलं असेल किंवा आणखी काही असेल. त्या नंतरच्या दिवसांत तो आवाज त्याच वेळेला ऐकू यायला हवा असं तुझ्या मनाने तुला सुचवलं.'

'नाही, मला अजिबात नाही वाटत असं.'

'अर्थात तुझ्या अंतर्मनाचा खेळ आहे हा. हे मन वाट्टेल ते करू शकतं. असो; पण हे काही पटण्यासारखं नाहीये. तसं असतं तर तुझ्या घड्याळात सात वाजून पंचवीस मिनिटं झाली असताना तुला तो आवाज ऐकू आला असता आणि ती वेळ उलटून गेली असं तुला वाटलं असताना ऐकू नसता आला.'

'तर मग?'

'उघड आहे नाही का? मदतीची ती हाक अचूकपणे एका विशिष्ट जागी आणि वेळी ऐकू येते आहे. जागा आहे त्या बंगल्याचा परिसर आणि वेळ आहे सात वाजून पंचवीस मिनिटं.'

'हो; पण ती ऐकू येणारा *मीच* का आहे? माझा भुताखेतांवर विश्वास नाहीये. मग मलाच तो प्रकार का ऐकू यावा?'

'हं! ते सध्या तरी सांगता येणार नाही; पण बरेचदा या गोष्टींवर विश्वास नसलेले लोक सर्वांत चांगली 'माध्यमं' होतात. ज्यांना या प्रकारांमध्ये रस असतो, अशांना असे अनुभव येत नाहीत. काही लोकांना काही आवाज ऐकू येतात, काही गोष्टी दिसतात, ज्या इतरांना जाणवत नसतात. असं का होतं हे ठाऊक नाही; दहांपैकी नऊ वेळा या लोकांना खरंतर असल्या गोष्टी ना ऐकायच्या असतात, ना पाहायच्या असतात आणि मग त्यांना वाटतं की, आपल्याला भास होत आहेत – जसं तुलाही वाटलं. काही पदार्थ चांगले वाहक असतात, काही नसतात. बराच काळ यामागची कारणं आपल्याला ज्ञात नव्हती; पण हल्ली आपल्याला कारणं माहीत झाली आहेत. भविष्यात केव्हातरी तुला हे का ऐकू येतं; पण मला आणि त्या मुलीला का नाही, हे आपल्याला समजेल. तुला माहीत आहे की, सर्व

गोष्टी निसर्ग-नियमांनुसार चालतात - अतिभौतिक असं काहीही नसतं. मानसिक घडामोडी कोणत्या नियमांवर आधारित असतात हे शोधणं अवघड काम असणार आहे - पण लहान लहान गोष्टींची मदत होते.'

'पण मी काय करणं अपेक्षित आहे?'

लॅव्हिंग्टन हसला.

'तर्कशुद्ध विचार कर. हे पाहा, आता जाऊन मस्तपैकी न्याहारी कर आणि गाडी पकडून ऑफिसात जा. उगाच नको त्या गोष्टींचा विचार करत बसू नकोस. मी मात्र जरा इकडेतिकडे चौकशी करणार आहे आणि त्या बंगल्याबद्दल काही माहिती मिळते का हे बघणार आहे. सगळं रहस्य त्याच्याशी निगडित आहे, हे नक्की.'

जॅक उठून उभा राहिला. 'ठीके, सर. मी निघतो, पण...'

'काय?'

'त्या मुलीला काही झालं नसेल ना?' तो पुटपुटला.

लॅव्हिंग्टनला गंमत वाटली. 'ती सुंदर आहे हे तू मला सांगितलं नव्हतंस! पण काळजी करू नकोस. हे प्रकरण तिच्या आधीपासूनचं आहे, अशी मला खात्री आहे.'

त्या दिवशी संध्याकाळी जॅक घरी आला, तेव्हा त्याचं कुतूहल ओसंडून वाहत होतं. आता त्याने डोळे झाकून लॅव्हिंग्टनवर भरवसा ठेवला होता. डॉक्टरनेसुद्धा इतक्या सहज हे स्वीकारलं होतं आणि तो इतका शांत होता की जॅक प्रभावित झाला होता.

रात्रीच्या जेवणासाठी तो खालच्या हॉलमध्ये आला, तेव्हा त्याचा मित्र त्याची वाट पाहत होता. एकाच टेबलावर बसून जेवावं असं डॉक्टरने सुचवलं.

'सर, काही खबर?'

'मी हीदर कॉटेजचा म्हणजे त्या बंगल्याचा इतिहास गोळा केला आहे. आधी एक म्हातारा माळी आणि त्याची बायको तिथे भाड्याने राहायचे. तो म्हातारा मेल्यावर त्याची बायको मुलीकडे गेली. मग एका बिल्डरने तो घेतला आणि त्यात आधुनिक सोयी-सुविधा बांधून घेतल्या. शहरातल्या एका माणसाने शनिवार-रविवार राहायला म्हणून तो विकत घेतला. सुमारे एक वर्षापूर्वी त्याने तो मिस्टर आणि मिसेस टर्नर यांना विकला. मला मिळालेल्या माहितीनुसार टर्नर जोडपं जरा विचित्र होतं. टर्नर स्वतः इंग्लिश होता आणि बायको बहुधा अर्धी रशियन असावी. ती खूप सुंदर होती. ते दोघं फारसं कोणाला भेटत नसत किंवा बागेच्या बाहेरही जात नसत. त्यांना कशाची तरी भीती वाटत होती अशी स्थानिक वदंता आहे; पण यावर अवलंबून राहायचं कारण नाही.

'...आणि मग अचानक एके दिवशी सकाळीच बाड-बिस्तरा गुंडाळून ते जागा सोडून जे गेले, ते परतलेच नाहीत. इथल्या एजंट्सना मिस्टर टर्नरने लंडनहून पत्र लिहून लवकरात लवकर ते घर विकायची सूचना दिली. त्यातलं सामान आधी विकलं गेलं आणि मग घर कोणा एका मिस्टर मॉलेव्हेररने विकत घेतलं. तो स्वतः तिथे जेमतेम पंधरा दिवस राहिला - आणि मग सामानासकट भाड्याने देण्यासंबंधी त्याने जाहिरात दिली. आताचे रहिवासी म्हणजे क्षयरोग झालेला एक फ्रेंच प्राध्यापक आणि त्याची मुलगी. त्यांना इथे येऊन फक्त दहा दिवस झाले आहेत.'

जॅकने ही सारी माहिती पचवली.

'यातून आपली काहीच प्रगती झाली आहे असं वाटत नाही,' तो म्हणाला, 'तुझं काय?'

'मला वाटतं टर्नर्सबद्दल आणखी माहिती मिळवली पाहिजे. ते सकाळी सकाळीच जागा सोडून गेले. माझ्या माहितीप्रमाणे त्यांना प्रत्यक्ष जाताना कोणीच पाहिलं नव्हतं. त्यानंतर मिस्टर टर्नर दिसले आहेत; पण मिसेस टर्नरला कोणीही पाहिलेलं नाही.'

जॅक हे ऐकून खचला. 'तुला असं म्हणायचं आहे का - नाही -'

'एवढा सैरभैर होऊ नकोस मित्रा. मरायला टेकलेल्या - विशेषतः हिंसक मरण येऊ घातलेल्या - व्यक्तीचा आसपासच्या परिसरावर प्रचंड प्रभाव पडत असतो. हा प्रभाव तो परिसर शोषून घेतो आणि मग योग्य व्यक्तीकडे तो प्रसारित करतो - या प्रसंगी तू ती व्यक्ती आहेस.'

'पण मी का?' जॅक हट्टाने म्हणाला, 'काहीतरी चांगलं करू शकेल असं कोणी का नाही?'

'अंध आणि यांत्रिक शक्तीला तू बुद्धिमान आणि विशिष्ट हेतू असलेली शक्ती समजतो आहेस. विशिष्ट हेतूने पृथ्वीवर अवतरणाऱ्या आत्म्यांवर किंवा भूत-पिशाच्चांवर माझा विश्वास नाही; पण मी न चुकता जे पाहिलं आहे ते असं - की न्याय मिळविण्यासाठीची ही एक धडपड असते. काही 'अंध' शक्तींची हालचाल सुरू असते आणि न्याय मिळवून देण्याच्या दिशेने ती सुरू असते...'

लॅव्हिंग्टनने स्वतःच्या शरीराला झटका दिला, जणू तो आतलं काहीतरी बाहेर काढायचा प्रयत्न करत असावा. मग जॅककडे वळून त्याने स्मित केलं.

'हा विषय डोक्यातून काढून टाकू - निदान आज रात्रीपुरता तरी,' त्याने सुचवलं.

जॅक लागलीच तयार झाला; पण त्याच्या मनातून मात्र तो विषय जाईना.

शनिवार-रविवार त्यानेही त्याच्या परीने चौकश्या केल्या; पण डॉक्टरला जे कळलं होतं, त्यापेक्षा फार काही त्याच्या हाती लागलं नाही. न्याहारी करायच्या आधी गोल्फ खेळणं त्याने आता बंद केलं होतं.

या साखळीतली पुढची कडी एका अनपेक्षित ठिकाणाहून मिळाली. तुम्हाला भेटायला एक तरुण मुलगी आली आहे, असं एके दिवशी कामावरून परतल्यावर जॅकला सांगण्यात आलं आणि आश्चर्य म्हणजे त्याला बागेत भेटलेली मुलगीच होती ती. आता ती अतिशय गोंधळलेली आणि अस्वस्थ दिसत होती.

'असं अचानक तुम्हाला भेटायला आल्याबद्दल मला माफ करा; पण मला तुम्हाला काहीतरी सांगायचं आहे – मी –'

तिने आजूबाजूला साशंकपणे नजर टाकली.

'इकडे ये आत,' म्हणत जॅक तिला हॉटेलच्या 'लेडीज ड्रॉइंग रूम'कडे घेऊन गेला. ती उदासवाणी खोली रिकामीच होती. 'आता बस, मिस, मिस –'

'मॅरशॉ, फेलीस मॅरशॉ.'

'मिस मॅरशॉ, बस आणि मला सगळं सांग.'

फेलीस आज्ञाधारकपणे बसली. तिने गडद हिरवा पोशाख केला होता आणि तिच्या अभिमानी चेहऱ्याचं सौंदर्य अधिकच खुलून दिसत होतं. तिच्या शेजारी बसल्यावर जॅकचं हृदय धडधडू लागलं.

'त्याचं असं आहे,' मिस फेलीसने सुरुवात केली, 'आम्हाला इथे येऊन फार दिवस झाले नाहीयेत आणि सुरुवातीपासून आम्ही ऐकून होतो की हे घर – आमचं हे सुंदर घर – झपाटलेलं आहे. इथे कोणीही नोकर माणसं राहायला तयार नसतात. अर्थात, त्याने फार काही बिघडत नाही. कारण, घरातली सर्व कामं आणि स्वयंपाक मी करू शकते.'

'परीच जणू!' तिच्यावर फिदा झालेल्या जॅकला वाटलं, 'ही मुलगी किती मस्त आहे!'

पण त्याने हे भाव चेहऱ्यावर उमटू दिले नाहीत. आपण खूप लक्ष देऊन ऐकतोय असा त्याचा आविर्भाव होता.

'भुताखेतांची भाषा करणं वेडेपणाचं असतं असं मला वाटतं – म्हणजे चार दिवसांपूर्वीपर्यंत तरी तसं वाटायचं; पण गेल्या चार रात्री मला तेच ते स्वप्न पडतंय. एक सुंदर बाई तिथे उभी आहे – उंच, गोरीपान. तिच्या हातात चिनी मातीची निळी बरणी आहे. ती बाई खूप त्रासलेली आहे – आणि सतत ती बरणी माझ्यापुढे धरते आहे; जणू मी ती तिच्याकडून घ्यावी अशी मला विनवणी करते आहे; पण ती बोलू शकत नाही आणि मला – तिला काय हवंय हे मला कळत नाही. दोन रात्री हे स्वप्न पडलं; पण परवा रात्री ती बाई आणि ती बरणी विरून गेल्या आणि अचानक मला तिची आर्त हाक ऐकू आली – मला माहीत आहे तो तिचाच आवाज आहे, तुम्हाला समजेल – ओह! तुम्ही त्या दिवशी मला जे सांगितलं, तेच तिचे शब्द होते. 'खून! धावा! खून!' मी प्रचंड भीतीने जागी झाले. हे दुःस्वप्न आहे अशी मी

स्वतःची समजूत काढली. ते शब्द म्हणजे योगायोग आहे; पण काल रात्री पुन्हा तेच स्वप्न. हे काय चालू आहे? तुम्हीसुद्धा ऐकलं आहे. आपण काय करायचं?'

फेलीसच्या चेहऱ्यावर मूर्तिमंत भीती होती. तिने तिचे हात एकमेकांत घट्ट अडकवले होते आणि ती जॅककडे काकुळतीने पाहत होती. आतून तसं वाटत नसलं तरी त्याने त्याचा चेहरा निर्विकार ठेवला.

'ठीक आहे, मिस मॅरशॉ. तू काळजी करू नकोस. काय कर हे मी तुला सांगतो. इथे माझे मित्र डॉ. लॅव्हिंग्टन राहतात. तुझी हरकत नसेल, तर ही कहाणी त्यांच्या कानावर घाल.'

फेलीसने तसं करायची तयारी दर्शवली आणि जॅक डॉ. लॅव्हिंग्टनला शोधायला गेला. काही मिनिटांतच ते दोघे परतले.

डॉ. लॅव्हिंग्टनने त्या मुलीला नीट न्याहाळलं. जॅकने दोघांची एकमेकांशी ओळख करून दिली. थोडक्याच शब्दांत डॉ. लॅव्हिंग्टनने तिचा संकोच दूर केला आणि तिची कहाणी तो मन लावून ऐकू लागला.

'खूपच विचित्र,' तिचं बोलून झाल्यावर तो म्हणाला, 'तुझ्या वडिलांना तू याबद्दल सांगितलं आहेस?' तिने नाही म्हणून उत्तर दिलं.

'त्यांना उगाच काळजी वाटू नये असा माझा प्रयत्न असतो. ते अजूनही खूप आजारी आहेत...' तिच्या डोळ्यांत पाणी आलं, 'त्यांना त्रास होईल असं मी काहीही बोलत किंवा करत नाही.'

'मी समजू शकतो,' डॉ. लॅव्हिंग्टन प्रेमाने म्हणाला, 'आणि मिस मॅरशॉ, तू आम्हाला भेटायला आलीस हे बरं केलंस. जॅकचा अनुभवही तुला माहीतच आहे. मला वाटतं हे प्रकरण आपल्याला समजायच्या मार्गावर आहे. तुला आणखी काही सुचतंय का?'

फेलीस एकदम दचकली. 'अर्थात! मी मूर्खच आहे. सगळ्यात महत्त्वाची गोष्टच विसरले. हे पाहा, मला घरातल्या कपाटामागे काय सापडलं ते. फळीवरून ते मागे पडलं होतं.'

तिने एक घाणेरडा झालेला ड्रॉइंग पेपर त्यांना दाखवला. त्या कागदावर जलरंगांमध्ये एका बाईचं चित्र रंगवलेलं होतं. त्यात फार तपशील नसला तरी ती व्यक्ती बऱ्यापैकी हुबेहूब उतरली होती. तीच उंच, गोरी मूर्ती आणि चेहरा इंग्लिश नसावा असा भास. ती एका टेबलापाशी उभी होती; टेबलावर निळी बरणी होती.

'मला आजच सकाळी हा कागद सापडला,' फेलीस म्हणाली, 'डॉक्टर साहेब, मी स्वप्नात पाहिलेल्या बाईचाच हा चेहरा आहे आणि बरणीसुद्धा तीच आहे.'

'विलक्षण!' लॅव्हिंग्टन उद्‌गारला, 'ही चिनी मातीची बरणी या रहस्यामधला मुख्य दुवा आहे. मला चिनी वाटते आहे आणि बहुधा जुनी असावी. त्यावर विचित्र अशी नक्षी असल्यासारखं वाटतंय.'

'ही चिनीच आहे,' जॅक म्हणाला, 'अगदी अशीच बरणी माझ्या मामाकडे मी पाहिली आहे. तो चिनी मातीच्या वस्तूंचा मोठा संग्राहक आहे आणि काही दिवसांपूर्वीच मी अशी बरणी त्याच्याकडे पाहिली होती.'

'चिनी बरणी,' लॅव्हिंग्टन पुटपुटला. दोन मिनिटं तो आपल्याच विचारांत मग्न असल्यासारखा वाटला आणि मग मान वर केली, तेव्हा त्याच्या डोळ्यांत एक वेगळीच चमक दिसत होती. 'हार्टिंग्टन, तुझ्या मामाकडे ती बरणी कधीपासून आहे?'

'कधीपासून? मला नाही माहीत.'

'आठवून बघ. त्याने अलीकडेच ती विकत घेतली होती का?'

'अं, हो. मला स्वतःला चिनी मातीच्या वस्तूंमध्ये अजिबात रस नाहीये; पण नुकत्याच घेतलेल्या म्हणून त्याने ज्या वस्तू मला दाखवल्या, त्यात ती होती.'

'दोन महिने झाले असतील? कारण, टर्नर्सनी दोन महिन्यांपूर्वी हीदर कॉटेज सोडलं.'

'हो. दोन महिने असावेत.'

'तुझा मामा कधी गावाकडच्या जत्रेला जातो का?'

'हो. तो असल्या ठिकाणी हमखास जात असतो.'

'मग ही बरणी टर्नर्सच्या घरातल्या वस्तूंच्या विक्रीच्या वेळी घेतली गेली असल्याची शक्यता नाकारता येणार नाही. हा विचित्र योगायोग म्हणावा लागेल – किंवा ज्याला मी न्यायासाठीचा अंध शोध म्हणतो ते. हार्टिंग्टन, ती बरणी तुझ्या मामाने कुठे विकत घेतली हे ताबडतोब त्याला विचार.'

जॅकचा चेहरा पडला. 'ते अशक्य आहे. जॉर्ज मामा दौऱ्यावर गेला आहे. त्याला पत्र लिहायचं म्हटलं, तरी ते कुठे पाठवायचं हेही मी सांगू शकणार नाही.'

'तो कधी परत येणार आहे?'

'कमीत कमी तीन आठवडे किंवा एक महिनासुद्धा लागेल.'

तिघेही शांत बसले. फेलीस आळीपाळीने दोघांकडे पाहत राहिली.

'मग आपण काहीच करू शकणार नाही का?' तिने विचारलं.

'तसं नाही. एक गोष्ट आपण करू शकतो,' लॅव्हिंग्टन म्हणाला. त्याचा उत्साह ओसंडत होता. 'मार्ग विचित्र आहे; पण त्याला यश मिळेल असं मला वाटतं. हार्टिंग्टन, तू काहीही करून ती बरणी ताब्यात घेतली पाहिजेस. ती इकडे आण

आणि फेलीसला मान्य असेल, तर आपण एक रात्र हीदर कॉटेजमध्ये राहू. अर्थात ती बरणी आपल्याबरोबर नेऊ.'

जॅकच्या अंगावर रोमांच उभं राहिलं. 'काय होईल असं तुला वाटतंय?' त्याने अस्वस्थ होऊन विचारलं.

'मला यत्किंचितही कल्पना नाहीये; पण हे रहस्य उलगडेल असं मला प्रामाणिकपणे वाटतं. कदाचित, त्या बरणीचा तळ 'खोटा' असेल आणि त्याच्या आत काहीतरी लपवलेलं असेल. जर काहीच घडलं नाही, तर आपल्याला आपलं चातुर्य पणाला लावावं लागेल.'

फेलीसच्या डोळ्यांत उत्साह चमकू लागला. 'मस्त कल्पना आहे!' ती उद्गारली.

जॅकला ही कल्पना अजिबात रुचली नव्हती; पण मनातला निरुत्साह फेलीससमोर मान्य करायला तो मुळीच तयार नव्हता. डॉक्टरचं काय, त्याला तर असं करणं अतिशय नैसर्गिक आणि योग्यच वाटत होतं.

'तू ती बरणी कधी आणू शकशील?' फेलीसने जॅकला विचारलं.

'उद्या,' तो कसंबसं म्हणाला.

आता हे सर्व पूर्णत्वाला नेणं आवश्यक होतं. काहीही झालं तरी त्या आर्त किंचाळीच्या स्मृती होता होईतो मनातून काढून टाकायला हव्या होत्या.

दुसऱ्या दिवशी संध्याकाळी तो मामाच्या घरी गेला आणि ती बरणी घेऊन आला. ती पाहून त्याला खात्री पटली की, त्या चित्रातली बरणी हीच आहे; पण ती सर्व बाजूंनी न्याहाळूनसुद्धा त्याला तिच्यात गुप्त जागा वगैरे काही दिसली नाही.

लॅव्हिंग्टन आणि जॅकला हीदर कॉटेजला पोहोचायला अकरा वाजले. फेलीस त्यांची वाट पाहत होती आणि त्यांनी दरवाजा ठोठावायच्या आत तिने तो हलकेच उघडला.

'या,' ती पुटपुटली, 'माझे वडील वर झोपले आहेत आणि त्यांना जाग येता कामा नये. मी तुमच्यासाठी कॉफी केली आहे, ती घ्या.'

ती त्या दोघांना बैठकीच्या छोट्याशा खोलीत घेऊन गेली. कडेला एक स्पिरिट दिवा होता आणि त्याच्या उजेडात तिने दोघांसाठी सुवासिक कॉफी बनवली.

मग जॅकने त्या चिनी बरणीवरची वेष्टनं काढली. अखेर ती बरणी दिसल्यावर फेलीसने श्वास रोखला.

'हो, हो,' ती आवेगाने म्हणाली, 'हीच ती बरणी. कुठेही असती तरी मी ओळखली असती.'

दरम्यान, लॅव्हिंग्टन कसली तरी तयारी करत होता. त्याने एका छोट्या टेबलावरच्या सर्व वस्तू बाजूला काढून ठेवल्या आणि टेबल खोलीच्या मध्यात

ठेवलं. त्याच्याभोवती तीन खुर्च्या मांडल्या. मग जॅककडून ती निळी बरणी घेऊन त्याने ती टेबलाच्या मध्यभागी ठेवली.

'आता आपली तयारी झाली,' तो म्हणाला, 'दिवे बंद करा. आपण सगळे आता टेबलाभोवती बसणार आहोत.'

सर्वांनी त्याचं म्हणणं ऐकलं. अंधारात लॅव्हिंग्टनचा आवाज आला.

'कशाचाही विचार करू नका किंवा सगळ्याचा करा. मनात मुद्दाम काही आणू नका. आपल्यापैकी कोणात तरी माध्यमाच्या शक्ती असण्याची शक्यता आहे. तसं असेल तर ती व्यक्ती एका तंद्रीमध्ये जाईल. लक्षात ठेवा, घाबरण्यासारखं काहीही नाहीये. तुमच्या मनातून भीतीचं उच्चाटन करा आणि मनाला तरंगू द्या – तरंगू द्या –'

त्याचा आवाज विरून गेला आणि शांतता पसरली. प्रत्येक मिनिटागणिक शांतता गहन होत गेली. तिच्या उदरात काहीतरी असण्याची शक्यता वाढत गेली. 'भीती घालवून टाका' म्हणायला लॅव्हिंग्टनचं काय जातंय? जॅकला नुसती भीती वाटत नव्हती – तो तर प्रचंडच घाबरला होता. फेलीसची स्थितीसुद्धा तशीच असेल याची त्याला जवळपास खात्री होती. अचानक त्याला तिचा खालच्या पट्टीतला आवाज ऐकू आला; भेदरलेला.

'काहीतरी भयंकर घडणार आहे. मला जाणवतंय.'

'भीती घालवून टाक,' लॅव्हिंग्टन म्हणाला, 'प्रतिकार करू नकोस. तुझ्यावरच्या प्रभावाला शरण जा.'

अंधार अधिकच काळाकुट्ट झाल्यासारखा वाटू लागला. शांतता आणखी गहिरी होऊ लागली आणि ती अतर्क्य, अज्ञात, भयंकर गोष्ट अधिकाधिक जवळ येत आहे असं वाटू लागलं.

आपला गळा घोटला जातोय असं जॅकला वाटलं – ती दुष्ट शक्ती अगदी जवळ आली आहे...

...आणि मग तो क्षण निघून गेला. तो वाहत वाहत चालला होता – एका ओढ्यातून – त्याचे डोळे मिटले – शांतता – अंधार...

जॅकचं अंग शहारलं. त्याचं मस्तक शिसं भरल्यासारखं जड झालं होतं. तो होता तरी कुठे?

सूर्यप्रकाश... पक्षी... तो आकाशाकडे पाहत होता.

मग त्याला आठवलं. ती छोटी खोली. त्यात बसलेले ते तिघं. फेलीस आणि डॉक्टर; पण काय झालं होतं?

तो उठून बसला तसं त्याचं डोकं आणखी ठणकू लागलं. तो बंगल्याजवळच्या एका झुडपात पडला होता. त्याच्या आसपास कोणीच नव्हतं. त्याने घड्याळात पाहिलं तर साडेबारा वाजले होते.

तो कसाबसा उठून उभा राहिला आणि शक्य तितक्या वेगाने बंगल्याकडे धावत सुटला. हा तंद्रीमधून बाहेर येत नाहीये हे पाहून ती दोघं घाबरली असतील आणि म्हणून त्यांनी त्याला मोकळ्या हवेत नेऊन ठेवलं असेल.

बंगल्याजवळ पोहोचल्यावर त्याने जोरजोरात दरवाजा ठोठावला; पण दार उघडायला कोणीच आलं नाही. सगळी सामसूम होती. कदाचित, ते दोघं कोणाला तरी मदतीला बोलवायला गेले असतील किंवा – त्याच्या पोटात भीतीने गोळा आला. काल रात्री नेमकं काय घडलं होतं?

तो ताबडतोब त्याच्या हॉटेलकडे निघाला. तिथल्या ऑफिसात चौकशी करणार इतक्यात त्याच्या बरगड्यांत एक इतका जोरदार ठोसा बसला की, तो खाली पडायचा तेवढा बाकी होता. त्याने रागाने वळून पाहिलं, तर पांढरे केस असलेला एक वृद्ध त्याच्या शेजारी उभा होता. त्याची हसून हसून पुरेवाट झाली होती.

'मी असेन असं अजिबात वाटलं नव्हतं ना पोरा?' तो म्हणाला.

'जॉर्ज मामा! मला वाटलं होतं की, तू कुठल्या कुठे दूर आहेस – इटलीत का कुठेतरी.'

'हं! पण नव्हतो. काल रात्रीच डोव्हरला पोहोचलो. वाटलं मोटरगाडीने घरी जाता जाता वाटेत थांबून तुला भेटावं आणि पाहतो तर काय? हे महाराज रात्रभर मजा करायला बाहेर गेले आहेत, आँ? चांगलं चाललंय!'

'मामा,' त्याला रोखत जॅक म्हणाला, 'मला तुला एक अतिशय विचित्र कहाणी ऐकवायची आहे. तुझा विश्वासही बसणार नाही अशी.'

'नाही बसणार समजा,' मामा हसत म्हणाला, 'पण तू सांगून तर बघ.'

'सांगतो; पण त्या आधी मला खाऊ दे. मला प्रचंड भूक लागली आहे.'

जेवणाच्या खोलीकडे जाता जाता आणि जेवताना जॅकने त्याचा अद्‌भुत अनुभव कथन केला.

'आणि त्या दोघांचं काय झालं, ईश्वर जाणे.'

मामा बेशुद्ध पडायचा बाकी होता.

'ती बरणी,' अखेर त्याला शब्द फुटले. 'ती **निळी बरणी!** तिचं काय झालं?'

जॅक त्याच्याकडे पाहत राहिला; पण त्यानंतर मामाने जी बडबड सुरू केली त्यावरून त्याला थोडंफार कळू लागलं.

एकापाठोपाठ एक मामाच्या तोंडून शब्द बाहेर पडत होते : 'मिंग - एकमेवाद्वितीय - माझ्या संग्रहातली सर्वांत मौल्यवान वस्तू - किमान दहा हजार पौंड असेल तिची किंमत - हॉगेनहायमर या अमेरिकन लक्षाधीशाने मला ऑफर दिली होती - जगात अशी दुसरी बरणी नाही - अरे, तुम्ही माझ्या **निळ्या बरणीचं** केलंय तरी काय?'

जॅक तिथून पळत बाहेर पडला. लॅव्हिंग्टनला गाठलंच पाहिजे. ऑफिसातली तरुण बाई निर्विकारपणे त्याच्याकडे पाहत राहिली.

'काल रात्री उशिरा डॉ. लॅव्हिंग्टन हॉटेलची खोली सोडून गाडीने गेले. त्यांनी तुमच्यासाठी एक चिठ्ठी ठेवली आहे. ही घ्या.'

जॅकने पाकीट फाडून चिठ्ठी बाहेर काढली.

प्रिय मित्रा,

अतिभौतिकाचे दिवस मावळले आहेत का? अजिबात नाही - नव्या वैज्ञानिक परिभाषेत युक्तीने बसवले तर नाहीच नाही. फेलीस, तिचे वृद्ध वडील आणि माझ्याकडून खूप खूप शुभेच्छा. आम्हाला बारा तासांची आघाडी मिळाली आहे, जी पुरेशी ठरावी.

कळावे,
अँब्रोज लॅव्हिंग्टन
आत्म्याचा डॉक्टर.

सर आर्थर कारमायकेलची विचित्र गोष्ट

(सुप्रसिद्ध मानसशास्त्रज्ञ कै. डॉ. एडवर्ड कारस्टेअर्स, एम.डी., यांच्या नोंदींमधून साभार)

मला पूर्ण जाणीव आहे की मी इथे ज्या विचित्र आणि दुर्दैवी घटना सादर केल्या आहेत, त्यांच्याकडे दोन भिन्न प्रकारे पाहता येतं. माझं मत कधीच बदललं नाहीये. ही संपूर्ण कहाणी मांडावी असा मला आग्रह करण्यात आला आणि विज्ञानासाठी तरी अशा विचित्र आणि अतर्क्य गोष्टींना लोकांसमोर आणलं पाहिजे असं मला वाटतं.

डॉ. सेटल या माझ्या मित्राकडून आलेल्या तारेमुळे माझा या प्रकरणाशी पहिल्यांदा संबंध आला. कारमायकेल हे नाव वगळता, त्या तारेमध्ये फार काही नव्हतं; पण ती वाचल्यावर मी पॅडिंग्टनहून १२.२०ला सुटणारी गाडी पकडून हेरेफोर्डशियरमधल्या वूल्डेनला जायला निघालो.

कारमायकेल हे नाव तसं मला परिचित होतं. वूल्डेनच्या दिवंगत सर विल्यम कारमायकेलशी माझा किंचित परिचय होता; पण गेल्या अकरा वर्षांत आमची भेट झालेली नव्हती. त्यांना एक मुलगा होता, जो सध्याचा बॅरनेट आहे; त्याचं वय तेवीसच्या आसपास असावं. सर विल्यम यांनी दुसरं लग्न केल्याच्या काही अफवा माझ्यापर्यंत पोहोचल्या होत्या; पण मला निश्चित असं काहीही आठवत नव्हतं. दुसऱ्या लेडी कारमायकेलच्या बाबतीत काहीतरी समस्या होती एवढीच मला कुणकुण होती.

सेटल मला स्टेशनवर भेटायला आला होता.

'बरं झालं तू आलास,' माझा हात हातात घेत तो म्हणाला.

'अरे त्यात काय? माझ्या व्यवसायाशी संबंधित काहीतरी आहे ना?'

'हो. अगदीच.'

'मानसिक केस?' मी तर्क केला, 'काहीतरी विचित्र?'

एव्हाना माझं सामान आम्ही ताब्यात घेतलं होतं आणि घोडागाडीत बसून आम्ही तीनेक मैल दूर असलेल्या वूल्डेनच्या दिशेने निघालो होतो. एक-दोन मिनिटं सेटल शांत बसला होता, मग अचानक तो बोलू लागला.

'हे सगळं कळण्याच्या पलीकडचं आहे! हा तेवीस वर्षांचा तरुण माणूस, सर्वार्थाने व्यवस्थित म्हणावा असा; सुस्वभावी, सहज कोणाचाही मित्र होईल असा. सर्वांना असतो इतपतच अहंकार, फार हुशार नसला तरी सर्वसाधारण उच्चवर्गीय तरुण इंग्लिश गृहस्थाचा चांगला नमुना. एके रात्री हा निरोगी तरुण नेहमीप्रमाणे झोपी जातो आणि दुसऱ्या दिवशी सकाळी अर्धवटासारखा गावभर फिरू लागतो. जवळच्या व्यक्तींना ओळखतही नाही.'

'अच्छा!' माझं कुतूहल जागृत झालं होतं. ही केस नक्कीच रंजक ठरेल. 'संपूर्ण स्मृतिभ्रंश? आणि हे झालं कधी?'

'काल सकाळी. नऊ ऑगस्टला.'

'आणि असं होण्यामागे काहीही कारण सापडलेलं नाही? एखादी धक्कादायक घटना वगैरे?'

'काहीही नाही.'

मला एकदम संशय आला. 'तू काहीतरी लपवतो आहेस का?'

'न... नाही.'

त्याच्या या संदिग्ध उत्तरामुळे माझा संशय बळावला. 'मला सर्व काही सांगितलं पाहिजेस.'

'त्याचा आर्थरशी संबंध नाहीये. त्याचा - त्याचा त्या घराशी संबंध आहे.'

'घराशी?' मी आश्चर्याने विचारलं.

'कारस्टेअर्स, असल्या बऱ्याच गोष्टींशी तुझा संबंध आला आहे ना? तू तथाकथित झपाटलेली घरं तपासली आहेस. या सगळ्याबद्दल तुझं काय मत आहे?'

'दहातल्या नऊ केसेस खोट्या असतात. त्यात फसवाफसवी असते,' मी म्हणालो. 'पण एखादी केस असते तशी... सर्वसाधारण वस्तुनिष्ठ दृष्टिकोनात बसू शकणार नाहीत अशा विचित्र आणि अनाकलनीय घडामोडी मी पाहिलेल्या आहेत. गूढ गोष्टींवर माझा विश्वास आहे.'

सेटलने मान डोलावली. आम्ही पार्कच्या फाटकामधून आत शिरत होतो. त्याने चाबकाने एका पांढऱ्या बंगल्याकडे निर्देश केला. ते घर एका टेकडीच्या बाजूला होतं.

'हेच ते घर,' तो म्हणाला, 'आणि – त्या घरात *काहीतरी* आहे – भयंकर, गूढ. आम्हाला सगळ्यांना हे जाणवतं... आणि मी काही अंधश्रद्धाळू नाही...'

'हे गूढ कोणत्या रूपात प्रकट होतं?'

तो थेट समोर पाहत होता. 'आत्ता तरी तुला काहीही माहीत नसलेलं बरं. त्याचं असं आहे – तू जितका पूर्वग्रहविरहित मनाने येशील – स्वतःच्या डोळ्यांनी बघशील – तेवढं बरं...'

'हो,' मी म्हणालो, 'हेच बरं होईल; पण त्या कुटुंबाविषयी जर थोडं जास्त सांगितलंस तर त्याचा उपयोग होईल.'

'सर विल्यमचं दोनदा लग्न झालं होतं,' सेटल सांगू लागला, 'आर्थर हा पहिल्या बायकोचा मुलगा. नऊ वर्षांपूर्वी विल्यमनं पुन्हा लग्न केलं आणि सध्याची लेडी कारमायकेल ही जरा रहस्यमय आहे. ती अर्धीच इंग्लिश आहे आणि मला वाटतं ती अर्धी आशियाई असावी.'

तो किंचित थांबला.

'सेटल, तुला लेडी कारमायकेल आवडत नाही असं दिसतंय,' मी म्हणालो.

त्याने ते मान्य केलं. 'बरोबर. नाही आवडत मला. तिच्याभोवती काहीतरी दुष्ट, धोकादायक वलय आहे. तर मी काय सांगत होतो? या दुसऱ्या पत्नीला एक मुलगा झाला, जो आता आठ वर्षांचा आहे. सर विल्यम तीन वर्षांपूर्वी वारला. त्याची इस्टेट आणि पद आर्थरला मिळालं. त्याची सावत्र आई आणि तिचा मुलगा आर्थरबरोबर वूल्डेनमध्येच राहत होते. तुला हेही सांगितलं पाहिजे की, ही मालमत्ता भिकेला लागली आहे. सर आर्थरचं जवळपास सर्व उत्पन्न जागेच्या देखभालीत खर्च होतं. सर विल्यम त्याच्या पत्नीसाठी वर्षाला काहीशे पौंडच ठेवू शकला; पण सुदैवाने आर्थर आणि त्याची सावत्र आई यांचे एकमेकांशी उत्तम संबंध आहेत आणि आपल्या घरात ती राहते हे आर्थरला बरंच वाटतं. आता –'

'सांग.'

'दोन महिन्यांपूर्वी आर्थरचं कोणा मिस फिलिस पॅटरसन नावाच्या अतिशय छान मुलीशी लग्न ठरलं.' मग आवाज किंचित खाली करून तो म्हणाला, 'पुढच्या महिन्यात त्यांचं लग्न व्हायचं होतं. ती सध्या इथे राहते आहे आणि तिची काय अवस्था झाली असेल याची तू कल्पना कर –'

मी न बोलताच त्याला दुजोरा दिला.

एव्हाना आम्ही घराच्या जवळ पोहोचलो होतो. आमच्या उजवीकडच्या हिरवळीला किंचित उतार होता आणि अचानक माझ्या समोर एक लोभसवाणं चित्र अवतरलं. एक देखणी, तरुण मुलगी हिरवळीवरून घराकडे चालत येत होती. तिने

टोपी घातलेली नव्हती आणि तिच्या सोनेरी केसांवर सूर्यप्रकाश अधिकच चमकत होता. तिच्या हातात गुलाबांनी भरलेली परडी होती आणि तिच्या पायांशी एक सुरेख, राखाडी पर्शियन मांजर लाडिकपणे चालत-खेळत होतं.

मी सेटलकडे प्रश्नार्थक नजरेनं बघितलं.

'हीच मिस पॅटरसन.'

'बिचारी,' मी म्हणालो, 'ते गुलाब, ते मांजर... किती सुंदर दिसते आहे ती.'

कसलातरी किंचित आवाज आल्याने मी वळून माझ्या मित्राकडे पाहिलं. त्याच्या हातातून लगाम निसटला होता आणि चेहरा पांढराफट्ट पडला होता.

'काय झालं रे?' मी विचारलं.

तो कसाबसा सावरून बसला. 'नाही, काही नाही.'

काही क्षणात आम्ही त्या जागी पोहोचलो. मी त्याच्या मागोमाग बैठकीच्या खोलीत गेलो. तिथे चहाची सर्व तयारी केलेली होती.

मध्यवयीन; पण अजूनही देखणी असलेली एक स्त्री आम्हाला आत येताना पाहून उठून उभी राहिली आणि आम्हाला भेटायला पुढे आली.

'हे माझे मित्र डॉ. कारस्टेअर्स आणि या लेडी कारमायकेल.'

या मोहक आणि राजबिंड्या बाईचा हात हातात घेतल्यावर माझ्या सर्वांगातून एक शिसारी का गेली हे मला सांगता नाही येणार. सेटलला या बाईमध्ये पौर्वात्य रक्त आहे असं जे वाटलं होतं, त्याला साजेशा रुबाबात ती वावरत होती.

'डॉ. कारस्टेअर्स, तुम्ही येऊ शकलात याचं मला खूप बरं वाटतंय,' हलक्या; पण सुरेल आवाजात ती म्हणाली, 'आमच्या अडचणीत तुम्ही आम्हाला मदत करू शकाल अशी आशा आहे.'

यावर मी काहीतरी किरकोळ उत्तर दिलं आणि तिने माझ्या हातात चहाचा कप ठेवला.

काही मिनिटांत आम्हाला बाहेर दिसलेली मुलगी आत आली. तिचं मांजर तिच्याबरोबर नव्हतं; पण गुलाबांची परडी मात्र होती. सेटलने माझी ओळख करून दिली आणि ती उत्स्फूर्तपणे पुढे आली.

'ओह, डॉ. कारस्टेअर्स! डॉ. सेटल यांनी आम्हाला तुमच्याबद्दल खूप काही सांगितलं आहे. बिचाऱ्या आर्थरसाठी तुम्ही काहीतरी करू शकाल असं मला वाटतंय.'

तिचे गाल फिकट रंगाचे असले आणि डोळ्यांभोवती काळी वर्तुळं दिसत असली तरी मिस पॅटरसन खरोखर सुंदर मुलगी होती.

'मुली,' मी तिची समजूत काढत म्हणालो, 'तू निराश होता कामा नयेस. स्मृतिभ्रंश किंवा दुहेरी व्यक्तिमत्त्वाच्या केसेसमध्ये तो विकार फार काळ टिकत नाही. कुठल्याही क्षणी रुग्ण पूर्ववत होतो.'

तिने मानेने नकार दिला. 'मला इथे दुहेरी व्यक्तिमत्त्वाचा प्रश्न असेल असं *नाही* वाटत,' ती म्हणाली, 'हा जो आहे तो आर्थर नाहीये. हे त्याचं व्यक्तिमत्त्व नाहीये. तो, *तो* नाहीच आहे. मला -'

'फिलिस,' लेडी कारमायकेल मृदू आवाजात म्हणाली, 'हा चहा घे बरं.'

ती ज्या नजरेने या मुलीकडे पाहत होती, त्यावरून माझ्या लक्षात आलं की, लेडी कारमायकेलला तिच्या भावी सुनेबद्दल जराही प्रेम वाटत नसावं.

मिस पॅटरसनने चहाला नकार दिला आणि तिचा संकोच दूर करायला मी म्हणालो, 'तुझ्या मांजरीला बशीभर दूध नाही का द्यायचं?'

तिने माझ्याकडे विचित्र नजरेनं पाहिलं. 'म - मांजर?'

'हो. आताच थोड्या वेळापूर्वी बागेत तुझ्या पायाशी खेळत होतं ते.'

तेवढ्यात एक आवाज झाला. लेडी कारमायकेलच्या हातून चहाची किटली पडली आणि त्यातलं गरम पाणी जमिनीवर सांडलं. मी तिला मदत केली. फिलिसने सेटलकडे प्रश्नार्थक नजरेनं बघितलं. तो उठून उभा राहिला.

'कारस्टेअर्स, आता तुझा रुग्ण बघायचा का?'

मी लागलीच त्याच्या मागे गेलो. मिस पॅटरसन आमच्याबरोबर आली. आम्ही वरच्या मजल्यावर पोहोचलो आणि सेटलने त्याच्या खिशातून एक किल्ली काढली.

'कधी कधी तो भटकत बाहेर पडतो,' तो म्हणाला, 'म्हणून आम्ही नसलो की दाराला कुलूप लावतो.'

दार उघडून आम्ही आत गेलो.

खिडकीपाशी एक तरुण माणूस बसला होता. मावळतीला आलेल्या सूर्याचे सोनेरी किरणे खिडकीतून आत येत होते. तो माणूस किंचित पोक काढून अतिशय स्थिर बसला होता; त्याचं सर्वांग सैल होतं. आधी मला वाटलं की, आम्ही आत आलेलो त्याच्या लक्षात आलेलं नाहीये; पण अचानक त्याच्या निश्चल पापण्यांमधून तो आम्हाला न्याहाळू लागला होता. माझ्याकडे पाहिल्यावर त्याने नजर खाली केली आणि डोळे किलकिले केले; पण तो हालला नाही.

'आर्थर, ये,' सेटल म्हणाला, 'बघ. मिस पॅटरसन आणि माझा एक मित्र तुला भेटायला आले आहेत.'

तो काही जागचा हालला नाही; पण दोन क्षणांनी तो पुन्हा आमच्याकडे भीतभीत पाहू लागला.

'तुला चहा हवा आहे का?' जणू तो एखाद्या लहान मुलाशी बोलत असावा अशा आवाजात सेटलने विचारलं.

त्याने टेबलावर एक कपभर दूध ठेवलं. मी आश्चर्याने पाहिलं तेव्हा सेटल माझ्याकडे पाहून किंचित हसला.

'गंमत आहे. तो फक्त दूधच पितो, बाकी काही नाही.'

एक-दोन क्षणांत, अजिबात घाई न करता, सर आर्थरने एक एक करत अंगाची जुडी सोडवली आणि हळूहळू चालत टेबलापाशी पोहोचला. त्याच्या दबक्या पायांचा यत्किंचितही आवाज होत नव्हता. टेबलापाशी पोहोचताच त्याने अंग जोरदार ताणलं - एक पाय पुढे, दुसरा एकदम मागे. त्याने शरीर जमेल तितकं ताणलं आणि मग एक जांभई दिली. अशी जांभई मी कधीही पाहिली नव्हती! तिने जणू त्याचा संपूर्ण चेहरा गिळून टाकला.

मग त्याने त्याचं लक्ष त्या दुधाच्या कपाकडे वळवलं. खाली वाकून त्याने ओठ दुधाला टेकवले.

सेटलने माझ्या प्रश्नार्थक नजरेला उत्तर दिलं.

'तो हात अजिबात वापरत नाही. जणू कुठल्याशा आदिम अवस्थेत गेला आहे. विचित्र आहे ना?'

माझ्या जवळ उभी असलेली फिलिस आक्रसल्यासारखी वाटली. मी माझा हात अलगद तिच्या दंडावर ठेवला.

अखेर दूध पिऊन झालं आणि आर्थरने पुन्हा एकदा अंग ताणलं. मग तशाच दबक्या पावलांनी तो पुन्हा खिडकीपाशी जाऊन बसला आणि मगासारखं शरीराचं मुटकुळं करून तो आमच्याकडे डोळे मिचकावत बघू लागला.

मिस पॅटरसन आम्हाला खोलीबाहेरच्या पॅसेजमध्ये घेऊन गेली. ती भीतीने थरथर कापत होती.

'ओह! डॉ. कारस्टेअर्स,' ती रडवेली होऊन बोलू लागली, 'हा तो नाहीये - तिथे त्या कोपऱ्यात जे आहे, तो आर्थर नाहीये! मला माहीत आहे!'

मी दुःखाने मान हलवली. 'मिस पॅटरसन, मेंदूचे विभ्रम समजण्यापलीकडचे असू शकतात.'

या केसमुळे मीसुद्धा गोंधळून गेलो होतो. यातले अनेक पैलू विचित्र होते. मी आर्थर कारमायकेलला या अगोदर कधीही पाहिलेलं नव्हतं, तरी त्याच्या वावरण्याने, डोळे मिचकावण्याने मला कोणाची तरी किंवा कसलीतरी आठवण होत होती; पण त्यावर नेमकं बोट ठेवता येत नव्हतं.

त्या रात्री जेवताना सगळेच शांत होते. त्यातल्या त्यात लेडी कारमायकेल आणि मीच थोडंफार बोलत होतो. जेवणानंतर त्या दोघी आवरायला गेल्यावर सेटलने आमच्या यजमानीण बाईबद्दल माझं मत विचारलं.

'काहीही कारण नसूनसुद्धा मला ती अजिबात आवडली नाही, हे मान्य करायला हवं,' मी म्हणालो, 'तुझं म्हणणं बरोबर होतं; तिच्यात काही गूढ शक्ती असाव्यात आणि तिच्यात पौर्वात्य रक्त असावं असं मलाही वाटलं. समोरच्याला स्वतःकडे खेचून घेण्याची जबरदस्त चुंबकीय शक्ती तिच्यात आहे, हे निश्चित.'

सेटल काहीतरी बोलणार असं मला वाटलं एवढ्यात त्याने स्वतःला आवरलं. 'ती तिच्या मुलाला संपूर्णपणे वाहिलेली असते,' असं दोनेक मिनिटांनी तो म्हणाला.

जेवणानंतर आम्ही पुन्हा एकदा ग्रीन ड्रॉइंग रूममध्ये बसलो होतो. आमची कॉफी नुकतीच पिऊन झाली होती आणि दिवसभराच्या घडामोडींबद्दल गप्पा मारत असताना दाराबाहेर ते मांजर आत येण्यासाठी किरकिऱ्या आवाजात ओरडत होतं. त्याकडे कोणी लक्ष दिलं नाही; पण मला प्राणी आवडत असल्यामुळे दोन मिनिटांनी मी उठून उभा राहिलो.

'त्याला बिचाऱ्याला आत येऊ देऊ का?' मी लेडी कारमायकेलना विचारलं.

मला वाटलं तिचा चेहरा एकदम पांढरा पडला; पण तिने मान किंचित डोलावली म्हणजे तिची हरकत नसावी असं मी गृहीत धरलं. मी जाऊन दार उघडलं तर बाहेर ना मांजर होतं ना कोणी माणूस.

'गंमत आहे,' मी आत येऊन म्हणालो, 'तिथे आत्ताच मांजर होतं याची मला खात्री आहे.'

मी खुर्चीवर येऊन बसलो, तोच माझ्यावर सगळ्यांच्या नजरा आहेत हे मला जाणवलं. त्यामुळे मी जरासा अस्वस्थ झालो.

आम्ही सारे जण लवकरच झोपायला म्हणून गेलो. सेटल माझ्या खोलीपर्यंत माझ्याबरोबर आला.

'तुला लागतील अशा सर्व गोष्टी इथे आहेत ना?' त्याने आजूबाजूला पाहत विचारलं.

'हो, थँक्स.'

तो तरीही घुटमळत राहिला, जणू त्याला काहीतरी सांगायचं आहे; पण ते तोंडातून बाहेर येत नव्हतं.

'बरं, या घराबद्दल तू मला काहीतरी सांगणार होतास, ते काय होतं? अजून तरी सगळं काही ठीक तर वाटतंय,' मी म्हणालो.

'तुला हे घर सुखी, आनंदी वाटतंय?'

'अजिबात नाही; पण परिस्थिती तशीच आहे की. या घरावर एका मोठ्या दुःखाची छाया आहे; पण त्या व्यतिरिक्त काही नाही.'

'गुड नाइट,' सेटल अचानक म्हणाला, 'छान स्वप्नं पाहा!'

मला स्वप्न पडलीच. मिस पॅटरसनच्या मांजराने माझ्या मनात घर केलं असावं. रात्रभर ते माझ्या स्वप्नात येत होतं.

मी दचकून जागा झालो आणि ते मांजर डोक्यातून का जात नाहीये, हे एकदम माझ्या लक्षात आलं. ते रात्रभर माझ्या दाराबाहेर म्याँव, म्याँव करत बसलं होतं. छे! हे चालू असताना झोप कशी लागणार? मी मेणबत्ती पेटवली आणि हलकेच दार उघडलं. बाहेरची जागा रिकामी होती; पण मांजराचा आवाज येतच होता. मग मला एक कल्पना सुचली. ते बिचारं कुठेतरी अडकून पडलेलं असेल. माझ्या डावीकडे पॅसेज संपत होता. तिथेच लेडी कारमायकेलची खोली होती म्हणून मी उजवीकडे वळलो. दोन-चार पावलं टाकली असतील आणि माझ्या मागे मला मांजराचा आवाज आला. मी एकदम वळून पाहिलं तर तो आवाज आता माझ्या *उजवीकडून* आला.

कुठून तरी गार वाऱ्याची झुळूक आल्याने मी जरा शहारलो आणि माझी खोली गाठली. आता सारं शांत होतं आणि माझा डोळा लागला. दुसरा दिवस उजाडला तो लखख सूर्यप्रकाश घेऊन.

मी कपडे करत असताना मला रात्रीचा गुन्हेगार दिसला. करड्या रंगाचं एक मांजर हिरवळीवरून दबकत चाललं होतं. जवळच चिवचिवणाऱ्या पक्ष्यांचा एक थवा होता, त्याकडे ते निघालं असावं.

...आणि मग एक विचित्र गोष्ट घडली. ते मांजर सरळ पुढे आलं आणि त्या थव्याच्या मध्यातून गेलं. त्याचे केस त्या पक्ष्यांना स्पर्शून गेले असतील! पण पक्षी उडालेच नाहीत. हा प्रकार माझ्या कळण्यापलीकडचा होता.

याचा माझ्यावर एवढा परिणाम झाला की, न्याहारीच्या वेळी हा विषय न काढणं मला शक्यच नव्हतं.

'तुम्हाला माहीत आहे?' मी लेडी कारमायकेलना म्हणालो, 'तुमचं मांजर किती विचित्र आहे ते?'

बशीवर कप खडखडल्याचा आवाज झाला. फिलिस पॅटरसन माझ्याकडे पाहत होती. तिचे ओठ किंचित विलग झालेले होते आणि श्वासोच्छ्वास जोरात सुरू होता.

क्षणभर कोणीच काही बोललं नाही आणि मग लेडी कारमायकेल काहीशा रागाने म्हणाली, 'मला वाटतं तुमचा काहीतरी गैरसमज झालेला आहे. इथे मांजरच नाहीये; कधीच नव्हतं.'

मी वेडेपणा केला होता हे उघड होतं म्हणून मी लागलीच विषय बदलला.

पण कोडं काही सुटेना. मांजरच नाहीये असं लेडी कारमायकेल का म्हणाली असेल? ते मांजर मिस फिलिसचं असेल का? आणि तिचं अस्तित्व लेडी कारमायकेलपासून लपवून ठेवलेलं असेल का? हल्ली अनेकांना मांजरांचा तिटकारा असतो, तसं लेडी कारमायकेलचं असेल का? हे कारण फारसं पटण्यासारखं नव्हतं; पण सध्या तरी त्यावरच मला समाधान मानणं भाग होतं.

आमचा रुग्ण त्याच अवस्थेत होता. या वेळी मी त्याला व्यवस्थित तपासलं आणि आदल्या रात्रीपेक्षा त्याचं जास्त चांगल्या प्रकारे निरीक्षण करू शकलो. त्याने जास्तीत जास्त वेळ कुटुंबीयांसमवेत घालवावा असं मी सुचवलं. त्याचं लक्ष नसताना मी जास्त चांगलं निरीक्षण करू शकलो असतो आणि सर्वांबरोबर दैनंदिन जीवन जगताना कदाचित त्याच्या बुद्धीला किंचित चालना मिळेल, असं मला वाटलं; पण तसं काही झालं नाही. त्याची स्थिती जैसे-थे राहिली. तो शांत होता, अगदी निरुपद्रवी वाटला, शून्यात राहत असल्यासारखा; पण तरीही तो अत्यंत चलाखीने भोवताली काय चाललंय हे निरखत होता. त्याला त्याच्या सावत्र आईबद्दल खूपच प्रेम वाटत होतं हे पाहून मला आश्चर्य वाटलं. मिस पॅटरसनकडे मात्र तो संपूर्ण दुर्लक्ष करत होता. उलट जमेल तितका वेळ लेडी कारमायकेलच्या जवळ बसायच्या प्रयत्नात असायचा. एकदा तर तो तिच्या खांद्याला डोकं घासत असलेला मी पाहिला, तेव्हा त्याच्या चेहऱ्यावर एक मूर्ख प्रेमाचा भाव होता.

मला या केसबद्दल चिंता वाटत होती. या प्रकरणामध्ये काहीतरी सुगावा निश्चित होता; पण मला तो अद्याप गवसला नव्हता.

'ही केस फार विचित्र आहे,' मी सेटलला म्हणालो.

'हो,' तो म्हणाला, 'खूप – सूचक आहे.'

मला वाटलं तो माझ्याकडे चोरट्या नजरेनं पाहतोय.

'मला सांग, त्याला पाहून तुला कसली आठवण होत नाहीये?' त्याने विचारलं.

मला हे शब्द रुचले नाहीत आणि आदल्या दिवशी मला जे वाटलं होतं, त्याची मला आठवण झाली.

'कशाची आठवण?' मी विचारलं.

त्याने मान हलवली. 'कदाचित माझ्याच मनाचे खेळ असतील,' तो म्हणाला.

...आणि तो यावर पुढे काहीही बोलायला तयार नव्हता.

या प्रकरणात काहीतरी रहस्य दडलं होतं हे नक्की. याची उकल करू शकेल असा क्लू मला गवसला नव्हता याचं मला वाईट वाटत होतं. शिवाय किरकोळ

असला तरी त्या करड्या मांजराचा प्रश्न होताच. मला सतत मांजरांची स्वप्नं पडत होती आणि सारखे त्याचे आवाज येत असल्याचा भास होत होता. अधूनमधून मला दुरून ते सुंदर मांजर दिसायचंही आणि या प्राण्याचा त्या रहस्याशी संबंध आहे, ही गोष्टसुद्धा मला खूप अस्वस्थ करत होती. एके दिवशी मी घरातल्या नोकराला विचारायचं ठरवलं.

'मला जे मांजर दिसतंय त्याबद्दल तू मला काही सांगू शकशील का?' मी त्याला विचारलं.

'मांजर, सर?' त्याला आश्चर्य वाटलं.

'इथे एक मांजर आहे ना – किंवा होतं ना?'

'सर, बाईसाहेबांकडे एक मांजर *होतं*. खूप छान होतं ते; पण त्याला मारून टाकावं लागलं. आम्हाला खूप वाईट वाटलं कारण ते फार सुंदर होतं.'

'करड्या रंगाचं?' मी सावकाश विचारलं.

'हो सर. पर्शियन मांजर होतं ते.'

'आणि तू सांगतो आहेस त्यानुसार त्याला मारावं लागलं होतं?'

'हो सर.'

'तुला खात्री आहे?'

'अगदीच आहे सर. बाईसाहेब त्याला डॉक्टरकडे न्यायला तयार नव्हत्या. त्यांनी स्वतःच त्याला मारलं. साधारण एक आठवडा झाला असेल याला. तिथे त्या बीच वृक्षाच्या खालीच त्याला पुरलं आहे.' एवढं बोलून तो निघून गेला. माझ्या मनात विचार सुरू झाले.

आमच्याकडे मांजर नाही हे लेडी कारमायकेलने इतक्या ठामपणे का सांगितलं?

हे मांजर प्रकरण वाटत होतं तितकं सरळ नाही, असं मला मनोमन वाटलं. त्यात काहीतरी महत्त्वाचं दडलेलं आहे. मी सेटलला जरा बाजूला घेतलं.

'सेटल,' मी म्हणालो, 'एक प्रश्न आहे. या घरात तू एक मांजर पाहिलं आणि ऐकलं आहेस का नाही?'

प्रश्न ऐकून त्याला आश्चर्य वाटलेलं दिसलं नाही. उलट त्याला हा प्रश्न अपेक्षितच असावा.

'मी त्याला पाहिलेलं नाही; पण त्याचा आवाज ऐकला आहे,' सेटल म्हणाला.

'पण पहिल्या दिवशी, हिरवळीवर मिस पॅटरसनबरोबर ते होतं ना!'

त्याने माझ्याकडे टक लावून पाहिलं.

'मला मिस पॅटरसन हिरवळीवरून चालत येताना दिसली, आणखी कोणी नाही,' तो म्हणाला.

मला बोध होऊ लागला, 'म्हणजे, ते मांजर-'

त्याने होकार दिला. 'आम्हा सर्वांना जे ऐकू येत होतं ते तुलाही येतंय का हे मला पाहायचं होतं - तुझ्या मनात पूर्वग्रह निर्माण होऊ न देता.'

'म्हणजे तुम्हाला सगळ्यांना त्याचा आवाज ऐकू येतो?'

तो 'हो' म्हणाला.

'विचित्र आहे,' मी पुटपुटलो, 'मांजराने एखादी जागा झपाटलेली असल्याचं मी या अगोदर कधीही ऐकलं नव्हतं.'

तो नोकर मला काय म्हणाला होता हे सांगितल्यावर सेटलला आश्चर्य वाटलं.

'हे नवीन आहे. मला ठाऊक नव्हतं.'

'पण या सगळ्याचा अर्थ तरी काय?' मी हताशपणे विचारलं.

त्याने मान हलवली. 'देव जाणे! पण कारस्टेअर्स, तुला सांगतो - मला खूप भीती वाटते आहे. त्याचा - त्याचा आवाज मला भयानक वाटतो.'

'भीती? कोणाला धोका आहे?' मी विचारलं.

त्याने खांदे उडवले. 'मला नाही माहीत.'

त्याच्या शब्दांचा अर्थ रात्रीच्या जेवणानंतर मला कळला. आम्ही नेहमीप्रमाणे ग्रीन ड्रॉइंग रूममध्ये बसलो होतो आणि तेव्हा तो आला - दाराबाहेर एक मांजर जोरजोरात ओरडत होतं; पण या वेळी ते चिडलेलं वाटत होतं. वाघाची आठवण करून देणारं गुरकावणं होतं ते. मग तो आवाज बंद झाला आणि त्याने पंज्याने दारावरची कडी जोरात वाजवावी असा आवाज येऊ लागला.

सेटल उठून उभा राहिला. 'हा आवाज खरा आहे! मी शपथेवर सांगेन!' तो ओरडला.

धावत जाऊन त्याने दार उघडलं.

दाराबाहेर काहीच नव्हतं.

तो घाम पुसत परतला. फिलिस भीतीने थरथर कापत होती. लेडी कारमायकेलचा चेहरा पांढरा पडला होता. एखाद्या समाधानी लहान मुलाप्रमाणे सावत्र आईच्या मांडीवर डोकं ठेवून बसलेला आर्थर तेवढा शांत होता.

आम्ही वरच्या मजल्यावर जाता जाता मिस पॅटरसनने माझ्या दंडावर हात ठेवला.

'डॉ. कारस्टेअर्स!' ती रडवेली झाली होती. 'हा काय प्रकार आहे? याचा अर्थ काय हो?'

'मुली, अजून काही सांगता येत नाहीये,' मी म्हणालो, 'पण मी याचा छडा लावणार आहे. तू घाबरता कामा नये. तुला यापासून काहीही धोका संभवत नाही याची मला खात्री आहे.'

तिने साशंक नजरेनं माझ्याकडे बघितलं. 'तुम्हाला तसं वाटतंय?'

'मला खात्री आहे,' मी ठामपणे म्हणालो. ज्या प्रकारे ते मांजर तिच्या पायात प्रेमाने खेळलं होतं ते पाहता मला तिच्याबद्दल काळजी नव्हती. तिला धोका नव्हता.

मला झोप लागायला थोडा वेळ लागला; पण मग अर्धवट झोप लागल्यावर मी अचानक खडबडून जागा झालो. त्वेषाने काहीतरी फाडलं जात असल्याचा आवाज मला ऐकू आला. मी पलंगावरून उडी मारून धावत जाऊन दार उघडलं. त्याच वेळी समोरच्या खोलीतून सेटलही बाहेर आला. आवाज आमच्या डावीकडून आला होता.'

'कारस्टेअर्स तुला येतंय ऐकू?' तो ओरडला.

आम्ही लागलीच लेडी कारमायकेलच्या दारापाशी गेलो. आम्हाला काहीही दिसलं नव्हतं; पण आवाज बंद झाला होता. मेणबत्तीच्या उजेडात लेडी कारमायकेलचा चकचकीत दरवाजा तेवढा दिसत होता. आम्ही एकमेकांकडे पाहिलं.

'तो आवाज कसला होता, तुला कळलं का?' तो दबक्या आवाजात म्हणाला.

मी मानेने होकार दिला. 'मांजराचे पंजे काहीतरी फाडत असल्याचा आवाज होता.'

माझ्या अंगावर काटा आला होता. मी मेणबत्ती खाली केली. 'सेटल, हे बघ.'

'इथे भिंतीलगत एक खुर्ची होती – आणि तिची बैठक फाडून त्याची लक्तरं झालेली दिसत होती...

आम्ही ती खुर्ची नीट तपासून पाहिली.

'मांजराचे पंजे,' तो खोल श्वास घेत म्हणाला, 'नक्कीच.' त्याची नजर खुर्चीकडून दरवाजाकडे गेली. 'धोका असलेली व्यक्ती ती आहे. लेडी कारमायकेल!'

त्या रात्री काही मला झोप लागली नाही. आता काहीतरी ठोस करायची वेळ आली होती. या रहस्याचा उलगडा करणं एकाच व्यक्तीच्या हातात होतं. मला वाटलं की, लेडी कारमायकेल बरंच काही दडवून ठेवते आहे.

दुसऱ्या दिवशी सकाळी ती खाली आली तेच पूर्णपणे घाबरलेल्या अवस्थेतच. तिने फारसं खाल्लंही नाही. नुसतीच बसून होती. केवळ प्रचंड इच्छाशक्तीच्या जोरावर तिने तोंडाला कुलूप लावलेलं दिसत होतं. न्याहारीनंतर दोन शब्द बोलायची मी तिला विनंती केली. मी सरळ मुद्द्याला हात घातला.

'लेडी कारमायकेल,' मी म्हणालो, 'तुमच्या जिवाला खूप धोका आहे असं मला मनापासून वाटतंय.'

'खरंच?' तिने अतिशय उत्तमरीत्या निर्विकारपणाचा आव आणला.

'या घरात काहीतरी आहे – एक अस्तित्व म्हणू या – ज्याला तुमच्याबद्दल शत्रुत्वाची भावना आहे,' मी म्हणालो.

'छे! हा काय मूर्खपणा आहे?' ती तुच्छतेने म्हणाली, 'तुम्हाला काय वाटलं, माझा असल्या गोष्टींवर विश्वास आहे?'

'तुमच्या खोलीबाहेरच्या खुर्चीची काल रात्री लक्तरं करून टाकण्यात आली,' मी शांतपणे म्हणालो.

'हो का?' पुन्हा भुवया उंचावून आश्चर्य दाखवायचा प्रयत्न; पण मी जे सांगितलं ते तिला आधीच माहीत असावं. 'कोणीतरी वात्रटपणा केलेला असेल.'

'नाही. तसं नव्हतं ते,' मी पोटतिडकीने म्हणालो, 'आणि तुम्ही मला सांगायला हवं – तुमच्या हितासाठी –'

'काय सांगायला हवं?'

'या प्रकरणाबद्दल जे काही माहीत असेल ते,' मी म्हणालो.

ती हसायला लागली. 'मला काहीही माहीत नाही. अक्षरशः काहीही नाही.'

...आणि धोक्याबद्दल कितीही सांगूनसुद्धा ती काही केल्या मागे हटायला तयार होईना; पण तिला काहीतरी माहीत आहे आणि ती ते सांगत नाहीये, याची मला खात्री होती. तिच्या न बोलण्यामुळे आम्ही अंधारात चाचपडत होतो; पण इलाज नव्हता.

जमेल तितकी काळजी घ्यायची असं मी मात्र ठरवलं. तिच्या जिवाला धोका होता आणि तो अगदी जवळ येऊन ठेपला होता. दुसऱ्या दिवशी रात्री ती झोपायला जायच्या आधी मी आणि सेटलने तिची खोली पूर्णपणे तपासून काढली. आम्ही रात्रभर आळीपाळीने तिच्या खोलीबाहेर पहारा ठेवायचं ठरवलं.

मी आधी बसलो. त्या वेळात काहीही घडलं नाही. मग पहाटे तीन वाजता सेटल माझी जागा घ्यायला आला. आदल्या रात्रीच्या जागरणामुळे मला लागलीच गाढ झोप लागली. त्यात मला एक विचित्र स्वप्न पडलं.

ते करडं मांजर माझ्या पलंगाच्या पायाशी बसलं आहे. विनवणीच्या नजरेने ते माझ्याकडे एकटक पाहतंय. मग स्वप्नात ज्या सहजतेने गोष्टी घडतात, त्या सहजतेने मला जाणवलं की, मी त्याच्या मागोमाग जावं अशी त्या मांजराची इच्छा आहे. अशा प्रकारे मी एका मोठ्या जिन्याने खाली गेलो, मग उजवीकडे, घराच्या पलीकडच्या भागात असलेल्या एका खोलीत. ते ग्रंथालय होतं. तिथे ते मांजर

एकीकडे जाऊन उभं राहिलं आणि पुढचा पंजा वर करून त्याने तो एका शेल्फवर ठेवला. पुन्हा एकदा माझ्याकडे त्याने अपेक्षेने पाहिलं.

मग – ते मांजर आणि ग्रंथालय विरून गेलं आणि मला जाग आली. दिवस उजाडला होता.

सेटलच्या पहाऱ्यातसुद्धा काही घडलं नव्हतं; पण माझ्या स्वप्नात त्याला खूप रस वाटला. तो मला ग्रंथालयात घेऊन गेला; माझ्या स्वप्नात ते जसं होतं, त्याच्याशी तंतोतंत जुळणारं होतं. त्या मांजराने जिथे पंजा ठेवला होता, ती नेमकी जागासुद्धा मला सापडली.

आम्ही दोघंही बुचकळ्यात पडलो. मग मला एक कल्पना सुचली आणि त्या ठिकाणी जे पुस्तक होतं, त्याचं शीर्षक वाचायला मी खाली वाकलो. तिथे एका पुस्तकाची जागा रिकामी होती.

'इथलं एक पुस्तक काढून घेण्यात आलं आहे,' मी सेटलला म्हणालो.

तोही वाकून पाहू लागला. 'अरेच्च्या! इथे पाठीमागे एक खिळा आहे आणि पुस्तक काढताना त्यात एक कागदाचा तुकडा अडकलेला दिसतोय.'

त्याने तो तुकडा अलगद बाहेर काढला. तो जेमतेम एक चौरस इंच आकाराचा असेल; पण त्यावर दोन महत्त्वाचे शब्द छापलेले होते : 'द कॅट...'

आम्ही एकमेकांकडे पाहिलं.

'माझ्या अंगावर काटा आला आहे,' सेटल म्हणाला, 'हे काहीतरी भयानक आहे.'

'इथे कोणतं पुस्तक असेल हे कळायला मी काहीही द्यायला तयार आहे. ही माहिती आपल्याला मिळवता येईल का?' मी विचारलं.

'कदाचित एखादी सूची असेल कुठेतरी. कदाचित लेडी कारमायकेल काही सांगू शकेल –'

मी मानेनं नकार दिला.

'लेडी कारमायकेल काहीही सांगणार नाही.'

'तुला वाटतंय असं?'

'मला खात्री आहे. आपण इथे अंधारात चाचपडतोय आणि लेडी कारमायकेलला काहीतरी माहीत आहे; पण ती काही ते सांगत नाहीये. तोंडातून शब्द काढण्यापेक्षा ती धोका पत्करायला तयार आहे असं दिसतंय.'

तो दिवस इतर दिवसांसारखाच गेला. काहीही विचित्र घडलं नाही; पण मला मात्र ती वादळापूर्वीची शांतता वाटली आणि रहस्याचा उलगडा अगदी हाताशी आल्याची भावना मला झाली. लवकरच अंधार जाऊन उजेड येईल. सर्व तथ्यं समोर मांडलेली होती; आवश्यकता होती ती फक्त एका ठिणगीची.

...आणि तशी ठिणगी पडली! तीही अत्यंत विचित्र पद्धतीने.

नेहमीप्रमाणे आम्ही रात्रीच्या जेवणानंतर ग्रीन ड्रॉइंग रूममध्ये गप्पा मारत बसलो होतो. सगळेच जण शांत होते. इतक्यात त्या खोलीच्या जमिनीवरून एक छोटासा उंदीर पळत गेला - आणि क्षणार्धात ते घडलं.

तो बसला होता त्या खुर्चीतून आर्थर कारमायकेलनं एक जबरदस्त झेप घेतली. त्याचं रोमांचित शरीर एखाद्या बाणाप्रमाणे त्या उंदराचा वेध घेत होतं. दरम्यान, तो उंदीर भिंतीच्या पॅनेलमागे जाऊन लपला होता. आर्थर दबा धरून बसला. त्याचं शरीर अजूनही थरथरत होतं.

हे भयानक होतं! मी असा क्षण कधीही अनुभवला नव्हता. आर्थर कारमायकेलची ती पावलं, त्याचे डोळे कशाची आठवण करून देत होते याबद्दल आता माझ्या मनात शंका उरली नाही आणि त्याच क्षणी या प्रकरणामागे काय असेल याची एक अत्यंत विचित्र, असंभव वाटेल अशी कारणमीमांसा माझ्या डोक्यात चमकून गेली. अशक्य आणि विचारांच्या पलीकडलं म्हणून मी ती मनातून काढून टाकायचा प्रयत्न केला - पण ती मनातून जाईना!

पुढे काय घडलं हे मला नीटसं आठवत नाहीये. एवढंच आठवतंय की, आम्ही कसेबसे वरच्या मजल्यावर गेलो, एकमेकांना गुड नाइट म्हटलं आणि एकमेकांच्या नजर टाळत आपापल्या खोलीत झोपायला म्हणून गेलो. आपल्याला जी भीती वाटते आहे, तीच दुसऱ्याच्या डोळ्यांत बघायची कोणाचीच तयारी नव्हती.

लेडी कारमायकेलच्या दाराबाहेर सेटल पहाऱ्याला बसला. मी तीन वाजता त्याची जागा घेणार होतो. आता लेडी कारमायकेलला धोका आहे, हा विचार माझ्या मनातून जाऊन त्याजागी माझा असंभव अंदाज घर करून राहिला होता. काही केल्या तो मनातून जाईना.

...आणि मग अचानक त्या रात्रीची स्मशान शांतता भंग पावली. सेटल ओरडून मला बोलावत होता. मी धावतच बाहेर गेलो.

तो सर्व ताकदीनिशी लेडी कारमायकेलचा दरवाजा ठोठावत होता.

'अरे देवा! या बाईने आतून कुलूप लावलं आहे!' तो ओरडला.

'पण -'

'ते तिथे आतमध्ये आहे! तिच्याबरोबर... तुला ऐकू येत नाहीये?'

बंद दरवाज्याच्या आतून एक मांजर ओरडल्याचा आवाज आला आणि पाठोपाठ रक्त गोठवणारी किंचाळी - आणखी एक... लेडी कारमायकेल!

'दरवाजा!' मी ओरडलो, 'दरवाजा तोडून आत जायला हवं. आणखी एक मिनिट जरी उशीर झाला तरी काही खरं नाही.'

आम्ही दोघांनी दाराला खांदे लावून तो उघडायचा प्रयत्न केला. अखेर तो उघडला गेला आणि आम्ही पडता पडता वाचलो.

लेडी कारमायकेल तिच्या पलंगावर रक्ताच्या थारोळ्यात पडली होती. मी याहून भयानक दृश्य क्वचितच पाहिलं असेल. तिची हृदयक्रिया अजून चालू होती; पण तिच्या जखमा गंभीर स्वरूपाच्या होत्या. तिच्या गळ्याची कातडी फाडलेली होती... मी पुटपुटलो : 'मांजराचे पंजे...' अंधश्रद्धेची आणि भीतीची एक शिरशिरी माझ्या सर्वांगातून गेली.

मी लेडी कारमायकेलच्या जखमा साफ करून त्यांना मलमपट्टी केली. जखमांचं नेमकं स्वरूप गुप्त ठेवलेलं बरं असं मी सेटलला म्हणालो. विशेषतः मिस पॅटरसनला यातलं काही कळता कामा नये. हॉस्पिटलमधून नर्सला बोलावण्यासाठी मी तारेचा मजकूर लिहून दिला.

एव्हाना पहाट झाली होती. खिडकीतून मंद प्रकाश आत येऊ लागला होता. मी बाहेरच्या हिरवळीवर नजर टाकली.

'चल, कपडे बदल आणि बाहेर ये,' मी सेटलला म्हणालो, 'लेडी कारमायकेल आता ठीक आहे.'

तो लवकरच बाहेर आला आणि आम्ही दोघं बागेत गेलो.

'तू आता काय करणार आहेस?'

'त्या मांजराचं पुरलेलं प्रेत बाहेर काढणार आहे. मला खात्री करून घेतली पाहिजे –' मी म्हणालो.

मला कोपऱ्यात एक फावडं सापडलं आणि त्या कॉपर बीच वृक्षाजवळ आम्ही खणू लागलो. अखेर आमच्या खणण्याला यश मिळालं. हे काम किळसवाणं होतं. ते मांजर मरून एक आठवडा झाला होता; पण मला जे पाहायचं होतं, ते मला दिसलं.

'हेच ते मांजर,' मी म्हणालो, 'आपण आलो त्या दिवशी मला दिसलेलं.'

सेटलने वास घेतला. अजूनही कडू बदामांचा वास जाणवत होता.

'प्रसिक ॲसिड,' तो म्हणाला.

मी मानेने होकार दिला.

'तुला काय वाटतंय?' त्याने विचारलं.

'तुला जे वाटतंय तेच!'

माझा अंदाज त्याला नवीन नव्हता. त्याच्याही मनात तो विचार येऊन गेला होता.

'हे अशक्य आहे,' तो म्हणाला, 'अशक्य! विज्ञानाच्या आणि निसर्गनियमांच्या विरुद्ध आहे हे... काल रात्रीचा तो उंदीर... पण – बापरे! कसं शक्य आहे?'

'लेडी कारमायकेल खूप विचित्र बाई आहे,' मी सांगू लागलो, 'तिच्यामध्ये गुप्त शक्ती आहे - ती संमोहनात तरबेज आहे. तिचे पूर्वज पौर्वात्य होते. आर्थर कारमायकेलसारख्या साध्या, भोळ्या, प्रेमळ आणि कमकुवत माणसाच्या मनावर तिने काय जादू केली असेल हे आपण काय सांगणार? हे लक्षात घे, जर आर्थर असाच वेडा, तिच्यावर भक्तिभावाने प्रेम करणारा राहिला, तर ही सगळी इस्टेट तिची आणि तिच्या मुलाची झाल्यात जमा. तिचा तिच्या मुलावर किती जीव आहे, हे तू मला सांगितलंच आहेस आणि आर्थर लग्न करायला निघाला होता!'

'पण कारस्टेअर्स, आता आपण काय करायचं?'

'करण्यासारखं काहीही नाहीये,' मी म्हणालो, 'पण लेडी कारमायकेल आणि सूड यांच्यामध्ये आपण यायचा सर्वतोपरी प्रयत्न करायचा.'

लेडी कारमायकेलची तब्येत हळूहळू सुधारत गेली. तिच्या जखमा जितक्या चांगल्या प्रकारे भरून निघणं शक्य होतं, तितक्या त्या झाल्या; पण त्या भयानक हल्ल्याचे व्रण मात्र आयुष्यभर तिची साथ देणार होते.

मला इतकं असाहाय्य कधीही वाटलं नव्हतं. ज्या शक्तीने आमचा पराभव केला होता, ती तशीच वावरत होती. सध्या जरी ती शांत असली तरी ती संधीची वाट पाहत होती यात शंका नाही; पण मी एक निर्धार केला. लेडी कारमायकेलची तब्येत पुरेशी सुधारली, की, तिला वूल्डेनमधून दुसरीकडे हलवलं पाहिजे, तरच ती भयानक शक्ती तिचा पिच्छा सोडण्याची जरा तरी शक्यता होती. अशा प्रकारे काही दिवस गेले.

लेडी कारमायकेलने हे घर सोडण्यासाठी मी अठरा सप्टेंबरचा दिवस पक्का केला होता; पण चौदा तारखेच्या सकाळी एक अनपेक्षित संकट ओढवलं.

मी लायब्ररीमध्ये सेटलशी या एकूण प्रकरणाविषयी बोलत बसलो होतो, इतक्यात घरातली काम करणारी बाई धावत आली.

'सर! पटकन या! मिस्टर आर्थर - ते घरासमोरच्या तळ्यात पडले आहेत. पाण्यात असलेल्या नावेवर त्यांनी पाय ठेवला आणि ती सरकून ते पाण्यात पडले. मी खिडकीतून पाहिलं.'

मी आणि मागोमाग सेटल धावतच तळ्यापाशी पोहोचलो. फिलिस बाहेरच उभी होती आणि ही बातमी ऐकून तीही आमच्याबरोबर निघाली.

'तुम्ही काळजी करू नका,' ती म्हणाली, 'आर्थर उत्तम पोहणारा आहे.'

पण मला भीती वाटत होती म्हणून मी माझा वेग वाढवला. पाण्याचा पृष्ठभाग शांत होता; रिकामी नाव पाण्यावर अलगद हेलकावे खात उभी होती; पण आर्थरचं चिन्ह नव्हतं.

सेटलने स्वतःचे बूट आणि कोट उतरवला. 'मी पाण्यात उतरतोय,' तो म्हणाला. 'तुम्ही दुसरी नाव घेऊन शोध घ्यायचा प्रयत्न करा. तळं फार खोल नाहीये.'

आम्ही खूप वेळ शोध घेत होतो असं मला वाटलं; पण आर्थर काही सापडेना. मग आम्ही शोध थांबवणार एवढ्यात आम्हाला तो तरंगत असलेला दिसला. आम्ही दोघांनी त्याचा अचेतन देह पाण्याबाहेर काढून किनाऱ्यावर आणून ठेवला.

मी जोवर जिवंत आहे, तोवर फिलिसच्या चेहऱ्यावरचे अतीव दुःखाचे भाव मी विसरू शकणार नाही.

'अं – अं – तो...'

'नाही नाही मुली,' मी म्हणालो, 'घाबरू नकोस. आम्ही त्याला शुद्धीवर आणू.'

पण मनातल्या मनात मला आशा वाटत नव्हती. तो अर्धा तासभर पाण्यात होता. मी गरम रजया सेटलला घरातून आणायला सांगितल्या. इकडे मी कृत्रिम श्वासोच्छ्वास द्यायला सुरुवात केली.

आम्ही तासभर खूप प्रयत्न केले; पण तो जागा होण्याची काहीही चिन्हं दिसेनात. मी सेटलला प्रयत्न चालू ठेवायला सांगून फिलिसशी बोलायला गेलो.

'मला वाटतं आपले प्रयत्न निष्फळ ठरत आहेत. आर्थरसाठी आपण आणखी काही करू शकत नाही असं दिसतंय.'

ती क्षणभर स्तब्ध उभी राहिली आणि मग तिने आर्थरच्या देहावर स्वतःला झोकून दिलं.

'आर्थर!' ती आकांताने रडू लागली, 'आर्थर! परत ये! ये रे माझ्याकडे! तुझ्याशिवाय मी काय करू?'

तिचा आवाज क्षीण होता होता बंद झाला. अचानक मी सेटलच्या दंडावर हात ठेवला. 'बघ!' मी उद्गारलो. मी त्याची नाडी तपासली.

'तुझे प्रयत्न सुरू ठेव. तो शुद्धीवर येतोय!' मी म्हणालो.

आता गोष्टी वेगाने घडल्या. काही क्षणांतच त्याने डोळे उघडले.

...आणि मग झालेला फरक एकदम माझ्या लक्षात आला. *ते एका हुशार माणसाचे डोळे होते. ते मानवी डोळे होते...*

ते डोळे फिलिसच्या चेहऱ्यावर स्थिरावले.

'हॅलो फिल! कशी आहेस?' त्याने क्षीण आवाजात विचारलं, 'तूच आहेस ना? पण तू तर उद्या येणार होतीस ना?'

तिच्या तोंडून शब्द फुटेना; पण ती त्याच्याकडे पाहून हसली. तो चक्रावून आजूबाजूला पाहू लागला.

'मी कुठे आहे? आणि – मला खूप आजारी असल्यासारखं वाटतंय. मला झालंय तरी काय? हॅलो, डॉ. सेटल!'

'तू जवळपास बुडाला होतास,' सेटल गंभीर चेहरा करून म्हणाला.

सर आर्थरने विचित्र चेहरा केला.

'बुडाल्यानंतर पुन्हा शुद्धीवर येताना खूप त्रास होतो हे मी ऐकलेलं होतं; पण मी पाण्यात पडलो कसा? मी झोपेत चालत होतो का?'

सेटलने मान हलवली.

'आपण त्याला घरात घेऊन जायला हवं,' मी म्हणालो.

तो माझ्याकडे पाहत राहिला. फिलिसने माझी ओळख करून दिली. 'हे डॉ. कारस्टेअर्स. सध्या इथे राहत आहेत.'

आम्ही तिघांनी मिळून त्याला घरात नेलं. जाता जाता त्याला एक कल्पना सुचली असावी. कारण, त्याने मान वर करून आमच्याकडे बघितलं.

'डॉक्टर, या प्रकारातून १२ तारखेपर्यंत मी ठीक होईन ना?'

'बारा तारीख?' मी म्हणालो, 'म्हणजे १२ ऑगस्ट का?'

'हो, पुढचा शुक्रवार.'

'आज १४ सप्टेंबर आहे,' सेटल म्हणाला.

आता तर त्याला काहीच बोध होईना.

'पण – पण मला वाटलं आज ८ ऑगस्ट आहे? मी आजारी होतो का?'

'हो,' ती म्हणाली, 'तू खूप आजारी होतास.'

त्याच्या कपाळावर आठ्या उमटल्या. 'मला समजत नाहीये. मी काल रात्री झोपलो तेव्हा एकदम ठणठणीत होतो – हां, कदाचित ती कालची रात्र नसेल; पण मला आठवतंय – मला स्वप्नं पडली होती. स्वप्नं... काय बरं होतं स्वप्नांत? नीट आठवत नाहीये – पण मी खूप रागावलो होतो – हो. घायकुतीला आलो होतो... आणि मग मला स्वप्न पडलं की मी मांजर आहे – हो, मांजर! गंमत आहे की नाही? पण स्वप्नात गंमत नव्हती. काहीतरी भयानक होतं! पण ते मला आठवत नाहीये. विचार करायला लागलो की विसरायला होतं.'

मी त्याच्या खांद्यावर हात ठेवला. 'सर आर्थर, विचार करूच नका,' मी गंभीर आवाजात म्हणालो. 'विसरण्यातच समाधान माना.'

त्याने मान डोलावली; पण त्याच्या चेहऱ्यावरचं प्रश्नचिन्ह तसंच होतं. फिलिसने सुटकेचा निःश्वास सोडला. तोवर आम्ही घरी पोहोचलो होतो.

'अरेच्या, आई कुठे आहे?' आर्थरने विचारलं.

'ती – आजारी आहे,' क्षणभर थांबून फिलिस म्हणाली.

'बिचारी!' त्याला खरोखर दुःख झालं असावं. 'ती आहे कुठे? तिच्या खोलीत आहे का?'

'हो,' मी म्हणालो; 'पण सध्यातरी तिला भेटू नका –'

पण हे शब्द बाहेर पडता पडता जागीच थिजले. ड्रॉइंग रूमचा दरवाजा उघडून लेडी कारमायकेल बैठकीच्या खोलीत आली.

तिची नजर आर्थरवर खिळलेली होती. अपराधीपणाची भावना आणि भीती या दोन्ही गोष्टी मी इतक्या स्पष्टपणे कोणाच्याही चेहऱ्यावर यापूर्वी पाहिल्या नव्हत्या. अतीव भीतीने तिचा चेहरा विद्रूप झाला होता.

आर्थर आपुलकीने तिच्याजवळ जाऊ लागला.

'आई! तुलासुद्धा बरं वाटत नव्हतं ना? पण सॉरी बरं का!'

डोळे विस्फारून ती त्याच्यापासून दूर झाली. मग अचानक तिच्या तोंडून एक किंचाळी बाहेर पडली आणि ती धाडकन मागे पडली.

मी घाईघाईने तिच्याजवळ गेलो आणि सेटलला जवळ बोलावलं.

'श्श!' मी म्हणालो, 'आर्थरला वर घेऊन जा आणि मग परत खाली ये. लेडी कारमायकेलचा मृत्यू झाला आहे.'

त्याप्रमाणे तो थोड्या वेळाने खाली आला.

'काय झालं? कशामुळे झालं?'

'धक्का बसल्यामुळे,' मी म्हणालो, 'आर्थर कारमायकेल *खरा* अर्थात असा पुनर्जीवित झालेला पाहून तिला प्रचंड धक्का बसला. मी तर याला दैवी न्याय म्हणेन.'

'म्हणजे –' सेटल अडखळत म्हणाला.

मी त्याला नजरेनेच काय ते सांगितलं.

'एका जिवाच्या जागी दुसरा जीव,' मी म्हणालो.

'पण –'

'मला माहीत आहे की केवळ अपघातानेच आर्थर कारमायकेलचा आत्मा त्याच्या शरीरात परत आला. असं असलं तरी आर्थर कारमायकेलचा खून करण्यात आला होता.'

त्याने माझ्याकडे भयभीत नजरेने पाहिलं. 'प्रसिक ॲसिड?' त्याने हलक्या आवाजात विचारलं.

'हो,' मी उत्तर दिलं, 'प्रसिक ॲसिडने.'

त्या नंतर सेटल आणि मी याविषयी कधीही बोललो नाही. तसंही कोणी आमच्या म्हणण्यावर विश्वास ठेवला नसता. रूढ विचारसरणीनुसार आर्थर

कारमायकेलला स्मृतिभ्रंश झाला, लेडी कारमायकेलने वेडाच्या झटक्यात स्वतःचा गळा कापून घेतला आणि करडं मांजर हा निव्वळ भास होता.

पण दोन तथ्यं माझ्या मनात अचूक बसली आहेत.

एक म्हणजे ती फाडलेली खुर्ची. दुसरी गोष्ट आणखी जास्त महत्त्वाची आहे. त्या लायब्ररीची सूची सापडली आणि तिथून गायब झालेल्या खूप जुन्या पुस्तकाचा विषय होता - मानवाचं प्राण्यांमध्ये रूपांतर होण्याच्या शक्यता!

आर्थरला याविषयी काहीही माहीत नाही, याबद्दल मला समाधान आहे. ते दुर्दैवी दिवस आणि त्यांच्या स्मृती फिलिसने तिच्या मनात कायमच्या कुलूपबंद केल्या आहेत आणि तिचं ज्याच्यावर अपार प्रेम आहे, अशा तिच्या नवऱ्याला ती त्या कधीही सांगणार नाही याची मला खात्री आहे. तिने साद घातली आणि तिच्याकरता तो जणू थडग्यातून परत आला.

निळं जिरेनियम

'मागच्या वर्षी जेव्हा मी इथे आलो होतो...' एवढं बोलून सर हेन्री क्लिदरिंग मध्येच थांबला.

त्याची यजमानीण असलेल्या मिसेस बॅन्ट्रीने त्याच्याकडे पाहिलं.

स्कॉटलंड यार्डचा माजी कमिशनर त्याच्या जुन्या मित्रांकडे म्हणजे कर्नल आणि मिसेस बॅन्ट्रीकडे राहायला आला होता. त्यांचं घर सेंट मेरी मीडजवळ होतं.

हातात पेन घेऊन मिसेस बॅन्ट्री यादी करत होती. त्या रात्री जेवणासाठी सहावा पाहुणा म्हणून कोणाला बोलवावं हे नुकतंच तिने सर हेन्रीला विचारलं होतं.

'बोला,' ती म्हणाली, 'मागच्या वर्षी तुम्ही इथे केव्हा आला होतात?'

'मला सांगा,' सर हेन्री म्हणाला, 'तुम्हाला मिस मार्पल माहीत आहे का?'

मिसेस बॅन्ट्रीला आश्चर्य वाटलं. तिला हा प्रश्न अजिबात अपेक्षित नव्हता.

'मिस मार्पल माहीत आहे का? कोण तिला ओळखत नाही! कथांमधली अस्सल म्हातारी. खूप प्रेमळ आहे; पण काळाच्या किती मागे आहे आता! मी *तिला* जेवायला बोलवू असं म्हणताय तुम्ही?'

'तुम्हाला आश्चर्य वाटलं?'

'वाटलं थोडंसं,' मिसेस बॅन्ट्री म्हणाली, 'तुम्ही तिचं नाव घ्याल असं वाटलं नव्हतं - पण त्यामागे कदाचित काही कारण असेल?'

'अगदी साधं कारण आहे. मागच्या वर्षी मी इथे आलो होतो, तेव्हा आपण न सोडवल्या गेलेल्या रहस्यांबद्दल खूप गप्पा मारल्या होत्या. आपण पाच-सहा जण होतो - कादंबरीकार रेमंड वेस्टने सुरुवात केली होती. प्रत्येकाने मग एक एक गोष्ट सांगितली, ज्याचं उत्तर त्याला माहीत होतं; पण इतरांना नाही. तर्कबुद्धी आणि

निष्कर्ष काढण्याची क्षमता तपासायची हा आपला हेतू होता – कोण सत्याच्या सर्वांत जवळ पोहोचू शकतो हे पाहायचं.'

'तर?'

'जुन्या गोष्टीत होतं तसं – मिस मार्पल या खेळात सहभागी झाली होती हे फारसं कोणाच्या लक्षातही आलं नव्हतं; अर्थात आपण तिच्या भावना दुखवू इच्छित नव्हतो म्हणून कोणी काही बोललं नव्हतं; पण झालं काय? त्या म्हातारीने प्रत्येक वेळी आपला पराभव केला!'

'काय?'

'मी खात्रीने सांगतोय – ती थेट मर्मावर बोट ठेवायची.'

'पण हे फारच झालं! मिस मार्पल तर सेंट मेरी मीडच्या बाहेरही फारशी गेलेली नाही.'

'हो! पण ती नेहमी म्हणते की, तिला मनुष्य स्वभावाचं निरीक्षण करायला अमर्याद संधी उपलब्ध असतात – जणू ती माणसांना सूक्ष्मदर्शकाखाली पाहत असते.'

'हं, यात तथ्य आहे, नाही असं नाही,' मिसेस बॅन्ट्रीने मान्य केलं, 'लोकांचा खुजेपणा तरी नक्की कळू शकेल; पण आपल्यामध्ये गुन्हेगारी प्रवृत्तीचं, खळबळजनक असं कोणी नाहीये. मला वाटतं जेवण झाल्यावर आपण आर्थरच्या भुताची गोष्ट तिला सांगून पाहिली पाहिजे. ते रहस्य जर ती उकलू शकली तर मला बरं वाटेल.'

'आर्थरचा भुतांवर विश्वास आहे, हे मला माहीत नव्हतं.'

'ओह! त्याचा नाहीच आहे आणि याचीच त्याला चिंता आहे. त्याच्या एका मित्राच्या – जॉर्ज प्रिचर्डच्या बाबतीत – काहीतरी घडलं. बिचारा जॉर्ज एकदम साधा माणूस आहे. एकतर त्याची असामान्य कहाणी खरी आहे – नाहीतर – '

'नाहीतर काय?'

मिसेस बॅन्ट्रीने उत्तर दिलं नाही. एक दोन मिनिटांनी फक्त म्हणाली, 'एक सांगू का? मला ना, जॉर्ज आवडतो – खरं म्हणजे सगळ्यांनाच. अशा विचित्र गोष्टी तो करू शकेल यावर कोणाचाही विश्वास बसणार नाही.'

सर हेन्रीने मान डोलावली. लोक काय काय असंभव गोष्टी करू शकतात हे त्याला मिसेस बॅन्ट्रीपेक्षा जास्त चांगलं माहीत होतं.

तर अशा प्रकारे त्या दिवशी संध्याकाळी मिसेस बॅन्ट्रीने टेबलाभोवती नजर टाकली (असं करताना तिच्या अंगावर किंचित शहारा आला होता. कारण, बहुतांश इंग्लिश डायनिंग रूम्सप्रमाणे ही खोलीसुद्धा खूप थंड होती) आणि ती अतिशय ताठ बसलेल्या एका म्हाताऱ्या बाईवर स्थिरावली. मिस मार्पल मिसेस बॅन्ट्रीच्या नवऱ्याच्या उजवीकडे बसली होती. तिने काळ्या लेसचे हातमोजे घातले होते; खांद्याभोवती लेसची जुनी शाल पांघरली होती आणि तिच्या पिकलेल्या केसांवर

लेसचीच छोटीशी टोपी होती. वयस्क असलेल्या डॉ. लॉइडशी ती तावातावाने काहीतरी बोलत होती. गरिबांसाठीचं वसतिगृह आणि जिल्हा परिचारिकेबद्दल काहीतरी तक्रार हा विषय असावा.

मिसेस बॅन्ट्रीला नव्याने आश्चर्य आणि कौतुक वाटलं. सर हेन्रीने काहीतरी अवघड विनोद केला होता का, असंही तिला वाटून गेलं; पण ती शक्यता नव्हती. तो जे म्हणाला ते खरं असेल, तर अविश्वसनीय म्हणायला हवं.

मग तिची नजर फिरत फिरत लाल चेहऱ्याच्या, रुंद खांद्याच्या तिच्या नवऱ्यावर प्रेमाने स्थिरावली. जेन हेलर या सुंदर, लोकप्रिय नटीशी तो रेसच्या घोड्यांविषयी बोलत होता. जर असं शक्य असेलच, तर जेन रंगमंचावर दिसायची त्याहूनही प्रत्यक्षात जास्त सुंदर वाटत होती. तिच्या मोठ्या, बोलक्या निळ्या डोळ्यांनी ती अधूनमधून एखादा प्रश्न विचारत होती : 'खरंच?' 'ओह!' 'किती विलक्षण!' तिला घोड्यांबद्दल काडीची माहिती नव्हती किंवा तिला काहीही घेणं-देणंही नव्हतं.

'आर्थर,' मिसेस बॅन्ट्री म्हणाली, 'तू बिचाऱ्या जेनला कंटाळा आणतो आहेस. तुझे घोडे बाजूला ठेव आणि तुझी ती भुताची गोष्ट सांग. तीच रे... जॉर्ज प्रिचर्डची.'

'अं? डॉली? ओह! कोण जाणे -'

'सर हेन्रीनासुद्धा ऐकायची आहे. मी आज सकाळीच त्यांच्याशी बोलत होते. खरं म्हणजे त्या गोष्टीबद्दल सगळ्यांची मतं ऐकायला मजा येईल.'

'प्लीज!' जेन म्हणाली, 'मला भुतांच्या गोष्टी खूप आवडतात.'

'ठीक आहे मग,' कर्नल बॅन्ट्रीने किंचित आढेवेढे घेत सुरुवात केली, 'अतिभौतिकावर माझा फारसा विश्वास कधीच नव्हता; पण...'

'तुम्ही कोणी जॉर्ज प्रिचर्डला ओळखत असाल असं वाटत नाही. खूप चांगला माणूस आहे. त्याची बायको - आता हयात नाहीये बिचारी, त्यामुळे मी एवढंच म्हणेन की, ती जिवंत असताना तिने जॉर्जचं जिणं नकोसं केलं होतं. ती काहीशी अपंग होती - त्यात शंका नाही; पण तिने तिच्या आजारपणाचा पुरेपूर वापर करून घेतला. ती हट्टी, अति शिस्तीची आणि सारासार विचार न करणारी बाई होती. सकाळपासून संध्याकाळपर्यंत सतत तिची कुरकुर चालू असे. जॉर्जने कायम तिच्या दिमतीला असणं तिला अपेक्षित असायचं. तो जे करेल ते नेहमीच चुकलेलं असायचं आणि त्याकरता त्याला तिची बोलणी खावी लागायची. मला खात्री आहे की, जॉर्जच्या जागी बहुतांश पुरुषांनी केव्हाच तिच्या डोक्यात कोयता घातला असता. काय डॉली, बरोबर आहे ना?'

'हो ना, ती एक भयंकर बाई होती,' मिसेस बॅन्ट्री ठामपणे म्हणाली, 'जर जॉर्जने तिला मारलं असतं आणि जूरीवर कोणी बाई असती, तर तिने त्याला निर्दोष घोषित केलं असतं.'

'या सगळ्या प्रकरणाची सुरुवात कशी झाली मला नीटसं माहीत नाहीये. जॉर्जही कधी धड काही बोलला नाही. मला वाटतं मिसेस प्रिचर्डला ज्योतिषाचा नाद होता – भविष्य सांगणारे, हस्तरेषा पाहणारे, अशा लोकांबद्दल तिला आकर्षण होतं. जॉर्जचा याला बिलकुल आक्षेप नव्हता. तिला मजा वाटत असेल तर वाटू दे, असा साधा विचार त्याने केला होता; पण तो स्वतः मात्र त्यात सहभागी व्हायला तयार नसायचा. हेही त्याच्या बायकोला आवडायचं नाही.

'तिची काळजी घ्यायला एका पाठोपाठ एक अशा अनेक परिचारिका येऊन गेल्या. कारण, मिसेस प्रिचर्ड प्रत्येकीत काही आठवड्यांतच खुसपटं काढू लागायची. एका परिचारिकेला भविष्य सांगण्याच्या प्रकारात खूप रस होता आणि त्यामुळे काही काळ तरी ती मिसेस प्रिचर्डच्या मर्जीतली झाली. मग अचानक एके दिवशी काय झालं कुणास ठाऊक; पण तिला नोकरीवरून हाकलून दिलं गेलं. त्यानंतर पूर्वी येत असलेल्या एका परिचारिकेला पुन्हा कामावर घेण्यात आलं – ही बाई अनुभवी आणि वयस्क होती आणि मेंदूच्या आजारांच्या रुग्णांबरोबर वागायचं तारतम्य तिला होतं. जॉर्जच्या मते ही परिचारिका कॉपलिंग बोलाचालायलासुद्धा चांगली होती. ती मिसेस प्रिचर्डच्या आकांडतांडवाला निर्विकारपणे तोंड द्यायची.

'मिसेस प्रिचर्ड नेहमी वरच्या मजल्यावर जेवत असे आणि दुपारच्या जेवणाच्या वेळी जॉर्ज आणि ती परिचारिका दुपारची कामं ठरवत. खरं म्हणजे दुपारी दोन ते चार परिचारिकेला सुटी असे; पण मदत म्हणून जॉर्जला जर दुपारी बाहेरची कामं असली, तर कधी कधी ती चहानंतर तिची सुटी घेई. एकदा तिला तिच्या बहिणीला भेटायला गोल्डर्स ग्रीनला जायचं होतं आणि परत यायला उशीर होऊ शकतो, असं तिने जॉर्जला सांगितलं. जॉर्जचा चेहरा पडला. कारण, त्या दिवशी त्याला गोल्फ खेळायला जायचं होतं; पण परिचारिका कॉपलिंगने सावरून घेतलं.

'मिस्टर प्रिचर्ड, मी सांगते तुम्हाला. आपण दोघेही नसलो ना, तरी ते मॅडमच्या लक्षात येणार नाही, असं ती परिचारिका म्हणाली, तेव्हा तिचे डोळे मिश्किलपणे चमकत होते. मिसेस प्रिचर्डच्या सोबतीला आपल्यापेक्षा जास्त 'चांगली' व्यक्ती असणार आहे.

'म्हणजे कोण?

'एक मिनिट, परिचारिका आणखी मिश्कील झाली. *भविष्य सांगणारी झरीदा!*

'अरे देवा! हे काहीतरी नवीन दिसतंय,' जॉर्ज उद्गारला.

'हो. मला वाटतं माझ्या आधीच्या परिचारिका कारस्टेअर्सने तिला पाठवलं आहे. मिसेस प्रिचर्डने अजून तिला पाहिलेलं नाहीये; पण त्यांनी मला आज दुपारची वेळ ठरवायला सांगितलं होतं.'

'चला, काही नाही तर मला गोल्फ खेळता येईल', जॉर्ज म्हणाला. झरीदाबद्दल त्याला आपुलकी वाटू लागली.

'तो घरी परतला, तेव्हा मिसेस प्रिचर्ड खूपच अस्वस्थ होती. ती नेहमीप्रमाणे तिच्या कोचावर पहुडलेली होती आणि हातातली स्मेलिंग सॉल्ट्सची एक बाटली ती अधूनमधून हुंगत होती.

'जॉर्ज', ती उद्गारली, 'मी तुला या घराबद्दल काय म्हणाले होते? ज्या क्षणी मी इथे पाऊल ठेवलं, त्या क्षणापासून मला काहीतरी विचित्र *जाणवलं* होतं! मी सांगितलं होतं ना तुला?'

'यावर, 'तुला नेहमीच तसं वाटतं' हे उत्तर देण्यापासून त्याने कसंबसं स्वतः ला रोखलं. तो म्हणाला, 'नाही, मला काही आठवत नाहीये.'

'माझ्याबद्दलचं तुला काहीही आठवत नाहीच. सगळे पुरुष एकसारखेच असतात - निष्ठुर! पण मला वाटतं की, इतर पुरुषांच्या मानाने तू जास्तच बेफिकीर आहेस.

'ए, काय गं, मेरी. हे काही बरोबर नाही.

'तर मी काय सांगत होते? या बाईला लागलीच कळलं! ती - ती दारातून आत आल्या आल्या चक्क पांढरी पडली - मी काय म्हणते आहे, लक्षात येतंय ना तुझ्या? ती म्हणाली, इथे दुष्ट प्रवृत्ती आहेत - आणि धोका. मला जाणवतंय.'

'जॉर्जने यावर हसण्याची चूक केली.

'ठीक आहे. आज दुपारी तुला तुझ्या पैशांचा मोबदला मिळाला म्हणायचं.'

'त्याच्या बायकोने डोळे मिटले आणि स्मेलिंग सॉल्ट्सची बाटली नाकाला लावून एक खोल श्वास घेतला.

'किती तिरस्कार करतोस माझा! मी मरत असले तरी तू फिदीफिदी हसत बसशील.'

'जॉर्जने क्षीण प्रतिवाद केला. ती पुन्हा बोलू लागली.

'तू हस हवं तर; पण मी तुला सगळं सांगणार आहे. हे घर माझ्यासाठी निश्चितपणे धोकादायक आहे - झरीदा तसं म्हणाली.'

'जॉर्जला झरीदाविषयी वाटलेली आपुलकी विरून गेली. मनात आणलं तर आपली बायको घर बदलायचा हट्ट करणार हे त्याला माहीत होतं.

'ती आणखी काय म्हणाली?' त्याने विचारलं.

'ती फार काही सांगू शकली नाही. कारण, ती व्यथित झाली होती; पण एक मात्र म्हणाली. माझ्याकडे एका ग्लासमध्ये व्हायोलेट्सचा गुच्छ होता. त्याकडे बोट दाखवून ती ओरडलीच, 'घेऊन जा ती फुलं. इथे निळी फुलं अजिबात नकोत - कधीही नकोत. *तुझ्यासाठी निळी फुलं जीवघेणी आहेत - लक्षात ठेव.*''

'आणि माहीत आहे? मिसेस प्रिचर्ड म्हणाली. निळा रंग माझ्यासाठी वाईट आहे, हे मी तुला बऱ्याचदा सांगितलं आहे. मला आतूनच धोक्याची सूचना मिळते.

'ती असं कधीही म्हणाली नव्हती हे न म्हणण्याचा शहाणपणा जॉर्जने दाखवला. उलट झरीदा कशी होती याची त्याने चौकशी केली. त्यावर मिसेस प्रिचर्ड रंगात येऊन सांगू लागली.

'काळेभोर केस, कानांवरून खाली येणारे. तिचे डोळे अर्धोन्मिलित होते – त्यांच्या भोवती गर्द काळी मोठाली वर्तुळं होती – तिच्या तोंडावर आणि हनुवटीवर झिरझिरीत काळा कपडा होता. तिच्या आवाजात एक लयबद्धता होती – आणि तिचे उच्चार – मला वाटतं स्पॅनिश होते –

'म्हणजे अशा बायका नेहमी असतात तशीच होती,' जॉर्ज मजेत म्हणाला.

'त्याच्या बायकोने लगेच डोळे मिटून घेतले.

'मला आता अजिबात बरं वाटत नाहीये,' ती म्हणाली, 'परिचारिकेला बोलाव. तुला चांगलंच माहीत आहे की मला दुष्टपणा सहन होत नाही.'

'दोन दिवसांनी परिचारिका कॉपलिंग जॉर्जकडे आली. तिचा चेहरा गंभीर होता.

'तुम्ही प्लीज मिसेस प्रिचर्डकडे येता का? त्यांना एक पत्र आलंय आणि ते वाचून त्या अतिशय अस्वस्थ झाल्या आहेत.

'तो मेरीच्या खोलीत गेला, तेव्हा ती ते पत्र हातात घेऊन आडवी पडली होती. तिने ते त्याला वाचायला दिलं.

'वाच हे,' ती म्हणाली.

'जॉर्जने ते पत्र वाचलं. ते एका सुगंधित कागदावर, मोठ्या अक्षरांत, काळ्या शाईने लिहिलेलं होतं.

'मी भविष्यात डोकावून पाहिलं आहे. सावध राहा नाहीतर उशीर झालेला असेल. पौर्णिमेची रात्र धोकादायक आहे. निळी प्रिमरोजची फुलं म्हणजे इशारा. निळी हॉलिहॉक म्हणजे धोका. निळी जिरेनियम म्हणजे मृत्यू...

'जॉर्ज फिसकन हसणार, तेवढ्यात त्याने परिचारिका कॉपलिंगकडे पाहिलं आणि स्वतःला सावरलं. तिने डोळ्यांनीच त्याला इशारा केला. 'मेरी, ती बाई कदाचित तुला घाबरवायचा प्रयत्न करते आहे आणि तसंही निळी प्रिमरोजेस किंवा निळी जिरेनियम्स वगैरे असं काही नसतं,' जॉर्ज म्हणाला.

'पण मिसेस प्रिचर्ड रडू लागली. आता मी फार काळची सोबती नाही, असं म्हणू लागली. मग परिचारिका कॉपलिंग आणि जॉर्ज खोलीबाहेर आले.

'देवा रे, हा काय मूर्खपणा चालला आहे!' तो वैतागून म्हणाला.

'आहे मूर्खपणा.'

'पण परिचारिकेच्या आवाजात असं काहीतरी होतं ज्याने जॉर्ज चकित होऊन तिच्याकडे पाहू लागला.

'तुझा यावर विश्वास तर नाहीये ना?'

'नाही, नाही. तसं नाही, मिस्टर प्रिचर्ड. भविष्य वर्तवणं हा मलाही वेडेपणा वाटतो; पण या सगळ्याचा अर्थ काय, हे मला समजत नाहीये. सर्वसाधारणपणे ज्योतिषी मंडळी पैशांकडे बघतात; पण ही बाई मिसेस प्रिचर्डला घाबरवत आहे आणि त्यात तिचा काहीच फायदा नाहीये. आणखी एक गोष्ट –'

'बोल...'

'मिसेस प्रिचर्ड म्हणाल्या की, त्यांना झरीदामध्ये ओळखीचं काहीतरी वाटत होतं.'

'तर काय?'

'मला हे आवडलेलं नाही, एवढंच.'

'कॉपलिंग, तू इतकी अंधश्रद्धाळू असशील असं वाटलं नव्हतं मला.'

'मी तशी नाहीये; पण कुठे काही काळंबेरं असेल तर मला बरोबर कळतं.'

'यानंतर चार दिवसांनी पहिली घटना घडली. ती समजावून सांगण्यासाठी मला मिसेस प्रिचर्डच्या खोलीचं वर्णन करावं लागेल –'

'ते मला करू दे,' मिसेस बॅन्ट्री म्हणाली, 'त्या खोलीला नव्या शैलीतला वॉलपेपर लावला होता. त्याला फुलाफुलांची किनार होती, त्यामुळे आपण एखाद्या बागेत उभं असल्यासारखं वाटायचं – पण ती फुलं चुकीची होती म्हणजे त्यावर ज्या जातीची फुलं होती, त्या जाती कधीही एकाच वेळी फुलत नाहीत.'

'डॉली, तुला फुलझाडांची आवड आहे हे मान्य, तरी इतक्या बारकाव्यांत शिरायचं इथे कारण नाही,' तिचा नवरा म्हणाला, 'तू किती उत्साहाने बागेत काम करतेस हे सगळ्यांना माहीत आहे.'

'पण ते विचित्र आहेच मुळी,' मिसेस बॅन्ट्री म्हणाली, 'एकाच ठिकाणी ब्लूबेल्स, डॅफोडिल्स, ल्युपिन्स आणि हॉलिहॉक्स आणि मायकेलमास डेझीज... असं कुठे असतं?'

'हो, हो, अगदी बरोबर आहे तुझं,' तिचा नवरा म्हणाला, 'आता पुढचं सांगतेस का?'

'हां, तर या फुलांमध्ये प्रिमरोझेस होती; पिवळ्या आणि गुलाबी प्रिमरोझेसचे गुच्छ – आर्थर, तूच सांग पुढचं –'

कर्नल बॅन्ट्री सांगू लागला.

‘एके दिवशी सकाळी मिसेस प्रिचर्डनी जोरात बेल वाजवली. घरातले सगळे धावत आले – त्यांना वाटलं हिचं काही बरं–वाईट झालं की काय? पण तसं काहीही नव्हतं. ती अत्यंत उत्तेजित अवस्थेत होती आणि वॉलपेपरकडे निर्देश करत होती आणि खरोखर त्या सर्व फुलांमध्ये एक निळं प्रिमरोझ होतं...’

‘ओह!’ मिसेस हेलर म्हणाली, ‘किती भयानक!’

‘प्रश्न हा होता, ते निळं प्रिमरोझ आधीपासूनच होतं का नव्हतं? तर ते होतं, असं जॉर्जचं आणि परिचारिकेचं म्हणणं; पण मिसेस प्रिचर्डला हे अजिबात मान्य नव्हतं. त्या दिवसापर्यंत तिला ते कधीही दिसलं नव्हतं आणि त्या आधीची रात्र पौर्णिमेची होती. त्याने ती खूप अस्वस्थ झाली होती.’

‘त्याच दिवशी मला जॉर्ज प्रिचर्ड भेटला आणि त्याने मला हे सगळं सांगितलं,’ मिसेस बॅन्ट्री म्हणाली, ‘मी तिला भेटायला गेले आणि या सगळ्या प्रकारात काही अर्थ नाहीये, हे सांगायचा आटोकाट प्रयत्न केला; पण ती बाई काही मानायला तयार नव्हती. मी परतले, तेव्हा मला मिसेस प्रिचर्डची जरा काळजी वाटायला लागली. मग मला जीन इन्स्टो भेटली तेव्हा तिलाही हा प्रकार सांगितला. आता जीन स्वतः विचित्र मुलगी आहे. ती म्हणाली की, ती खरंच अस्वस्थ आहे? मी तिला म्हणाले की, मिसेस प्रिचर्ड अशी बाई आहे, जी भीतीने मरूही शकते – ती टोकाची अंधश्रद्धाळू आहे.

‘त्यावर जीन जे म्हणाली त्याने मी हादरले. ती म्हणाली की, तसं झालं तर सर्वांच्या भल्याचं होईल, नाही का? आणि हे ती इतक्या निर्विकारपणे म्हणाली की – की मला धक्काच बसला. मला कल्पना आहे की, आजकाल सारं काही स्पष्ट आणि निःसंकोचपणे बोलायची पद्धत आहे... पण मला काही ते सहन होत नाही. मग जीन माझ्याकडे पाहून विचित्र हसली आणि म्हणाली की, मी असं बोललेलं तुला आवडलं नाहीये – पण ते सत्य आहे. मिसेस प्रिचर्डच्या आयुष्याला काय अर्थ आहे? काहीच नाही आणि जॉर्ज प्रिचर्डची स्थिती तर आणखी वाईट आहे. भीतीने त्याची बायको मरणं म्हणजे सुंठीवाचून खोकला गेला असंच म्हणावं लागेल. मी म्हणाले की, जॉर्ज नेहमी तिच्याशी अतिशय चांगला वागतो. त्यावर ती म्हणाली की, हो, त्याला बिचाऱ्याला त्याकरता बक्षीस मिळायला हवं. तो अतिशय देखणा माणूस आहे. या आधीच्या परिचारिकेलाही तो देखणा वाटायचा – काय तिचं नाव? कारस्टेअर्स. त्यावरून तिचं आणि मिसेस पी यांचं वाजलं होतं.

‘जीनने असं म्हणणं मला अजिबात आवडलं नाही. *अर्थात* –’

मिसेस बॅन्ट्री किंचित थांबली.

‘खरंय,’ मिस मार्पल शांतपणे म्हणाली, ‘मिस इन्स्टो सुंदर आहे का? आणि मला वाटतं ती गोल्फ खेळत असावी.’

'हो. ती सर्वच खेळांत चांगली आहे. गोरी, दिसायला छान, मोहक आणि सुंदर निळ्या डोळ्यांची आहे. अर्थात आम्हांला नेहमीच वाटत आलंय की ती आणि जॉर्ज – म्हणजे परिस्थिती वेगळी असती तर – त्यांची जोडी छान जमली असती.'

'आणि ते एकमेकांचे मित्र होते?' मिस मार्पलने विचारलं.

'हो तर, खूप चांगली मैत्री होती त्यांची.'

'डॉली,' कर्नल बॅन्ट्री केविलवाणा वाटला. 'मी माझी कथा पुढे सुरू करू का?'

'आर्थरला त्याच्या भुतांकडे वळायचं आहे,' मिसेस बॅन्ट्री म्हणाली.

'उरलेली गोष्ट मी जॉर्जच्या तोंडूनच ऐकली,' कर्नल सांगू लागला, 'पुढचा महिना संपत आला तोवर मिसेस प्रिचर्डचे पुरते धाबे दणाणले होते, यात शंका नाही. तिने कॅलेंडरवर पौर्णिमेच्या तारखेवर खूण करून ठेवली आणि त्या रात्री तिने जॉर्ज आणि परिचारिकेला स्वतःच्या खोलीत बोलावून वॉलपेपरकडे नीट पाहायला सांगितलं. त्यावर गुलाबी आणि लाल हॉलिहॉक्स होती; पण निळी मात्र नव्हती. मग जॉर्ज खोलीतून बाहेर पडल्यावर तिने दरवाजा आतून बंद केला –'

'आणि सकाळी भिंतीवर मोठं निळं हॉलिहॉक होतं?' मिस हेलर खूश होऊन म्हणाली.

'बरोबर,' कर्नल बॅन्ट्री म्हणाला, 'तिच्या डोक्यावरचं एक हॉलिहॉक निळं झालं होतं. जॉर्ज हे पाहून हादरला आणि तो जितका जास्त घाबरू लागला तितका तो त्यावर विश्वास ठेवायला नकार देऊ लागला. हा काहीतरी खोडी काढण्याचा प्रकार आहे अशीच त्याची ठाम समजूत झाली. कुलूपबंद दरवाजा आणि फुलातला तो बदल सर्वांच्या आधी मिसेस प्रिचर्डला लक्षात आला होता – परिचारिका कॉपलिंग खोलीत जायच्याही आधी – या गोष्टींकडे जॉर्जने दुर्लक्ष केलं.

'या प्रसंगानंतर जॉर्ज अविवेकी झाला. त्याच्या बायकोला ते घर सोडून जायचं होतं, तर हा जाऊ देईना. आयुष्यात प्रथमच अतिभौतिकावर त्याचा विश्वास बसू लागला; पण हे मान्य करायची त्याची तयारी नव्हती. एरवी तो बायको म्हणेल ते ऐकायचा; पण घर न बदलण्याच्या बाबतीत तो हट्टी बनला. तू मूर्खपणा करते आहेस, असं त्याने तिला सांगितलं.

'अशा प्रकारे दिवसामागून दिवस जात होते. एरवीच्या मानाने मिसेस प्रिचर्डने फारशी तक्रार केली नाही. मला वाटतं की, आपण विधिलिखित बदलू शकत नाही, यावर तिची श्रद्धा होती. ती पुनःपुन्हा सांगत राहिली : निळं प्रिमरोझ म्हणजे इशारा, निळं हॉलिहॉक म्हणजे धोका. निळं जिरेनियम म्हणजे *मृत्यू*. ती बिछान्याजवळच्या गुलाबी–लाल जिरेनियम्सकडे पाहत पडून राहायची.

'हा सगळा मामला अत्यंत तणाव निर्माण करणारा होता. परिचारिकेचीसुद्धा चलबिचल झाली. पौर्णिमेच्या दोन दिवस आधी ती जॉर्जला भेटली आणि मिसेस प्रिचर्डला तिथून घेऊन जाण्याची तिने याचना केली, तेव्हा जॉर्ज चिडला.

'त्या भिंतीवरची सगळीच्या सगळी फुलं निळी झाली तरी कोणी मरणार-बिरणार नाही!' तो कडाडला.

'मरू शकतं, तीव्र मानसिक धक्का बसल्याने लोक मेलेले आहेत.'

'छे! निव्वळ वेडेपणा आहे हा.'

'जॉर्ज तसा पहिल्यापासून किंचित हट्टी मुलगा आहे. एकदा का त्याने काही ठरवलं की, तो त्यापासून ढळत नाही. आपली बायकोच काहीतरी क्लृप्ती करून हा प्रकार करते आहे आणि तिची काहीतरी विचित्र योजना आहे, असं त्याला वाटत असावं असं माझं मत आहे.

'तर अखेर ती काळरात्र आली. नेहमीप्रमाणे मिसेस प्रिचर्डने तिच्या खोलीच्या दाराला आतून कुलूप लावलं. ती अत्यंत शांत होती – जणू एका उच्च पातळीवर जाऊन पोहोचली असावी. तिला पाहून परिचारिकेला चिंता वाटली. तिला स्ट्रिखनीनचं इंजेक्शन देऊन थोडं जागृत करावं असं तिला वाटलं; पण मिसेस प्रिचर्डने साफ नकार दिला. तिच्या परीने तिला या प्रकाराची मजा वाटत असावी. जॉर्जला नक्कीच तसं वाटलं.'

'मलाही ते शक्य वाटतं,' मिसेस बॅन्ट्री म्हणाली, 'या सगळ्या प्रकारात एक विचित्र उत्तेजना मिळत असणार.'

दुसऱ्या दिवशी सकाळी जोरजोरात बेल वाजवली गेली नाही. मिसेस प्रिचर्ड सर्वसाधारणपणे आठ वाजता उठायची. साडेआठ वाजले तरी तिला जाग आल्याची लक्षणं दिसेनात म्हटल्यावर परिचारिकेने तिचा दरवाजा जोराने ठोठवायला सुरुवात केली. तरीही प्रतिसाद न मिळाल्याने ती जॉर्जला घेऊन आली आणि दरवाजा तोडला पाहिजे असा तिने आग्रह केला. छिन्नी आणून त्यांनी तो तोडला.

'पलंगावरच्या निश्चल आकृतीकडे टाकलेला एक कटाक्ष परिचारिका कॉपलिंगला पुरेसा होता. तिने जॉर्जला डॉक्टरला फोन करायला सांगितलं; पण फार उशीर झाला होता. ते म्हणाले की, मिसेस प्रिचर्डचा मृत्यू होऊन किमान आठ तास उलटून गेले आहेत. तिच्या उशाशीच तिच्या स्मेलिंग सॉल्ट्सची बाटली होती *आणि बाजूच्या भिंतीवर एक गुलाबी-लाल जिरेनियम गडद निळ्या रंगाचं झालेलं होतं.'*

'भयंकर!' मिस हेलर शहारली.

सर हेन्रीच्या कपाळावर आठ्या पडल्या. 'आणखी काही माहिती आहे का?'

'नाही,' कर्नल बॅन्ट्री म्हणाला; पण मिसेस बॅन्ट्री चटकन बोलून गेली : 'गॅस.'

'गॅसचं काय?' कर्नल बॅन्ट्रीने विचारलं.

'डॉक्टर आले, तेव्हा त्या खोलीत गॅसचा थोडासा वास येत होता आणि त्यांनी पाहिलं, तर शेगडी किंचित चालू असलेली आढळली; पण इतकी कमी की त्याने मृत्यू झाला असल्याची शक्यता नव्हती.'

'मिस्टर प्रिचर्ड आणि परिचारिका पहिल्यांदा आत गेले, तेव्हा त्यांना वास आला नव्हता का?'

'थोडा आला असं परिचारिका म्हणाली. जॉर्जला वास नाही आला; पण त्याला काहीतरी विचित्र जाणीव झाली; पण कदाचित बायको मेल्याचा धक्का असेल असं त्याला वाटलं आणि तसं असेलही. काहीही झालं तरी गॅसमुळे मृत्यू झाल्याचा प्रश्नच नव्हता. तो वास अगदी जेमेतेमच होता.'

'आणि हाच कथेचा शेवट आहे?'

'नाही. या घटनेनंतर बरीच उलट-सुलट चर्चा झाली. घरातल्या नोकर माणसांनी काय काय ऐकलं होतं - उदाहरणार्थ, तुला माझा तिटकारा आहे, असं मिसेस प्रिचर्ड जॉर्जला म्हणाल्याचं किंवा ती मेली तर जॉर्जला आनंदच होईल असं म्हणाल्याचं. इतरही गोष्टी त्यांच्या कानावर आल्या होत्या. ते घर सोडण्याबद्दल त्याने नकार दिला, तेव्हा एकदा मिसेस प्रिचर्ड म्हणाली होती, ठीक आहे. मी जेव्हा मरेन, तेव्हा तूच मला मारलंस हे लोकांना कळावं असं मला वाटतंय आणि जॉर्जचं नशीब पाहा, नेमकं एक दिवस आधीच तो बागेसाठी कीटकनाशक तयार करत होता. एका तरुण नोकराने त्याला पाहिलं होतं आणि त्यानंतर बायकोकरता दुधाचा ग्लास नेतानाही पाहिलं होतं.

'तर कानगोष्टींप्रमाणे या अफवा पसरत गेल्या. मला डॉक्टरी भाषा समजत नाही; पण त्यांनी दिलेल्या सर्टिफिकेटवर मृत्यूचं कारण रक्तदाब कमी होऊन बेशुद्धावस्था, धक्का, हृदय बंद पडणं किंवा तत्सम काहीतरी लिहिलं होतं; पण बिचारीला पुरल्याला जेमतेम एक महिना झाला असेल नसेल, तोच शव पुन्हा बाहेर काढून त्याची तपासणी करण्यासाठी अर्ज करण्यात आला आणि त्याला मंजुरीही मिळाली.'

'मला आठवतंय की, त्या तपासणीत काहीही आढळलं नाही,' सर हेन्री गंभीर होऊन म्हणाला, 'ही केस म्हणजे आग आहे पण धूर नाही, अशी निघाली.'

'तर असा हा सगळा प्रकार विचित्र आहे,' मिसेस बॅन्ट्री म्हणाली, 'उदाहरणार्थ ती झरीदा - तिने जो पत्ता दिला होता, त्या ठिकाणी अशा नावाचं कोणीच राहत नव्हतं!'

'ती एकदाच अवतरली - न जाणो कुठून,' तिचा नवरा म्हणाला, 'आणि मग गडप झाली. इंग्रजीत ज्याला आउट ऑफ द ब्लू म्हणतात तशी. इथे ही म्हण अधिकच मार्मिक ठरेल!'

'एवढंच नव्हे,' मिसेस बॅन्ट्री म्हणाली, 'परिचारिका कारस्टेअर्सनं झरीदाचं नाव सुचवलं होतं म्हणे आणि तिने तर सांगितलं की, मला असं कोणीही माहीत नाही.'

सगळे जण एकमेकांकडे पाहू लागले.

'रहस्यमय कहाणी आहे,' डॉ. लॉइड म्हणाला, 'आपण अंदाज बांधू शकतो; पण तो तरी काय?' त्याने डोकं हलवलं.

'मिस्टर प्रिचर्डने मिस इन्स्टोशी लग्न केलं का?' मिस मार्पलने तिच्या सौम्य आवाजात विचारलं.

'तुम्ही हे का विचारताय?' सर हेन्रीने प्रश्न केला.

मिस मार्पलने तिचे प्रेमळ, निळे डोळे उघडले.

'मला हे खूप महत्त्वाचं वाटतंय,' ती म्हणाली, 'केलं का त्यांनी लग्न?'

कर्नल बॅन्ट्रीने मान हलवली.

'आम्ही – आम्हाला तसं काहीतरी अपेक्षित होतं – पण आता अठरा महिने झाले आहेत. माझ्या माहितीप्रमाणे ते एकमेकांना फारसे भेटतसुद्धा नाहीत.'

'हे महत्त्वाचं आहे, खूप महत्त्वाचं,' मिस मार्पल म्हणाली.

'म्हणजे मला जे वाटतंय तेच तुम्हाला वाटतंय,' मिसेस बॅन्ट्री म्हणाली. 'तुम्हाला वाटतंय की –'

'डॉली, डॉली,' तिचा नवरा म्हणाला, 'तू जे म्हणणार आहेस ते असमर्थनीय आहे. काहीही पुरावे नसताना तू कोणावरही बिनबुडाचे आरोप करू शकत नाहीस.'

'आर्थर, एवढा पुरुषीपणा करू नकोस हं. तुम्ही लोक *काहीही* म्हणायला नेहमी घाबरता आणि तसंही ही चर्चा आपल्या आपल्यातच आहे. माझी एक भन्नाट कल्पना आहे – *जर* – जर, मिस इन्स्टो झरीदा बनून तिथे गेली असेल तर? मी मान्य करते की, तिने केवळ मजा म्हणून तसं केलं असेल; तिच्या मनात काही वाईट होतं असं मला अजिबात वाटत नाही; पण जर तिने तसं केलं असेल आणि मिसेस प्रिचर्ड अतीव भीतीने मरण्याइतकी मूर्ख असेल तर... मिस मार्पलना हेच म्हणायचं होतं ना?'

'नाही, मला असं नव्हतं म्हणायचं,' मिस मार्पल म्हणाली, 'हे पाहा, मला जर कोणाला ठार मारायचं असेल – अर्थात मी स्वप्नातसुद्धा अशी कल्पना करणार नाही, कारण, असं कृत्य वाईट असतं आणि मला कोणाचा जीव घ्यायला आवडत नाही – अगदी गांधीलमाशीलासुद्धा मी मारू शकत नाही आणि माळी ते काम शक्य तितक्या सौम्यपणे करतोच. अं, मी काय बरं म्हणत होते?'

'तुम्ही जर कोणाला मारायचं ठरवलं तर...' सर हेन्री म्हणाला.

'हां, आठवलं. तर मी 'भीती' या भावनेवर भरवसा ठेवणार नाही. लोक अति *भीतीने* मरतात, हे आपण वाचलेलं असतं; पण ते किती अनिश्चित असतं! आणि बरेचदा अतिशय अस्वस्थ माणसंच सर्वांत धीट असतात. कोणाला मारायचं असेल, तर काहीतरी ठोस आणि निश्चित नियोजन केलं पाहिजे.'

'मिस मार्पल,' सर हेन्री म्हणाला, 'तुम्ही मला घाबरवत आहात. तुम्ही माझा काटा कधीही काढणार नाही अशी आशा आहे. कारण, तुमचं नियोजन अचूक असेल.'

मिस मार्पलने त्याच्याकडे असं पाहिलं की, बस्स!

'मला वाटतं मी आधीच सांगितलंय की असल्या दुष्ट गोष्टींचा मी कधीही विचार करणार नाही म्हणून,' ती म्हणाली, 'मी स्वतःला एका व्यक्तीच्या जागी कल्पित होते.'

'म्हणजे जॉर्ज प्रिचर्डच्या का?' कर्नल बॅन्ट्रीने विचारलं.

'जॉर्ज असं करू शकेल असं मला नाही वाटत – पण – परिचारिकेला मात्र तसं वाटतं. मी सुमारे एक महिन्यानंतर तिला भेटलो म्हणजे तिचं शव पुन्हा बाहेर काढलं गेलं तेव्हा. तिला मिसेस प्रिचर्ड कशी मेली माहीत नव्हतं – त्याबद्दल ती काहीच बोलायला तयार नव्हती – पण जॉर्ज तिच्या मृत्यूला जबाबदार आहे असं तिला वाटत होतं, नव्हे तिला तशी खात्री होती.'

'मला नाही वाटत की, परिचारिकेचं म्हणणं फार चुकीचं आहे,' डॉ. लॉइड म्हणाला. 'परिचारिकांना बरेचदा अशा गोष्टी *कळतात*. तिच्याकडे पुरावा नाहीये – पण तिला *माहीत* आहे.'

सर हेन्री बोलायला पुढे वाकला. 'मिस मार्पल,' तो आग्रहाने म्हणाला, 'तुम्ही काहीतरी दिवास्वप्न पाहता आहात. आम्हाला त्याबद्दल सांगाल ना?'

मिस मार्पल दचकली आणि ओशाळली.

'सॉरी?' ती म्हणाली, 'मी आपल्या जिल्हा परिचारिकेबद्दल विचार करत होते. फार अवघड समस्या आहे.'

'निळ्या जिरेनियमपेक्षा अवघड?'

'ते सगळं प्रिमरोझेसवर अवलंबून आहे,' मिस मार्पल म्हणाली, 'म्हणजे, मिसेस बॅन्ट्रीने सांगितलं की, ती गुलाबी आणि पिवळ्या रंगाची होती. जर गुलाबी प्रिमरोझ निळं झालं असेल, तर सगळ्या गोष्टी नीट बसतात; पण फूल पिवळं असेल तर...'

'ते गुलाबी होतं,' मिसेस बॅन्ट्री म्हणाली. सगळ्या नजरा मिस मार्पलवर स्थिरावल्या.

'मग झालं तर,' मिस मार्पल म्हणाली. तिने मान हलवली, 'आणि गांधीलमाश्यांचा ऋतू आणि अर्थात गॅसचा मुद्दा.'

'तुम्हाला खेडेगावातल्या असंख्य दुर्घटनांची आठवण होते आहे ना?' सर हेन्रीने विचारलं.

'दुर्घटना नाही,' मिस मार्पल म्हणाली, 'आणि गुन्हेगारीशी संबंधित तर नाहीच; पण आम्हाला जिल्हा परिचारिकेची समस्या भेडसावते आहे, त्याची थोडी आठवण होते आहे. नाही म्हटलं तरी परिचारिकासुद्धा माणूसच असते आणि त्या कडक इस्त्रीच्या पोशाखात राहायचं, सतत अगदी योग्य प्रकारे वागायचं, एखाद्या कुटुंबात जाऊन राहायचं – असं असल्यावर कधीतरी काहीतरी घडणारच, नाही का?'

सर हेन्रीच्या डोक्यात किंचित प्रकाश पडला. 'परिचारिका कारस्टेअर्स?'

'नाही, नाही. परिचारिका *कॉपलिंग.* त्याचं असं आहे, या अगोदरसुद्धा ती तिथे होती आणि मिस्टर प्रिचर्ड तिला आवडला असणार. तो देखणा आहे असं तुम्ही म्हणालातच. मला वाटतं तिला वाटलं असेल, बिचारा प्रिचर्ड... पण जाऊ दे. त्यात आपण नको शिरायला. तिला मिस इन्स्टोविषयी माहीत नसावं. अर्थात जेव्हा तिला कळलं, तेव्हा तिला त्याच्याबद्दल तिरस्कार वाटू लागला आणि त्याचं जमेल तितकं नुकसान करायचा ती प्रयत्न करू लागली; पण त्या पत्राने तिचं बिंग फुटलं. नाही का?'

'कोणतं पत्र?'

'तिने मिसेस प्रिचर्डच्या सांगण्यावरून त्या भविष्य सांगणाऱ्या बाईला पत्र लिहिलं आणि त्यानुसार ती बाई त्यांच्या घरी आली. नंतर लक्षात आलं की, अशी कोणी भविष्य सांगणारी बाई तिथे राहतच नाही. याचाच अर्थ परिचारिका कॉपलिंगचा त्यात हात होता. तिने पत्र लिहिण्याचं फक्त नाटक केलं – अशा परिस्थितीत *तीच* ती भविष्य सांगणारी असेल याहून वेगळं काय शक्य आहे?'

'त्या पत्राचा मुद्दा माझ्या लक्षात नव्हता आला,' सर हेन्री म्हणाला, 'पण तोच सगळ्यात महत्त्वाचा होता.'

'हे पाऊल उचलणं तसं धाडसाचं होतं,' मिस मार्पल म्हणाली, 'कारण, वेश पालटलेला असूनसुद्धा मिसेस प्रिचर्ड तिला ओळखू शकली असती. अर्थात, तसं झालं असतं, तर मी तुमची चेष्टा करत होते असं सांगून परिचारिकेने वेळ मारून नेली असती.'

'तुम्ही म्हणालात की, तुम्ही जर अमुक एक व्यक्ती असता तर भीतीवर अवलंबून राहिला नसता – त्याचा काय अर्थ होता?'

'तो मार्ग खात्रीलायक नसता ठरला,' मिस मार्पल म्हणाली, 'जर सैनिकी भाषेत सांगायचं झालं, तर त्या धोक्याच्या सूचना आणि निळी फुलं म्हणजे निव्वळ दुसरं काहीतरी झाकण्यासाठी केलेल्या गोष्टी होत्या.'

'आणि खरं काय होतं?'

'मला माहीत आहे की, माझ्या डोक्यात गांधीलमाश्या आहेत,' मिस मार्पल माफी मागितल्याच्या आवाजात म्हणाली; 'पण उन्हाळ्याच्या सुंदर अशा दिवशी बिचाऱ्या हजारोंनी मारल्या जातात; पण जेव्हा त्या माळ्याला मी पोटॅशियम सायनाइड पाण्याच्या बाटलीत टाकताना पाहिलं, तेव्हा माझ्या लक्षात आलं की, ती बाटली स्मेलिंग सॉल्ट्सच्या बाटलीसारखी दिसते आणि जर ते पोटॅशियम सायनाइड स्मेलिंग सॉल्ट्सच्या बाटलीत टाकलं, तर बिचाऱ्या मिसेस प्रिचर्डला काहीही कळणार नाही. तुम्ही तर म्हणालातही की, ती स्मेलिंग सॉल्ट्सची बाटली कायम उशाशी ठेवायची आणि ती तिथेच सापडली होती आणि मग जेव्हा मिस्टर प्रिचर्ड डॉक्टरला फोन करायला गेला, तेव्हा नर्सने बाटलीची आदलाबदल केली आणि त्याचा कडू बदामांसारखा वास जावा म्हणून तिने गॅस किंचित उघडला आणि पुरेसा काळ गेला, तर सायनाइडचा मागमूसही राहत नाही असं मी ऐकलंय. अर्थात हा माझा गैरसमज असू शकतो आणि बाटलीत वेगळंच काहीतरी असेल; पण त्याने काही फरक पडत नाही, नाही का?'

मिस मार्पल श्वास घ्यायला किंचित थांबली.

जेन हेलर किंचित पुढे वाकून म्हणाली, 'पण निळं जिरेनियम आणि इतर फुलांचं काय?'

'परिचारिकेकडे नेहमीच लिटमस पेपर असतो नाही का?' मिस मार्पल म्हणाली. 'तपासण्यांकरता. हा विषय फार बरा नाही, त्यामुळे आपण तो सोडून देऊ. मी स्वतः थोडंसं परिचारिकेचं काम केलं आहे,' हे बोलताना तिच्या गालांवर किंचित लाली आली. 'ॲसिडने निळा लिटमस गुलाबी होतो आणि अल्कलीने गुलाबीचा निळा होतो. गुलाबी फुलावर गुलाबी लिटमस चिकटवणं सोपं आहे – बिछान्याजवळच्या आणि मग बिचाऱ्या मिसेस प्रिचर्डने स्मेलिंग सॉल्ट्सची बाटली उघडली, तेव्हा त्यातल्या अमोनियाने ती फुलं निळी झाली. खरंच चलाखी आहे. अर्थात, ते पहिल्यांदा खोलीत शिरले, तेव्हा ते जिरेनियम निळं नव्हतं – त्याचा रंग नंतरच लक्षात आला. जेव्हा परिचारिकेने बाटल्यांची अदलाबदल केली, तेव्हा तिने अमोनियाचं पाणी मिनिटभर त्या वॉलपेपरजवळ धरलं असेल असं मला वाटतं.'

'मिस मार्पल, तुम्ही तिथे असल्यासारख्याच बोलत आहात!' सर हेन्री म्हणाला.

'मला काळजी आहे ती मिस्टर प्रिचर्ड आणि मिस इन्स्टोची. कदाचित, दोघांना एकमेकांचा संशय येत असेल आणि म्हणून ते एकमेकांपासून दूर राहत असतील आणि माणसाचं आयुष्य किती कमी असतं,' तिने मान हलवली.

'त्याची चिंता नको,' सर हेन्री म्हणाला, 'खरं म्हणजे मला एक गोष्ट सांगायची आहे. एका वयस्कर रुग्णाने त्याची काळजी घेणाऱ्या परिचारिकेच्या नावे मृत्युपत्रात बरेच पैसे ठेवले होते. या रुग्णाचा खून केल्याच्या आरोपात एका परिचारिकेला नुकतीच अटक झाली आहे. खुनासाठी स्मेलिंग सॉल्ट्सच्या जागी पोटॅशियम सायनाइड ठेवून हा खून केला गेला. नर्स कॉपलिंग पुन्हा तीच युक्ती वापरते आहे. मिस इन्स्टो आणि मिस्टर प्रिचर्डला सत्य समजेलच.'

'किती छान,' मिस मार्पल म्हणाली, 'म्हणजे या दुसऱ्या खुनाबद्दल मी नाही बोलत आहे. ते वाईटच आहे आणि जगात किती दुष्टपणा भरलेला आहे, त्याचं द्योतक आहे आणि एकदा का तुम्ही ढील दिली – अरेच्या! त्यावरून आठवलं. गावातल्या परिचारिकेविषयी डॉ. लॉइडशी झालेलं अर्धवट संभाषण मला पूर्ण *केलंच* पाहिजे.'

पंखांची साद

सायलास हेमरच्या कानावर ती गोष्ट पहिल्यांदा आली ती फेब्रुवारीच्या एका रात्री. बर्नार्ड सेल्डन या मज्जातंतूंच्या तज्ज्ञाने दिलेल्या जेवणानंतर तो आणि डिक बॉरो परतत होते. बॉरो खूपच शांत होता आणि सायलासने त्याबद्दल त्याला काहीशा कुतूहलाने विचारलं होतं. बॉरोनं दिलेलं उत्तर त्याला अनपेक्षित होतं.

'आज जमलेल्या सर्व माणसांत फक्त दोघंच सुखी असल्याचा दावा करू शकतील, असा विचार मी करत होतो आणि विचित्र गोष्ट अशी की, हे दोघं म्हणजे तू आणि मी!'

'विचित्र' हा शब्द इथे योग्य होता, कारण रिचर्ड बॉरो आणि सायलास हेमर यांच्यात काहीच साम्य नव्हतं. रिचर्ड हा ईस्ट-एंडचा, कष्टाळू पाद्री होता, तर सायलास हा शहरी माणूस. तो काहीसा आत्मसंतुष्ट होता आणि त्याची श्रीमंती सर्वश्रुत होती.

'खरंच विचित्र आहे, तुला माहीत आहे?' बॉरो स्वतःशीच बोलला, 'मला वाटतं की तू माझ्या माहितीतला एकमेव समाधानी लक्षाधीश आहेस.'

हेमर क्षणभर शांत होता; पण जेव्हा बोलू लागला, तेव्हा त्याचा आवाज वेगळा वाटला.

'एके काळी मी एक लहानखुरा, त्रस्त पोरगा होतो; वर्तमानपत्रं टाकणारा, तेव्हा मला जे हवं होतं - ते आता माझ्यापाशी आहे! - पैशाने येणारा ऐश-आराम. मला पैसा हवा होता तो माझी ताकद दाखवण्यासाठी नव्हे, तर तो माझ्या मर्जीप्रमाणे खर्च करण्यासाठी - स्वतःवर! आणि त्याबद्दल मी निःसंकोचपणे बोलतो. असं म्हणतात की, पैशाने सगळ्या गोष्टी विकत घेता येत नाहीत. ते खरंही आहे; पण

मला जे जे हवं आहे, ते पैशाने घेता येतं आणि म्हणून मी समाधानी आहे. मी भौतिक सुखांचा चाहता आहे, बॉरो. पूर्णपणे जडवादी!'

रस्त्यावरच्या दिव्यांच्या भडक उजेडात हेमरच्या कथनातली सत्यता त्याच्या चेहऱ्यावर स्पष्ट दिसत होती. हेमरच्या जाड फरकोटामुळे त्याचं पिळदार शरीर अधिकच खुलून दिसत होतं आणि दिव्यांच्या पांढऱ्या प्रकाशात त्याच्या हनुवटीखालचे चरबीचे थर डोळ्यात भरत होते. याउलट डिक बॉरोचा चेहरा साधूला साजेसा कृश होता आणि ताऱ्यांकडे लागलेल्या त्याच्या डोळ्यांत एक कट्टरपणा होता.

'*तूच* एक आहेस, ज्याचं मला काही समजत नाही,' हेमर म्हणाला.

बॉरो हसला.

'माझ्या भोवताली गरिबी, टंचाई, दुःख आणि शरीराची पापं आहेत! पण एक भव्य दृष्टी आहे जी मला उचलून धरते. असल्या गोष्टींवर तुमचा विश्वास नसेल, तर ते समजायला अवघड आहे. तुझा तसा नसावा असं मला वाटतं.'

'ज्या गोष्टी मला दिसत नाहीत, ऐकू येत नाहीत किंवा ज्यांना मी स्पर्श करू शकत नाही, त्यांवर मी विश्वास ठेवत नाही,' सायलास हेमर ठामपणे म्हणाला.

'असो. हाच आपल्या दोघांतला फरक आहे. गुड बाय. धरणीमाते, मला आता पोटात घे!'

एव्हाना ते ट्यूब स्टेशनाच्या दारापाशी पोहोचले होते. बॉरो गाडी पकडून घरी जाणार होता.

हेमर एकटाच आपल्या मार्गाने गेला. गाडी परत पाठवून घरापर्यंत चालायचा निर्णय घेतल्याने तो खूश होता. हवेत एक आल्हाददायक गारवा होता आणि कोटाच्या उबेची सुखकर जाणीव त्याला होत होती.

रस्ता ओलांडण्याअगोदर तो फुटपाथच्या कडेवर क्षणभर थांबला. त्याच्या दिशेने मार्ग काढत काढत एक भली मोठी बस येत होती. हेमरपाशी भरपूर वेळ होता, त्यामुळे ती जाईपर्यंत तो निवांतपणे उभा राहिला. ती तिथे पोहोचायच्या आत रस्ता ओलांडायचा म्हटला तर घाई करावी लागली असती आणि ती तर त्याला अप्रिय होती.

त्याच्या बाजूला दारू पिऊन तर्र झालेला एक मनुष्य भेलकांडत फुटपाथवरून उतरला. हेमरला एक किंचाळी ऐकू आली, बसने दिशा बदलायचा केलेला असफल प्रयत्न त्याच्या लक्षात आला आणि – पाहतो तो रस्त्यावर त्याच्यासमोर कपड्यांचा एक निश्चल ढीग पडलेला त्याला दिसला! त्या दृश्याची भयानकता जाणवायला त्याला थोडा वेळ लागला.

अचानक तिथे जमाव जमला. त्याच्या मध्यात बस चालक आणि दोन पोलीस होते; पण हेमरची नजर जणू संमोहित झाल्यासारखी त्या निष्प्राण शरीरावर

खिळलेली होती. दोन क्षणांपूर्वी तो त्याच्यासारखाच हाडामांसाचा चालता-बोलता माणूस होता! त्याचं सर्वांग शहारलं.

'साहेब तुम्ही उगीच स्वतःला दोषी मानू नका,' त्याच्या बाजूला उभा असलेला एक राकट माणूस त्याला म्हणाला, 'तुम्ही काहीच करू शकला नसता. त्याचं मरण तसंही लिहिलेलंच होतं.'

हेमरने त्याच्याकडे पाहिलं. त्या मृत माणसाला वाचवता येण्याची शक्यता त्याच्या डोक्यातही आली नव्हती. आता तर त्याला ती कल्पना आणखी विचित्र वाटू लागली. तो स्वतःच जर असा वेड्यासारखा वागला असता तर... पण त्याच्या विचारांची ही मालिका मध्येच तुटली आणि तो तिथून निघून गेला. का कुणास ठाऊक पण तो पुरता *हादरला* होता. एक अनामिक भीती त्याच्या रक्तात भिनली होती. आपण मृत्यूला प्रचंड घाबरलो आहोत हे त्याला मान्य करावं लागलं... मृत्यू, जो क्षणार्धात तुमचं अस्तित्व संपुष्टात आणतो; भले तुम्ही गरीब असा किंवा श्रीमंत...

त्याने चालण्याची गती वाढवली; पण नव्याने जाणवलेली भीती काही पाठ सोडेना. तिने त्याच्यावर पूर्ण कब्जा मिळवला होता.

त्याला स्वतःचं आश्चर्य वाटलं, कारण स्वभावाने तो भित्रा नव्हता. त्याला वाटलं की, पाच वर्षांपूर्वी अशी भीती त्याला वाटली नसती, तेव्हा त्याचं आयुष्य इतकं मधुर नव्हतं... हां, हेच कारण होतं; आयुष्यावर नितांत प्रेम, हेच या रहस्याच्या मुळाशी होतं. सध्या तो उत्साहाने जगण्याच्या शिखरावर होता आणि या उत्साहाला आव्हान देणारा होता मृत्यू, सर्वनाशक मृत्यू!

उजेड असलेला हमरस्ता सोडून तो एका अरुंद बोळात शिरला. दोन्ही बाजूला उंच भिंती होत्या. या बोळातून तो थेट त्याचं घर होतं त्या चौकात पोहोचणार होता. त्याचं घर म्हणजे उच्च दर्जाच्या कलात्मक वस्तूंचं माहेरघर होतं.

हमरस्त्यावरचे आवाज हळूहळू मागे पडले; आता त्याच्याच पावलांची लयबद्ध 'धप धप' तेवढी ऐकू येत होती.

...आणि मग त्याच्या समोरच्या दिशेने आणखी एक आवाज आला. एक माणूस भिंतीलगत बासरी वाजवत बसला होता. अर्थात, रस्त्याच्या कडेला वाद्य वाजवणारे शेकड्याने असतात; पण हा इसम इथे, इतक्या आडजागी का बसला असेल? इतक्या अपरात्री पोलीस काही करत... पण अचानक हेमरला दिसलं की त्या बासरी वादकाला पाय नाहीयेत आणि त्याची विचारशृंखला पुन्हा खंडित झाली. त्या माणसाने त्याच्या कुबड्या भिंतीच्या आधारे ठेवल्या होत्या. जवळ गेल्यावर हेमरला जाणवलं की, तो वाजवत असलेलं वाद्य बासरी नसून, अधिक स्पष्ट आणि उच्च पट्टीतली सुरावट असलेलं वेगळंच काहीतरी आहे.

हेमरकडे लक्ष न देता तो माणूस त्याचं वाद्य वाजवत राहिला. त्याची मान बऱ्यापैकी मागे झुकलेली होती, जणू स्वतःच्याच संगीतात अत्यानंदाने त्याची समाधी लागली असावी. त्याच्या वाद्यातून आनंदाचे सूर वाहत होते; उंच, अधिक उंच...

खरं म्हणजे ती चाल विचित्र होती - चाल नव्हती असं म्हटलं तरी चालेल. *रिएन्झीच्या* व्हायोलिन्समधून बाहेर पडणाऱ्या एकच एक स्वर-समूहासारखी ती सुरावट होती. पुनःपुन्हा तेच सूर वाजवले जात होते; पण प्रत्येक आवर्तन जणू बंधनं झुगारून अधिकाधिक मुक्तीकडे जात असावं असं वाटत होतं.

हेमरने असं काही ऐकलेलंच नव्हतं. त्यात स्फूर्तिदायक, मन उल्हसित करणारं काहीतरी होतं... त्याने बाजूच्या भिंतीवरचा एक उंचावटा दोन्ही हातांत धरायचा आटोकाट प्रयत्न केला. त्याला आता फक्त एका गोष्टीची जाणीव होत होती - *काहीही झालं तरी* आपण त्याच्यासमोर येत कामा नये - *काहीही झालं तरी...*

अचानक संगीत बंद झालं असल्याचं त्याला जाणवलं. पायाने अधू असलेला तो माणूस कुबड्या घेण्याकरता सरसावला आणि इथे हा, सायलास हेमर, वेड लागलेल्या माणसासारखा, भिंतीवरच्या उंचवट्याला जिवाच्या आकांताने धरून ठेवायच्या प्रयत्नात होता. याचं एकमेव कारण म्हणजे त्याच्या मनात आलेली एक अशक्य, विचित्र कल्पना - की, तो जमिनीतून वर येतोय - आणि ते संगीत त्याला हवेत वर, वर नेतंय...

तो हसला. काय मूर्ख कल्पना आहे! त्याच्या पायांनी जमीन सोडलीच नव्हती कधी; पण काय हा विचित्र आभास! फुटपाथवरच्या लाकडी 'टकटकी'वरून त्याला जाणवलं की, तो वादक उठून निघाला आहे. त्याची आकृती अंधारात गडप होईपर्यंत तो तिच्याकडे पाहत राहिला. एक विचित्र माणूस!

त्याने पुन्हा मार्गक्रमण सुरू केलं; पण आधीपेक्षा जास्त सावकाश. पायांखालची जमीन सरकली असल्याची भावना त्याच्या मनातून अजून पुसली गेली नव्हती...

...आणि मग अचानक त्याने त्याचा वेग वाढवला आणि तो माणूस गेला होता त्या दिशेने झपाझप पावलं टाकत जाऊ लागला. तो माणूस फार दूर पोहोचला नसणार - लवकरच त्याच्यापर्यंत पोहोचता येईल.

त्याची आकृती समोर दिसताच त्याने त्याला हाक मारली.

'हाय! एक मिनिट!'

तो माणूस जागीच थांबला. हेमर त्याच्याजवळ पोहोचला. वर असलेल्या दिव्याच्या उजेडात त्याचा चेहरा अगदी स्पष्ट दिसत होता. तो पाहून सायलास हेमर आश्चर्याने क्षणभर थबकला. त्या माणसाचा चेहरा अतिशय सुंदर होता. त्याच्या वयाचा अंदाज बांधणं शक्य नव्हतं; पण तरुणपणा हे त्याचं ठळक वैशिष्ट्य म्हणता आलं असतं - तारुण्य आणि रसरशीतपणा!

हेमरला संभाषण सुरू करणं अवघड जात होतं. त्याने संकोचून सुरुवात केली. 'हे पाहा. तू आता जे वाजवत होतास ते कोणतं वाद्य होतं?'

तो माणूस हसला... त्याच्या हसण्याने सभोवतालचं जग जणू आनंदात न्हाऊन निघालं...

'ती खूप जुनी चाल होती - खूप जुनी... अनेक वर्षांपूर्वीची - नव्हे, शतकांपूर्वीची.'

त्याचे उच्चार अतिशय सुस्पष्ट होते आणि वाणी वेगळीच शुद्ध. तो प्रत्येक शब्दावर समान जोर देऊन बोलत होता. तो इंग्लिश नव्हता हे उघड होतं; पण तो कोणत्या देशाचा आहे, हे हेमरला कळलं नाही.

'तू इंग्लिश नाहीस. मग कुठला आहेस?'

पुन्हा तेच आनंद पसरवणारं स्मित.

'समुद्रापलीकडचा आहे, सर. मी खूप वर्षांपूर्वी इथे आलो... खूपच वर्षं झाली.'

'तुझा वाईट अपघात झाला असणार. अलीकडेच झाला का?'

'नाही सर. काही काळ झाला आहे.'

'दोन्ही पाय गमावणं म्हणजे कमनशिबी असणं.'

'एका प्रकारे बरं झालं म्हणायचं,' तो शांतपणे म्हणाला. त्याने विचित्र गांभीर्याने त्याच्या प्रश्नकर्त्याकडे पाहिलं. 'ते दुष्ट होते.'

त्याच्या हातावर एक शिलिंग टाकून हेमर तिथून चालता झाला. तो कोड्यात पडला होता आणि किंचित अस्वस्थही. 'ते दुष्ट होते!' हे काय बोलणं झालं? कोणत्या तरी आजरामुळे ते कापावे लागले असणार हे दिसत होतं; पण त्याचे शब्द विचित्र वाटले खरे.

हेमर घरी पोहोचला तेव्हा त्याच विचारांत होता. तो प्रसंग विसरून जायचा त्याने प्रयत्न केला; पण त्याला ते जमलं नाही. बिछान्यावर पडल्यावर त्याला किंचित झोप येऊ लागली तेवढ्यात घराजवळच्या घड्याळाने एक वाजल्याचा ठोका दिला. एक स्पष्ट ठोका आणि मग शांतता. एका पुसटशा पण परिचित आवाजाने ती शांतता भंगली... हेमरचं हृदय धडधडू लागलं. थोड्या वेळापूर्वी त्या बोळात वाद्य वाजवणारा माणूसच होता, अगदी जवळ कुठेतरी...

तेच आनंदी सूर ऐकू आले; संथ, लयबद्ध आणि वेड लावणारी सुरावट... 'हे विलक्षण आहे,' हेमर पुटपुटला, 'अतिशय विलक्षण. त्या सुरांना जणू पंख फुटले आहेत असं वाटतंय...'

स्पष्ट, अधिक स्पष्ट; उंच, अधिक उंच - प्रत्येक लहर आधीच्या लहरीवर स्वार होते आहे आणि त्याला आपल्याबरोबर घेऊन वर जात आहे. या वेळी *त्याने*

प्रतिकार केला नाही, त्याने स्वतःला त्यांच्याबरोबर विहार करू दिलं... वर वर... तो ध्वनिलहरींबरोबर जास्त जास्त वर चालला होता... विजयी, मुक्त...

आणखी उंच... आता त्या लहरींनी मानवी श्रवण-क्षमता ओलांडली होती, तरीही त्या आणखी वर जात होत्या... त्या अंतिम ध्येय साध्य करतील का - उंचीची पूर्णावस्था?

आणखी उंच...

त्याला *काहीतरी* खाली खेचत होतं - काहीतरी. काहीतरी जड आणि आग्रही. ती शक्ती त्याला सोडायला तयार नव्हती - तिने त्याला मागे खेचलं आणि खाली... खाली...

तो समोरच्या खिडकीकडे पाहत बिछान्यावर पडून राहिला. मग सावकाश श्वास घेत त्याने एक हात ताणला. ही हालचालसुद्धा मुश्किलीने होते आहे असं त्याला वाटलं. त्याला गादीचा मऊपणा जाचक वाटला आणि उजेड आणि हवा अडवून ठेवणारे जाड पडदे नकोसे झाले. खोलीचं छत आपल्यावर दबाव टाकतंय असं त्याला वाटू लागलं. त्याचा श्वास अडकल्यासारखा झाला. तो पांघरुणाखाली थोडासा हलला, तेव्हा त्याला स्वतःच्या शरीराचं वजन सगळ्यात असह्य वाटलं...

'सेल्डन, मला तुझा सल्ला हवा आहे.'

सेल्डनने आपली खुर्ची टेबलापासून दोनेक इंच मागे सरकवली. या जेवणाच्या आमंत्रणामागचा हेतू काय, हा प्रश्न त्याला पडला होता. थंडीच्या मोसमापासून त्याची आणि हेमरची फारशी भेट झालेली नव्हती. आपल्या मित्रात काहीतरी बदल झाला आहे, हे आज रात्री त्याला जाणवलं.

'मला माझीच काळजी वाटते आहे, बाकी काही नाही,' तो लक्षाधीश म्हणाला.

सेल्डन त्याच्याकडे बघून हसला. 'तू तर एकदम ठणठणीत दिसतो आहेस की.'

'ते नाही रे,' हेमर क्षणभर थांबला, 'मला वाटतं मला वेड लागतंय.'

मज्जातंतूंच्या त्या तज्ज्ञाने त्याच्याकडे कुतूहलाने पाहिलं. त्याने सावकाश स्वतःच्या ग्लासमध्ये पोर्ट भरली आणि शांतपणे; पण थेट नजर देत त्याला म्हणाला, 'तुला असं का वाटतंय?'

'मला काहीतरी झालंय त्यामुळे. काहीतरी अनाकलनीय, अविश्वसनीय. ते खरं असू शकत नाही, याचाच अर्थ मला वेड लागतंय.'

'हरकत नाही. तुला हवा तेवढा वेळ घे,' सेल्डन म्हणाला, 'सांग मला तुझ्या मनातलं.'

'अतिभौतिकावर माझा विश्वास नाही,' हेमरने सुरुवात केली, 'कधीच नव्हता; पण हा प्रकार... मला वाटतं मी सगळं पहिल्यापासून सांगायला हवं. मागच्या थंडीतल्या एका संध्याकाळी या सगळ्याला सुरुवात झाली. तुझ्याबरोबर जेवण झाल्यानंतर.'

मग त्याने त्या रात्री आणि त्यानंतर जे काही घडलं ते थोडक्यात पण अचूक सांगितलं.

'ही त्याची सुरुवात होती. ती भावना मी नेमक्या शब्दांत नाही सांगू शकणार – पण ती अतिशय सुंदर अनुभूती होती! असं कधीही मला स्वप्नातही जाणवलं नव्हतं आणि गंमत म्हणजे ते चालूच आहे. दररोज रात्री नाही; पण अधूनमधून. ते संगीत, हवेत तरंगत असल्याची भावना... आणि मग जमिनीकडे परत खेचलं जात असल्याची त्रासदायक जाणीव. त्यानंतर जाणवणारी वेदना, यातना. जागं होणं अक्षरशः वेदनादायी होतं. तुम्ही एखाद्या उंच शिखरावरून खाली आल्यावर कानांमध्ये जसं दुखतं, तसंच हे असतं; पण कितीतरी जास्त दुखतं आणि या दुखण्याच्या जोडीला तुम्ही मणामणाच्या ओझ्याखाली दबले जात असल्याची, श्वास बंद होत असल्याची भावना...'

काही क्षण तो शांत झाला.

'माझ्या घरी काम करणाऱ्यांना तर मी वेडा वाटू लागलोच आहे. मला छत आणि भिंती नकोशा वाटू लागल्याने मी स्वतःची व्यवस्था सर्वांत वरच्या मजल्यावर करून घेतली आहे. त्या खोलीला छत नाही, तिथे फर्निचर नाही, गालिचे नाहीत... कोंडवाड्यात असल्याची भावना होईल असं काहीही नाही, तरीही माझ्या भोवतालची घरं वाईट आहेतच ना. मला गावाकडे असते तशी रिकामी जागा हवी आहे, जिथे मोकळेपणाने श्वास घेता येईल...' त्याने सेल्डनकडे पाहिलं, 'काय वाटतं तुला?'

'हं,' सेल्डन म्हणाला, 'भरपूर कारणमीमांसा करण्यासारखी आहे. तू संमोहित झाला आहेस किंवा तू स्वतःला संमोहित करून घेतलं आहेस किंवा कदाचित हे सारं केवळ स्वप्न असेल.'

हेमरने नकार दिला. 'यापैकी एकही कारण बरोबर नाही.'

'इतरही आहेत,' सेल्डन सावकाश म्हणाला, 'पण ती सर्वसाधारणपणे मान्य केली जात नाहीत.'

'पण तू मान्य करायला तयार आहेस?'

'एकूणात म्हणशील तर हो! अनेक गोष्टी आपल्या आकलनापलीकडच्या असतात. त्यांची कारणमीमांसा करता येत नाही. अजून आपल्याला बरंच काही शिकायचं आहे; पण मन खुलं ठेवण्यावर माझा विश्वास आहे.'

'मी काय करावं असं तुला वाटतं?' हेमरने विचारलं.

सेल्डन एकदम पुढे वाकला. 'अनेक गोष्टी. एकतर लंडन सोडून दूर कुठेतरी मोकळ्यावर जा. कदाचित, हे स्वप्न पडायच बंद होईल.'

'मी ते नाही करू शकत,' हेमर चटकन म्हणाला, 'आता मी अशा स्थितीत आहे की त्यांच्याशिवाय मी जगू शकत नाही. मला त्यांच्याशिवाय राहायचं नाहीये.'

'हं! मला वाटलंच होतं. आणखी एक पर्याय आहे. त्या लंगड्या माणसाला गाठ. तू त्याला अनेक अतिभौतिक गुणधर्म चिकटवतो आहेस. त्याच्याशी बोल. त्या मायाजालातून बाहेर पड.'

हेमरने पुन्हा नकारार्थी मान हलवली.

'का नाही?'

'मला भीती वाटते,' हेमरने सरळ सांगितलं.

सेल्डनने हात उडवले. 'या सगळ्यावर इतक्या आंधळेपणाने विश्वास ठेवू नकोस! ते सूर, ज्यांपासून याला सुरुवात झाली, ते कसे आहेत?'

हेमरने ती चाल गुणगुणून दाखवली. ती ऐकताना सेल्डनच्या कपाळावर प्रश्नार्थक आठ्या उमटल्या.

'रिएन्झीच्या ओव्हरचरसारखी थोडीशी वाटते आहे. या चालीत तुम्हाला 'वर' नेणारं काहीतरी नक्कीच आहे – तिला जणू पंख आहेत; पण मी काही हवेत उडत नाहीये! तुला जे वाटतं की आपण उडतोय, ती भावना दरवेळी तशीच असते का?'

'नाही, नाही,' हेमर पुढे वाकून अधीरतेने सांगू लागला, 'माझं उडणं दरवेळी किंचित 'सुधारणा' झाल्यासारखं वाटतं. प्रत्येक वेळी मला थोडंसं जास्त दिसतं. नीट समजावून सांगता येत नाहीये मला. प्रत्येक वेळी मी एका विशिष्ट बिंदूपाशी पोहोचल्याचं मला जाणवतं – ते सूर मला तिथे घेऊन जातात – थेट नाही; पण एका पाठोपाठ एक येणाऱ्या लाटांवर मी स्वार होऊन जातो. प्रत्येक लाट आधीच्या लाटेपेक्षा थोडी जास्त वर जाते. शेवटी मी सर्वोच्च उंचीपर्यंत पोहोचतो. त्याहून वर जाता येत नाही. मी काही काळ तिथे असतो आणि मग खाली खेचला जातो. ती 'जागा' नसते, ती एक *अवस्था* असते. सुरुवातीला नाही; पण हळूहळू माझ्या लक्षात येऊ लागलं की, माझ्या भोवताली अशा अनेक गोष्टी आहेत, ज्या आजवर माझ्या लक्षातही आलेल्या नव्हत्या. मी त्यांचा शोध लावण्याची त्या जणू वाट पाहत होत्या. मांजराच्या पिलाचा विचार कर. त्याला डोळे असतात; पण त्यांनी ते सुरुवातीला नीट पाहू शकत नाही. 'दिसणं' त्याला शिकावं लागतं. माझी स्थिती तशीच होती. माझे मर्त्य कान आणि डोळे फार उपयोगाचे नव्हते आणि माझ्या संवेदना त्यांच्यासारख्या पण अविकसित होत्या – त्या शारीरिक अजिबातच नव्हत्या आणि हळूहळू त्या वाढत गेल्या... प्रकाशाच्या संवेदना... मग आवाजांच्या... मग

रंगांच्या... अतिशय अमूर्त आणि चौकटीत न बसणाऱ्या. गोष्टी दिसण्यापेक्षा किंवा ऐकू येण्यापेक्षा त्यांच्या अस्तित्वाची जाणीव किंवा ज्ञान असणं, असा हा प्रकार होता. आधी प्रकाश होता, जो अधिकाधिक प्रखर होत गेला... मग वाळू, तांबूस रंगाच्या वाळूचे विस्तीर्ण प्रदेश... आणि अधूनमधून पाण्याच्या लांबच लांब, सरळ रेषा, जणू कालवे असावेत...'

सेल्डनने एकदम श्वास घेतला, *'कालवे!'* हे खूपच रंजक आहे. पुढे सांग.'

'पण या गोष्टींना महत्त्व नव्हतं – त्या असल्या काय, नसल्या काय, मला फरक पडत नव्हता. ज्या मला अजून दिसत नव्हत्या; पण ऐकू येत होत्या – त्या गोष्टी खऱ्या होत्या... पंखांची फडफड होण्याचा आवाज... का कुणास ठाऊक; पण मला ते फार भारी वाटलं! इथे तसं काहीही नाहीये आणि मग आणखी एक अनुभूती – *मला ते दिसले* – ते पंख! काय सांगू, सेल्डन, ते पंख!'

'पण ते नेमकं काय होतं? माणसं – देवदूत – पक्षी?'

'मला माहीत नाही. मला दिसत नव्हतं – अजून तरी नाही; पण त्यांचे रंग! त्या *पंखांचा रंग* – इथे आपल्याकडे तो नाहीच आहे – फार अद्भुत रंग आहे तो!

'पंखांचा रंग?' सेल्डनने त्याचा पुनरुच्चार केला, 'कसा असतो तो?'

हेमरने अधीरतेने हात उडवले. 'कसं सांगू तुला? आंधळ्या माणसाला निळा रंग कसा असतो ते समजावून सांगता येईल का? तसा रंग तू कधीही पाहिलेला नाहीस – पंखांचा रंग!'

'तर?'

'तर काही नाही. एवढंच. मी इथवरच पोहोचलो आहे; पण प्रत्येक वेळी तिथून इथे परत येणं अधिकाधिक क्लेशदायक होतंय. हे मला समजत नाहीये. माझं शरीर बिछाना सोडून कुठेही जात नाही, याची मला खात्री आहे; पण मी ज्या जागी जातो, तिथे माझं शारीरिक अस्तित्व नसतं हेही तितकंच खरं आहे; पण मग परत आल्यावर मला एवढ्या यातना का होतात?'

सेल्डनने शांतपणे मान हलवली.

'हे परत येणं अतिशय वाईट असतं. *खेचलं* जाण्याची भावना – त्यानंतर वेदना – प्रत्येक हातात, पायात, मज्जातंतूंमध्ये आणि कान – ते तर फुटून जातील असं वाटतं. मग माझ्यावर एवढा प्रचंड *दाब* येतो, एवढं वजन जाणवतं की मला बंदिवान असल्यासारखं वाटतं. मला उजेड, वारा, अवकाश हवा असतो – *अवकाश* तर सगळ्यात जास्त – मोकळा श्वास घेता यावा म्हणून! आणि मला मुक्ती हवी असते.'

'आणि तुला पूर्वी ज्या ज्या गोष्टी खूप महत्त्वाच्या वाटायच्या, त्यांचं काय?' सेल्डनने विचारलं.

'ही तर सर्वांत वाईट बाब आहे. मला त्या गोष्टी अजूनही तितक्याच आवडतात- कदाचित किंचित जास्तच. ऐश-आराम, सर्व सुखं या गोष्टी त्या पंखांच्या विरुद्ध दिशेला खेचत असतात. या दोहोंमध्ये सतत द्वंद्व सुरू असतं - आणि या सगळ्याची निष्पत्ती काय होईल हे मला कळतच नाहीये.'

सेल्डन काहीही न बोलता बसून राहिला. त्याने नुकतीच ऐकलेली कथा अद्भुतच होती. त्यात वर्णन केलेल्या गोष्टी म्हणजे निव्वळ आभास होता का? का ते खरं असण्याची शक्यता होती? आणि खरं असेल, तर *हेमर?* हा पूर्णपणे जडवादी माणूस, ज्याला भौतिक सुखं अत्यंत प्रिय होती आणि आध्यात्मिकता ज्याला मान्य नव्हती तो? आपल्या पलीकडे असू शकणाऱ्या विश्वाचं दर्शन त्याला व्हावं?

टेबलाच्या दुसऱ्या बाजूने हेमर त्याच्याकडे पाहत होता.

'मला वाटतं,' सेल्डन सावकाश सांगू लागला, 'तुला आणखी कळ काढावी लागेल. अजून धीर धर आणि काय होतं ते बघ.'

'मी नाही थांबू शकत! अजिबात नाही! तू असं म्हणतो आहेस, याचा अर्थ तुला कळलेलं नाहीये. या द्वंद्वाने मी अक्षरशः दुभंगला जातोय. या दोन, या दोन गोष्टींमधली रस्सीखेच माझा जीव घेईल एके दिवशी...'

'शरीर आणि आत्मा?' सेल्डनने सुचवलं.

हेमर समोर एकटक पाहत राहिला. 'हं, असं म्हणायला हरकत नाही; पण काहीही असलं तरी हे असह्य आहे... माझी सुटका होत नाहीये...'

पुन्हा एकदा बर्नार्ड सेल्डनने मान हलवली. एका अतर्क्य अशा गोष्टीत तोही अडकला होता. त्याने आणखी एक सुचवून पाहिलं. 'मी तुझ्या जागी असतो, तर त्या अपंग माणसाला शोधून काढलं असतं,' तो म्हणाला.

पण घरी जाता जाता तो स्वतःशीच पुटपुटत गेला, *'कालवे...'*

सायलास हेमर दुसऱ्या दिवशी सकाळी घरातून बाहेर पडला, ते मनाशी नव्याने काहीतरी ठरवून. सेल्डन म्हणाला होता त्याप्रमाणे तो त्या अपंग माणसाच्या शोधात निघाला; पण आतून त्याला खात्री होती की, त्याचा शोध निष्फळ ठरणार आहे. तो माणूस जणू अदृश्य झाला असणार.

त्या बोळाच्या दोन्ही बाजूला असलेल्या उंच इमारतींमुळे तिथे गूढ आणि अंधकारमय वातावरण होतं. अर्ध्या अंतरावर, फक्त एका जागी भिंतींमध्ये फट होती आणि तिच्यातून सोनेरी सूर्यकिरणांचा एक झोत एका व्यक्तीवर पडला होता. एक आकृती - होय! तोच तो माणूस!

भिंतीला टेकवून ठेवलेल्या त्याच्या कुबड्यांच्या बाजूला त्याचं वाद्य होतं. तो रंगीत खडूंनी दगडी जमिनीवर चित्रं काढत होता. त्यातली दोन चित्रं काढून पूर्ण

झालेली होती. ते हिरव्यागार झाडीचे अत्यंत तरल आणि सुंदर देखावे होते. त्यात वाऱ्याच्या झुळुकीबरोबर डोलणारी झाडं होती आणि अतिशय खरा वाटेल असा एक झरा होता.

पुन्हा हेमरच्या मनात शंका डोकावल्या. हा माणूस केवळ रस्त्यांवर वाद्य वाजवणारा आणि चित्र काढणारा होता का आणखी काही...

अचानक त्या लक्षाधीशाचा मनातला बांध कोसळला आणि तो रागाने आणि जोरजोरात ओरडू लागला, 'कोण आहेस तू? देवा रे, सांग मला, कोणेस तू?'

त्या माणसाची स्मित करणारी नजर हेमरच्या नजरेला मिळाली.

'उत्तर का देत नाहीयेस? बोल, अरे, काहीतरी बोल!'

मग त्याच्या लक्षात आलं की, तो एका स्वच्छ दगडावर अतिशय वेगाने काहीतरी चितारतो आहे. हेमरने त्याच्या हातांच्या हालचालींबरोबर स्वतःची नजर फिरवली... काही जबरदस्त रेषा आणि मग एका प्रचंड मोठ्या वृक्षाने आकार घेतला. मग एका खडकावर बसलेला... एक माणूस... नळ्या असलेलं एक वाद्य वाजवताना. काहीसा विचित्र; पण अत्यंत सुंदर चेहऱ्याचा माणूस – आणि त्याला *शेळीचे पाय...*

त्या अपंग माणसाच्या हाताची वेगाने हालचाल झाली, चित्रातला माणूस तसाच होता; पण त्याचे शेळीचे पाय गायब झाले होते. पुन्हा त्या चित्रकाराची आणि हेमरची नजरानजर झाली.

'ते दुष्ट होते,' तो म्हणाला.

हेमर मंत्रमुग्ध होऊन पाहत राहिला. त्याच्या समोरचा चेहरा हा चित्रातल्या माणसाचा चेहरा होता; पण त्याहून सुंदर झालेला... पूर्णपणे 'शुद्ध' आनंद वगळता एकही दुसरा भाव नसलेला चेहरा.

हेमर तिथून पळून जायला वळला. त्याला लख्ख सूर्यप्रकाशात जायचं होतं. 'अशक्य, अशक्य... मला वेड लागतंय... स्वप्न पडताहेत!' पण तो चेहरा काही केल्या त्याचा पिच्छा सोडायला तयार नव्हता. तो झपाटून गेला होता.

तो जवळच्या बागेत जाऊन एका बाकावर बसला. या वेळी तिथे चिटपाखरूही नव्हतं. बाळांना संभाळणाऱ्या काही दाया तेवढ्या बाळांना घेऊन सावलीला बसलेल्या होत्या. हिरवळीवर इकडेतिकडे काही पुरुष झोपले होते.

हेमरच्या दृष्टीने असे 'दळभद्री भटके' लोक म्हणजे दारिद्र्याची परिसीमा; पण आज अचानक त्याला तिथल्या बेघर लोकांचा हेवा वाटू लागला...

त्याला वाटलं की, जीवसृष्टीत तेच तेवढे मुक्त होते. अंगाखाली जमीन आणि पांघरायला आकाश आणि भटकंतीसाठी सारं जग त्यांच्यासाठी खुलं होतं... त्यांना कसलीच बंधनं नव्हती.

...आणि मग वीज चमकावी तसा त्याच्या मनात लख्ख प्रकाश पडला. तो ज्याला सर्वाधिक महत्त्व देत आला होता, ज्याच्यावर त्याची अपार श्रद्धा होती, ते धनच त्याला जखडून ठेवत होतं! त्याला पैसा म्हणजे सर्वांत ताकदवान गोष्ट वाटायची आणि आता त्याच्या सोनेरी विळख्यात त्याला जाणवलं - त्याचा पैसाच त्याला कैदी बनवत होता...

पण खरंच असं होतं का? याहून सखोल असं काही सत्य होतं का, जे त्याला आजवर गवसलं नव्हतं? पैसा ही समस्या होती का पैशांवरचं प्रेम ही समस्या होती? स्वतःच विणलेल्या जाळ्यात तो अडकला होता; पैसा नव्हे, पैशांवरचं प्रेम त्याला बंदिस्त करत होतं.

आता त्याला त्याच्या मनातल्या दोन परस्परविरोधी शक्ती लक्षात आल्या. जडवादाची ऊब आणि ताकद एकीकडे आणि दुसरीकडे, त्याला स्पष्टपणे ऐकू आलेली पंखांची साद. त्याने त्याला 'पंखांची साद' असं नाव दिलं.

एक शक्ती त्याला मागे खेचत होती, जखडवत होती. दुसऱ्या शक्तीला संघर्ष नको होता. ती फक्त साद घालत होती... अथकपणे. त्याला ते सूर इतके स्पष्ट ऐकू येत होते, जणू ते त्याच्याशी बोलत असावेत.

'तू माझ्याशी सौदा करू शकत नाहीस,' ती शक्ती त्याला सांगत होती. 'मी सगळ्याच्या वर आहे. तू जर मला प्रतिसाद दिलास तर तू बाकी सर्व गोष्टींचा त्याग केला पाहिजेस, तुला जखडून ठेवणारे सर्व बंध तोडले पाहिजेस. कारण, जे मुक्त असतात, केवळ तेच माझ्या मागे येऊ शकतात...'

'मला नाही जमणार,' हेमर रडत म्हणाला, 'मला नाही जमणार!'

स्वतःशी बोलणाऱ्या त्या धिप्पाड माणसाकडे काही लोकांनी वळून पाहिलं.

त्याच्याकडून त्यागाची अपेक्षा केली जात होती; त्याला जे सर्वांत प्रिय होतं, जे त्याचाच एक भाग बनून गेलं होतं, त्या गोष्टीच्या त्यागाची. *त्याचाच एक भाग* - त्याला तो अपंग माणूस आठवला...

'अरे! तू इकडे कसा काय आला आहेस?' बॉरोने विचारलं.

...आणि खरंच, ईस्ट-एन्ड मिशन म्हणजे हेमरसाठी अनोळखी जागाच म्हणावी लागेल.

'मी आजवर अनेक प्रवचनं ऐकली आहेत,' तो लक्षाधीश म्हणाला, 'त्या वेळी सगळे एकच गोष्ट सांगतात - तुम्हा लोकांना जास्त निधी मिळाला असता तर तुम्ही आणखी काय काय करू शकला असता. मी तुम्हाला सांगायला आलो आहे की, तुम्हाला निधी मिळू शकेल.'

'अरे वा! छान,' बॉरो काहीशा आश्चर्याने म्हणाला, 'बरीच मोठी वर्गणी आहे?'

हेमर हसला. 'असं म्हणायला हरकत नाही. माझ्याकडचा एकूण एक पैसा.'

'काय?'

एखाद्या व्यावसायिक व्यवहाराबद्दल बोलत असल्याच्या थाटात हेमरने थोडक्यात त्याची रूपरेषा मांडली. बॉरोचं डोकं चक्रावून गेलं.

'तू – तू तुझा सर्व पैसा ईस्ट–एन्डमधल्या गरिबांच्या कल्याणासाठी देऊ इच्छितोस? आणि मी त्याचा विश्वस्त व्हायचं?'

'बरोबर.'

'पण – पण *का?*'

'मला नाही सांगता येणार,' हेमर सावकाश म्हणाला, 'मागच्या फेब्रुवारीमध्ये आपण आपल्याला मिळणाऱ्या 'दृष्टी'बद्दल बोललो होतो ते आठवतंय का? तर अशाच एका दृष्टीने माझा ताबा घेतला आहे असं म्हणू या.'

'अरे, हे तर जबरदस्त आहे!' बॉरोचे डोळे चमकू लागले.

'यात खास जबरदस्त असं काही नाहीये,' हेमर गंभीर होत म्हणाला, 'मला ईस्ट–एन्डमधल्या गरिबीशी यत्किंचितही घेणंदेणं नाही. त्यांना गरज आहे फक्त जिद्दीची! मी स्वतः बऱ्यापैकी गरीब होतो – आणि त्यातून मी बाहेर पडलो; पण मला पैशांचा त्याग करायचा आहे आणि त्या मूर्ख सोसायट्यांना तो मिळता कामा नये. माझा तुझ्यावर विश्वास आहे. या पैशाने गरिबांची पोटं भर. मी भूक अनुभवली आहे; पण तुला हवा तसा तू या पैशांचा वापर करू शकतोस.'

'आजवर माझ्या पाहण्यात असं काहीही आलेलं नव्हतं,' बॉरो अडखळत म्हणाला.

'हे सगळं आता ठरलं आहे,' हेमर सांगू लागला, 'माझ्या वकिलांनी कागदपत्रं तयार केली आहेत आणि मी सह्या केल्या आहेत. गेले पंधरा दिवस मी याच कामात व्यस्त होतो. पैसा कमावणं जितकं अवघड असतं, जवळपास तितकंच अवघड त्याची विल्हेवाट लावणं असतं.'

'पण तू – तू स्वतःसाठी *काहीतरी शिल्लक* ठेवलं असशील ना?'

'नाही, एक नवा पैसाही नाही,' हेमर आनंदाने म्हणाला, 'पण हे अगदी तंतोतंत खरं नाही म्हणता येणार. माझ्या खिशात दोन पेन्स आहेत,' तो पुन्हा हसला.

त्याच्या आश्चर्यचकित मित्राचा निरोप घेऊन हेमर मिशनमधून बाहेर पडला आणि अरुंद, दुर्गंधीयुक्त रस्त्यावर आला. काही क्षणांपूर्वी आनंदात उच्चारलेले शब्द आता काहीतरी गमावल्याची कटू जाणीव घेऊन पुन्हा मनात आले. 'एकही

नवा पैसा नाही!' त्याच्या गडगंज धनापैकी त्याने स्वतःसाठी काहीही ठेवलं नव्हतं. आता त्याला भीती वाटू लागली – गरिबी आणि भूक आणि थंडीची भीती. त्यागात त्याला काहीही गोडवा जाणवला नाही.

...आणि तरीही त्याला मनावरचं एक ओझं गेल्यासारखं वाटलं. त्याच्यावरचा दबाव आणि जखडून गेल्याची भावना आता उरली नव्हती. साखळदंड झुगारताना तो आतून विद्ध झाला होता; पण मुक्तीची कल्पना त्याला बळ देत होती. शारीरिक गरजा कदाचित तो आवाज मंदावतील; पण त्याचं पूर्ण दमन करणं त्यांना शक्य होणार नाही. त्या आवाजाला अमरत्व होतं हे त्याला उमगलं होतं.

हवेत शरद ऋतूची चाहूल जाणवत होती. गारवा होता. त्याचं अंग थंड वाऱ्याने शहारलं. त्याला भूकही लागली होती – तो दुपारचं जेवायला विसरला होता. आता भविष्य अगदी समोर येऊन ठेपलं होतं. त्याने पैशाचा, आरामाच्या जीवनशैलीचा त्याग केला होता यावर त्याचा विश्वास बसत नव्हता. त्याचं शरीर केविलवाणा प्रतिकार करत होतं... आणि मग पुन्हा एकदा मुक्तीच्या भावनेने त्याचं मन उचंबळून आलं.

हेमर क्षणभर थांबला. तो ट्यूब स्टेशनाजवळ पोहोचला होता. खिशात दोन पेन्स होते. पंधरा दिवसांपूर्वी तो ज्या बागेत होता, तिथे त्या पैशाने तिकीट काढून जावं असा विचार त्याच्या मनात आला. या एका गोष्टीपलीकडे त्याने भविष्याचा विचार केला नाही. आपण वेडे आहोत याची त्याला आता खात्री वाटत होती – शहाणी माणसं अशी वागत नाहीत आणि असं असेल तर वेडेपणा ही एक भन्नाट गोष्ट होती!

होय. तो आता बागेत जाणार होता आणि तिथे ट्यूबने जाण्याला एक विशेष महत्त्व होतं. कारण, ट्यूब ही बंदिस्त, भयानक जीवनाचं प्रतीक होती... त्या जीवनाच्या तुरुंगातून तो वर येणार होता आणि मोकळ्या, हिरव्यागार जागेत जाणार होता.

ट्यूब स्टेशनाची लिफ्ट त्याला वेगाने खाली घेऊन गेली. तिथली हवा कुंद, निर्जीव भासत होती. तो गर्दीपासून दूर, प्लॅटफॉर्मच्या एका टोकाला जाऊन उभा राहिला. त्याच्या डाव्या बाजूला बोगदा होता, ज्यातून वळवळणाऱ्या सापासारखी गाडी येणार होती. त्याला ती जागाच काहीतरी 'वाईट' वाटू लागली. त्याच्या जवळ फारसं कोणीच उभं नव्हतं; अंगाची जुडी करून बाकावर बसलेला एक तरुण मुलगा तेवढा होता. तो बहुधा भरपूर दारू पिऊन आला असावा.

दुरून गाडीचा आवाज ऐकू आला. तो मुलगा बाकावरून उठला आणि झोकांड्या खात हेमरच्या शेजारी येऊन उभा राहिला. प्लॅटफॉर्मच्या कडेवर उभा राहून बोगद्याकडे पाहू लागला.

मग - ते घडलं - इतक्या झटकन की विश्वासच बसू नये - तो मुलगा तोल जाऊन खाली पडला...

हेमरच्या डोक्यात एकाच वेळी हजार विचार आले असतील. त्याला बसच्या धक्क्याने पडलेल्या माणसाचं शरीर दिसलं, मग 'साहेब, तुम्ही स्वतःला उगाच दोष देऊ नका; तुम्ही काहीच करू शकला नसता' असं सांगणारा एक घोगरा आवाज ऐकू आला आणि त्यापाठोपाठ ही जाणीव की *हा* जीव वाचवायचा झाला तर तो वाचवणं हे फक्त त्याच्याच हातात होतं. आसपास कोणीही नव्हतं आणि गाडी जवळ येत होती... या साऱ्या गोष्टी विजेच्या गतीने त्याच्या मनात चमकून गेल्या. आपले विचार अतिशय शांत आणि स्पष्ट असल्याचं त्याला जाणवलं.

निर्णय घेण्यासाठी त्याच्याकडे फक्त एक सेकंदाचा अवधी होता आणि त्याच्या लक्षात आलं की, त्याला मृत्यूविषयी वाटणारं भय जसंच्या तसं आहे. त्याला प्रचंड भीती वाटत होती आणि मग - उगाच आशा करण्यात काय अर्थ आहे? दोन जीव हकनाक का घालवयाचे?

प्लॅटफॉर्मच्या दुसऱ्या टोकाला असलेले लोक घाबरून हे सगळं पाहत होते. त्यांच्या नजरेत तो मुलगा पडणं आणि त्या पाठोपाठ त्या माणसाने उडी मारणं यात अंतरच नव्हतं आणि मग धडधडत येणारी गाडी, जिला थांबता येण्याइतका अवधीच मिळाला नाही.

हेमरने झटकन त्या तरुणाला उचलून घेतलं. त्याच्या अंगात कोणतीही उदात्त भावना नव्हती. त्याचं थरथरणारं शरीर एका परशक्तीच्या आज्ञेचं फक्त पालन करत होतं. ही शक्ती त्याच्याकडे बलिदान मागत होती. अखेरच्या प्रयत्नात त्याने त्या मुलाला पुढे, प्लॅटफॉर्मवर टाकलं आणि स्वतः खाली पडला.

मग अचानक त्याची भीती गायब झाली. जड जग आता त्याला धरून ठेवत नव्हतं. तो मुक्त झाला होता. क्षणभर त्याला त्या तरुणाच्या सुरावटींचा आवाज ऐकू आल्यासारखा वाटला. मग - जवळ आणि अधिकाधिक जोरात - सगळ्याला गिळून टाकणारी, असंख्य पंखांची फडफड... त्याला कवेत घेणारी, त्याच्या भोवती फिरणारी...

गेर्यन राक्षसाचा कळप

'मिस्टर प्वारो, अचानक असं आल्याबद्दल मी तुमची माफी मागते.'

मिस कार्नबीने तिची हँडबॅग घट्ट धरली होती. पुढे वाकून ती आतुरतेने प्वारोकडे पाहत होती. नेहमीप्रमाणे तिला धाप लागल्यासारखा तिचा आवाज होता.

एर्क्युल प्वारोने भुवया उंचावल्या.

ती अधीरपणे म्हणाली, 'तुम्हाला मी आठवते ना?'

प्वारोचे डोळे चमकले. तो म्हणाला, 'माझ्या पाहण्यात आलेल्या सर्वांत यशस्वी गुन्हेगारांपैकी एक, अशी माझी तुमच्याविषयीची आठवण आहे!'

'अरे देवा! मिस्टर प्वारो, असं बोलायलाच हवं का?' तुम्ही माझ्याशी कित्ती चांगले वागला होतात. एमिली आणि मी बरेचदा तुमच्याबद्दल बोलतो आणि वर्तमानपत्रात तुमच्याविषयी काहीही आलं की, आम्ही ती कात्रणं कापून एका वहीत चिकटवून ठेवतो आणि ऑगस्टसचं म्हणाल तर आम्ही त्याला नवी युक्ती शिकवली आहे. आम्ही म्हणतो, शेरलॉक होम्ससाठी मर, मिस्टर फॉरचूनसाठी मर, सर हेन्री मेरीव्हेलसाठी मर आणि मग *एर्क्युल प्वारोसाठी मर* आणि तो खाली बसून एखाद्या *ओंडक्यासारखा* एकदम निश्चल पडतो. आम्ही सांगेस्तोवर किंचितही हलत नाही!'

'हे ऐकून मला समाधान वाटलं,' प्वारो म्हणाला, 'आणि हा *लाडका ऑगस्टस* कसा आहे?'

स्वतःचे हात एकमेकांत घट्ट धरून मिस कार्नबी तिच्या पेकिनीज कुत्र्याबद्दल कौतुकोद्गार काढू लागली.

'मिस्टर प्वारो, तो आणखीच हुशार झाला आहे. त्याला सगळं कळतं. तुम्हाला *माहीत* आहे, त्या दिवशी मी बाबागाडीतल्या एका बाळाचं कौतुक करत

होते आणि अचानक मला ओढलं गेल्यासारखं वाटलं. पाहते तर काय? हे महाराज आपला पट्टा चावायचा आटोकाट प्रयत्न करत होते. कित्ती हुशार आहे ना?'

प्वारो मिश्किलपणे म्हणाला, 'मला वाटतं आत्ता आपण ज्या गुन्हेगारी प्रवृत्तीबद्दल बोलत होतो, त्या ऑगस्टसमध्येही असाव्यात!'

मिस कार्नबी अजिबात हसली नाही. उलट तिचा गोबरा चेहरा दुःखी आणि चिंतातूर दिसू लागला. ती म्हणाली, 'ओह, मिस्टर प्वारो, मला खूप *काळजी* वाटते आहे.'

'काय झालं?' प्वारोने अतिशय आपुलकीने म्हणाला.

'तुम्हाला ठाऊक आहे का, मला भीती वाटते आहे – खूप भीती – की मी अतिशय *सराईत गुन्हेगार* आहे. माझ्या डोक्यात काय काय कल्पना येतात!'

'कशा प्रकारच्या कल्पना?'

'अत्यंत असामान्य अशा कल्पना! उदाहरणार्थ, काल पोस्ट ऑफिसात चोरी करायची *एक नामी* युक्ती मला सुचली. मी तसा विचारही करत नव्हते – पण ती कल्पना आपोआप माझ्या डोक्यात आली! त्याखेरीज कस्टम्स ड्यूटी चुकवायचा एक मार्गही मला सुचला... आणि त्या मार्गाने काम होईल याची मला खात्री आहे.'

'होईलही तसं,' प्वारो म्हणाला, 'तुझ्या डोक्यातल्या कल्पनांमधला हाच तर धोका आहे.'

'प्वारो, मला खरंच खूप काळजी वाटते आहे. मला अतिशय कडक नीतिमूल्यं शिकवून मोठं करण्यात आलं आहे, त्यामुळे अशा वाईट, कायदेभंग करायच्या कल्पना माझ्या डोक्यात कशा काय येतात? एक गोष्ट खरी आहे की, सध्या माझ्यापाशी बराच फावला वेळ आहे. लेडी हॉगिनचं काम मी सोडलं आहे आणि एका वृद्ध बाईला वाचून दाखवायला आणि तिची पत्रं लिहून देण्याचं काम करायला मी दररोज जाते. पत्रं थोड्याच वेळात लिहून होतात आणि मी वाचू लागले की, ती बाई लगेच झोपी जाते. मग काय, मी नुसती बसून असते – आणि खाली दिमाग, शैतान का दिमाग – हे आपल्याला माहीतच आहे.'

प्वारो चुकचुकला.

'मी नुकतंच एक पुस्तक वाचलंय – खूप आधुनिक आहे; जर्मन भाषेतून त्याचा अनुवाद करण्यात आला आहे. त्यामध्ये गुन्हेगारी प्रवृत्तीवर खूप चांगला प्रकाश टाकला आहे. आपण आपल्या उत्कट भावनांना योग्य मार्गाने वळवलं पाहिजे! म्हणूनच मी तुमच्याकडे आले आहे.'

'म्हणजे?'

'त्याचं असं आहे, मला वाटतं की, माझ्यात *वाईटपणा* असा फारसा नाहीये – आहे ती काहीतरी सनसनाटी करायची तीव्र इच्छा! दुर्दैवाने माझं आयुष्य नीरस

आहे. पेकिनीज कुत्र्यांचा कार्यक्रम होता, त्याच काळात मी खऱ्या अर्थाने जगले असं म्हणता येईल. हे सगळं वाईटच आहे; पण त्या पुस्तकात म्हटलंय त्याप्रमाणे आपण सत्याकडे पाठ फिरवता कामा नये. मी तुमच्याकडे अशासाठी आले आहे की, माझी ही प्रवृत्ती, ही ऊर्जा कुठेतरी सत्कारणी लावता येईल का, ते पाहायला.'

'अच्छा,' प्वारो म्हणाला, 'तर तू एक सहकारी म्हणून माझ्याकडे पाहते आहेस.'

मिस कार्नबी किंचित ओशाळली. 'मी जरा आगाऊपणा करते आहे, मला ठाऊक आहे; पण तुम्ही इतके दयाळू आहात -'

ती बोलायची थांबली. तिच्या फिकट निळ्या डोळ्यांत अजिजीचा भाव होता. एखादा कुत्रा त्याला फिरायला न्यावं म्हणून मालकाकडे ज्या नजरेने पाहील, तसा भाव - मालक ऐकेल याची शक्यता नसूनसुद्धा.

'कल्पना बरी आहे,' प्वारो सावकाश म्हणाला.

'अर्थात, मी अजिबात हुशार नाहीये,' मिस कार्नबी म्हणाली, 'पण मी अतिशय उत्तम प्रकारे माझ्या भावना आणि विचार लपवू शकते आणि ही कुवत असायलाच हवी, नाहीतर वृद्धांना सोबत करायच्या नोकरीवरून मला लागलीच काढून टाकण्यात आलं असतं. आणखी एक गोष्ट माझ्या लक्षात आली आहे - आपण आहोत त्यापेक्षा जास्त मूर्ख असल्याचं भासवल्याने अनेकदा चांगले परिणाम होतात.'

एर्क्युल प्वारो हसला.

'तू मला मोहित करून टाकलं आहेस!' तो म्हणाला.

'अरे बापरे! प्वारो, तुम्ही किती चांगले आहात म्हणजे मी यातून काहीतरी बरं करू शकेन अशी तुम्हाला *आशा* वाटते आहे का? त्यात असं झालंय की, काही दिवसांपूर्वी मला वारसाहक्काने थोडे पैसे मिळाले आहेत - खूप कमी आहेत; पण मला आणि माझ्या बहिणीला दोन वेळचं जेवण मिळण्याइतपत नक्कीच आहेत, त्यामुळे मी जे पैसे कमावते आहे, त्यावर मी पूर्णपणे अवलंबून नाहीये.'

'तुझ्यातली हुशारी कशी आणि कुठे कामी आणायची याचा विचार केला पाहिजे,' प्वारो म्हणाला, 'तुला स्वतःला काही सुचत नाहीये का?'

'प्वारो, तुम्ही मनकवडे आहात! अलीकडे मला एका मैत्रिणीची खूप काळजी वाटू लागली आहे. त्याबद्दल मी तुम्हाला भेटणारच होते. अर्थात ते सगळे एका म्हाताऱ्या बाईच्या मनाचे खेळ आहेत असं तुम्हाला वाटेल आणि अतिशयोक्ती करण्याकडे माणसाचा कल असतो. जिथे केवळ *योगायोग* असतो, तिथे माणसाला *कट-कारस्थान* दिसू शकतं हेही खरं आहे.'

'मिस कार्नबी, तू अतिशयोक्ती करशील असं मला नाही वाटत. सांग तुझ्या मनात काय आहे ते.'

'माझी एक जवळची मैत्रीण आहे. गेल्या काही वर्षांत आमची फारशी भेट झालेली नाही. तिचं नाव एमेलिन क्लेग. उत्तर इंग्लंडमधल्या एका माणसाशी तिचं लग्न झालं होतं. काही वर्षांपूर्वी तो मेला आणि तिला बऱ्यापैकी पैसे मिळाले. त्याच्या मृत्यूनंतर ती एकाकी आणि दुःखी झाली. मला वाटतं की, ती भोळसट आणि थोडी मूर्खसुद्धा आहे. एखाद्या व्यक्तीला धर्मामुळे बराच आधार मिळू शकतो – म्हणजे रूढ धर्म.'

'तू ग्रीक चर्चबद्दल बोलते आहेस का?' प्वारोने विचारलं.

मिस कार्नबीला धक्का बसला असावा. 'नाही, नाही! इंग्लंडचं चर्च आणि भले मी रोमन कॅथलिक्सना *मानत* नसले तरी निदान ते धर्माचे अधिकृत *राखणकर्ते* तरी आहेत आणि वेसलेयन्स आणि कॉन्ग्रेगेशनलिस्ट्स या नावाजलेल्या तसेच मान्यवर संस्था आहेत. मी जे बोलते आहे ते *विचित्र* संप्रदायांबद्दल. ते असेच कुठेही निर्माण होतात. ते तुमच्या भावनांना हात घातलात पण त्यामागे काही खरी धार्मिक भावना असते का, याविषयी मला शंका आहे.'

'तुझ्या मैत्रिणीवर अशा कोणत्या संप्रदायाचा प्रभाव पडला आहे का?'

'हो, हो. नक्कीच. ते स्वतःला द *फ्लॉक ऑफ द शेपर्ड* म्हणजे मेंढपाळाचा कळप म्हणवून घेतात. त्यांचं मुख्य कार्यालय डेव्हनशायरमध्ये आहे – ती एक समुद्र किनाऱ्यावरची सुंदर जागा आहे. त्यांचे भक्त तिथे जातात त्याला ते 'विश्रांतीस्थळ' म्हणतात. तिथे पंधरा दिवस राहायचं असतं आणि त्यात धार्मिक विधी वगैरे गोष्टी असतात. दरवर्षी तीन उत्सव असतात – कुरणाची सुरुवात, पूर्णत्वाला गेलेलं कुरण आणि कुरणाची कापणी.'

'यातला शेवटचा उत्सव वेडेपणाचा दिसतोय,' प्वारो म्हणाला, 'कारण कुरणात पीक नसल्याने कोणीच कापणी करत नाही.'

'हा सगळा प्रकारच मूर्खपणाचा आहे,' मिस कार्नबी त्वेषाने म्हणाली. संपूर्ण संप्रदाय त्याच्या प्रमुख व्यक्तीभोवती फिरतो. हा माणूस *महान मेंढपाळ* नावाने ओळखला जातो. त्याचं नाव डॉ. अँडरसेन. तो खूप देखणा आहे आणि त्याच्या व्यक्तिमत्त्वात काहीतरी ताकद आहे असं म्हणतात.'

'आणि हीच ताकद स्त्रियांना आकर्षित करते?'

'हं,' मिस कार्नबी सुस्कारा टाकत म्हणाली, 'माझे वडील देखणे होते आणि कधी कधी आमच्या चर्चच्या विभागात *विचित्र* परिस्थिती निर्माण व्हायची. चर्चच्या धर्मगुरूच्या पोशाखावर भरतकाम करणं असो किंवा चर्चची कामं वाटून घेणं असो – बायकांमध्ये जी काही *चढाओढ* चालायची, की बस्स!'

त्या आठवणीने तिने मान हलवली.

'या संप्रदायाचे बरेचसे सभासद म्हणजे बायका आहेत का?'

'निदान तीन-चतुर्थांश तरी. जे काही पुरुष आहेत ते सगळे वेडे आहेत! त्या संप्रदायाचं यश त्यातल्या बायकांवर अवलंबून आहे - आणि त्या पुरवत असलेल्या पैशांवर.'

'अच्छा!' प्वारो म्हणाला, 'आता मुख्य मुद्दा. हा सगळा प्रकार म्हणजे फसवेगिरी आहे असं तुला वाटतं का?'

'हो, मिस्टर प्वारो, मला अगदी तसं वाटतं. चिंता वाटण्यासारखी आणखीही एक गोष्ट आहे. माझी मैत्रीण या संप्रदायात इतकी गुंतली आहे की, तिने नुकत्याच केलेल्या मृत्युपत्रात तिचे सर्व पैसे आणि मालमत्ता त्या संप्रदायाला देऊ केली आहे.'

'असं करण्यासाठी तिला सुचवण्यात आलं होतं का?' प्वारोने विचारलं.

'अं, खरंतर असं नाही म्हणता येणार. ही तिचीच कल्पना होती. त्या महान मेंढपाळाने तिला जीवनाचा नवा मार्ग दाखवला होता - त्यामुळे तिच्या मृत्यूनंतर तिचं सर्वकाही या संप्रदायासाठी तिला द्यायचं आहे. मला खरी काळजी आहे ती...'

'सांग, सांग -'

'त्या भक्तांपैकी बऱ्याच जणी श्रीमंत आहेत आणि गेल्या एका वर्षात त्यातल्या *तिघींचा* मृत्यू झाला आहे.'

'आणि त्या सगळ्या जणींनी त्यांचा पैसा संप्रदायाच्या नावे केलेला होता?'

'हो.'

'त्या बायकांच्या नातेवाइकांनी काही विरोध केला नाही का? मला वाटतं त्यांपैकी कोणी तरी कोर्टात जाणं अपेक्षित आहे.'

'त्याचं असं आहे, या संप्रदायातल्या बऱ्याचशा बायका *एकेकट्याच* आहेत. त्यांना जवळचे नातेवाईक किंवा फार मित्र-मैत्रिणी नाहीयेत.'

प्वारो विचारात पडला. मिस कार्नबी पुढे सांगू लागली, 'अर्थात काहीही सुचवायचा मला अधिकार नाहीये. मी जी काही माहिती मिळवली, त्यावरून या तीन मृत्यूंमध्ये *संशयास्पद* काही नव्हतं. मला वाटतं एकीचा मृत्यू *न्यूमोनियाने* झाला, एकीचा जठराच्या अल्सरमुळे झाला. *संशयाला कोणतीही जागा नव्हती.* शिवाय त्यांचे मृत्यू आपापल्या घरी झाले, ग्रीन हिल्स सँक्चुअरीत नाही. हे सगळं *नैसर्गिक*च असणार आहे; पण तरीही - एमीला काहीही होऊ नये असं मला वाटतं.'

तिने हात जोडून प्वारोला विनवणी केली.

प्वारो काही मिनिटं शांत बसला. तो जेव्हा बोलला तेव्हा त्याचा आवाज गंभीर झाला होता.

तो म्हणाला, ‘ज्या बायका नुकत्याच वारल्या आहेत त्यांची नावं आणि पत्ते तू मला देऊ शकशील का?’

‘हो. नक्कीच देऊ शकेन.’

प्वारो सावकाश म्हणाला, ‘मला वाटतं तू खूप धाडसी आणि निश्चयी बाई आहेस. तुझ्यात उत्तम नाट्यगुण आहेत. एक बऱ्यापैकी धोकादायक काम करायची तुझी तयारी आहे का?’

‘अगदीच आवडेल मला,’ मिस कार्नबी उत्साहाने म्हणाली.

प्वारो तिला सावध करण्याकरता म्हणाला, ‘जर काही धोका असेल, तर तो खूप गंभीर असेल. एक तर हा सगळा प्रकार म्हणजे नुसतीच भोंदूगिरी असेल किंवा मग खूप गंभीर काहीतरी असेल, याची तुला कल्पना आहे ना? सत्य काय ते शोधण्यासाठी तुला स्वतःला त्या संप्रदायाचं सभासद व्हावं लागेल. तुला जो पैसा नुकताच मिळाला आहे, त्याचं अतिशयोक्ती वर्णन तू तिथे करावंस. तू आता आयुष्यात निश्चित असं ध्येय नसलेली एक सधन बाई आहेस. एमेलीनने स्वीकारलेल्या या नव्या धर्माबद्दल तू तिच्याशी वाद घाल – तो कसा भंपकपणा आहे, असं तिला ठासून सांग. मग ती तुझं मतपरिवर्तन करायचा प्रयत्न करेल. मग तिचं ऐकल्यासारखं करून तू ग्रीन हिल्स सँक्चुअरीत जा. मग तिथे तू डॉ. अँडरसेनच्या मोहक व्यक्तिमत्त्वाची आणि त्याच्या प्रभावी शक्तीची बळी बन. मला वाटतं हा भाग मी तुझ्यावर सोपवू शकतो. हो ना?’

मिस कार्नबीने ओशाळून स्मित केलं. ‘मला वाटतं, हे मला नक्कीच जमेल!’ ती पुटपुटली.

*

‘सांग मित्रा, माझ्यासाठी काय आणलं आहेस?’

प्रमुख इन्स्पेक्टर जॅप त्या लहानग्या प्रश्नकर्त्याकडे पाहत होता. तो म्हणाला, ‘प्वारो, मला जे मिळायला हवं होतं, तसं काहीही नाही सापडलं. मला या लांब-केसवाल्या धार्मिक वेड्यांबद्दल प्रचंड तिटकारा आहे. मला ते विषासारखे वाटतात. बायकांच्या मनात काहीबाही भरवायचं म्हणजे काय! पण हा पठ्ठा काळजीपूर्वक वागतोय. आपल्या हाती काही लागू देत नाहीये. हे प्रकरण वेडेपणाचं असलं तरी निरुपद्रवी असावं असं वाटतंय.’

‘या डॉ. अँडरसेनविषयी काही माहिती मिळाली का?’

‘मी त्याचा भूतकाळ तपासला. तो चांगला होतकरू रसायनशास्त्रज्ञ होता; पण एका जर्मन विद्यापीठातून त्याची हकालपट्टी झाली. त्याची आई ज्यू होती म्हणे.

त्याला पौर्वात्य मिथकं आणि धर्मांमध्ये पहिल्यापासून रस होता आणि त्यातच तो फावला वेळ घालवायचा. त्याने या विषयावर अनेक लेख लिहिले आहेत – त्यातले काही तर ठार वेड्याची लक्षणं वाटतात मला.'

'म्हणजे तो अस्सल धर्मवेडा असण्याची शक्यता आहे?'

'हो. खूप शक्यता आहे, असं मला वाटतं!'

'मी तुला ती नावं आणि पत्ते दिले होते त्यांचं काय झालं?'

'काहीही सापडलं नाही. मिस एव्हरिट अल्सरेटिव्ह कोलायटिसमुळे दगावली. डॉक्टरांना त्याविषयी मुळीच शंका नाहीये. मिसेस लॉइड ब्राँको-न्यूमोनियामुळे गेली. या संप्रदायात दाखल होण्यापूर्वी बऱ्याच वर्षांपूर्वीपासून लेडी वेस्टर्नला क्षयरोग होता. मिस ली टायफॉइडने गेली. उत्तर इंग्लंडमध्ये कुठेतरी तिने सॅलड खाल्लं होतं त्यातून तिला बाधा झाली होती. यातल्या तिघी जणी आपापल्या घरीच दगावल्या. मिसेस लॉइड फ्रान्समध्ये एका हॉटेलात दगावली. या बायकांच्या मृत्यूचा त्या संप्रदायाशी किंवा डॉ. अँडरसेनशी संबंध जोडणारा एकही दुवा सापडलेला नाही.'

एर्क्युल प्वारोने निःश्वास सोडला. तो म्हणाला, '*मित्रा* आणि तरी मला वाटतंय की, हा डॉ. अँडरसेन म्हणजे गेर्यनचा राक्षस आहे आणि त्याचा नायनाट करणं हे माझं काम आहे.'

जॅपच्या नजरेत चिंता दिसली. 'हे पाहा प्वारो, अलीकडे तू स्वतः भलतं काहीतरी वाचत नाहीयेस ना?'

प्वारो ताठ मानेने म्हणाला, 'माझं म्हणणं नेहमीप्रमाणे चोख आणि मुद्द्याला धरून आहे.'

'तू स्वतः एक नवा धर्म सुरू करू शकतोस,' जॅप म्हणाला, 'त्याचं ब्रीद असेल – एर्क्युल प्वारोइतका चलाख कोणीही नाही! *म्हणा माझ्या पाठोपाठ!*'

'इथली शांतता मला खूप सुंदर वाटते,' मिस कार्नबी आनंदाने म्हणाली.

'बघ, मी तुला म्हणालेच होते ना, एमी,' एमेलीन क्लेग म्हणाली.

दोघी मैत्रिणी एका टेकडीच्या उतारावर बसल्या होत्या. समोर अथांग निळा समुद्र पसरला होता. गवत हिरवंगार होतं; माती आणि डोंगराचे कडे लाल रंगाने जणू पेटले होते. ग्रीन हिल्स सँक्चुअरी नावाने ओळखली जाणारी ही जागा सुमारे सहा एकरांवर पसरलेली होती. मुख्य भूमीशी जमिनीच्या एका अरुंद पट्ट्याने ती जोडली गेली होती म्हणजे ही जागा एक स्वतंत्र बेट असल्यासारखीच होती.

मिसेस क्लेग भावनावेगाने म्हणाली, 'ही तांबडी माती – प्रकाशाची आणि उज्ज्वल भविष्याची चाहूल देणारी माती – इथेच तुमचं नशीब तिपटीने उजळतं.'

मिस कार्नबीने दीर्घ श्वास घेतला. 'काल रात्रीच्या प्रवचनात गुरूंनी किती सुंदर शब्दांत हे सारं मांडलं!' ती म्हणाली.

'थांब,' तिची मैत्रीण म्हणाली, 'आज रात्रीचा उत्सव पाहा. कुरणाची संपूर्ण वाढ!'

'मी त्याचीच आतुरतेने वाट पाहते आहे,' मिस कार्नबी म्हणाली.

'तो एक सुंदर आध्यात्मिक अनुभव असल्याचं तुझ्या लक्षात येईल,' तिची मैत्रीण म्हणाली.

मिस कार्नबीला ग्रीन हिल्समध्ये येऊन एक आठवडा झाला होता. आल्यापासून तिच्या मनात येत होतं, 'हा काय मूर्खपणा आहे? खरंच एमी, तुझ्यासारखी शहाणी बाई हे – हे सगळं – वगैरे वगैरे'.

डॉ. अँडरसेनशी पहिल्यांदा भेट झाली, तेव्हा तिने तिची स्थिती स्पष्टपणे मांडली होती.

'मी इथे कोणत्याही प्रकारच्या भ्रामक कल्पना घेऊन आलेली नाहीये, डॉ. अँडरसेन. माझे वडील चर्च ऑफ इंग्लंडमध्ये धर्मगुरू होते आणि माझी श्रद्धा कधीही ढळलेली नाही. मला अधर्मी पंथ मान्य नाहीत.'

सोनेरी केसांचा तो धिप्पाड माणूस तिच्याकडे पाहून हसला होता. त्या स्मितहास्यात समजूतदारपणा आणि गोडवा होता. समोर बसलेल्या त्या स्थूल आणि काहीशा आगाऊ बाईकडे तो माफ केल्याच्या नजरेने पाहत होता.

'प्रिय मिस कार्नबी,' तो म्हणाला, 'तू मिसेस क्लेगची मैत्रीण आहेस, त्यामुळे इथे तुझं स्वागतच आहे आणि माझ्यावर विश्वास ठेव, आम्ही जे सांगतो ते अधर्मी मुळीच नाही. इथे सर्व धर्मांचं स्वागत आहे आणि सर्वांना समान आदराने वागवलं जातं.'

'मग असं असता कामा नये,' दिवंगत रेव्हरंड थॉमस कार्नबीची मुलगी ठसक्यात म्हणाली.

खुर्चीत मागे रेलून गुरू त्यांच्या खोल आवाजात पुटपुटले, 'आकाशातल्या माझ्या बापाच्या वाड्यात अनेक महाल आहेत... हे ध्यानात असू दे, मिस कार्नबी.'

गुरूच्या सत्संगातून बाहेर पडल्यावर मिस कार्नबी तिच्या मैत्रिणीला म्हणाली, 'तो खरंच खूप देखणा आहे.'

'हो,' एमेलीन क्लेग म्हणाली, 'आणि अध्यात्मिकदृष्ट्या तर किती सुरेख!'

मिस कार्नबी हो म्हणाली. खरंच होतं – तिलाही ते वलय जाणवलं होतं – आध्यात्मिक, सचेतन असं वलय...

तिने स्वतःला सावरलं. इथे ती गुरूच्या मोहाला – आध्यात्मिक असो वा त्याच्या रूपाच्या – बळी पडायला आलेली नव्हती. तिच्या डोळ्यांसमोर एर्क्युल

प्वारोची मूर्ती आली. तो खूप खूप दूर आणि अतिशय ऐहिक जगात असल्यासारखा वाटत होता...

'एमी,' ती स्वतःला उद्देशून म्हणाली, 'मन भरकटू देऊ नकोस. तू इथे कशाकरता आली आहेस हे लक्षात ठेव...'

पण जसजसे दिवस जाऊ लागले, तसं ग्रीन हिल्सच्या मोहकतेला ती बळी पडू लागली असल्याचं तिला जाणवू लागलं. तिथली शांतता, साधेपणा, साधं पण रुचकर जेवण, सुंदर प्रवचनं, त्यातला प्रेमाचा आणि भक्तीचा संदेश, गुरूची लोभस वाणी आणि मानवाच्या सर्वोच्च गुणांना ते घालत असलेली साद – इथे जगातली सगळी घाण, संघर्ष नजरेआड होतं. इथे होतं फक्त प्रेम आणि शांतता...

...आणि आज रात्री उन्हाळ्यातला सण होता, पूर्णत्वाला गेलेल्या कुरणाचा उत्सव आणि त्यामध्ये ती – एमी कार्नबी अधिकृतरीत्या त्या संप्रदायात प्रवेश होणार होती – ती त्या कळपाची सभासद होणार होती.

तो समारंभ झगमगत्या, पांढऱ्या काँक्रीटच्या इमारतीत पार पडला. या इमारतीला पवित्र घडी असं म्हटलं जायचं. भक्तगण इथे सूर्यास्ताच्या थोडंसं आधी जमले. त्यांनी मेंढीच्या कातडीचे डगले घातलेले होते आणि पायांमध्ये सँडल्स. त्यांचे बाहू उघडे होते. मध्यात डॉ. अँडरसेन एका उंच मंचावर उभा होता. या ठिकाणी तर तो अधिकच आकर्षक वाटत होता – लांब सोनेरी केस, निळे डोळे, दाढी आणि देखणा चेहरा. त्याने हिरव्या रंगाचा अंगरखा परिधान केला होता आणि हातात मेंढपाळांकडे असतो तसा; पण सोनेरी दंड.

त्याने दंड उंचावला आणि जमावात स्मशानशांतता पसरली.

'माझ्या मेंढ्या कुठे आहेत?'

जमावातून उत्तर येतं.

'आम्ही इथे आहोत, आमच्या मेंढपाळा!'

'तुमचं अंतरंग आनंदाने आणि कृतज्ञतेने उचंबळून येऊ दे, हा आनंदोत्सव आहे.'

'हा आनंदोत्सव आहे आणि आम्ही आनंदी आहोत.'

'आता तुमच्यासाठी ना दुःख असेल, ना वेदना. असेल तो निखळ आनंद!'

'सगळा काही आनंद...'

'मेंढपाळापाशी किती डोकी आहेत?'

'तीन. एक सोन्याचं, एक चांदीचं आणि एक पितळी.'

'मेंढपाळापाशी किती शरीरं आहेत?'

'तीन. एक हाडामांसाचं जड शरीर, एक भ्रष्टाचाराचं शरीर आणि एक प्रकाशाचं शरीर.'

'तुम्ही कळपात कायमचे राहण्यासाठी काय करावं लागेल?'

'रक्ताचा धार्मिक विधी.'

'त्याकरता तुम्ही तयार आहात?'

'हो, आम्ही तयार आहोत.'

'आता तुमचे डोळे बंद करा आणि उजवा हात पुढे करा.'

जमावातल्या सगळ्यांनी हातात दिलेल्या हिरव्या रुमालांची पट्टी आज्ञाधारकपणे आपापल्या डोळ्यांवर बांधली. इतरांप्रमाणे मिस कार्नबीनेसुद्धा तिचा हात पुढे केला.

तो महान मेंढपाळ जमावाच्या रांगांमधून फिरला. जमलेल्यांच्या तोंडातून अत्यानंदाचे किंवा वेदनेचे हुंकार येत होते.

मिस कार्नबी स्वतःला त्वेषाने म्हणाली, 'अत्यंत निंदनीय प्रकार आहे हा सगळा! हा असला धार्मिक वेडेपणा असताच कामा नये. मी स्थिरचित्ताने इतर लोकांच्या प्रतिक्रियांचं निरीक्षण करेन. मी स्वतः मुळीच वाहवत जाणार नाही – मी...'

गुरू तिच्याजवळ पोहोचला. तिचा हात धरला गेलेला तिला जाणवला आणि मग सुई टोचावी अशी वेदना तिला क्षणभर जाणवली. गुरूचा संथ आवाज आला, *'आनंद घेऊन येणारा रक्ताचा धार्मिक विधी...'*

गुरू पुढे गेला.

लवकरच एक आज्ञा दिली गेली.

'डोळ्यांवरचा पडदा काढा आणि आत्मिक आनंद अनुभवा!'

सूर्य मावळायच्या बेतात होता. मिस कार्नबीने आजूबाजूला बघितलं. सर्वांच्या बरोबर ती सावकाश बाहेर पडली. तिला एकदम हलकं वाटू लागलं, एक वेगळाच आनंद जाणवला. ती मऊ हिरवळीवर अलगद बसली. आपण एक दुर्लक्षित, एकाकी, मध्यवयीन बाई आहोत असं आपल्याला का वाटत होतं? जीवन किती सुंदर होतं! ती स्वतः सुंदर होती! तिच्याकडे विचार करण्याची शक्ती होती – स्वप्नं पाहण्याची शक्ती होती. असाध्य असं काहीच नव्हतं!

तिच्या सर्वांगातून अत्यानंदाची लाट गेली. तिने भोवतालच्या इतर भाविकांकडे पाहिलं – तिला ते सगळेच एका उच्च पातळीवर पोहोचले असल्यासारखं वाटलं.

'जणू चालणारी झाडं...' मिस कार्नबी स्वतःशीच आदरयुक्त स्वरात म्हणाली.

तिने हात उचलला. ती एक विचारपूर्वक केलेली हालचाल होती – ती संपूर्ण पृथ्वीला आज्ञा देऊ शकत होती. सीझर, नेपोलियन, हिटलर – बिचारे, खुजे लोक! तिला, एमी कार्नबीला, काय करता येतं याची त्यांना अजिबात कल्पना नव्हती! उद्या ती जगात शांतता प्रस्थापित करण्याची व्यवस्था करेल. आंतरराष्ट्रीय

बंधुभावाची. इथून पुढे ना युद्धं होतील, ना गरिबी असेल, ना रोगराई. ती, एमी कार्नबी, एका नव्या विश्वाची निर्मिती करेल.

पण घाई करायचं कारण नाही. अमर्याद वेळ होता... मिनिटामागे मिनिटं, तासांमागे तास! मिस कार्नबीचे हात-पाय जड झाले; पण मन मात्र आनंदी आणि हलकं झालं होतं. ते मर्जीनुसार साऱ्या विश्वात संचार करू शकत होतं. ती झोपली - पण त्यात तिला स्वप्न पडलं... विशाल अवकाश... प्रचंड इमारती... नवं, अद्भुत जग...

हळूहळू जग आक्रसत गेलं. मिस कार्नबीला जांभई आली. तिने जड झालेले हात-पाय हलवले. कालपासून काय झालं होतं? काल रात्री तिला स्वप्न पडलं होतं...

आकाशात चंद्र होता. त्या चांदण्यात तिला घड्याळाचे काटे जेमतेम दिसत होते. पावणेदहा वाजलेले पाहून ती थक्क झाली. तिला आठवत होतं, त्याप्रमाणे सूर्य तर आठ वाजून दहा मिनिटांनी मावळला होता म्हणजे फक्त एक तास पस्तीस मिनिटांपूर्वी? अशक्य आणि तरीही...

'*खूपच* विचित्र,' मिस कार्नबी स्वतःला म्हणाली.

एर्क्युल प्वारो म्हणाला, 'तू माझ्या सूचना तंतोतंत पाळल्या पाहिजेस, समजलं?'

'हो, मिस्टर प्वारो. तुम्ही माझ्यावर अवलंबून राहायला हरकत नाही.'

'संप्रदायाला मदत करायची इच्छा तू बोलून दाखवली आहेस?'

'हो, मिस्टर प्वारो. मी स्वतः गुरूशी बोलले - माफ करा, डॉ. अँडरसेनशी. तो सर्व प्रकार कसा उद्‌बोधक वाटला हे मी त्याला अतिशय भावनाविवश होऊन सांगितलं - आधी मी कशी त्याची टिंगल करायचे; पण आता कशी माझी श्रद्धा जडली आहे. मी - मला हे सगळं आपसूक सांगावंसं वाटलं. तुम्हाला माहीत आहेच की, डॉ. अँडरसेनचं व्यक्तिमत्त्व किती मोहक आहे ते.'

'हं, मला कल्पना आहे,' एर्क्युल प्वारो उपहासाने म्हणाला.

'त्याची बोलायची पद्धत अशी आहे की, तुम्हाला त्याचं म्हणणं पटतंच. त्याला पैशाची खरोखर पर्वा नाहीये असं आपल्याला मनापासून वाटतं. तुम्हाला जे जमेल ते द्या, तो त्याचं मोहक स्मित करत म्हणाला. तुम्ही काहीच देऊ शकला नाही तरी हरकत नाही. तुम्ही या कळपातलेच राहणार आहात. काय हे, डॉ. अँडरसेन, असं मी म्हणाले. माझी परिस्थिती इतकी काही वाईट *नाहीये*. एका दूरच्या नातलगाच्या मृत्यूनंतर नुकतेच मला बऱ्यापैकी पैसे मिळाले आहेत आणि जरी कायदेशीर बाबींची पूर्तता झाल्याशिवाय मी त्या पैशांना हात लावू शकत नसले तरी एक गोष्ट मला ताबडतोब करायची आहे आणि मग मी स्वतःचं मृत्युपत्र करते

आहे आणि मला जवळचे नातलग नसल्यामुळे, माझं सर्व धन मी संप्रदायाच्या नावे करणार आहे असं मी सांगितलं.'

'आणि त्यांनी ते मोठ्या मनाने स्वीकारलं?'

'ते त्याबाबत खूप अलिप्त होते. मी अजून खूप काळ जगणार आहे आणि माझं आयुष्य सुखाने आणि आध्यात्मिक पूर्तीने भरलेलं असणार आहे असं ते म्हणाले. त्यांचं बोलणं खरोखर *हेलावून* टाकणारं असतं.'

'हं, दिसतंय तरी तसंच.'

प्वारो गंभीर होऊन म्हणाला, 'तू तुझ्या तब्येतीचा उल्लेख केलास का?'

'हो, मिस्टर प्वारो. माझी फुप्फुसं कमकुवत आहेत असं मी त्यांना सांगितलं. त्याचा दोनदा त्रास झाला होता; पण काही वर्षांपूर्वी उपचार घेतल्यावर मी बरी झाले आहे असं वाटतं असं मी म्हणाले.'

'उत्तम!'

'पण माझी फुप्फुसं ठणठणीत असताना मला क्षयरोग होऊन गेला असं का सांगायचं हे मला कळलं नाही.'

'त्याची गरज आहे, याबद्दल खात्री बाळग. तू तुझ्या मैत्रिणीचा उल्लेख केलास का?'

'हो. मी त्यांना सांगितलं की, माझ्या प्रिय एमेलीनला नवऱ्याकडून इस्टेट मिळाली आहे आणि लवकरच त्याहून जास्त रक्कम तिला तिच्या मावशीच्या मृत्युपत्राद्वारे मिळणार आहे.'

'*वा!* याने तरी मिसेस क्लेग अजून काही दिवस सुरक्षित राहील!'

'मिस्टर प्वारो. काहीतरी काळंबेरं आहे, असं तुम्हाला खरंच वाटतंय का?'

'तेच तर मी शोधून काढायचा प्रयत्न करतो आहे. तिथे तुला कोणी मिस्टर कोल भेटला का?'

'मागच्या वेळी मी गेले होते, तेव्हा होता एक जण. खूपच विचित्र माणूस आहे. तो हिरव्याकंच रंगाच्या शॉर्ट्स घालतो आणि फक्त कोबी खातो. तो मोठा भक्त आहे.'

'*वा, वा.* चांगली प्रगती होते आहे – तू आतापर्यंत केलेल्या कामाबद्दल तुझं अभिनंदन! आता वसंत ऋतूतल्या उत्सवासाठीची तयारी झाली म्हणायची.'

'मिस कार्नबी – एक मिनिट.'

मिस्टर कोलने मिस कार्नबीचा दंड धरला. त्याच्या डोळ्यात एक चमक आणि वेडाची झाक दिसत होती.

'मला दृष्टान्त झाला आहे – अत्यंत असामान्य असा. तुम्हाला त्याबद्दल सांगितलंच पाहिजे.'

मिस कार्नबीने उसासा टाकला. तिला मिस्टर कोल आणि त्याच्या दृष्टान्तांची भीती वाटत होती. हा माणूस ठार वेडा आहे असं तिला अनेकदा वाटून गेलं होतं.

...आणि कधी कधी हे दृष्टान्त म्हणजे लाज आणणारे असत. अंतर्मनाविषयीच्या त्या आधुनिक जर्मन पुस्तकातल्या काही प्रक्षोभक उताऱ्यांची तिला आठवण व्हायची. डेव्हनला जाण्याअगोदर तिने ते पुस्तक वाचलं होतं.

मिस्टर कोलचे डोळे पाणावले. त्याचे ओठ भावनातिरेकाने थरथरू लागले. तो भडाभडा बोलायला लागला.

'मी ध्यान करत आलो आहे. आयुष्य किती परिपूर्ण आहे त्यावर मनन केलं आहे. एकीमध्ये जो अत्यानंद सामावलेला आहे त्याचा विचार केला आहे – आणि मग – मग माझे डोळे उघडले आणि मला *दिसलं* –'

मिस कार्नबीने पुढील बडबडीसाठी मन घट्ट केलं. त्याने मागच्या वेळी जे पाहिलं होतं, ते नसावं अशी मनोमन प्रार्थना केली. त्या वेळी त्याला प्राचीन सुमेरियात एक देव आणि देवीच्या दरम्यान झालेला विवाह सोहळा दिसला होता.

'मी पाहिलं...' समोर वाकून मिस्टर कोल सांगू लागला. त्याचा श्वास जलद होऊ लागला; त्याचे डोळे आता *खरंच* एका वेड्याचे वाटू लागले – 'इलाया हा प्रेषित स्वर्गातून त्याच्या रथात बसून पृथ्वीवर अवतरला.'

मिस कार्नबीने सुटकेचा निःश्वास सोडला. इलाया असायला तिची हरकत नव्हती.

तो पुढे सांगू लागला, 'खाली बालच्या अनेक वेदी होत्या – अक्षरशः शेकडो. एक वाणी मला उद्देशून म्हणाली की, पाहा, लिही. तुला जे दिसतंय त्यावर शिक्कामोर्तब कर –'

तो बोलायचा थांबला आणि सौजन्याचा भाग म्हणून मिस कार्नबी म्हणाली – 'हं. पुढे काय झालं?'

'त्या वेदींवर अनेक बळी बांधलेले होते, असाहाय्य. तलवारीची वाट पाहत. कुमारिका – हजारो कुमारिका – तरुण, सुंदर, नग्न –'

मिस्टर कोलने ओठांवरून जीभ फिरवली. मिस कार्नबी संकोचली.

'मग कावळे आले, ओडिनचे कावळे. उत्तरेकडून उडत उडत आले. इलायाच्या कावळ्यांशी त्यांची भेट झाली. मग सगळे कावळे आकाशात घिरट्या घालू लागले – मग खाली झेपावून त्यांनी त्या बळींचे डोळे उपटले – सर्वत्र

आक्रोश झाला. तो आवाज उद्गारला, हे पाहा बलिदान – याच दिवशी येहोवा आणि ओडिन यांनी रक्ताने ब्रदरहुडवर सह्या केल्या! मग ते धर्मगुरू बळींवर तुटून पडले, तलवारी उंचावल्या गेल्या आणि बळींचे तुकडे तुकडे करून टाकण्यात आले –'

मिस कार्नबीने कशीबशी स्वतःची सुटका करून घेतली. कोलच्या तोंडातून एव्हाना फेस येऊ लागला होता. त्याच्यात एक क्रूर उत्साह संचारला होता.

'एक मिनिट हं,' ती म्हणाली.

तिने घाईघाईने लिप्सकॉम्बला गाठलं. हा माणूस लॉजवर राहायचा आणि तिथूनच ग्रीन हिल्समध्ये प्रवेश दिला जायचा. सुदैवाने तो त्या वेळी तिथून जात होता.

'तुम्हाला माझा ब्रूच सापडला का हो? इथेच कुठेतरी तो पडला असावा असं मला वाटतं.'

ग्रीन हिल्सच्या गोड गोड प्रभावापासून लिप्सकॉम्ब अलिप्त होता. मी काही ब्रूच वगैरे बघितला नाही असं तो रागाने म्हणाला. हरवलेल्या गोष्टी शोधणं काही त्याचं काम नव्हतं. त्याने मिस कार्नबीला टाळायचा प्रयत्न केला; पण ती ब्रूचबद्दल बडबडत त्याच्याबरोबर चालू लागली. तिला मिस्टर कोलपासून सुरक्षित अंतरावर जायचं होतं.

इतक्यात गुरू स्वतः तिथे आला आणि त्याचं प्रेमळ स्मित पाहून मिस कार्नबीने मनातलं सांगायचं ठरवलं.

'तुम्हाला वाटतं का की मिस्टर कोल हे – हे वेडे...?'

गुरूने तिच्या खांद्यावर हात ठेवला.

'तू भीतीचा त्याग केला पाहिजेस,' गुरू उद्गारले, 'शुद्ध, निर्दोष प्रेम भीतीचा नायनाट करतं...'

'पण मला खरंच वाटतं मिस्टर कोलला वेड लागलं आहे. त्याला काय काय दिसत असतं –'

'अजून तरी त्याची दृष्टी निर्दोष झालेली नाही,' गुरू म्हणाला, 'तो स्वतःच्याच वैषयिक चश्म्यातून सगळं बघतोय; पण एक दिवस असा उजाडेल जेव्हा तो आध्यात्मिकतेला सामोरा जाईल.'

मिस कार्नबी ओशाळली. अशा प्रकारे हे मांडलं गेल्यामुळे तिच्या तक्रारीतली हवाच निघून गेली, तरी तिने आणखी एक मुद्दा मांडला.

'लिप्सकॉम्बने एवढा उद्धटपणा करायची गरज आहे का?' तिने विचारलं.

पुन्हा गुरूने स्वर्गीय स्मित केलं.

'लिप्सकॉम्ब. तो एखाद्या इमानी कुत्र्यासारखा आहे. तो ओबडधोबड आहे – पण इमानदार – अत्यंत इमानदार.'

गुरू पुढे गेला. तो मिस्टर कोलला क्षणभर भेटल्याचं मिस कार्नबीला दिसलं. त्यांनी त्याच्या खांद्यावर हात ठेवला. गुरूच्या प्रभावाने त्याच्यात सुधारणा होईल अशी तिने आशा बाळगली.

तसंही वसंतोत्सवाला अजून एकच आठवडा बाकी होता.

उत्सवाच्या आदल्या दुपारी मिस कार्नबी न्यूटन वूडबेरी या छोट्याशा खेडेगावातल्या एका उपाहारगृहात प्वारोला भेटली. ती नेहमीपेक्षा जास्त उत्तेजित वाटत होती. हातातल्या पावाच्या तुकड्याशी चाळा करत ती चहाचे घोट घेत होती.

प्वारोने विचारलेल्या अनेक प्रश्नांना तिने तुटक उत्तरं दिली.

मग त्याने विचारलं, 'उत्सवाला किती लोक असतील?'

साधारणपणे एकशेवीस. एमेलीन अर्थातच असेल आणि मिस्टर कोल – हल्ली तो जरा जास्तच विचित्र वागू लागला आहे. त्याला काय काय दिसत असतं. त्याने काहींची वर्णनं मला करून दाखवली – तो वेडा नसावा अशी माझी फार *इच्छा* आहे. जवळपास वीस नवे सभासदही असतील.'

'ठीक आहे. काय करायचं आहे हे तुला माहीत आहे ना?'

क्षणभर थांबून मिस कार्नबी काहीशा वेगळ्याच आवाजात म्हणाली, 'मिस्टर प्वारो, तुम्ही मला काय सांगितलं आहे, ते मला ठाऊक आहे...'

'उत्तम!'

मग एमी कार्नबी अतिशय स्पष्ट आवाजात म्हणाली, *'पण मी तसं करणार नाहीये.'*

एर्क्युल प्वारो तिच्याकडे पाहत राहिला. मिस कार्नबी उठून उभी राहिली. तिच्या तोंडून भराभर शब्द येऊ लागले.

'तुम्ही मला तिथे डॉ. अँडरसेनविरुद्ध हेरगिरी करायला पाठवलंत. ते काहीतरी वाईट करतात असा तुम्हाला संशय होता; पण ते अतिशय अद्भुत आहेत – एक थोर गुरू. माझा त्यांच्यावर पूर्ण विश्वास आहे! आणि मी यापुढे तुमची हेर म्हणून काम करणार नाही! मी आता त्या कळपातली एक मेंढी झाली आहे. साऱ्या जगासाठी गुरूंचा नवा संदेश आहे आणि इथून पुढे मी शरीराने आणि मनाने सर्वस्वी त्यांची आहे आणि हां, माझ्या चहाचे पैसे मीच देईन.'

...आणि झालेले पैसे टेबलावर ठेवून मिस कार्नबी तिथून तरातरा निघून गेली.

'अरे देवा!' प्वारो उद्गारला.

वेट्रेसने बिल आणलं तेव्हा त्याचं लक्षच नव्हतं. तिने दोनदा सांगितल्यावर तो भानावर आला. त्याच्या शेजारच्या टेबलापाशी बसलेल्या माणसाने त्याच्याकडे कुतूहलाने बघितलं. अखेर संकोचून त्याने पैसे दिले आणि तिथून चालता झाला.

त्याचं डोकं विचारांनी भरून गेलं होतं.

*

पुन्हा एकदा मेंढ्या एकत्र जमल्या होत्या. रूढीनुसार प्रश्नोत्तरं झाली होती.

'विधी करायला तुम्ही तयार आहात का?'

'हो. आम्ही तयार आहोत.'

'तुमच्या डोळ्यांना पट्ट्या बांधा आणि उजवा हात पुढे करा.'

हिरव्या पोशाखातला महान मेंढपाळ रांगांमधून चालू लागला. मिस कार्नबीच्या शेजारी उभ्या असलेल्या कोबी खाणाऱ्या मिस्टर कोलने आवंढा गिळला.

महान मेंढपाळ मिस कार्नबीसमोर उभा राहिला. त्याने त्याच्या हाताने तिच्या दंडाला स्पर्श केला...

'नाही, तुम्ही असं काहीही करू नका, अजिबात नाही...'

असंभव वाटणारे, तिथे कधीही न उच्चारले गेलेले शब्द. रागाचा एक चीत्कार. थोडी झटापट. डोळ्यांवरून हिरव्या पट्ट्या काढल्या गेल्या – विश्वास बसणार नाही असं एक दृश्य – मिस्टर कोल आणि दुसऱ्या एका भक्ताच्या तावडीतून तो महान मेंढपाळ सुटण्याची धडपड करतो आहे.

आता मिस्टर कोल एकदम अधिकारवाणीने, भराभर बोलू लागला, 'तुमच्या अटकेसाठी माझ्याकडे वॉरंट आहे. तुम्ही काहीही म्हणालात, तर तुमच्या खटल्याच्या वेळी ते तुमच्या विरोधात वापरलं जाऊ शकतं असा मी इशारा देत आहे.'

आता दारात निळ्या गणवेशातील आणखी काही लोक दिसू लागले.

'पोलीस!' कोणीतरी ओरडलं, 'ते गुरूंना घेऊन चालले आहेत!'

सगळ्यांना धक्का बसला होता... डोळ्यांवर विश्वास बसत नव्हता. त्यांच्या दृष्टीने महान मेंढपाळ हुतात्मा होता; सर्वच महान गुरूंच्या वाट्याला यातना येतात. बाह्य जगाच्या अज्ञानामुळे...

दरम्यान, डिटेक्टिव्ह इन्स्पेक्टर कोलने महान मेंढपाळाच्या हातून खाली पडलेली सिरिंज आणि सुई अलगद उचलून एका पिशवीत ठेवली.

'माझी धाडसी सहकारी!' प्वारोने मिस कार्नबीचं मनापासून अभिनंदन केलं आणि चीफ इन्स्पेक्टर जॅपशी तिची ओळख करून दिली.

'फारच चांगलं काम केलंत, मिस कार्नबी,' इन्स्पेक्टर म्हणाला, 'तुमच्याशिवाय हे आम्हाला जमलंच नसतं.'

'अरे देवा!' मिस कार्नबी खूश होऊन म्हणाली, 'तुम्ही हे म्हणताय ते ऐकून मला किती बरं वाटलं! हे सगळं करताना मला खूप मजा आली. ती भूमिका वठवणं, तो उत्साह! कधी कधी मी जरा जास्तच मनापासून काम केलं असं वाटतं. मीही त्या मूर्ख बायकांपैकी एक झाले आहे असं मला वाटायचं.'

'तेच तुझ्या यशाचं कारण आहे,' जॅप म्हणाला, 'तू एकदम अस्सल आहेस. नाहीतर तो कधीच अडकला नसता. तो बदमाश फार चलाख आहे.'

मिस कार्नबी प्वारोकडे वळली.

'त्या चहाच्या ठिकाणी जरा विचित्र स्थिती निर्माण झाली होती. काय करावं मला सुचत नव्हतं म्हणून ऐन वेळी जे जमलं ते मी केलं.'

'तू अप्रतिम काम केलंस,' प्वारो दाद देत म्हणाला, 'क्षणभर मला वाटलं की, एक तर तू, नाहीतर मी कामातून गेलोय. तुला खरंच तसं वाटत होतं की काय, असा विचार माझ्या मनात येऊन गेला.'

'मला इतका धक्का बसला ना!' मिस कार्नबी सांगू लागली. माझ्या मागच्याच टेबलावर तो लिप्सकॉम्ब येऊन बसला होता. आता हा योगायोग होता का त्याला मुद्दाम माझ्या मागावर पाठवलं गेलं होतं, मला माहीत नाही; पण म्हटलं तसं, ऐन वेळी जे सुचलं ते मी केलं.'

प्वारो हसला.

'मला समजलं होतं. आपलं बोलणं ज्याला ऐकू जाईल अशी ती एकच व्यक्ती तिथे होती आणि तिथून बाहेर पडल्यावर त्याचा पाठलाग करायच्या सूचना मी दिल्या. तो थेट सँक्चुअरीत गेला हे पाहून तुझ्यावर मी विश्वास ठेवू शकतो याची मला खात्री पटली – पण तुला जास्तीचा धोका संभवतो हेही मला कळलं.'

'म्हणजे – म्हणजे खरंच मला धोका होता? त्या सिरिंजमध्ये काय होतं?'

'तू सांगतोस का मी सांगू?' जॅपने विचारलं.

गंभीर होत प्वारो म्हणाला, 'या डॉ. अँडरसेनने शोषण करण्याची आणि खुनाची एक निर्दोष योजना आखली होती – शास्त्रोक्त खून. त्याचं बरंचसं आयुष्य सूक्ष्मजीवशास्त्रात संशोधन करण्यात गेलं. शेफील्डमध्ये एका वेगळ्या नावाने तो एक प्रयोगशाळा चालवतो. तिथे तो विविध जिवाणूंची कल्चर्स करतो. उत्सवांमध्ये तो त्याच्या भक्तांना अल्प प्रमाणात भांगेची इंजेक्शन्स द्यायचा, ज्यामुळे भक्तांना अत्यानंदाची अनुभूती येत असे आणि त्यामुळेच ते भक्त त्याचे अधिक अंकित व्हायचे. तो त्यांना जी आध्यात्मिक आनंदाची स्वप्नं दाखवायचा, ती हीच.'

'खरोखर उल्लेखनीय!' मिस कार्नबी म्हणाली.

एर्क्युल प्वारोने मान डोलावली. 'त्याचं प्रमुख हत्यार हेच होतं – सहज वर्चस्व गाजवू शकणारं व्यक्तिमत्त्व, सामूहिक उन्माद निर्माण करता येण्याची ताकद आणि या अमली पदार्थांचा वापर; पण त्याचा हेतू दुहेरी होता.

'एकाकी स्त्रिया भक्तीने आणि कृतज्ञतेने भारावून गेल्या की, आपापलं धन मृत्युपत्राद्वारे त्याच्या नावे करत. या स्त्रिया एकेक करत मरू लागल्या; पण आपापल्या घरी आणि नैसर्गिक वाटावीत अशा कारणांनी. फार खोलात न शिरता मी हे समजावून सांगायचा प्रयत्न करतो. काही जिवाणूंची शक्तिशाली कल्चर्स करता येतात. उदाहरणार्थ, अल्सरेटिव्ह कोलायटिसला कारणीभूत असलेला कोलाय कम्युनिस. त्याचप्रमाणे टायफॉइडचे आणि न्यूमोनियाचे जीवाणू तुमच्या शरीरात टोचता येतात. ओल्ड ट्यूबरक्यूलिन नावाचा एक प्रकार असतो, जो निरोगी माणसात घातला तर त्याला अपाय होत नाही; पण एखाद्याच्या शरीरात क्षयरोग सुप्तावस्थेत असेल, तर तो पुन्हा जागृत होतो. त्या माणसाची चलाखी लक्षात आली का? अशा प्रकारे ज्या ज्या स्त्रियांचे मृत्यू झाले त्यांमध्ये संबंधित डॉक्टर्सना संशय यावा असं काहीही आढळत नव्हतं. शिवाय हे मृत्यू देशाच्या विविध भागांमध्ये होत होते. माझ्या मते त्याने असाही एक पदार्थ तयार केला होता जो विवक्षित जीवाणूचे दुष्परिणाम वाढवू शकतो; पण तो दुष्परिणाम कालांतराने जाणवतो.'

'सैतानच म्हटलं पाहिजे याला!' चीफ इन्स्पेक्टर जॅप म्हणाला.

प्वारो पुढे सांगू लागला, 'माझ्या सुचनेनुसार तू क्षयरोगाची रुग्ण आहेस असं तू त्याला सांगितलंस. कोलने त्याला अटक केली, तेव्हा त्या सिरिंजमध्ये ओल्ड ट्यूबरक्यूलिन होतं. तू निरोगी असल्यामुळे तसंही तुला काही झालं नसतं म्हणून तुझ्या क्षयरोगावर भर द्यायला मी सांगितलं, तरीही मला भीती होती की ऐनवेळी तो एखादा नवा जीवाणू तुझ्यात टोचेल; पण तुझ्या धैर्याबद्दल मला खात्री होती.'

'ओह! ते ठीक आहे,' मिस कार्नबी खुशीत म्हणाली, 'मला धोके पत्करायला आवडतं. मला मोकाट बैलांची आणि तत्सम गोष्टींची भीती वाटते. बाकी कशाची नाही; पण त्या भयानक माणसाला शिक्षा होण्याइतपत पुरावा आहे का?'

जॅप हसला. 'भरपूर पुरावे आहेत. त्याची प्रयोगशाळा आणि त्यातले सर्व नमुने आपल्या ताब्यात आहेत.'

प्वारो म्हणाला, 'त्याने असे अनेक खून केले असण्याची शक्यता आहे. त्याची त्या जर्मन विद्यापीठातून हकालपट्टी झाली ती त्याची आई ज्यू होती म्हणून नव्हे, तर त्याच्या या गुणांमुळे, असं मला वाटतं. ज्यू आईची कथा ही त्याच्या आगमनाचं समर्थन करायला आणि सहानुभूती मिळवायला सोयीची होती. मला तर तो शुद्ध आर्य वंशाचा वाटतो.'

मिस कार्नबीने उसासा टाकला.

'काय झालं?' प्वारोने विचारलं.

'मला तिथल्या पहिल्या उत्सवाच्या वेळी एक सुंदर स्वप्न पडलं होतं, त्याची आठवण झाली. भांगेचा परिणाम असावा! मी जगाची किती सुंदर व्यवस्था लावली होती. युद्धं नाहीत, गरिबी नाही, रोगराई नाही, गलिच्छपणा नाही...'

'खूप सुंदर स्वप्न असणार,' जॅप असूयेनं म्हणाला.

मिस कार्नबी एकदम उठून उभी राहिली. 'मला घरी गेलं पाहिजे. एमिली काळजी करत असेल आणि ऑगस्टस बिचारा माझी कधीची वाट पाहतोय.'

एर्क्युल प्वारो स्मित करत म्हणाला, 'त्याला कदाचित भीती वाटत असेल की, त्याच्याप्रमाणे तूसुद्धा एर्क्युल प्वारोसाठी तुझा जीव देणार म्हणून!'

लाल सिग्नल

'नाही; पण किती थरारक!' आपले सुरेख पण काहीसे रिक्त डोळे विस्फारत, सुंदर मिसेस एवरस्ले म्हणाली. 'बायकांना एक वेगळी जाणिवेची क्षमता असते असं नेहमी म्हटलं जातं; तुम्हाला हे खरं वाटतं का, सर ॲलिंग्टन?'

तो प्रसिद्ध मानसोपचारतज्ज्ञ काहीशा कुत्सितपणे हसला. त्याच्या या सह-पाहुणीसारख्या सुंदर पण मठ्ठ लोकांविषयी त्याला प्रचंड तिटकारा वाटे. मानसिक रोगांच्या क्षेत्रात ॲलिंग्टन वेस्ट म्हणजे अंतिम हुकमत असलेला माणूस. त्याला स्वतःच्या कर्तृत्वाची आणि महत्त्वाची संपूर्ण जाणीव होती. हा सर ॲलिंग्टन वेस्ट एक धट्टाकट्टा आणि किंचित तोऱ्यात वागणारा माणूस होता.

'याबद्दल मूर्खासारखी भरपूर चर्चा होताना दिसते हे मला माहीत आहे, मिसेस एवरस्ले. मुळात ही वेगळी जाणीव वगैरे म्हणजे काय, अं?'

'तुम्ही वैज्ञानिक मंडळी ना, कधी कधी खूप कठोर असता आणि कधी कधी एखाद्याला गोष्टी कळतात हे किती विशेष आहे - म्हणजे आपोआप कळतात, जाणवतात - म्हणजे, किती विलक्षण नाहीये का? क्लेअरला कळेल मी काय म्हणते आहे ते, हो की नाही क्लेअर?' मिसेस एवरस्लेने ओठांचा चंबू करून आपल्या यजमानीण बाईकडे पाहिलं.

क्लेअर ट्रेन्टने लगेच उत्तर दिलं नाही. त्या रात्री तिच्या घरी जेवायला तसे फार लोक नव्हते. ती आणि तिचा नवरा, व्हायोलेट एवरस्ले, सर ॲलिंग्टन वेस्ट आणि त्याचा पुतण्या डरमट वेस्ट, जो जॅक ट्रेन्टचा जुना मित्र होता. स्वतः जॅक ट्रेन्ट अंगाने स्थूल होता आणि त्याचा चेहरा हसरा होता. त्याने तो विषय उचलला.

'व्हायोलेट, तुझी जिवलग मैत्रीण रेल्वे अपघातात गेली आणि लागलीच तुला आठवतं की, गेल्या मंगळवारी तुझ्या स्वप्नात एक काळं मांजर आलं होतं - उत्तम! काहीतरी वाईट घडणार हे तुला आधीपासून माहीत होतं!'

'नाही, जॅक, तू दोन भिन्न गोष्टींची गल्लत करतो आहेस. एखाद्या घटनेची पूर्वसूचना मिळणं वेगळं आणि अंतर्ज्ञान वेगळं. सर ॲलिंग्टन, अशा पूर्वसूचना मिळतात हे तुम्हाला मान्य करावं लागेल.'

'काही अंशी खरं आहे,' डॉक्टरने सावधपणे होकार दिला. 'पण यात योगायोगाचाच भाग जास्त असतो. शिवाय असं काही घडलं की, मागाहून त्याला तिखट-मीठ लावलं जातं - तेही लक्षात घेतलं पाहिजे.'

'पूर्वसूचना असं काहीही नसतं, असं मला वाटतं,' क्लेअर ट्रेन्ट मध्येच म्हणाली. 'किंवा ही वेगळी जाणीव किंवा तत्सम काहीही. आयुष्यात आपण अंधारातून, अज्ञात स्थळी वेगाने निघालेल्या आगगाडीसारखे जात असतो.'

'मिसेस ट्रेन्ट, ही काही फार योग्य उपमा नाहीये,' डरमट वेस्ट म्हणाला. तो प्रथमच या चर्चेत भाग घेत होता. त्याच्या करड्या डोळ्यांत एक कुतूहल जागृत झालेलं दिसत होतं. त्याच्या रापलेल्या चेहऱ्यावर तर ते डोळे अधिकच उठून दिसत होते. 'तुम्ही सिग्नल्स विसरता आहात.'

'सिग्नल्स?'

'हो. धोका असेल तर लाल, सर्व ठीक असेल तर हिरवा!'

'लाल - धोक्याचा - किती थरारक!' व्हायोलेट एवरस्ले उद्गारली.

डरमट या प्रतिक्रियेने किंचित वैतागला. 'वर्णन करण्याची ही केवळ एक पद्धत आहे. पुढे धोका आहे! लाल सिग्नल! सावधान!'

ट्रेन्टने त्याच्याकडे कटाक्ष टाकला. 'डरमट, मित्रा, तू तर असा बोलतो आहेस, जसं की, तू स्वतः असं काहीतरी अनुभवलं आहेस.'

'हो, तसं आहे - म्हणजे होऊन गेलं आहे, असं मला म्हणायचं आहे.'

'मग सांग की आम्हाला!'

'मी एक उदाहरण देऊ शकतो. शस्त्रसंधीनंतर मेसोपोटेमियात एके दिवशी संध्याकाळी मी माझ्या तंबूत परतलो, तेव्हा मला धोक्याची तीव्र जाणीव झाली. धोका! सावधान! कशापासून धोका याची मला अजिबात कल्पना नव्हती. मी छावणीतून फेरफटका मारला, उगाच अस्वस्थ झालो आणि आमच्या अरब शत्रूंच्या हल्ल्यापासून बचाव करण्यासाठी सर्व उपाय योजले. मग तंबूत परतलो. जसा मी आत शिरलो, तशी ती भावना आधीपेक्षा जास्त तीव्रतेनं जाणवली. शेवटी मी माझं ब्लँकेट उचलून बाहेर नेलं आणि तंबूच्या बाहेर जाऊन झोपलो.'

'पुढे?'

'दुसऱ्या दिवशी सकाळी उठून तंबूत गेलो तर काय! मी जिथे झोपायचो, त्या बंकमध्ये चांगला दोन फूट लांब सुरा खुपसलेला होता. मला झाला प्रकार काय ते लागलीच समजलं – एका अरब नोकराचं काम होतं ते. त्याच्या मुलाला हेरगिरी केल्याबद्दल मारण्यात आलं होतं. ॲलिंग्टन काका, आता याला लाल सिग्नल नाहीतर काय म्हणायचं?'

डॉक्टर किंचित हसला.

'खूप रंजक गोष्ट आहे, डरमट.'

'पण तू निःशंकपणे मान्य नाही करणार?'

'तसं नाही. तुला धोक्याची जाणीव झाली याबद्दल मला शंका नाहीये; पण पूर्वसूचनेच्या मुळाशी काय आहे, याबद्दल मतभेद आहेत. तुझ्या मते ही जाणीव बाह्य स्रोतातून तुझ्या मनात आली; पण हल्ली विज्ञान असं सांगतं की, जवळपास सर्व गोष्टी मनातच जन्म घेतात – आपल्या अंतर्मनात.'

'वा वा! अंतर्मन!' जॅक ट्रेन्ट उद्‌गारला. 'हल्ली काहीही झालं की गाडी अंतर्मनावर येते.'

या व्यत्ययाकडे दुर्लक्ष करून सर ॲलिंग्टन पुढे बोलू लागला, 'या अरबाकडे पाहून किंवा त्याच्या किंचितशा हावभावावरून तुला ती धोक्याची जाणीव झाली असेल. तुझ्या जागृत मनाला ते लक्षात आलं नसेल किंवा त्याचा लगेच विसर पडला असेल; पण अंतर्मनाचं तसं नसतं. तुझ्यावर हल्ला होऊ शकतो, हे त्याला कळलं आणि त्याला वाटलेला धोका त्याने तुझ्या जागृत मनाच्या लक्षात आणून दिला.'

'हे पटण्यासारखं आहे,' डरमट हसून म्हणाला.

'पण यात थरारक काही नाही,' मिसेस एवरस्ले तक्रारीच्या सुरात म्हणाली.

'हेही शक्य आहे की, त्या माणसाच्या मनात तुझ्याविषयी जो तिटकारा होता, तो तुझ्या अंतर्मनाच्या लक्षात आला. ज्याला पूर्वी दुसऱ्याच्या मनातलं कळणं असं म्हणायचे तो प्रकार नक्कीच अस्तित्वात आहे; पण तो कशावर अवलंबून असतो हे नीटसं कळलेलं नाही.'

'आणखी काही उदाहरणं आहेत का?' क्लेअरने डरमटला विचारलं.

'हो तर! पण फार रंजक काही नाही. किंबहुना, त्या सर्व घटना म्हणजे योगायोगसुद्धा असायची बरीच शक्यता आहे. एकदा एका खेड्यातल्या घरी पाहुणा म्हणून जायचं मला आलेलं आमंत्रण मी नाकारलं होतं, ते केवळ मला लाल सिग्नल दिसला म्हणून आणि त्याच आठवड्यात ते घर जळून खाक झालं. ॲलिंग्टन काका, इथे अंतर्मन कुठून आलं असेल?'

'नाहीच आहे,' ॲलिंग्टन हसून म्हणाला.

'पण तुझ्याकडे याची कारणमीमांसा आहे. चल, जवळच्या नातेवाइकांमध्ये बोलताना उगाच संकोच नको.'

'बरं बाबा. तू ते आमंत्रण नाकारलंस कारण तुला जायची फार इच्छा नव्हती आणि आगीची घटना कळल्यावर तुझ्या अंतर्मनाने *धोक्याची सूचना* ही कल्पना तुझ्या जागृत मनात घातली आणि त्यावर तुझा विश्वास बसला.'

'छे!' डरमट हसून म्हणाला, 'तुझ्याशी काही बोलण्यातच अर्थ नाही! छापा काय किंवा काटा काय, तूच जिंकणार!'

'जाऊ दे, मिस्टर वेस्ट,' व्हायोलेट एवरस्ले म्हणाली, 'तुमच्या लाल सिग्नलवर माझा विश्वास आहे. मेसोपोटेमियात तुम्हाला जो इशारा मिळाला, ती अशा प्रकारची शेवटची वेळ होती का?'

'हो – जोवर...'

'क – काय?'

'काही नाही.'

डरमट गप्प झाला. *'हो, आज रात्रीपर्यंत'* हे शब्द त्याच्या तोंडून बाहेर पडण्याच्या आत त्याने स्वतःला सावरलं. मनातले विचार धूसर असतानाच ते शब्द आपोआप त्याच्या ओठांवर आले होते; पण त्यांची सत्यता त्याला लगेच जाणवली होती. त्याच्या समोरच्या अंधारात लाल सिग्नल एखाद्या राक्षसासारखा उभा होता. धोका! अगदी जवळ!

पण का? इथे काय धोका असू शकत होता? इथे, मित्रांच्या सान्निध्यात? पण– त्याला तो जाणवत होता. त्याने क्लेअर ट्रेन्टकडे बघितलं – तिचा गोरेपणा, तिचा सडसडीत बांधा, सोनेरी केशसंभार असलेलं तिचं झुकलेलं शरीर; पण धोक्याची जाणीव काही काळापासून तशीच होती. ती एकदम वाढायची शक्यता नव्हती. जॅक ट्रेन्ट त्याचा सगळ्यात जवळचा मित्र होता. फ्लॅन्डर्समध्ये त्यानेच त्याचा जीव वाचवला होता आणि त्याकरता कुलगुरुपदासाठी त्याचं नाव सुचवलं गेलं होतं. जॅक म्हणजे निर्विवादपणे एक उत्तम माणूस होता. आपण त्याच्याच बायकोच्या प्रेमात पडलो हे दुर्दैव म्हणायचं; पण एक ना एक दिवस आपण त्यातून बाहेर पडू शकू. असं किती दिवस चालू शकणार? दीर्घकाळ उपवास करावा असं आहे हे. तिला त्याच्या भावना कळण्याचा प्रश्नच नव्हता – आणि जर कुणकुण लागली असतीच, तर तिलाही तसं वाटायची शक्यता नव्हती. ती म्हणजे एक पुतळा होती, सोनं आणि हस्तिदंताचा सुंदर पुतळा... एखाद्या राजाचं खेळणं, खरी स्त्री नव्हे...

क्लेअर... मनातल्या मनात जरी तिचं नाव उच्चारलं तरी त्याच्या हृदयात कळ येई... नाही, यातून बाहेर पडलंच पाहिजे. यापूर्वीही त्याला काही बायका

आवडल्या होत्या... 'पण असं कधी झालं नव्हतं!' असा आवाज त्याच्या मनात उमटला. तर हे असं होतं. हे एकतर्फी प्रेमाचं दुःख नक्कीच होतं; पण धोका नाही. लाल सिग्नल नाही.

त्याने सभोवताली नजर फिरवली आणि जमलेल्या माणसांचा हा गट तसा विचित्र असल्याचं त्याला प्रथमच जाणवलं. उदाहरणार्थ, त्याचा काका अशा प्रकारे बाहेर आणि अनौपचारिकरीत्या कधीच जेवला नव्हता. त्यातून ट्रेन्ट दाम्पत्य काही फार जवळचे मित्र नव्हते. या दिवसापर्यंत डरमटला ते धड माहीतही नव्हते.

हां, एक कारण होतं. जेवणानंतर एक कुप्रसिद्ध 'माध्यम' आत्म्यांशी संवाद साधायच्या बैठकीसाठी येणार होतं. सर ॲलिंग्टनला आध्यात्मिक गोष्टींमध्ये किंचित रस होता. ही सबब तशी पुरेशी होती.

हा शब्द त्याच्या मनात घुसला. 'सबब.' या बैठकीचा कार्यक्रम म्हणजे डॉक्टरला दिलेलं आमंत्रण नैसर्गिक वाटावं म्हणून होता का? तसं असेल, तर डॉक्टर तिथे असण्यामागे खरं कारण काय होतं? डरमटच्या मनात अनेक बारकावे झळकले. त्या त्या वेळी त्याने किरकोळ म्हणून ते लक्षात घेतले नव्हते किंवा काकाच्या भाषेत, त्याच्या जागृत मनाच्या लक्षात आले नव्हते.

त्या प्रसिद्ध डॉक्टरने क्लेअरकडे दोन-चार वेळा विचित्र कटाक्ष टाकला होता, जणू तो तिचं निरीक्षण करत असावा. तीही त्यामुळे *अस्वस्थ* झाल्यासारखी वाटत होती. तिचे हात मधूनच कापत होते. ती *घाबरली* होती का? आणि असल्यास, का?

एकदम धक्का बसल्यागत तो भानावर आला. मिसेस एवरस्लेने डॉक्टरला बोलतं केलं होतं.

'अगं,' तो म्हणत होता. 'वेडेपणा म्हणजे काय? मी खात्रीने सांगतो की, या विषयाचा जितका खोल अभ्यास करू, तितका तो अवघड होत जातो. आपण सगळेच काही प्रमाणात तरी स्वतःला फसवत असतो; पण आपण त्याचा अतिरेक केला – उदाहरणार्थ, स्वतःला रशियाचा झार समजू लागलो, तर आपल्याला डांबून ठेवलं जातं; पण तिथवरचा रस्ता खूप लांबलचक आहे. या बाजूला शहाणपण आहे आणि याच्या पलीकडे वेडेपणाची हद्द सुरू होते अशी पाटी या रस्त्यावर नेमकी कुठे लावायची? तसं करता येत नाही आणि मी हेही सांगेन की, भास होत असलेली व्यक्ती जर त्याविषयी बोललीच नाही, तर ती व्यक्ती इतरांहून वेगळी आहे, हे आपल्याला कळणारसुद्धा नाही. वेड्या लोकांमध्ये आढळणारी असामान्य शहाणीव हा एक अत्यंत रंजक विषय आहे.'

सर ॲलिंग्टनने उंची वाईनचा घोट घेऊन मनापासून दाद दिली. त्याने जमलेल्या लोकांवर प्रेमाने नजर फिरवली.

'ते लोक अतिशय धूर्त असतात असं मी ऐकलं आहे,' मिसेस एवरस्ले म्हणाली. 'म्हणजे मी वेड्यांबद्दल बोलते आहे.'

'नक्कीच! स्वतःला होत असलेला भास मनातल्या मनात दाबून ठेवण्याचे परिणाम बऱ्याचदा गंभीर असतात. कुठल्याही भावना दाबून ठेवणं धोकादायक असतं हे मनोविश्लेषणाने आपल्याला शिकवलं आहे. एखादा निरुपद्रवी वेडपटपणा असलेला माणूस तो व्यक्त करू शकतो आणि तो सहसा मर्यादेतच वागतो; पण असा पुरुष – किंवा बाई – जे वरकरणी नीट वाटतात तेच समाजासाठी धोकादायक ठरू शकतात.'

त्याची नजर पुन्हा क्लेअरवर गेली. त्याने पुन्हा एकदा वाईनचा घोट घेतला.

डरमटचं सर्वांग एका अनामिक भीतीने शहारलं. त्याला हे म्हणायचं होतं? तो *त्याकडे* जात होता? अशक्य; पण –

'आणि हे सगळं केवळ भावना दाबून ठेवल्यामुळे,' मिसेस एवरस्लेने उसासा टाकला. 'मला कळतंय की प्रत्येकाने आपापलं व्यक्तिमत्त्व प्रकट केलं पाहिजे. तसं न करण्याचे धोके भयानक आहेत.'

'प्रिय मिसेस एवरस्ले,' डॉक्टर म्हणाला, 'तुझा गैरसमज झालेला दिसतोय. जी गडबड होते ती 'जड' मेंदूत होते – कधी कधी त्यामागे बाह्य कारण असतं, जसं की एखादा जोरदार ठोसा. कधी कधी दुर्दैवाने गडबड किंवा 'दोष' जन्मजात असतो.'

'आनुवंशिकता किती वाईट असते!' ती म्हणाली, 'क्षयरोग, वगैरे...'

'क्षयरोग आनुवंशिक नसतो,' सर ॲलिंग्टन शांतपणे म्हणाला.

'नाही का? मला वाटायचं, असतो; पण वेडेपणा मात्र असतो! आणखी काय?'

'संधिवात,' सर ॲलिंगटन हसून म्हणाला, 'आणि रंगांधळेपणा – हे तर खूप रंजक आहे. तो स्त्रियांमध्ये सुप्तावस्थेत असतो आणि पुरुषांमध्ये थेटपणे प्रकट होतो, त्यामुळे तुम्हाला रंगांधळे पुरुष खूप दिसतात; पण तशी स्त्री जन्माला यायला तिच्या आईत तो सुप्तावस्थेत आणि वडिलांमध्ये प्रत्यक्षात असायला हवा. हा योगायोग तसा दुर्मीळ असतो. याला सेक्स-लिमिटेड हेरेडिटी म्हणतात.'

'किती रंजक! पण वेडेपणाचं तसं नसतं ना?'

'स्त्री असो वा पुरुष, वेडेपणा समप्रमाणात आढळतो,' डॉक्टर गंभीर होत म्हणाला.

अचानक क्लेअर उठली; तिने खुर्ची इतक्या त्वेषात ढकलली की ती पडली. ती पांढरी पडली होती आणि तिच्या हातांचा कंप बराच वाढला होता.

'तुम्हाला – तुम्हाला अजून फार वेळ लागणार नाहीये ना?' तिने अजिजीने विचारलं. 'मिसेस थॉमसन काही मिनिटांतच इथे पोहोचेल.'

'बस, पोर्टचा आणखी एक ग्लास आणि मग मी तुझ्याबरोबर यायला तयार आहे,' सर ॲलिंग्टनने जाहीर केलं. 'या मिसेस थॉमसनचा खेळ पाहायलाच तर मी आलो आहे ना! हाहाहा! त्यासाठी मला आमंत्रणाची गरज नाही,' असं म्हणून त्याने सर्वांना अभिवादन केलं.

क्लेअर किंचित हसली आणि खोलीतून बाहेर पडली. तिचा हात मिसेस एवरस्लेच्या खांद्यावर होता.

'माफ करा, मी माझ्याच विषयाबद्दल बोलत होतो,' खुर्चीत बसत डॉक्टर म्हणाला.

'ठीक आहे, काही बिघडलं नाही,' ट्रेन्ट उडत उडत म्हणाला.

तो चिंतेत असल्यासारखा वाटत होता. मित्राच्या संगतीत डरमटला प्रथमच परक्यासारखं वाटत होतं. या दोघांमध्ये असं गुपित होतं जे दोन जुने मित्रसुद्धा एकमेकांना सांगणार नाहीत आणि तरीही, हे सगळंच अतिशय अविश्वसनीय होतं आणि तो कशाच्या आधारे अंदाज बांधत होता? एक दोन कटाक्ष आणि त्या बाईच्या अस्वस्थतेच्या आधारे?

आणखी थोडा वेळ ते वाइन पीत राहिले आणि ड्रॉइंग रूममध्ये मिसेस थॉमसन शिरत असतानाच तिथे पोहोचले.

मिसेस थॉमसन एक गुटगुटीत मध्यमवयीन बाई होती; तिने भडक अशा जांभळट-गुलाबी रंगाचा गाउन घातला होता. तिचा आवाज काहीसा भसाडा होता.

'मला उशीर तर नाही ना झाला मिसेस ट्रेन्ट?' तिने विचारलं, 'तुम्ही नऊ वाजताचीच वेळ दिली होती ना?'

'नाही, नाही, मिसेस थॉमसन. तुम्ही अगदी वेळेत आला आहात,' क्लेअर तिच्या गोड आवाजात म्हणाली, 'तर हा आमचा छोटासा गट.'

बाकी कोणाची ओळख करून दिली गेली नाही; म्हणजे तशी पद्धत नसावी. मिसेस थॉमसनने सर्वांवरून तिचे धूर्त, भेदक नजर फिरवली.

'आपल्याला चांगला परिणाम बघायला मिळेल ही आशा,' ती म्हणाली, 'मी कुठे गेले आणि इच्छित ध्येय साध्य झालं नाही, तर मला किती त्रास होतो हे सांगताच येणार नाही. मी रागाने वेडी होते; पण मला वाटतं शिरोमाको (म्हणजे माझा जपानी कंट्रोल) आज रात्री इथे पोहोचू शकेल. मी स्वतः एकदम तंदुरुस्त आहे आणि भाजलेलं चीज आवडत असूनसुद्धा मी वेल्श रॅबिट खाल्लेला नाहीये.'

डरमट ऐकत होता. त्याला अर्धवट हसूही येत होतं आणि थोडा तिटकारासुद्धा वाटत होता. किती नीरस प्रकार होता हा! आणि तरी तो विनाकारण, मूर्खासारखं

मत बनवत नव्हता का? सगळ्याच गोष्टी नैसर्गिक होत्या – ज्या शक्ती त्यांच्यापाशी आहेत असं माध्यमं म्हणत, त्या शक्ती नैसर्गिक होत्या; भले नीटशा समजलेल्या नसल्या तरी. एखाद्या महान सर्जनला नाजूक ऑपरेशनच्या आदल्या दिवशी अपचन होऊ नये असं वाटणं स्वाभाविक आहे. मग मिसेस थॉमसनला तशाच प्रकारची चिंता वाटायला काय हरकत आहे?

खुर्च्या एका वर्तुळात मांडल्या गेल्या. उजेड कमी-जास्त करता येईल अशा प्रकारे दिव्यांची सोय केली गेली. बैठक कोणत्या परिस्थितीत होतीय याची खात्री करून घ्यायला किंवा कोणत्याही प्रकारे तपासणी करायला सर ऑलिंग्टनला वाव नव्हता हे डरमटच्या लक्षात आलं. नाही, मिसेस थॉमसनला बोलावणं हा केवळ देखावा होता. सर ऑलिंग्टन वेगळ्याच कारणासाठी तिथे होता. डरमटला आठवलं की, क्लेअरच्या आईचा मृत्यू परदेशी झाला होता. त्याबद्दल काहीतरी रहस्य होतं... आनुवंशिक... त्याने एका झटक्यात आपलं लक्ष पुन्हा ठिकाणावर आणलं.

प्रत्येक जण आपापल्या जागी स्थानापन्न झाला. दूरच्या एका टेबलावर असलेला लाल दिवा सोडला, तर बाकी सगळे दिवे बंद करण्यात आले.

काही क्षण संपूर्ण शांतता होती. ऐकू येत होता तो फक्त त्या माध्यमाचा संथ श्वासोच्छ्वास. हळूहळू तो आवाज जास्त घोगरा होत गेला. मग अचानक खोलीच्या एका बाजूने जोराचा आवाज आला; मग तसाच आवाज विरुद्ध बाजूने. मग एका पाठोपाठ एक आवाज झाले. ते जसे कमी होत गेले, तसा त्या खोलीत जोरदार, तारसप्तकात कोणीतरी कुत्सितपणे हसत असल्याचा आवाज दुमदुमला. मग नीरव शांतता पसरली आणि एक अगदी वेगळा आणि थोडा मधुर हेल असलेला आवाज ऐकू आला : 'मी इथे आहे सद्‌गृहस्थहो. होय, मी इथे आहे. तुम्हाला काही विचारायचं आहे का मला?'

'तू कोण आहेस? शिरोमाको?'

'हो. मी शिरोमाको. मला मरून खूप वर्षं झाली. मी काम करतो. मी खूप आनंदात आहे.'

मग शिरोमाकोच्या आयुष्याचे आणखी तपशील सांगितले गेले. या सगळ्या नीरस गोष्टी डरमटने अनेकदा ऐकलेल्या होत्या. सगळेच खूप खूप आनंदात होते! कुठल्या कुठल्या नातेवाइकांकडूनचे संदेश दिले गेले – ते इतके ढोबळ होते की, कुठल्याही ठिकाणी आणि कोणालाही लागू होऊ शकले असते. अशी बडबड बराच वेळ सुरू होती.

'आणखी कोणाशी संपर्क साधायचा आहे?' शिरोमाकोने विचारलं, 'इथल्या एकासाठी खूप महत्त्वाचा संदेश आहे.'

काही क्षण शांततेत गेल्यावर एक नवा आवाज सैतानी हास्य करून म्हणाला : 'हाहाहा! घरी गेला नाहीस तर बरं. घरी नको जाऊस. ऐक माझं.'

'तू कोणाशी बोलतो आहेस?' ट्रेन्टने विचारलं.

'तुमच्या तिघांपैकी एकाशी. मी जर त्याच्या जागी असतो तर घरी गेलो नसतो. धोका! रक्त! फार नाही; पण पुरेसं. नको. *नको जाऊस घरी.*' तो आवाज क्षीण होत गेला. 'घरी जाऊ नकोस!' मग पूर्णपणे विरून गेला. डरमट अस्वस्थ झाला. हा इशारा आपल्यासाठीच होता याची त्याला खात्री वाटली. आज रात्री धोका होता!

माध्यमाच्या तोंडून एक उसासा आणि मग कण्हण्याचा आवाज आला. तिच्यावरचा प्रभाव कमी होत होता. दिवे लावले गेले आणि लवकरच ती ताठ उठून बसली. तिने डोळ्यांची किंचित उघडझाप केली.

'ठीक झालं का सगळं?' तिने विचारलं.

'खूपच चांगलं. थँक यू मिसेस थॉमसन.'

'शिरोमाकोच होता ना?'

'हो आणि इतरही काही जण.'

मिसेस थॉमसनने जांभई दिली. 'मी अगदी थकून गेले आहे. पूर्णपणे. या प्रकारात तुमची सर्व शक्ती निघून जाते; पण कार्यक्रम यशस्वी झाला हे महत्त्वाचं. तसा होणार नाही, अशी मला थोडी भीती होती. काहीतरी नकोसं घडेल असं वाटत होतं. आज रात्री या खोलीतलं वातावरण मला विचित्र वाटतंय.'

तिने दोन्ही बाजूला मागे वळून पाहिलं आणि मग अस्वस्थपणे खांदे उडवले. 'मला हे आवडलेलं नाहीये. अलीकडे तुमच्यापैकी कोणाकडे कोणाचा मृत्यू झाला होता का?' तिने विचारलं.

'आमच्यापैकी कोणाकडे – म्हणजे?'

'मित्रमंडळी – नातेवाईक? नाही? जर नाट्यमय भाषेत सांगायचं तर आज रात्री हवेत मृत्यू आहे असं मला वाटतंय; पण जाऊ दे. हा आपला माझा वेडपटपणा. गुडबाय मिसेस ट्रेन्ट. तुला समाधान मिळालं यातच मला आनंद आहे,' असं म्हणून मिसेस थॉमसन बाहेर पडली.

'सर ॲलिंग्टन, तुम्हाला हा विषय पुरेसा रंजक वाटला ना?' क्लेअरने विचारलं.

'खूपच. मला बोलावल्याबद्दल मी अत्यंत आभारी आहे. तुम्ही सगळे आता नृत्याला जाणार आहात ना? त्यामुळे गुड नाइट.'

'तुम्ही नाही का येणार आमच्याबरोबर?'

'नाही, नाही. मी रात्री साडेअकरा वाजायच्या आत झोपतो. गुड नाइट. गुड नाइट मिसेस एवरस्ले. हां! डरमट, मला जरा तुझ्याशी बोलायचं आहे. तू माझ्याबरोबर येऊ शकतोस का? नंतर तू इतरांना ग्राफ्टन गॅलरीजमध्ये जाऊन भेटू शकशील.'

'नक्कीच. ट्रेन्ट, मी तुला तिथे भेटतो.'

हार्ले स्ट्रीटपर्यंतच्या प्रवासात काका पुतण्यादरम्यान फार संवाद झाला नाही. डरमटला घेऊन जात असल्याबद्दल सर ॲलिंग्टनने सगळ्यांची किरकोळ माफी मागितली आणि आपण त्याला फार वेळ ठेवून घेणार नाही असं सांगितलं.

'पोरा, तुला गाडी हवी आहे का?' घरापाशी उतरताना त्याने विचारलं.

'नाही काका, असू दे. मी टॅक्सी करेन.'

'ठीक आहे. चार्ल्स्टनला गरजेपेक्षा जास्त वेळ मी जागवू इच्छित नाही. गुड नाइट चार्ल्स्टन. अरे! माझी किल्ली कुठे गेली?'

सर ॲलिंग्टन खिशात किल्ली शोधत उभा राहिला. गाडी निघून गेली.

'दुसऱ्या कोटाच्या खिशात राहिली असेल,' तो म्हणाला, 'बेल वाजवतोस का? जॉन्सन अजून जागा दिसतोय.'

जॉन्सनने एका मिनिटाच्या आत दरवाजा उघडला.

'जॉन्सन, माझ्या किल्ल्या सापडत नाहीयेत. जरा लायब्ररीत दोन व्हिस्की आणि सोडा घेऊन येशील का?'

'हो, सर.'

डॉक्टराने लायब्ररीत जाऊन दिवे लावले. आत आल्यावर डरमटला दरवाजा लावून घ्यायला सांगितला.

'डरमट, मी तुझा फार वेळ घेणार नाही; पण मला तुला काहीतरी सांगायचं आहे. माझ्या मनाचे खेळ आहेत का तुला मिसेस जॅक ट्रेन्टविषयी काही प्रेम वगैरे वाटतंय?'

डरमटचा चेहरा लालबुंद झाला.

'जॅक ट्रेन्ट माझा सर्वांत जवळचा मित्र आहे.'

'माफ कर; पण हे काही माझ्या प्रश्नाचं उत्तर नव्हे. घटस्फोट आणि तत्सम गोष्टींबद्दलची माझी मतं तुला कर्मठ वाटतात हे मला ठाऊक आहे; पण तू माझा एकमेव जवळचा नातेवाईक आणि वारस आहेस, याची मी तुला आठवण करून देऊ इच्छितो.'

'घटस्फोटाचा प्रश्नच नाहीये,' डरमट रागाने म्हणाला.

'नक्कीच नाहीये आणि त्याचं कारण तुझ्यापेक्षा मला जास्त चांगलं माहीत आहे. ते कारण मी आत्ता सांगू शकत नाही; पण तुला इशारा मात्र देतोय. क्लेअर ट्रेन्ट तुझ्यासाठी नाही.'

डरमटने काकाच्या नजरेला नजर दिली. 'मला कळतंय – आणि तुझ्यापेक्षा जास्त चांगलं, असं मी म्हणेन. आज रात्री तिथे तू असायचं कारण मला माहीत आहे.'

'हो?' डॉक्टरला हे अजिबात अपेक्षित नव्हतं. 'तुला कसं समजलं?'

'अंदाज म्हण. तू तिथे डॉक्टर म्हणून आला होतास हा माझा अंदाज बरोबर आहे का नाही?'

सर ॲलिंग्टन उठून येरझारा घालू लागला. 'बरोबर आहे डरमट. ही गोष्ट अर्थातच मी स्वतः तुला सांगू शकलो नसतो; पण मला वाटतं लवकरच सगळ्यांना ते कळेल.'

डरमट मनोमन खचला. 'म्हणजे – म्हणजे तुझा निर्णय पक्का आहे?'

'हो, वेडेपणा त्या कुटुंबातच आहे – आईच्या बाजूने. खूप दुःखद केस आहे.'

'सर, माझा विश्वासच बसत नाहीये.'

'बरोबर आहे. वर वर पाहता कोणालाही कुठलीच लक्षणं दिसणार नाहीत.'

'आणि तज्ज्ञाच्या दृष्टीला?'

'अगदी उघड आहे. अशा केसमध्ये रुग्णाला लवकरात लवकर हॉस्पिटलमध्ये ठेवलं पाहिजे. त्याला मोकळं सोडता कामा नये.'

'अरे देवा!' डरमट उद्गारला, 'पण तू एखाद्याला विनाकारण डांबून ठेवू शकत नाहीस.'

'अरे डरमट, जेव्हा मोकाट रुग्णामुळे आजूबाजूच्यांना धोका संभवतो, तेव्हाच त्या व्यक्तीला देखरेखीखाली ठेवलं जातं.'

'धोका?'

'खूप मोठा धोका. बहुधा खून करण्याचा विचित्र वेडेपणा. तिच्या आईच्या बाबतीत तेच होतं.'

दोन्ही हात चेहऱ्यावर ठेवून डरमटने तोंड फिरवलं. 'क्लेअर... सोनेरी केसांची क्लेअर!'

'एकूण परिस्थिती लक्षात घेता, तुला सावध करणं मला माझं कर्तव्य वाटलं,' डॉक्टर सफाईने म्हणाला.

'क्लेअर,' डरमट पुटपुटला, 'माझी बिचारी क्लेअर.'

'हो, आपल्याला सर्वांना तिची दया यायला हवी.'

डरमटने एकदम मान वर केली. 'माझा विश्वास नाही बसत.'

'काय?'

'मी म्हटलं, माझा यावर विश्वास बसत नाहीये. डॉक्टर्सच्या हातून चुका होतात हे सगळ्यांना ठाऊक आहे आणि ते नेहमीच आपल्या स्वतःच्या तज्ज्ञ विषयाबद्दल आग्रही असतात.'

'डरमट!' सर ॲलिंग्टन चिडून उद्गारला.

'मी सांगितलं ना, माझा विश्वास बसत नाहीये म्हणून आणि तसंही, तू म्हणतोयेस ते खरं असलं तरी मला फरक नाही पडत. माझं तिच्यावर प्रेम आहे आणि जर ती माझ्याबरोबर यायला तयार असेल, तर मी तिला दूर – मध्ये मध्ये नाक खुपसणाऱ्या डॉक्टरांपासून दूर – घेऊन जाईन. मी तिचं रक्षण करेन, तिची काळजी घेईन आणि तिला माझ्या प्रेमाच्या छत्राखाली ठेवेन.'

'तू असं काहीही करणार नाहीयेस. वेडा आहेस का?'

डरमट कुत्सितपणे हसला, 'तुम्ही असंच म्हणणार.'

'डरमट, माझं म्हणणं समजून घे.' सर ॲलिंग्टनचा चेहरा लालबुंद झाला. 'तू जर – तू जर हे असं काहीतरी केलंस, तर सगळं संपलं. मी तुला सध्या जो भत्ता देतोय, तो बंद करेन आणि नवं मृत्युपत्र तयार करून माझे सर्व पैसे वेगवेगळ्या हॉस्पिटल्सच्या नावे करून टाकेन.'

'तुझ्या पैशांचं हवं ते कर,' डरमट म्हणाला, 'माझं जिच्यावर प्रेम आहे, तिला मी मिळवणारच.'

'एक अशी बाई जी...'

'तिच्याबद्दल एक शब्द जरी काढलास तर – तर तुझा जीव घेईन मी!' डरमट ओरडला.

ग्लासेसचा किंचित किणकिणाट झाल्यामुळे दोघांनी मागे वळून पाहिलं. ते जोरजोरात बोलण्याच्या नादात असताना जॉन्सन व्हिस्कीचे ग्लासेस घेऊन आत आला होता. एखाद्या अतिशय चांगल्या चाकराप्रमाणे त्याचा चेहरा निर्विकार होता; पण त्याने कितपत ऐकलंय याबद्दल डरमटच्या मनात शंका येऊन गेली.

'ठीक आहे जॉन्सन,' सर ॲलिंग्टन तुटकपणे म्हणाला, 'तू झोपायला गेलास तरी चालेल.'

'थँक यू सर. गुड नाइट सर.'

जॉन्सन खोलीतून बाहेर पडला.

त्या दोघांनी एकमेकांकडे बघितलं.

'काका,' डरमट म्हणाला, 'मी तुझ्याशी असं बोलायला नको होतं. तुझ्या दृष्टीने तुझं म्हणणं योग्यच आहे हे मला कळतंय; पण क्लेअर ट्रेन्टवर माझं फार फार दिवसांपासून प्रेम आहे. जॅक माझा सर्वांत जवळचा मित्र असल्याने मी अजूनपर्यंत

माझ्या प्रेमाबद्दल तिच्याशी बोललेलो नाही; पण या परिस्थितीत आता या गोष्टीला महत्त्व उरलेलं नाही. माझ्या आर्थिक परिस्थितीमुळे मी मागे हटेन हे शक्य नाही. मला वाटतं, जे काही बोलण्यासारखं होतं, ते आपलं दोघांचं बोलून झालं आहे, त्यामुळे मी निघतो. गुड नाइट.'

'डरमट...'

'आणखी वाद घालण्यात खरंच अर्थ नाहीये. गुड नाइट ॲलिंग्टन काका. मला माफ कर; पण आहे हे असं आहे.'

पटकन बाहेर पडून त्याने दरवाजा ओढून घेतला. हॉलमध्ये अंधार होता. तो ओलांडून त्याने मुख्य दरवाजा उघडला आणि बाहेर, रस्त्यावर येऊन त्याने तो धाडकन बंद केला.

त्याच रस्त्यावर पुढे टॅक्सीने एक भाडं उतरवलं होतं आणि डरमटने तिलाच हात केला. तो थेट ग्राफ्टन गॅलरीजकडे गेला.

बॉलरूमच्या दारात तो क्षणभर थबकला. त्याचं डोकं गरगरत होतं. कर्कश जॅझ संगीत, हसणाऱ्या बायका – जणू तो एका वेगळ्याच जगात दाखल झाला होता.

त्याला स्वप्न तर पडलं नव्हतं ना? त्याच्या काकाबरोबरचं ते गंभीर संभाषण झालं असणं इथे अशक्य वाटत होतं. त्याला क्लेअर दिसली – पांढऱ्या आणि चंदेरी रंगाच्या गाउनमध्ये ती एखाद्या लिलीच्या फुलासारखी भासली. तो गाउन तिच्या शिडशिडीत बांध्याला बिलगल्यामुळे तिच्या सौंदर्यात भर पडली होती. शांत चेहऱ्याने तिने त्याच्याकडे पाहून स्मित केलं. नक्कीच हे सगळं स्वप्न होतं!

नृत्य थांबलं. लवकरच ती त्याच्या जवळ आली. स्वप्नात असल्यागत त्याने 'नृत्य करशील का', असं तिला विचारलं. आता ती त्याच्या बाहुपाशात आली. संगीत पुन्हा सुरू झालं.

ती किंचित ढेपाळल्यासारखी वाटली.

'दमली आहेस का? थांबायचं का आपण?'

'तुझी हरकत नसेल तर. आपल्याला बोलता येईल असं कुठेतरी जायचं का? मला तुला काहीतरी सांगायचं आहे.'

हे स्वप्न नव्हतं. तो धाडकन पृथ्वीतलावर आला. तिचा चेहरा शांत असू शकेल असं त्याला कसं वाटलं होतं? त्या चेहऱ्यावर त्याला फक्त भीती दिसत होती. तिला कितपत माहीत होतं?

एका कोपऱ्यातली जागा निवडून ते एकमेकांशेजारी बसले.

'बोल,' उसनं अवसान आणत त्याने विचारलं, 'तुला काहीतरी सांगायचं होतं ना?'

'हो.' तिने मान खाली घातली. गाउनच्या लेसशी ती हाताने चाळा करू लागली. 'जरा – अवघड आहे.'

'क्लेअर, मला सांग.'

'हेच – तू काही काळाकरता इथून दूर निघून जा.'

तो थक्क झाला. त्याला हे अजिबात अपेक्षित नव्हतं, 'तुला मी इथून जायला हवंय? पण का?'

'सगळं खरं खरं सांगितलेलं बरं, नाही का? मला, मला – तू एक चांगला माणूस आहेस – मला ठाऊक आहे. माझा मित्रही आहेस. मला तू जायला हवा आहेस, कारण – कारण मला तू आवडू लागला आहेस.'

'क्लेअर.'

तिच्या या कबुलीने त्याची जणू बोबडी वळली.

'प्लीज असं मनात आणू नकोस की, तू माझ्या प्रेमात पडू शकशील असं वाटण्याइतकी मी घमेंडखोर आहे; पण – पण मी अजिबात सुखात नाहीये – आणि – ओह! नाही, तू इथून निघून गेलास तर बरं होईल.'

'क्लेअर, मी तुला पहिल्यांदा भेटलो तेव्हापासून मला तू खूप आवडतेस, हे तुझ्या लक्षात आलं नाहीये का?'

तिने मान वर करून भेदरलेल्या डोळ्यांनी त्याच्याकडे बघितलं. 'तुला तसं वाटायचं? खूप दिवसांपासून वाटायचं?'

'अगदी पहिल्यापासून.'

'ओह!' ती उद्गारली, 'तू याआधी मला का नाही सांगितलंस? तेव्हा? जेव्हा मी तुझी होऊ शकले असते? आता खूप उशीर झालेला असताना सांगून काय उपयोग? नाही, मी वेडी आहे – मी काय बोलते आहे, हे माझं मलाच कळत नाहीये. मी कधीच तुझी होऊ शकले नसते.'

'क्लेअर, आता खूप उशीर झाल्यावर असं तू म्हणालीस, त्याचा अर्थ काय? माझ्या काकामुळे? त्याला जे माहीत आहे त्यामुळे? त्याला जे वाटतंय, त्यामुळे?'

तिच्या डोळ्यांतून अश्रू वाहू लागले. तिने मानेने होकार दिला.

'हे पाहा क्लेअर, तू त्याच्या बोलण्यावर विश्वास ठेवू नकोस. त्याचा विचारही करू नकोस. उलट तू माझ्याबरोबर चल. आपण साउथ सीज,किंवा ग्रीन जुएल्ससारख्या एखाद्या छान ठिकाणी जाऊ. तू तिथे सुखात राहशील आणि मी तुझी काळजी घेईन – तुला कायम सुरक्षित ठेवेन.'

त्याने तिला जवळ घेतलं. त्या स्पर्शाने ती किंचित शहारली. मग एकदम तिने स्वतःला सोडवलं.

'नाही! प्लीज, तुला कळत नाहीये का? मी आता नाही येऊ शकत. ते खूप - खूप वाईट दिसेल. मला नेहमीच चांगलं वागायचं होतं - आणि आता - आता तसं करणं फार वाईट होईल.'

त्याला काही सुचेना. तिने त्याच्याकडे अजिजीने पाहिलं.

'प्लीज,' ती म्हणाली, 'मला चांगलं वागायचं आहे रे...'

एक शब्दही न बोलता डरमट उभा राहिला आणि तिथून निघून गेला. या क्षणी तिच्या शब्दांनी तो व्यथित झाला होता आणि त्यावर वाद घालायच्या मनःस्थितीत नव्हता. तो आपली टोपी आणि कोट हातात घेणार तोच ट्रेन्ट समोर आला.

'हॅलो डरमट, लवकर चालला आहेस?'

'हो, आज नृत्य करायचा मूड नाहीये.'

'हो, बेकार रात्र आहे,' ट्रेन्टने दुजोरा दिला, 'पण माझ्यामागे ज्या चिंता आहेत, त्या तुला नाहीत.'

आता हा आपल्यासमोर मन मोकळं करणार अशी डरमटला भीती वाटली. नको रे बाबा - ते सोडून कशाहीबद्दल बोल!

'ठीक आहे. बाय. मी चाललो घरी.'

'घरी का? आणि त्या धोक्याच्या इशाऱ्याचं काय?'

'मी पत्करेन तो धोका. गुड नाइट, जॅक.'

डरमटचा फ्लॅट फार दूर नव्हता. त्याचं भणाणलेलं डोकं शांत करायला गार हवेतून चालत जाणं हा एक उपाय होता.

त्याने किल्लीने दरवाजा उघडला आणि बेडरूममधला दिवा लावला.

...आणि एकदम, त्या रात्री दुसऱ्यांदा त्याला 'लाल सिग्नल' प्रकर्षाने जाणवला. ही भावना इतकी तीव्र होती की काही क्षण क्लेअरचा विचारही त्याच्या डोक्यातून गायब झाला.

धोका! त्याच्या अगदी जवळ उभा ठाकला होता. या क्षणी, याच खोलीत त्याला धोका होता.

त्याने मनातली भीती घालवायचा वृथा प्रयत्न केला. आतापर्यंत लाल सिग्नलने त्याला वेळोवेळी धोक्याची सूचना दिली होती आणि तो बचावला होता. स्वतःच्या अंधश्रद्धेला किंचित हसून त्याने घरात फेरफटका मारला. न जाणो, एखादा मारेकरी आत घुसून कुठेतरी लपून बसला असेल; पण त्याला काहीही दिसलं नाही. त्याचा नोकर मिल्सन बाहेर गेलेला होता; घर रिकामं होतं.

बेडरूममध्ये परतून तो सावकाश कपडे बदलू लागला. धोक्याची जाणीव अजूनही तशीच होती, त्यामुळे तो विचारात पडला. रुमाल घ्यायला म्हणून त्याने

ड्रॉवर उघडला आणि जागच्या जागी थिजला. ड्रॉवरमध्ये काहीतरी टणक, अनोळखी वस्तू होती.

त्याने घाईघाईने वरचे रुमाल बाजूला केले आणि त्यांखालची वस्तू उचलली. ते एक रिव्हॉल्व्हर होतं.

डरमटने अत्यंत आश्चर्याने ते तपासून पाहिलं. नेहमीपेक्षा जरा वेगळ्या प्रकारच्या त्या रिव्हॉल्व्हरमधून एक गोळी झाडण्यात आली होती. त्यापलीकडे त्याला काहीही बोध होत नव्हता. संध्याकाळच्या दरम्यान कोणीतरी ते तिथे ठेवलं असणार. तो जेवायला जायच्या आधी कपडे बदलत होता, तेव्हा ते तिथे नव्हतं, हे नक्की.

तो ते रिव्हॉल्व्हर परत आत ठेवणार, इतक्यात बेल वाजल्याने तो दचकला. पुनःपुन्हा कोणीतरी दारावरची बेल वाजवत होतं. रिकाम्या घरात तिचा आवाज जास्तच कर्कश वाटत होता.

इतक्या अपरात्री कोण असेल? आणि त्याच्या मनात एकच एक उत्तर आलं: 'धोका – धोका – धोका...'

कुठल्यातरी अनामिक अंतःप्रेरणेनं डरमटने दिवा बंद केला. त्याने खुर्चीवर असलेला ओव्हरकोट घातला आणि हॉलचा दरवाजा उघडला.

बाहेर दोन माणसं उभी होती. त्यांच्या मागे त्याला निळा गणवेश दिसला. पोलीस!

'मिस्टर वेस्ट?' त्यातल्या एकाने विचारलं.

तोंडातून शब्द बाहेर पडेपर्यंत युगं लोटली आहेत असं डरमटला वाटलं. खरंतर काही सेकंदच गेले होते. त्याने त्याच्या नोकराच्या निर्विकार आवाजात उत्तर दिलं, 'मिस्टर वेस्ट अजून घरी आलेले नाहीत. इतक्या रात्री त्यांच्याशी काय काम आहे तुमचं?'

'अजून आले नाहीत काय? ठीक आहे. मग आम्ही आत येऊन त्यांची वाट पाहत बसतो.'

'नाही.'

'हे पाहा, माझं नाव इन्स्पेक्टर व्हेरॉल; स्कॉटलंड यार्ड आणि तुझ्या मालकाच्या अटकेसाठीचं वॉरंट मी घेऊन आलो आहे. हवं तर बघ.'

डरमटने तो कागद बघितला किंवा निदान तसं भासवलं म्हणा. थिजलेल्या आवाजात त्याने विचारलं, 'कशाकरता? त्यांनी काय केलंय?'

'खून. हार्ले स्ट्रीटवरच्या सर ॲलिंग्टन यांचा खून.'

चक्कर येऊन डरमट खाली पडला. मग उठून तो बैठकीच्या खोलीत गेला, तिथला दिवा लावला. इन्स्पेक्टर त्याच्या मागोमाग आत आला. 'घर तपासून ये,'

त्याने दुसऱ्याला सूचना केली. मग डरमटकडे वळून म्हणाला, 'तू इथून हलायचं नाहीस. मालकाला सावध करायला सटकू नकोस. बरं, तुझं नाव काय?'

'मिल्सन, सर.'

'तर मिल्सन, तुझे मालक घरी केव्हा येणं अपेक्षित आहे?'

'माहीत नाही सर. मला वाटतं ते एका नृत्याला गेले आहेत. ग्राफ्टन गॅलरीजमध्ये.'

'तिथून एका तासापूर्वीच ते बाहेर पडले. नक्की घरी येऊन गेले नाहीत?'

'मला नाही वाटत सर. आले असते तर मला कळलंच असतं ना?'

त्याच क्षणी दुसरा माणूस बाजूच्या खोलीतून परत आला. त्याच्या हातात ते रिव्हॉल्व्हर होतं. त्याने उत्साहाने ते इन्स्पेक्टरला दाखवलं. इन्स्पेक्टरच्या चेहऱ्यावर समाधान दिसलं.

'काम झालंच म्हणायचं,' तो म्हणाला, 'तुझ्या नकळत तो घरात येऊन परत बाहेर पडला असणार; पण आता तो अडकला. असो. मला जायला हवं. कॉली, तू इथेच थांब. कदाचित, तो परत येईल आणि याच्यावर नजर ठेव. तो आपल्याला दाखवतोय त्याच्यापेक्षा त्याला मालकाबद्दल जास्त माहीत असू शकतं.'

इन्स्पेक्टर निघून गेला. डरमटने कॉलीकडून जमेल तितकी माहिती मिळवण्याचा प्रयत्न केला. तोही बोलायला उत्सुक होताच.

'अगदी सरळ केस आहे,' तो म्हणाला, 'खून झाल्यावर काही वेळातच ती घटना लक्षात आली. जॉन्सन हा त्यांचा नोकर नुकताच झोपायला म्हणून वर गेला होता. इतक्यात त्याला गोळी झाडल्याचा आवाज आल्यासारखा वाटला म्हणून तो पुन्हा खाली आला. पाहतो तर सर ॲलिंग्टन मरून पडलेले होते. त्यांना छातीत गोळी लागली होती. त्याने लागलीच आम्हाला फोन केला आणि आम्ही तिथे गेल्यावर त्याने ती कहाणी ऐकवली.'

'त्यावरून ही अगदी साधी केस आहे असं वाटतंय?' डरमटने धीर करून विचारलं.

'अगदीच. हा वेस्ट त्याच्या काकाबरोबर घरी आला होता. जॉन्सन त्यांच्यासाठी ड्रिंक्स घेऊन गेला, तेव्हा त्यांच्यात जोरदार वाद चालू होता. म्हातारा नवीन मृत्युपत्र तयार करेन असं म्हणत होता आणि तुझा मालक त्याला मारून टाकायच्या गोष्टी करत होता आणि पाच मिनिटांत गोळी झाडल्याचा आवाज आला. तुझा मालक मूर्ख दिसतोय.'

अगदीच. त्याच्या विरुद्ध असलेला खणखणीत पुरावा ऐकून डरमट मनोमन पार खचला. धोका! भयंकर धोका! आता तिथून पळ काढण्यावाचून गत्यंतर

नव्हतं. त्याने चहा करायचा प्रस्ताव मांडला. कॉली लगेच तयार झाला. फ्लॅटचा शोध घेताना पाठीमागे दुसरा दरवाजा नसल्याची त्याने खात्री केलेलीच होती.

त्यामुळे त्याने डरमटला स्वयंपाकघरात जाऊ दिलं. तिथे पोहोचल्यावर डरमटने किटली गॅसवर ठेवली आणि तो उगाच कप-बशांचा आवाज करू लागला. मग हळूच खिडकीकडे जाऊन त्याने तावदान उचललं. फ्लॅट दुसऱ्या मजल्यावर होता आणि बाहेर विक्रेत्यांना ये-जा करण्यासाठी लोखंडी केबलवर चालणारी एक छोटीशी वायर लिफ्ट होती.

क्षणार्धात डरमट खिडकीबाहेर पडला आणि त्या लोखंडी केबलच्या साहाय्याने वेगाने खाली उतरला. अर्थात असं करताना त्याचे तळवे बरेच कापले गेले; पण रक्त आलं असलं तरी तो थांबला नाही.

काही मिनिटांतच तो मागच्या बोळातून बाहेर आला. कोपऱ्यावर वळून पुढे जाणार, तोच तिथे उभ्या असलेल्या एका व्यक्तीवर तो धडकला आणि आश्चर्य म्हणजे ती व्यक्ती जॅक ट्रेन्ट होती! त्याला डरमटच्या परिस्थितीची पूर्ण कल्पना होती.

'अरे देवा! डरमट! चल पटकन; इथे मुळीच रेंगाळू नकोस.'

त्याचा दंड धरून ट्रेन्ट त्याला एक-दोन आडवाटेच्या गल्ली-बोळातून घेऊन गेला. पुढे उभ्या असलेल्या एका टॅक्सीत ते बसले आणि ट्रेन्टने ड्रायव्हरला स्वतःच्या घराचा पत्ता सांगितला.

'सध्या तरी माझं घर ही सगळ्यात सुरक्षित जागा आहे. मग त्या पोलिसांना कसं चकवायचं, याचा विचार आपण शांत बसून करू. ते पोहोचायच्या आत तुला सावध करायचं म्हणून मी आलो होतो; पण मला उशीर झाला.'

'अरे, त्या घटनेबद्दल तुला माहीत होतं, हेही मला ठाऊक नव्हतं. तुला खरंच वाटतंय की मी –'

'अर्थातच नाही, मित्रा. क्षणभरही नाही वाटलं. मी तुला चांगला ओळखतो की; पण आता तू त्यात वाईट अडकला आहेस हे निश्चित. ते आले होते विचारत – तू ग्राफ्टन गॅलरीत किती वाजता पोहोचलास, तिथून कधी निघालास, वगैरे, वगैरे; पण डरमट, त्याला कोणी मारलं असेल?'

'काहीच कल्पना नाही. ज्याने कोणी त्याला मारलं त्याने माझ्या ड्रॉवरमध्ये ते रिव्हॉल्व्हर ठेवलं. तो आमच्यावर बारीक नजर ठेवून असणार.'

'तो बैठकीचा प्रकार जाम विचित्र होता. घरी जाऊ नकोस. हा इशारा बिचाऱ्या म्हाताऱ्या वेस्टसाठी होता! तो घरी गेला आणि मारला गेला.'

'अरे; पण हे मलाही लागू होतं,' डरमट म्हणाला, 'मी घरी गेलो आणि ते रिव्हॉल्व्हर कोणीतरी तिथे ठेवलेलं मला दिसलं आणि पाठोपाठ पोलीस आले.'

'ते जे काही आहे, ते माझ्या मागे न लागो म्हणजे मिळवलं,' ट्रेन्ट म्हणाला. तोवर ते त्याच्या घरापर्यंत पोहोचले होते.

ट्रेन्टने टॅक्सीचे पैसे दिले, किल्लीने दरवाजा उघडला आणि डरमटला पुढे घालून ते दोघं जिन्याने त्याच्या खोलीत गेले. ती छोटीशी खोली पहिल्या मजल्यावर होती.

त्याने दार उघडलं आणि डरमट आत गेला. दिवा लावून ट्रेन्ट त्याच्याजवळ गेला.

'सध्या तरी बऱ्यापैकी सुरक्षित आहे इथे,' तो म्हणाला, 'आता विचार करू यात पुढे काय करायचं त्याचा.'

'मी वेडेपणा केला,' डरमट अचानक म्हणाला, 'मी घरीच राहून त्याला तोंड द्यायला हवं होतं. आता मला जास्त स्पष्ट दिसतंय. हा सगळा प्रकार म्हणजे एक सापळा होता. तू का हसतो आहेस असा?'

खुर्चीत मागे रेलून ट्रेन्ट खदाखदा हसत होता. त्याच्या हसण्यात एक विचित्र भयानकता होती. हसण्यातच नव्हे, तर तो माणूसच भेसूर वाटत होता. त्याच्या डोळ्यांत एक चमक दिसू लागली होती.

'अतिशय चलाखीने रचलेला सापळा,' तो उद्गारला, 'डरमट, मित्रा, तुझं काही खरं नाही.'

त्याने फोनकडे हात नेला.

'तू काय करणार आहेस?' डरमटने विचारलं.

'स्कॉटलंड यार्डला फोन करणार. त्यांना सांगणार की, त्यांना हवा असलेला माणूस इथे नीट कुलूपबंद केलेला आहे. हो, मी बाहेरचा दरवाजा लावलेला आहे आणि त्याची किल्ली माझ्या खिशात आहे. माझ्या मागे असलेल्या दाराकडे पाहू नकोस. तो क्लेअरच्या खोलीत उघडतो आणि ती नेहमीच तिच्या बाजूने त्याला कुलूप लावते. ती मला घाबरते. माहीत आहे का? बऱ्याच वर्षांपासून घाबरत आली आहे. मी त्या चाकूबद्दल – त्या लांब, धारदार चाकूबद्दल – विचार करत असतो, तेव्हा तिला कळतं. नाही तू...' डरमट त्याच्यावर झेपावण्याच्या बेतात होता; पण अचानक ट्रेन्टच्या हातात एक रिव्हॉल्व्हर आलं होतं.

'हे दुसरं आहे,' तो हसून म्हणाला, 'पहिलं मी तुझ्या ड्रॉवरमध्ये ठेवलं – वेस्टला गोळी घातल्यानंतर – माझ्यामागे काय बघतो आहेस? तो दरवाजा? काही उपयोग नाही. क्लेअरने जरी तो उघडला – तुझ्याकरता कदाचित उघडेलही – तरी तू तिथे पोहोचायच्या आत मी तुला गोळी घालेन. छातीत नाही – फक्त तुला पळून जाता येऊ नये म्हणून. तुला आठवत असेल, तर मी पूर्वी एकदा तुझा जीव वाचवला आहे. माझा नेम सहसा चुकत नाही. मीच वेडा म्हणायचा. नाही, नाही, तुला फासावर लटकलेलं पाहायचंय मला. मला तो चाकू हवा आहे; तो तुझ्यासाठी

नाही, तो क्लेअरसाठी आहे. वेस्टला माहीत होतं. त्याकरताच तो इथे आला होता – मी वेडा आहे का नाही याची खात्री करायला. मी क्लेअरचा जीव घेऊ नये म्हणून त्याला मला आत टाकायचं होतं; पण मी चलाख आहे, मी त्याची आणि तुझी किल्ली आधीच मिळवली होती. नृत्याच्या ठिकाणी पोहोचल्या पोहोचल्या मी तिथून निघालो. तुला त्याच्या घरातून बाहेर पडताना पाहिलं आणि मी आत शिरलो. त्याला गोळी घालून थेट तुझं घर गाठलं. तिथे ते रिव्हॉल्व्हर ठेवून दिलं. तुझ्या पाठोपाठ मी परत ग्राफ्टन गॅलरीत पोहोचलो. तुला गुड नाइट म्हणत असताना तुझी किल्ली परत तुझ्या कोटाच्या खिशात टाकली. हे सगळं तुला सांगायला काहीच हरकत नाही. कारण, आपलं बोलणं ऐकायला दुसरं कोणीच नाहीये आणि जेव्हा तुला फासावर चढवलं जाईल, तेव्हा मी हे केलं हे तुला सांगायला मला आवडेल... तुझी आता सुटका नाही. मला हसूच येतंय... देवा! हसून हसून लोळायची वेळ येईल माझ्यावर! तू कसला विचार करतो आहेस? कशाकडे पाहतो आहेस?'

'तुझ्या काही शब्दांवर विचार करतोय. ट्रेन्ट, तू घरी परतला नसतास तर बरं झालं असतं.'

'म्हणजे काय?'

'तुझ्या मागे बघ!' ट्रेन्ट गर्रकन वळला. दारात क्लेअर – आणि इन्स्पेक्टर व्हेरॉल उभे होते...

ट्रेन्टने विजेच्या गतीने हालचाल केली. त्याने एकच गोळी झाडली; पण तिने निशाणा साधला. तो समोरच्या टेबलावर कोसळला. झटक्यात इन्स्पेक्टर त्याच्या जवळ गेला. डरमट स्वप्नात असल्यासारखा क्लेअरकडे पाहत राहिला.

त्याच्या मनात विचारांचं काहूर माजलं. त्याचा काका – त्याच्याशी झालेला वाद – प्रचंड गैरसमज – घटस्फोटासंबंधीचे इंग्लंडचे कायदे – ज्यामुळे वेड्या नवऱ्यापासून क्लेअरला कधीच घटस्फोट मिळाला नसता – 'आपल्याला तिची दया यायला हवी' – तिने आणि सर ॲलिंग्टनने काळजीपूर्वक आखलेली योजना, जी ट्रेन्टने चलाखीने ओळखली होती – तिने त्याला केलेली विनवणी – 'वाईट होईल' हे तिचे शब्द... पण आता...

इन्स्पेक्टर उठून उभा राहिला. 'मेला.'

'हो', डरमट म्हणाला, 'त्याचा नेम पहिल्यापासून चांगला होता...'

शिंपिणीची बाहुली

बाहुली मखमली खुर्चीत होती. खोलीत फारसा उजेड नव्हता. लंडनचं आकाश ढगाळलेलं होतं. त्या उदासवाण्या वातावरणात गडद हिरव्या रंगाचे पडदे, गालिचे आणि खुर्च्यांवरचं कापड एकरूप झालं होतं. बाहुलीसुद्धा त्यात एकरूप होऊन गेली होती. तिच्या मखमली हिरव्या कपड्यात ती उताणी पडली होती. तिच्या डोक्यावर मखमली टोपी होती आणि चेहऱ्यावर रंगवलेला मुखवटा होता. लहान मुलांकडे असते तशी बाहुली नव्हती ती. ज्याला पपेट डॉल म्हणतात, अशी ती होती; लहरी श्रीमंत बायकांच्या आवडीची. अशी बाहुली जी टेलिफोन शेजारी किंवा दिवाणावर उश्यांमध्ये पहुडलेली असते. तिचं अंग लुळं असलं तरी तिच्यात एक विचित्र जिवंतपणा होता. ती नैतिक अधःपतन होत असलेल्या विसाव्या शतकाचं प्रतीक भासत होती.

काही पॅटर्न्स आणि एक रेखाचित्र घेऊन घाईघाईत येणाऱ्या सिबिल फॉक्सने त्या बाहुलीकडे काहीशा आश्चर्याने बघितलं. तिच्या डोक्यात काहीतरी आलं खरं; पण ते नीटसं तिच्या लक्षात आलं नाही. तिने स्वतःशी विचार केला, 'निळ्या मखमलीच्या पॅटर्नचं काय झालं? मी तो कुठे ठेवला? मला आठवतंय तो इथेच होता.' बाहेर पडून तिने शिवणकामाच्या खोलीकडे पाहत आवाज दिला.

'एल्स्पेथ, एल्स्पेथ, तुझ्याकडे निळा पॅटर्न आहे का? मिसेस फेलोज-ब्राउन आता येईलच एवढ्यात.'

पुन्हा आत जाऊन तिने दिवे लावले. पुन्हा एकदा त्या बाहुलीकडे पाहिलं. 'आता कुठे बरं - हां! इथेच आहे की.' हातातून पडलेला पॅटर्न तिने उचलला. बाहेर लिफ्ट थांबल्याचा परिचित 'कर्र' असा आवाज झाला. दोन मिनिटांतच मिसेस फेलोज-ब्राउन तिच्या पेकिनीज कुत्र्यासह धापा टाकत आली.

'आता अगदी भरून आलं आहे. कुठल्याही क्षणी *बरसणार* आहे!'

तिने हातमोजे आणि फरकोट काढून बाजूला फेकला. ॲलिशिया कूंबही आली. हल्ली ती खास गिऱ्हाईक असेल तरच यायची. मिसेस फेलोज-ब्राउन त्यापैकी एक होती.

एल्स्पेथ म्हणजे तिथली मुख्य शिवणारी फ्रॉक घेऊन आली आणि सिबिलने तो मिसेस फेलोज-ब्राउनच्या डोक्यावरून तिला घातला.

'पाहा,' ती म्हणाली, 'तुला खरंच शोभून दिसतोय. रंगही किती सुरेख आहे!'

ॲलिशिया कूंब खुर्चीत बसून तो न्याहाळत होती.

'हो, मला वाटतं हा चांगला आहे. नक्कीच,' ती म्हणाली.

मिसेस फेलोज-ब्राउनने वळून स्वतःला आरशात पाहिलं.

'तुझ्या कपड्यांमुळे माझे नितंब जरा कमी दिसतात, हे मला मान्य केलंच पाहिजे,' ती म्हणाली.

'तीन महिन्यांपूर्वी होतीस त्याहून आता कितीतरी बारीक झाली आहेस तू,' सिबिल तिला म्हणाली.

'नाही खरंतर,' मिसेस फेलोज-ब्राउन म्हणाली, 'पण या फ्रॉकमध्ये मी बारीक *दिसते* हे मात्र खरंय. तू ड्रेस जसा कापतेस ना, त्यात काहीतरी आहे; त्याने माझा पार्श्वभाग नक्कीच कमी वाटतो - जणू नाहीच आहे किंवा चारचौघींचा असतो तेवढाच वाटतो.' एक उसासा टाकून तिने स्वतःच्या नितंबावरून हात फिरवला. 'मला हे नेहमीच त्रासदायक वाटत आलं आहे. अनेक वर्षं मी नितंब आत ओढून धरू शकत होते; पण आता पोटही सुटल्यामुळे तसं करता येत नाही. दोन्ही आत कसं ओढायचं?'

'माझी काही गिऱ्हाईकं बघ एकदा,' ॲलिशिया कूंब म्हणाली.

मिसेस फेलोज-ब्राउन पुढे-मागे होऊन फ्रॉक तपासून पाहत होती.

'पोट सुटणं तर आणखी वाईट,' ती म्हणाली, 'ते जास्तच नजरेत भरतं. तुम्ही लोकांशी बोलत असताना तुम्ही त्यांच्याकडे तोंड केलेलं असतं म्हणून कदाचित वाटत असेल, कारण तेव्हा त्यांना तुमचं पोटच दिसत असतं, नितंब नव्हे; पण असो. मी ठरवलं आहे की, पोट आत घेऊन वावरायचं आणि नितंबाकडे लक्ष द्यायचं नाही.' तिने मान वळवून बघितलं आणि अचानक म्हणाली, 'तुझी ती बाहुली! तिच्याकडे पाहिलं की, मला भीती वाटते. तुझ्याकडे कधीपासून आहे ती?'

सिबिलने ॲलिशिया कूंबकडे पाहिलं. तीही कोड्यात पडली होती आणि किंचित अस्वस्थही झाली होती.

'नीट माहीत नाहीये... केव्हातरी – मला काही केल्या असल्या गोष्टी आठवत *नाहीत.* अलीकडे तर फारच वाईट स्थिती झाली आहे; काहीच धड आठवत नाही. सिबिल, तुला काही आठवतंय?'

'नाही. मलाही नाही,' ती म्हणाली.

'ते जाऊ दे,' मिसेस फेलोज-ब्राउन म्हणाली, 'पण *मला* मात्र भीती वाटते. जणू ती आपल्या सगळ्यांचं निरीक्षण करते आहे असं वाटतं. ती तिच्या मखमली बाहीत तोंड घालून हसत असेल असंही वाटतं. मी जर तुझ्या जागी असते, तर तिला फेकून दिलं असतं.' तिचं अंग किंचित शहारलं आणि मग ती पुन्हा कपड्यांच्या विषयात शिरली. बाह्या अजून एखादा इंच आखूड कराव्यात का? ड्रेसच्या लांबीचं काय? या सगळ्या मुद्द्यांवर शिक्कामोर्तब झाल्यावर मिसेस फेलोज-ब्राउन जायची तयारी करू लागली.

बाहुलीच्या बाजूने जाताना मागे वळून पुन्हा एकदा म्हणाली, 'नाही. मला ती अजिबात आवडत नाही. ती कायम *इथलीच* राहणारी आहे असं वाटतं. हे काही चांगलं नव्हे.'

'तिला काय म्हणायचं होतं?' मिसेस फेलोज-ब्राउन जिना उतरून गेल्यावर सिबिलने विचारलं.

ॲलिशिया कूंब उत्तर देणार एवढ्यात मिसेस फेलोज-ब्राउन परत आली. दारातून आत डोकावत म्हणाली, 'अरे बापरे! मी तर फू-लिंगला विसरून गेले. कुठे आहेस रे पिल्ला? अरेच्च्या!'

तिघी जणी एकटक बघू लागल्या. ते पेकिनीज कुत्रं हिरव्या मखमलीच्या खुर्चीजवळ बसून त्या बाहुलीकडे पाहत होतं. त्याच्या चेहऱ्यावर ना आनंद होता ना चीड. तो फक्त पाहत होता.

'चल, चल माझ्या लाडक्या,' मिसेस फेलोज-ब्राउन म्हणाली.

पण लाडक्याने ढुंकूनही बघितलं नाही.

'हो ना, अजिबात ऐकत नाही हल्ली,' ती म्हणाली; पण तिच्या तक्रारीत कौतुकाचा भास होत होता. '*चल* रे बाबा! फू-लिंग. शोन्या, पिल्ला...'

फू-लिंगने आपली मान इंचभर वळवून मालकिणीकडे बघितलं आणि पुन्हा आपलं लक्ष बाहुलीकडे वळवलं.

'बाहुलीने फू-लिंगवर एकदम छाप पाडलेली दिसते आहे,' मिसेस फेलोज-ब्राउन म्हणाली, 'मला नाही वाटत या आधी कधी ती त्याच्या लक्षात आली असेल. माझंही लक्ष गेलं नव्हतं. मागच्या वेळी मी आले होते, तेव्हा होती का ती इथे?'

सिबिल आणि ॲलिशियाने एकमेकींकडे बघितलं. आता सिबिलच्या कपाळावर आठ्या उमटल्या होत्या; ॲलिशिया भुवया उंचावत म्हणाली, 'मी सांगितलं ना, मला अजिबात आठवत नाही म्हणून? काय गं, सिबिल, कधीपासून आहे ती आपल्याकडे?'

'ती आली कुठून? तुम्ही विकत घेतली होती का?' मिसेस फेलोज-ब्राउनने विचारलं.

'छे!' ही कल्पना ॲलिशिया कूंबला बिलकुल आवडली नाही. 'छे! मला वाटतं – मला वाटतं आम्हाला कोणीतरी दिली असणार. वेडेपणा!' मान हलवत ती म्हणाली. 'डोक्याचं असं खोकं होणं म्हणजे वेड लागल्यात जमा आहे. क्षणभरही त्यात काही टिकत नाही म्हणजे काय?'

'फू-लिंग, हा काय वेडेपणा चाललाय?' मिसेस फेलोज-ब्राउन जरा रागाने म्हणाली. 'आता चल, नाहीतर तुला उचलून घेईन मी.'

तिने त्याला उचललं. फू-लिंग प्रतिकार म्हणून एकदा भुंकला; पण तिच्या खांद्यावर बसून जाता जातासुद्धा तो खुर्चीतल्या बाहुलीकडे एकटक पाहतच होता...

'ती बाहुली, तिची मला भीती वाटते,' मिसेस ग्रोव्हज म्हणाली.

ती तिथे साफसफाई करणारी बाई होती. जमीन झाडत झाडत मागे मागे जात, ती तिथे येऊन पोहोचली होती. आता हातात कपडा घेऊन ती खोलीत सगळीकडे धूळ पुसत निघाली.

'गंमत आहे, ही बाहुली कालपर्यंत मला दिसलीच नव्हती,' ती म्हणाली, 'आणि आज एकदम समोर उभी ठाकली!'

'तुला आवडली नाही?' सिबिलने विचारलं.

'मिसेस फॉक्स, मी सांगते तुम्हाला, मला तिची खूप भीती वाटते,' मिसेस ग्रोव्हज म्हणाली, 'ती अशी नैसर्गिक नाही वाटत – म्हणजे पाहा ना, तिचे ते लुळे हात-पाय आणि ती कशी दबा धरून बसल्यासारखी आहे. तिच्या डोळ्यातला धूर्तपणा. काहीतरी अभद्र वाटतं.'

'पण याअगोदर तू तिच्याबद्दल काहीच बोलली नव्हतीस,' सिबिलने प्रश्न केला.

'तेच तर आहे. आज सकाळपर्यंत मला ती दिसलीच नव्हती... अर्थात गेले काही दिवस ती इथे आहे हे मला ठाऊक आहे; पण –' ती बोलायची थांबली. तिच्या चेहऱ्यावर प्रश्नचिन्ह उमटलं. 'ती अशी आहे की एखाद्या रात्री स्वप्नात यायची,' असं म्हणत तिने झाडू वगैरे उचललं आणि ती पलीकडच्या खोलीत गेली.

सिबिल त्या लुळ्या बाहुलीकडे पाहत राहिली. तिच्या चेहऱ्यावर गोंधळलेला भाव होता. मग ॲलिशिया कूंब आत आली आणि सिबिलने एकदम तिच्याकडे बघितलं.

'मिस कूंब, हा प्राणी आहे तरी कधीपासून तुमच्याकडे?'

'काय, ही बाहुली? तुला माहीत आहे ना, माझ्या काही लक्षात राहत नाही हल्ली. कालचंच बघ ना – इतका वेडेपणा! मी एका व्याख्यानाला जायला निघाले. अर्धा रस्ता पार केला नसेल तोच मी कुठे जाते आहे, हे मी विसरूनच गेले. खूप विचार केला. अखेर मी स्वतःला सांगितलं की, आपण फोर्टनम्सला जातोय. तिथून काहीतरी आणायचं आहे, हे माझ्या लक्षात होतं आणि तुला खोटं वाटेल; पण मी घरी येऊन चहा प्यायले, तेव्हा कुठे मला आठवलं की, व्याख्यानाला जायचं होतं. जसं वय वाढत जातं तसं डोकं काम करेनासं होतं हे मी ऐकलं आहे; पण माझ्या बाबतीत हे फारच वेगाने होत चाललंय. आता माझी हँडबॅग आणि चश्मा कुठे ठेवला, हे मी विसरलेय. कुठे बरं ठेवलाय चश्मा? आत्ताच तर *टाइम्समध्ये* काहीतरी वाचत होते की.'

'हा पाहा चश्मा इथे आहे,' सिबिल तिला तो देत म्हणाली, 'आता सांग, ही बाहुली कुठून आली? तुला कोणी दिली?'

'तेही आठवत नाहीये,' ॲलिशिया कूंब म्हणाली, '*कोणीतरी* मला दिली आहे, किंवा पाठवली असावी..; पण ती या खोलीत छान शोभते का नाही सांग!'

'जरा जास्तच, मी म्हणेन,' सिबिल म्हणाली, 'मात्र ती इथे असल्याचं पहिल्यांदा माझ्या लक्षात केव्हा आलं हे काही आठवत नाहीये.'

'नको गं, माझ्यासारखी होऊ नकोस,' ॲलिशिया कूंब म्हणाली, 'तू अजून तरुण आहेस.'

'पण खरंच मिस कूंब, मला नाही आठवत आहे. म्हणजे, काल मी पाहिलं तेव्हा तिथे काहीतरी आहे असं मला वाटलं – मिसेस ग्रोव्हजचं म्हणणं बरोबर आहे – काहीतरी भीतिदायक आहे तिच्यात. मग मी खूप उलट-सुलट विचार केला आणि मग मला काहीच आठवेना! जणू मी तिला या आधी पाहिलेलंच नव्हतं; पण तसंही म्हणता येणार नाही. ती इथे बऱ्याच दिवसांपासून आहे; पण लक्षात मात्र आत्ता आली, असं काहीतरी.'

'कदाचित, एके दिवशी झाडूवर बसून खिडकीतून उडत उडत आली असेल,' ॲलिशिया कूंब म्हणाली, 'काहीही असो, आता ती इथलीच झाली आहे.' तिने सभोवताल नजर फिरवली. 'तिच्याशिवाय या खोलीची कल्पनाही करता येत नाहीये मला.'

'नको नको, असं काही म्हणू नकोस.' सिबिलच्या अंगावर काटा आला.

'काय म्हणू नको?'

'की तिच्याशिवाय या खोलीची कल्पनाही करता येत नाहीये.'

'आपण सगळे या बाहुलीमुळे वेडसर झालो आहोत का?' ॲलिशिया कूंबने वैतागून विचारलं. 'काय वाईट आहे त्या बिचारीत? मान्य आहे, जरा सडक्या कोबीसारखी दिसते; पण मी चश्मा घातला नसल्यामुळे असेल तसं. चश्मा चढवून ती परत बाहुलीकडे पाहू लागली. 'हो, तुला काय म्हणायचंय ते कळतंय मला. वाटू शकते भीती तिच्याकडे पाहून... जरा दुःखी पण – धूर्त आणि निश्चयीसुद्धा.'

'पण मिसेस फेलोज–ब्राउनला तिच्याबद्दल एवढी नापसंती का आहे कुणास ठाऊक,' सिबिल म्हणाली.

'तिचं काय, मनात येईल ते ती स्पष्टपणे बोलते,' ॲलिशिया म्हणाली.

'पण तरी हे विचित्र आहे,' सिबिलने मुद्दा सोडला नाही, 'एका बाहुलीची एवढी छाप पडावी?'

'कदाचित कालपर्यंत ही बाहुली तिथे *नव्हतीच,*' सिबिल हसत म्हणाली, 'कदाचित ती खरंच खिडकीतून उडत आत आली असेल आणि इथे स्थिरस्थावर झाली असेल.'

'नाही,' ॲलिशिया म्हणाली, 'काही दिवसांपासून ती इथे आहे याची मला खात्री आहे; पण आपल्या नजरेत काल भरली, इतकंच.'

'मलाही तसं वाटतं,' सिबिल म्हणाली, 'की काही काळापासून ती इथेच आहे..; पण तिला इथे पाहिल्याचं मात्र आठवत नाहीये.'

'हे पाहा, आता हे थांबव बरं,' ॲलिशिया कूंब म्हणाली, 'एकदम बंद कर. तुझ्या बोलण्यामुळे मलाच आता कसंतरी वाटायला लागलं आहे. त्या बाहुलीबद्दल तू आता जादूटोण्याच्या भाषेत नाही ना बोलणार आहेस?' तिने बाहुली उचलली, चांगली हलवली, तिचे खांदे नीट केले आणि तिला दुसऱ्या एका खुर्चीवर बसवलं. ठेवल्या ठेवल्या ती बाहुली पुन्हा लुळी पडली.

'ही अजिबात जिवंत वगैरे वाटत नाही,' बाहुलीकडे पाहत ॲलिशिया म्हणाली, 'पण तरी, एका विचित्र तऱ्हेने ती जिवंत वाटतेसुद्धा, नाही का?'

'हो तर! तिला पाहून मी तर दचकलेच होते,' मिसेस ग्रोव्हज धूळ पुसता पुसता म्हणाली, 'मी इतकी घाबरले की, आता मला त्या फिटिंग रूममध्ये जायला अजिबात आवडत नाही.'

'तुला कशाची भीती वाटली?' मिस कूंबने प्रश्न केला. ती एका कोपऱ्यात असलेल्या टेबलापाशी बसून हिशेब लिहीत होती. 'ही बाई ना, तिला वाटतं दोन ईव्हिनिंग ड्रेसेस, तीन कॉकटेल ड्रेसेस आणि दरवर्षी एक सूट मला एक छदामही न देता ती घेऊ शकते! काय असतात काही लोक!' ती हिशेब पाहताना स्वतःशीच पुटपुटली.

'ती बाहुली,' मिसेस ग्रोव्हज म्हणाली.

'काय, परत बाहुली?'

'हो, तिथे टेबलापाशी एखाद्या माणसासारखी बसून होती. काय घाबरले मी, माहितेय?'

'तू कशाबद्दल बोलते आहेस?'

ॲलिशिया कूंब उठली आणि खोली ओलांडून पलीकडच्या बाजूला असलेल्या खोलीत – म्हणजे फिटिंग रूममध्ये – गेली. तिथे एका कोपऱ्यात एक कामाचं टेबल होतं आणि त्याच्या समोरच्या खुर्चीत तिचे लांब, लुळे हात टेबलावर ठेवून ती बाहुली आरामात बसलेली होती.

'कोणीतरी थट्टा करतंय असं दिसतं,' ॲलिशिया म्हणाली, 'कसं बसवलंय तिला. अगदी खऱ्या माणसासारखी दिसते आहे.'

त्याच वेळी सिबिल फॉक्स जिन्यावरून खाली आली. तिच्या हातात घालून पाहण्यासाठीचा ड्रेस होता.

'इकडे ये सिबिल. ती पाहा बाहुली कशी माझ्या कामाच्या टेबलापाशी बसली आहे, जणू पत्र लिहिते आहे,' ॲलिशिया म्हणाली.

दोघींनी बाहुलीकडे पाहिलं.

'खरंच वेडेपणा आहे हा,' ॲलिशिया म्हणाली, 'कोणी बरं तिला असं बसवून ठेवलं असेल?'

'मी नाही,' सिबिल म्हणाली, 'वरच्या पोरींपैकी कोणीतरी असेल.'

'हा मूर्ख विनोद आहे,' ॲलिशिया कूंब म्हणाली. तिने खुर्चीवर असलेली बाहुली उचलली आणि तिला परत सोफ्यावर भिरकावून दिलं.

सिबिलने तो ड्रेस खुर्चीवर व्यवस्थित ठेवला आणि जिना चढून ती वरच्या मजल्यावरच्या कामाच्या खोलीत गेली.

'तुम्हाला ती बाहुली माहीत आहे ना,' तिने विचारलं, 'मिस कूंबच्या खोलीतली – फिटिंग रूममधली – मखमली बाहुली?'

मुख्य शिवणारी बाई आणि इतर तीन मुलींनी मान वर केली.

'होय मिस. आम्हाला माहीत आहे ती बाहुली.'

'मग सांगा, तिला टेबलापाशी कोणी बसवून ठेवलं?'

तिघींनी एकमेकींकडे पाहिलं. मग एल्स्पेथ म्हणजे मुख्य शिंपीण म्हणाली, 'टेबलापाशी बसवलं? मी नाही.'

'मीपण नाही,' एक मुलगी म्हणाली, 'मार्लीन, तू ठेवलंस का?' मार्लीननेसुद्धा नकार दिला.

'एल्स्पेथ, खोडी काढायची ही कल्पना तुझी आहे का?'

'नाही हो,' एल्स्पेथ म्हणाली, 'बाहुल्यांशी खेळायला किंवा त्यांना डेस्कपाशी बसवायला-बिसवायला मला वेळ नाहीये. भरपूर कामं आहेत मला.'

'हे पाहा,' सिबिल म्हणाली. तिच्या आवाजात आलेल्या कंपाने तिला आश्चर्य वाटलं. 'विनोद म्हणून चांगला होता; पण हे कोणी केलं हे मला कळलं पाहिजे.'

त्या तीन मुली आपापसात कुजबुजू लागल्या. 'मिसेस फॉक्स, आम्ही तुम्हाला सांगितलं आहे. आमच्यापैकी कोणीही हे केलेलं नाही. हो का नाही, मार्लीन?'

'मी नाही,' मार्लीन म्हणाली, 'आणि मार्गारेट आणि नेलीसुद्धा नाही म्हणाल्या याचा अर्थ आमच्यापैकी कोणीही हे केलेलं नाही.'

'ठीक आहे. मला जे म्हणायचं होतं, ते मी म्हटलंय,' एल्स्पेथ म्हणाली, 'तसंही, हा प्रकार आहे तरी काय, मिसेस फॉक्स?'

'कदाचित, हे मिसेस ग्रोव्हजचं काम असेल,' मार्लीनने सुचवलं.

सिबिलने मान हलवली. 'हे तिने केलेलं नाही. उलट बाहुलीला पाहून तीच घाबरली होती.'

'मी खाली येऊन बघते,' एल्स्पेथ म्हणाली.

'ती आता तिथे नाहीये,' सिबिल म्हणाली, 'मिस कूंबने तिला उचलून परत सोफ्यावर टाकलंय. कोणीतरी तिला खुर्चीत बसवलं असणार – आपण गंमत करतोय असं त्या व्यक्तीला वाटलं असेल आणि अशी व्यक्ती त्याबद्दल काही का बोलत नाहीये हे मला कळत नाही.'

'मिसेस फॉक्स, मी तुम्हाला दोनदा सांगितलं आहे,' मार्गारेट म्हणाली, 'आम्ही खोटं बोलतोय असे आरोप तुम्ही का करत सुटलाय? आमच्यापैकी कोणीही असला वेडपटपणा करणार नाही.'

'सॉरी,' सिबिल म्हणाली, 'तुला दुखवायचं नव्हतं मला; पण – पण हे कृत्य कोणी केलं असेल?'

'कदाचित, बाहुली स्वतःच चालत गेली असेल,' मार्लीन खिदळू लागली.

सिबिलला हे काही आवडलं नाही.

'असू दे. नाहीतरी हा सगळा प्रकार मूर्खपणाचा आहे,' असं म्हणून ती जिना उतरून खाली गेली.

ॲलिशिया कूंब मजेत काहीतरी गुणगुणत होती. तिने खोलीवर नजर फिरवली.

'पुन्हा चश्मा हरवला,' ती म्हणाली, 'पण काही फरक पडत नाही. मला आत्ता खास काहीच बघायचं नाहीये; पण जेव्हा तुमची दृष्टी माझ्याइतकी अधू असते आणि तुमचा चश्मा हरवलेला असतो, तेव्हा दुसरा जोड लावल्याशिवाय तुम्हाला काहीच दिसत नाही. मग तुम्ही हरवलेला चश्मा शोधणार तरी कसा?'

'मी शोधते तुझा चश्मा,' सिबिल म्हणाली, 'आत्ता तर होता इथे.'

'तू वर गेली होतीस तेव्हा मी दुसऱ्या खोलीत गेले होते. तिथे मी तो घेऊन गेले असणार.'

ती दुसऱ्या खोलीत गेली.

'काय वैताग आहे,' ॲलिशिया म्हणाली, 'मला हे हिशेब पूर्ण करायचे आहेत; पण चश्मा नसेल तर काम कसं करणार?'

'मी वरच्या बेडरूममधून तुझा दुसरा चश्मा घेऊन येते,' सिबिल म्हणाली.

'अगं, सध्या माझ्याकडे एकच जोड आहे.'

'का? दुसरा जोड कुठे गेला?'

'मला वाटतं काल दुपारी मी जेवायला गेले होते, तिथे विसरले असणार. मी तिथे आणि ज्या दोन दुकानांत गेले होते, तिथेही फोन करून विचारलं आहे.'

'अरे देवा! तू आता तीन जोड ठेवले पाहिजेस,' सिबिल म्हणाली.

'माझ्याकडे जर तीन चश्मे असते, तर त्यातला कुठला ना कुठला जोड शोधण्यात माझं आयुष्य गेलं असतं, त्यामुळे *एकच* चश्मा असावा असं मला मनापासून वाटतं म्हणजे मग तुम्हाला तो *शोधण्यावाचून* गत्यंतर नसतं,' ॲलिशिया म्हणाली.

'कुठे ना कुठे असेलच ना,' सिबिल म्हणाली, 'या दोन खोल्या सोडून तू कुठे गेलीच नाहीयेस आणि इथे तो नाहीये, याचा अर्थ फिटिंग रूममध्ये असणार.'

ती परत तिथे गेली आणि शोधू लागली. शेवटचा उपाय म्हणून तिने सोफ्यावर असलेली बाहुली उचलली.

'सापडला!' ती म्हणाली.

'ओह! कुठे होता?'

'आपल्या या बाहुलीच्या खाली. तू तिला सोफ्यावर टाकलंस, तेव्हा तोही पडला असेल.'

'नाही, तसं नक्की झालेलं नाही.'

'अगं!' सिबिल वैतागून म्हणाली, 'मग काय बाहुलीने तो उचलून लपवला का?'

'खरं सांगू का, ही बाहुली असलं काहीतरी करू शकते,' बाहुलीकडे पाहत ॲलिशिया म्हणाली, 'तिचा भरवसा नाही, ती हुशार दिसते असं नाही का वाटत तुला सिबिल?'

'मला तिचा चेहरा नाही आवडत,' सिबिल म्हणाली, 'असं वाटतं की आपल्याला माहीत नसलेलं काहीतरी तिला ठाऊक आहे.'

'तुला ती गोड आणि करुणास्पद नाही वाटत?' ॲलिशियाने विचारलं; पण या विचारण्यात फारसा जोर नव्हता.

'नाही... तुझं म्हणणं बरोबर असेल कदाचित... पण जाऊ दे. आपण आपली कामं करू. दहा मिनिटांत लेडी ली इथे येईल. तोवर ही बिलं तयार करून मला पोस्टात टाकली पाहिजेत.'

'मिसेस फॉक्स. मिसेस फॉक्स!'

'काय झालं मार्गारेट?' सिबिलने विचारलं. ती एका टेबलापाशी सॅटिनचं कापड कापत उभी होती.

'ओह, मिसेस फॉक्स. ती बाहुली! तुम्ही सांगितल्याप्रमाणे मी तो तपकिरी ड्रेस काढला आणि पाहते तर ती बाहुली पुन्हा टेबलापाशी बसलेली आणि मी नाही– आमच्यापैकी कोणीच तिला हलवलं नाही. खरंच, आम्ही असं काही करणार नाही हो.'

सिबिलच्या हातून कात्रीने वेडंवाकडं कापलं गेलं.

'आता पाहा काय झालं!' ती रागावून म्हणाली, 'पण ठीक आहे. मी दुरुस्त करेन; पण या बाहुलीचं काय आहे हे नवीन?'

'ती पुन्हा टेबलापाशी बसली आहे.'

सिबिल जिना उतरून फिटिंग रूममध्ये गेली. ती बाहुली अगदी आधी होती तशी टेबलापाशी बसली होती.

'तू खूप जिद्दी आहेस नाही का?' ती बाहुलीला उद्देशून म्हणाली.

तिने तिला उचललं आणि सोफ्यावर भिरकावलं.

'पोरी, हीच तुझी जागा आहे. अजिबात हलायचं नाही इथून.'

मग ती चालत पलीकडच्या खोलीत गेली.

'मिस कूंब.'

'काय सिबिल?'

'कोणीतरी आपली थट्टामस्करी करतंय. ती बाहुली पुन्हा टेबलापाशी गेलेली होती.

'तुला काय वाटतं? कोण असेल यामागे?'

'त्या तिघींपैकी एक कोणीतरी असणार,' सिबिल म्हणाली, 'त्यांना मजा वाटत असेल. अर्थात त्या शपथ घेऊन सांगतायेत की त्यांनी काही केलं नाहीये.'

'मार्गारेट असेल?'

'नाही. ती नसेल. तिने जेव्हा मला बाहुलीबद्दल सांगितलं, तेव्हा ती स्वतःच भेदरलेली होती. बहुधा, ती खिदळणारी मार्लीन असेल असं मला वाटलं.'

'पण हा मूर्खपणा आहे.'

'आहेच,' सिबिल म्हणाली, 'पण मी या प्रकाराला आता आळा घालणार आहे,' गंभीर होत ती म्हणाली.

'काय करणार आहेस तू?'

'पाहशीलच,' सिबिल म्हणाली.

त्या रात्री काम आटोपल्यावर तिने फिटिंग रूमला बाहेरून कुलूप लावलं.

'मी या दाराला कुलूप लावलं आहे आणि किल्ली मी माझ्या बरोबर घरी नेणार आहे,' ती म्हणाली.

'अच्छा,' थोडीशी टिंगल केल्याच्या आवाजात ॲलिशिया म्हणाली. 'तुझा आता माझ्यावर संशय आहे का? मी इतकी विसरभोळी आहे की काम करायला म्हणून टेबलापाशी जाते असं सांगते आणि त्याऐवजी बाहुलीला तिथे माझ्याजागी ठेवते? असं वाटतंय तुला?'

'शक्य आहे, नाही का,' सिबिल म्हणाली, 'आज रात्री तरी कोणी मस्करी करणार नाही, याची मी खात्री करून घेतली आहे.'

दुसऱ्या दिवशी सकाळी तिथे पोहोचल्या पोहोचल्या फिटिंग रूमचं कुलूप उघडून सिबिल आत गेली. मिसेस ग्रोव्हज खोलीच्या बाहेर झाडू घेऊन उभीच होती.

'आता आपण बघूच या!' सिबिल म्हणाली.

...आणि मग दचकून ती दोन पावलं मागे सरकली.

बाहुली टेबलापाशी बसलेली होती.

'अरे बापरे!' मिसेस ग्रोव्हज उद्गारली. 'हे काहीतरी विलक्षण आहे! मिसेस फॉक्स, तुम्ही किती पांढऱ्या पडल्या आहात. तुम्हाला काहीतरी द्यायला हवं. मिस कूंबकडे काही औषध आहे का?'

'मी ठीक आहे,' सिबिल म्हणाली.

बाहुलीपर्यंत चालत जाऊन तिने ती अलगद उचलली आणि तिला घेऊन तिने खोली ओलांडली.

'कोणीतरी पुन्हा तुमची खोडी काढतंय,' मिसेस ग्रोव्हज म्हणाली.

'या वेळी ही खोडी नाहीये,' सिबिल सावकाश म्हणाली, 'काल रात्री मी दाराला कुलूप लावून गेले होते. तुलाही माहीत आहे की कोणीही आत जाऊ शकलं नसतं.'

'कदाचित कोणाकडे तरी दुसरी किल्ली असेल,' मिसेस ग्रोव्हज म्हणाली.

'मला नाही वाटत. या अगोदर आपण कधी या दाराला कुलूप लावत नव्हतो. ही जुन्या प्रकारची किल्ली आहे आणि तशी एकच आहे.'

'कदाचित समोरच्या दाराची किल्ली या कुलपाला लागत असेल.'

त्या दोघींनी दुकानातल्या सर्व किल्ल्या लावून पाहिल्या; पण फिटिंग रूमच्या दाराला त्यातली एकही लागली नाही.

'मिस कूंब, हे विचित्रच आहे,' दुपारी जेवताना सिबिल म्हणाली.

ॲलिशिया कूंब मात्र जरा खूश वाटत होती.

'माझ्या मते हे विलक्षणच आहे. मानसिक अतर्क्य गोष्टींचं संशोधन करणाऱ्या लोकांना आपण याबद्दल लिहून विचारलं पाहिजे. कदाचित, ते तपासायला एखादा माणूस पाठवतील – एखादं माध्यम म्हणा किंवा कोणीतरी – खोलीत काही दोष आहे का ते पाहायला.'

'तुला काहीच वाटत नाहीये असं दिसतंय,' सिबिल म्हणाली.

'हं, एका प्रकारे मला मजा वाटते आहे,' ॲलिशिया म्हणाली, 'म्हणजे माझ्या वयात असं काही घडलं की, मजा वाटणारच नाही का? पण तरीही – मला हे प्रकरण फारसं आवडलेलं नाही. ही बाहुली आता जरा जास्तच आगाऊपणा करू लागली आहे.'

त्या संध्याकाळी सिबिल आणि ॲलिशियाने पुन्हा एकदा दरवाजा बाहेरून कुलूपबंद केला.

'मला अजूनही वाटतंय की, हा कोणाचा तरी खोडसाळपणा आहे,' सिबिल म्हणाली. 'पण कोणीही असं का करेल हे मला कळत नाहीये...'

'उद्या सकाळी ती पुन्हा टेबलापाशी असेल असं वाटतं तुला?' ॲलिशियाने प्रश्न केला.

'हो.'

पण तसं घडलं नाही. बाहुली टेबलापाशी नव्हती. ती खिडकीतून बाहेर बघत बसली होती. तिची बसण्याची स्थितीसुद्धा अतिशय 'नैसर्गिक' वाटत होती.

'हा सगळा मूर्खपणा आहे, नाही का?' दुपारी कामाच्या दरम्यान चहा पीत असताना ॲलिशियाने विचारलं. नेहमीप्रमाणे फिटिंग रूममध्ये चहा न घेता, समोर असलेल्या ॲलिशियाच्या खोलीत आज त्या दोघी बसल्या होत्या.

'मूर्खपणा म्हणजे कशा प्रकारे?'

'म्हणजे असं की आपल्या हाती धड काहीच लागत नाहीये. आहे ती फक्त जागा बदलणारी एक बाहुली.'

जसे दिवस जाऊ लागले तसं या विधानाची सत्यता अनुभवायला मिळू लागली. आता तर ती बाहुली दिवसासुद्धा जागा बदलत होती. या दोघी फिटिंग रूममधून काही मिनिटं बाहेर जाऊन आल्यावरसुद्धा ती वेगळ्या ठिकाणी दिसे.

सोफ्यावर ठेवलेली असेल, तर ती खुर्चीत सापडे. मग आणखी वेगळ्या खुर्चीवर. कधी खिडकीत, तर कधी पुन्हा टेबलापाशी.

'ती तिच्या मर्जीनुसार फिरते आहे,' ॲलिशिया कूंब म्हणाली, 'आणि सिबिल, मला असं *वाटतं* हं – की तिला हे करताना मजा वाटते आहे.'

दोघी जणी त्या लुळ्या, निर्जीव, मखमली बाहुलीकडे पाहत उभ्या राहिल्या.

'रेशीम आणि मखमलीचे काही तुकडे, थोडासा रंग, बाकी काही नाही,' ॲलिशिया म्हणाली; पण तिच्या आवाजात ताण होता. 'मला वाटतं आपण – तिची – आपण तिची विल्हेवाट लावू शकतो.'

'विल्हेवाट म्हणजे तुला काय म्हणायचं आहे?' सिबिलच्या आवाजात आश्चर्य होतं.

'म्हणजे आपण तिला आगीत टाकू शकतो म्हणजे चेटकिणींना जसं जाळतात तसं... किंवा मग आपण तिला कचऱ्याच्या डब्यात टाकून देऊ शकतो,' ॲलिशिया निर्विकारपणे म्हणाली.

'मला नाही वाटत. कदाचित कोणीतरी तिला कचऱ्यातून बाहेर काढेल आणि पुन्हा आपल्या ताब्यात देईल,' सिबिल म्हणाली.

'बरं, मग आपण तिला कुठेतरी पाठवून देऊ,' ॲलिशिया म्हणाली, 'अशा अनेक संस्था असतात ना, ज्या विक्रीकरता किंवा कशाहीकरता वस्तू मागत असतात? मला वाटतं हे सगळ्यात चांगलं होईल.'

'माहीत नाही... ' सिबिल म्हणाली, 'मला असं करायला भीती वाटतेय.'

'भीती?'

'हो. मला वाटतं ती परत येईल.'

'म्हणजे इथे परत येईल असं तुला वाटतंय?'

'हो.'

'कबुतरं येतात तशी?'

'हो.'

'आपल्याला वेड तर लागत नाहीये ना?' ॲलिशियाने प्रश्न केला, 'कदाचित मला वेड लागलं असेल आणि तू माझ्या कलाने घेत असशील. असं आहे का?'

'नाही; पण मला खूप भीती वाटते आहे. ती – ती आपल्याहून ताकदवान आहे.'

'काय? ती चिंध्यांची बाहुली?'

'हो. तीच ती. कारण ती खूप जिद्दी आहे.'

'जिद्दी?'

'स्वतःचंच म्हणणं खरं करणारी! बघ ना, आता ही 'तिची' खोली आहे!'

'हो,' सभोवताली नजर फिरवत ॲलिशिया म्हणाली. 'तिचीच खोली आहे खरी. अर्थात, ती आधीपासूनच तिची होती म्हणा... तिची रंगसंगती, सगळंच. मला वाटायचं की ती इथे बरोब्बर बसते; पण आता लक्षात येतंय की, ही खोलीच तिच्यानुसार बरोबर होती. एखादी बाहुली येते आणि अशा प्रकारे सगळ्याचा ताबा घेते हे विचित्रच आहे. तुला माहीत आहे, मिसेस ग्रोव्हज आता ही खोली स्वच्छ करणार नाहीये.'

'बाहुलीची भीती वाटते असं म्हणाली का ती?'

'नाही, अगदी तसं नाही; पण ती काही ना काही सबबी सांगते.' मग ॲलिशिया किंचित घाबऱ्या आवाजात म्हणाली, 'सिबिल, आपण काय करणार आहोत? माझ्यावर या गोष्टीचा परिणाम होऊ लागला आहे. कित्येक आठवड्यांत मी कपड्यांचं धड डिझायनिंग करू शकलेले नाही.'

'आणि कापड बेतताना मी अगदी साध्या साध्या चुका करू लागले आहे,' सिबिलने मान्य केलं. 'मानसिक अतर्क्य गोष्टी समजणाऱ्या लोकांना बोलवायची तुझी कल्पना कदाचित उपयोगी पडेल.'

'नको. आपण वेड्यात काढले जाऊ. मी उगाच म्हणाले होते. मला वाटतं जोवर काही...' ॲलिशिया म्हणाली.

'जोवर काय?'

'माहीत नाही,' खांदे उडवत ॲलिशियाने उत्तर दिलं.

दुसऱ्या दिवशी जेव्हा सिबिल आली तेव्हा फिटिंग रूमच्या दाराला कुलूप होतं.

'मिस कूंब, तू रात्री कुलूप लावलंस का? किल्ली तुझ्याकडे आहे का?'

'हो, मीच कुलूप लावलं; हे दार आता बंदच राहील.'

'म्हणजे काय?'

'म्हणजे मी ही खोली सोडली आहे. त्या बाहुलीला घेऊ दे हवं तर. तशाही आपल्याला दोन खोल्या लागत नाहीत. आपण दोघी एकाच खोलीत काम करू.'

'अगं; पण ती तुझी खासगी खोली होती.'

'असू दे. आता मला नकोय ती. माझी बेडरूम खूप चांगली आहे. तीच मी सगळ्यासाठी वापरेन.'

'तू खरंच त्या फिटिंग रूममध्ये इथून पुढे जाणार नाहीयेस?' सिबिलचा विश्वासच बसत नव्हता.

'अगदी बरोबर.'

'पण – साफसफाईचं काय? किती खराब होईल ती खोली.'

'होऊ दे! या जागेला जर एका बाहुलीची बाधा झाली असेल तर ठीक आहे – तिला तिची जागा लखलाभ होवो आणि तिलाच तिची खोली साफ करू दे. ती आपला *तिरस्कार* करते, माहीत आहे ना?'

'तिरस्कार करते म्हणजे काय?' सिबिलने विचारलं.

'हो, तिरस्कार,' ॲलिशिया म्हणाली, 'तुलाही जाणवलं असेल की. तिच्याकडे पाहिल्यावर तुझ्या लक्षात आलं असेल.'

'हो,' विचार करून सिबिलने उत्तर दिलं. 'मला वाटतं, पहिल्यापासून मला ते जाणवलं होतं – आणि आपण तिथून जावं अशी तिची इच्छा होती.'

'ती आहे एवढीशी; पण नक्कीच दुष्ट आहे,' ॲलिशिया म्हणाली, 'असो. आता तिचं समाधान व्हायला हरकत नाही.'

त्यानंतर फार काही घडलं नाही. आपण सध्यापुरती फिटिंग रूम सोडली असल्याचं ॲलिशियाने तिच्या स्टाफला सांगून टाकलं. उगाच खोली साफ करायचं काम वाढतं हे कारण तिने दिलं.

पण त्याच दिवशी तिच्या स्टाफमधली कुजबूज तिच्या कानावर आलीच. 'मिस कूंबला नक्कीच वेड लागलंय. मला ती पहिल्यापासून जरा विचित्र वाटायची – गोष्टी विसरणं, कुठेतरीच ठेवणं; पण आता हद्द झाली नाही का? तिने त्या बाहुलीबद्दल डोक्यात काहीतरी घेतलं आहे.'

'हो! तिला खरंच वेड लागलंय!' दुसरी मुलगी म्हणाली, 'ती आपल्याला चाकू-बिकूने भोसकणार नाही ना?'

अशी बडबड करत त्या गेल्या आणि ॲलिशिया चिडून ताठ बसली. वेड लागलंय म्हणे! मग स्वतःलाच म्हणाली, 'सिबिल नसती तर मलाही वाटलं असतं, मला वेड लागलंय म्हणून; पण मी असो वा सिबिल किंवा मिसेस ग्रोव्हज, *काहीतरी* गडबड नक्कीच आहे; पण या सगळ्याचा शेवट कसा होणार आहे, हे मात्र समजत नाहीये.'

तीन आठवड्यांनंतर सिबिल ॲलिशियाला म्हणाली, '*कधीतरी* त्या खोलीत गेलंच पाहिजे.'

'का?'

'एक तर ती खूप घाण झाली असेल. जिकडे तिकडे किडे-मकोडे झाले असतील. एकदा झाडून पुसून घेऊ आणि मग पुन्हा बंद करू.'

'मला तर वाटतं ती तशीच राहू दे. जायलाच नको तिथे.'

'अगं तू तर माझ्याहून जास्त अंधश्रद्धाळू दिसते आहेस!'

'असेनही,' ॲलिशिया म्हणाली, 'सुरुवातीला तुझ्याहून माझाच या सगळ्यावर जास्त विश्वास होता – आणि मला – मला हा प्रकार जरा उत्तेजित करणारा वाटला; पण माहीत नाही, आता मला भीती वाटते आहे आणि त्या खोलीत जाऊ नये असंच वाटतंय.'

'पण मला जायचं आहे आणि मी जाणार,' सिबिल म्हणाली.

'तुझं काय झालंय माहितेय? तुला कुतूहल वाटतंय खूप, हो ना?'

'ठीक आहे, कुतूहल म्हण हवं तर; पण त्या बाहुलीने काय केलंय हे मला बघायचं आहे.'

'मला अजूनही वाटतं की, तिच्या नादी नको लागायला,' ॲलिशिया म्हणाली. 'आपण ती खोली सोडल्यावर तिचं समाधान झालेलं दिसतंय. तिला राहू दे तसंच,' तिने उसासा टाकला. 'आपण काय मूर्खासारखं बोलतोय!'

'मला माहीत आहे हे मूर्खपणाचं आहे; पण ते कसं *टाळायचं* हे सांगितलंस तर बरं होईल. चल, मला त्या खोलीची किल्ली दे.'

'ठीक आहे. ठीक आहे.'

'तुला भीती आहे की, मी तिला बाहेर सोडेन किंवा असं काहीतरी; पण मला वाटतं की मनात आणलं तर ती स्वतःच दरवाजे किंवा खिडक्यांमधून आरपारसुद्धा जाऊ शकेल.'

कुलूप उघडून सिबिल खोलीत गेली. 'किती विचित्र आहे!' ती उद्गारली.

'काय विचित्र आहे?' तिच्या खांद्यावरून आत डोकावत ॲलिशियाने प्रश्न केला.

'खोलीत अजिबात धूळ नाहीये. इतके दिवस बंद असल्यावर कोणाला वाटेल की...'

'हो, विचित्र आहे खरं.'

'ती पाहा तिथे आहे,' सिबिल म्हणाली.

बाहुली सोफ्यावर होती. ती नेहमीप्रमाणे लुळी पडली नव्हती, तर पाठीशी उशी घेऊन घराची मालकीण असल्यासारखी रुबाबात बसली होती. जणू पाहुण्यांची वाट पाहते आहे.

'अगदी स्वतःच्या घरात असल्यासारखी दिसते आहे, नाही का?' ॲलिशिया म्हणाली. 'तिच्या खोलीत शिरल्याबद्दल तिची माफी मागावी का काय, असं मला वाटतंय.'

'चल, जाऊ या,' सिबिल म्हणाली.

मागे होऊन तिने दरवाजा लावून घेतला. त्याला कुलूप लावलं.

दोघींनी एकमेकींकडे बघितलं.

'आपल्याला हिची एवढी भीती का वाटते आहे, हे कळलं तर बरं होईल...' ॲलिशिया म्हणाली.

'कोण नाही घाबरणार?'

'नाही म्हणजे *घडतंय* कुठे काय? काहीच नाही. एक बाहुलीचं पपेट खोलीत इकडून तिकडे जाते आहे. मला वाटतं हे एखाद्या भूत-पिशाच्चाचं काम आहे.'

'हां, ही कल्पना चांगली आहे.'

'हो; पण माझा त्यावर फारसा विश्वास नाहीये. मला वाटतं त्या बाहुलीतच काहीतरी आहे.'

'ती आपल्या दारी कुठून आली हे खरंच तुला आठवत नाहीये?'

'मला अजिबात आठवत नाहीये,' ॲलिशिया म्हणाली, 'आणि जितका जास्त विचार करते, तितकी मला खात्री वाटते की, मी तिला विकत घेतलेलं नव्हतं आणि कोणी मला भेट म्हणून ती दिलेली नाही. मला वाटतं - ती - ती अशीच आली.'

'तुला काय वाटतं - ती - कधी जाईल?'

'अगं,' ॲलिशिया म्हणाली, 'तिने का जावं... तिला हवं ते इथे मिळतंय की...'

पण बाहुलीला हवं ते मिळालेलं नसावं. दुसऱ्या दिवशी सिबिल शोरूममध्ये गेली, तेव्हा ती एकदम थबकली. मग तिने जोरजोरात हाका मारल्या.

'मिस कूब, मिस कूब, खाली ये.'

'काय झालं?'

उशिरा उठलेली ॲलिशिया काहीशी लंगडत (तिला थोडा संधिवात होता) जिना उतरून खाली आली.

'सिबिल, काय झालं तुला?'

'बघ, बघ काय झालंय.'

त्या दोघी शोरूमच्या दारात उभ्या होत्या. समोर बाहुली सोफ्यावर एक हात ठेवून आरामात बसलेली होती.

'ती बाहेर पडली,' सिबिल म्हणाली, '*ती त्या खोलीतून बाहेर पडली!* तिला ही खोलीसुद्धा हवी आहे!'

ॲलिशियाने दाराशीच बसकण घेतली. 'मला वाटतं शेवटी तिला अख्खं दुकानच हवं असेल,' ती म्हणाली.

'हो ना,' सिबिल म्हणाली.

'तू! तू हिंस्र राक्षस आहेस,' ॲलिशिया बाहुलीला म्हणाली, 'का आली आहेस इथे, आम्हाला त्रास द्यायला? आम्हाला तू नको आहेस.'

तिला आणि सिबिलला वाटलं की, बाहुली किंचित हलली, जणू तिचे हात-पाय आणखी सैलावले. तिचा एक लांब हात सोफ्याच्या हातावर होता. ती तुम्हाला न्याहाळत होती असं वाटत होतं आणि तिच्या नजरेत लबाडी आणि द्वेष दिसत होता.

'भयंकर जनावर आहे,' ॲलिशिया म्हणाली. 'आता मी हे सहन करू शकत नाही!'

...आणि एकदम ती खोलीत झेपावली, बाहुलीला उचललं आणि खिडकीतून तिला रस्त्यावर भिरकावून दिलं. सिबिलच्या तोंडून भीतीने एक अस्फुट किंचाळी बाहेर पडली.

'ॲलिशिया, तू हे करायला नको होतंस! अजिबात नको होतंस.'

'मला काहीतरी करणं भाग होतं. माझ्या सहनशक्तीचा अंत पाहिला तिने,' ॲलिशिया म्हणाली.

दोघी खिडकीपाशी गेल्या. खाली फुटपाथवर ती बाहुली पालथी पडली होती.

'तू तिचा *जीव घेतला* आहेस,' सिबिल म्हणाली.

'वेड्यासारखं बोलू नकोस... रेशीम आणि मखमलीपासून बनलेली वस्तू ठार कशी मारता येईल? ती काही जिवंत नव्हती.'

'नाही. ती भयानक आणि खरी आहे,' सिबिल म्हणाली.

तेवढ्यात ॲलिशियाचा श्वास तिच्या घशात अडकला.

'अरे देवा! ती मुलगी...'

फुटपाथवर फाटक्या कपड्यातली एक मुलगी त्या बाहुलीपाशी उभी होती. तुरळक वर्दळ असलेल्या त्या रस्त्याच्या दुतर्फा तिने पाहिलं आणि मग ती बाहुली उचलून त्या मुलीने रस्ता पटकन ओलांडला.

'थांब! थांब!' ॲलिशिया ओरडली.

मग सिबिलकडे वळून म्हणाली, 'त्या मुलीने ती बाहुली *नेता कामा नये!* ती धोकादायक आहे - दुष्ट आहे. आपण त्या मुलीला थांबवलं पाहिजे.'

पण तिला थांबवलं ते त्यांनी नाही तर वर्दळीने. नेमक्या त्या वेळी एका बाजूने तीन टॅक्सी आणि दुसऱ्या बाजूने दोन मालवाहू गाड्या आल्या. ती मुलगी रस्त्याच्या मध्यात अडकली. सिबिल धावतच जिना उतरून खाली गेली; पाठोपाठ ॲलिशियाही गेली. गाड्यांमधून वाट काढत दोघी जणी त्या मुलीपाशी पोहोचल्या.

'तू ही बाहुली *नाही* नेऊ शकत,' ॲलिशिया म्हणाली, 'दे बरं मला.'

ती मुलगी पाहत राहिली. ती जेमतेम आठ वर्षांची, अशक्त पोर होती. तिचे डोळे किंचित तिरळे होते; पण चेहऱ्यावर निर्धार होता.

'का देऊ मी तुम्हाला?' तिने विचारलं. 'तुम्ही तिला खिडकीतून फेकलं – मी बघितलं! तुम्ही तिला फेकून दिलं म्हणजे तुम्हाला ती नको आहे, त्यामुळे आता ती माझी झाली.'

'मी तुला दुसरी विकत घेऊन देईन,' ॲलिशिया घाईघाईने म्हणाली, 'आपण खेळण्यांच्या दुकानात जाऊ – तू म्हणशील तिथे जाऊ – आणि मी तुला सगळ्यात छान बाहुली घेऊन देईन; पण ही बाहुली मला परत दे.'

'मी नाही देणार,' ती मुलगी म्हणाली आणि तिने बाहुलीला आणखी जवळ घेतलं.

'दिलीच पाहिजेस,' सिबिल म्हणाली, 'ती तुझी नाहीये.'

बाहुली घेण्यासाठी तिने हात पुढे केला आणि त्याच क्षणी त्या मुलीने पाय आपटले आणि त्यांच्याकडे पाहून जोरात ओरडली.

'नाही! नाही! नाही! ती माझीच आहे. माझं तिच्यावर प्रेम आहे. तुमचं नाहीये. तुम्हाला तिचा तिटकारा आहे; नाहीतर तुम्ही तिला का फेकून दिलं असतं? मी सांगते – तिला *प्रेम हवंय!*'

...आणि मग एखाद्या सरपटणाऱ्या प्राण्याप्रमाणे ती मुलगी वाहनांमधून वाट काढत रस्त्याच्या पलीकडे पळाली आणि या दोघींना कळायच्या आत गल्लीच्या टोकाला जाऊन दिसेनाशी झाली.

'गेली ती,' ॲलिशिया म्हणाली.

'ती म्हणाली की, त्या बाहुलीला प्रेम हवं होतं,' सिबिल म्हणाली.

'कदाचित – कदाचित खरंच तिला पहिल्यापासून तेच हवं असेल...'

लंडनच्या वर्दळीत त्या दोघी घाबरलेल्या बायका एकमेकींकडे पाहत राहिल्या.

मृत्यूचा हाउंड

मला या प्रकरणाबद्दल पहिल्यांदा कळलं ते विल्यम पी. रायन या अमेरिकन पत्रकाराकडून. तो न्यू यॉर्कला परतायच्या आदल्या दिवशी आम्ही दोघं लंडनमध्ये रात्रीच्या जेवणासाठी भेटलो होतो. मी फॉलब्रिजला जाणार असल्याचं त्याला बोलता बोलता सांगितलं.

त्याने एकदम विचारलं, 'फॉलब्रिज, कॉर्नवॉल?'

त्याचं असं आहे की, कॉर्नवॉलमध्ये फॉलब्रिज नावाचं ठिकाण आहे, ही गोष्ट हजारात एखाद्यालाच माहीत असेल. त्यांना फॉलब्रिज म्हटलं की, हँपशरमधलं गाव वाटतं, त्यामुळे रायनला ते माहीत आहे, हे पाहून माझं कुतूहल जागं झालं.

'हो,' मी म्हणालो, 'तुला माहीत आहे?'

यावर त्याने वैतागून एक शिवी हासडली आणि त्या ठिकाणचं ट्रेअर्न नावाचं घर मला माहीत आहे का, असं विचारलं.

माझी उत्सुकता आणखी वाढली. 'अगदीच नीट माहीत आहे. मी ट्रेअर्नलाच जायला निघतोय. तिथे माझी बहीण राहते.

'अच्छा!' रायन म्हणाला.

आता कोड्यात न बोलता, काय ते स्पष्टपणे सांग असं मी त्याला म्हणालो.

'ठीक आहे; पण त्यासाठी युद्धाच्या सुरुवातीला मला आलेल्या एका अनुभवाइतकं मागे जावं लागेल.' मी सुस्कारा सोडला. मी ज्या घटनांबद्दल लिहितोय त्या १९२१मधल्या आहेत. कोणालाही युद्धाची आठवण करून दिलेली नको असते. ईश्वरकृपेने आत्ता कुठे आम्ही ते विसरू लागलो होतो... शिवाय विल्यम रायन युद्धाबद्दल बोलू लागला की भयंकर लांबण लावून बोलतो.

पण आता त्याला थांबवणं अशक्य होतं.

‘युद्धाच्या सुरुवातीला मी माझ्या वर्तमानपत्राच्या कामाकरता बेल्जियममध्ये होतो; जरा आसपास फिरत होतो. तिथे एक गाव आहे ज्याला आपण ‘क्ष’ म्हणू या. अत्यंत लहान गाव; पण तिथली कॉन्व्हेंट खूप मोठी आहे. तिथल्या नन्स पांढरा पोशाख करतात – त्यांना काय म्हणतात हे मी विसरलोय; पण त्याने फरक पडत नाही, तर हे गाव चाल करणाऱ्या जर्मन सैन्याच्या अगदी वाटेत होतं. मग उहलान्स आले –’

माझी चुळबुळ पाहून रायनने मला धीर धर असा हातानेच इशारा केला.

‘चिंता करू नकोस. ही काही जर्मन अत्याचाराची कहाणी नाहीये. होऊ शकली असती; पण नाहीये, तर हूण लोकांनी कॉन्व्हेंटवर मोर्चा नेला – आणि ते तिथे पोहोचले आणि स्फोट होऊन ती इमारत उडाली.’

‘बापरे!’ मी जरा दचकून म्हणालो.

‘विचित्र आहे नाही का?’ तो म्हणाला, ‘आधी मला वाटलं की, ते लोक विजय साजरा करताना काहीतरी माकडचेष्टा करत असतील आणि त्यांच्याच हातून चुकून दारुगोळा उडाला असेल; पण त्यांच्याकडे तसं काहीही नव्हतं. ते बॉम्बवाले नव्हते. आता मी म्हणतो, मूठभर नन्सना स्फोटकांबद्दल काय माहिती असणार, आँ?’

‘हो, आहे खरं विचित्र,’ मी म्हणालो.

‘तिथल्या शेतकऱ्यांना याच्याबद्दल काय वाटलं हे मला ऐकायचं होतं. त्यांनी ठरवून टाकलं होतं – हा आधुनिक चमत्कार आहे! तिथली एक नन म्हणे समाधी लावू शकायची आणि तिला काय काय दिसायचं आणि त्यांच्या मते या ननने काहीतरी करणी केली. तिने या दुष्ट हूणांना मारायला आकाशातून विजेला पाचारण केलं – आणि उडाले सगळे. हा चमत्कार!

‘मी या प्रकरणाच्या मुळापर्यंत पोहोचू शकलो नाही; मला तेवढा वेळच नव्हता; पण त्या काळात चमत्कार हा विषय सगळीकडे चर्चेत होता – मॉन्सला देवदूत असणं, वगैरे. मी रिपोर्ट लिहिला, त्यात थोडासा करुणरस ओतला आणि माझ्या वर्तमानपत्राला पाठवून दिला. अमेरिकेतल्या लोकांना तो लेख बराच आवडला. त्यांना असल्या गोष्टी तेव्हा आवडू लागल्या होत्या.

‘पण (तुला हे समजेल का नाही, माहीत नाही) लिहिता लिहिता, मला या विषयाच्या खोलात शिरून नेमकं काय घडलं असावं, हे शोधायची आस लागली. घटनास्थळी बघण्यासारखं काहीच नव्हतं. दोन भिंती होत्या आणि एकीवर हुबेहूब हाउंड कुत्र्याच्या आकृतीसारखा, काळ्या रंगाचा एक आकार दिसत होता. ते लोक त्याला मृत्यूचा हाउंड म्हणायचे आणि अंधार पडल्यावर तिथून जायचे नाहीत.

‘अंधश्रद्धा नेहमीच रंजक असतात. मला वाटलं की, त्या ननला भेटलं पाहिजे. त्या स्फोटातून ती वाचली होती. काही निर्वासितांबरोबर ती इंग्लंडला गेली

होती. मी तिचा माग काढला, तेव्हा ती ट्रेअर्न, फॉलब्रिज, कॉर्नवॉलला आहे असं कळलं.'

मी मान हलवली. 'युद्धाच्या सुरुवातीला माझ्या बहिणीने बऱ्याच बेल्जियम निर्वासितांना आसरा दिला होता; साधारण वीस लोकांना.'

'तर वेळ मिळाल्यास या बाईला भेटलं पाहिजे असं माझ्या मनात होतंच. मला तिच्या तोंडून त्या घटनेविषयी ऐकायचं होतं; पण मग कामाच्या व्यापात ही गोष्ट मी विसरलो. तसंही कॉर्नवॉल आडवाटेला आहे आणि खरं सांगायचं तर तू आत्ता फॉलब्रिजचा उल्लेख केलास तेव्हा या सगळ्या गोष्टी पुन्हा माझ्या मनात आल्या.'

'मी माझ्या बहिणीला विचारतो,' मी म्हणालो, 'तिने काहीतरी ऐकलेलं असू शकतं. अर्थात ते सर्व बेल्जियन्स खूप वर्षांपूवी मायदेशी परतले आहेत.'

'अर्थातच. तरीही, तुझ्या बहिणीला काही माहीत असेल, तर ते तू मला सांगितलंस तर मला बरं वाटेल.'

'सांगेन की,' मी म्हणालो.

आणि विषय तिथे संपला.

ट्रेअर्नला येऊन मला दोन दिवस झाले होते आणि मी माझ्या बहिणीबरोबर गच्चीवर चहा पीत बसलो होतो.

'किटी, तुझ्या त्या बेल्जियन्समध्ये एक नन होती ना गं?' मी विचारलं.

'तू सिस्टर मारी अँजेलीकबद्दल बोलतो आहेस का?'

'शक्य आहे,' मी सावध पवित्रा घेतला, 'मला सांग तिच्याबद्दल.'

'बापरे, ती? अतिशय रहस्यमय बाई होती. ती अजूनही इथेच आहे, माहितेय?'

'काय? तुझ्या घरात?'

'नाही, नाही. गावात आहे. तुला डॉ. रोझ आठवतात का?'

मला काही ते आठवत नव्हते. 'मला साधारण त्र्याऐंशी वर्षांचा एक माणूस आठवतोय.'

'ते डॉ. लेअर्ड. ते वारले. डॉ. रोझना इथे येऊन काही वर्षंच झाली आहेत. ते तसे तरुण आहेत आणि नव्या विचारांचे आहेत. त्यांनी सिस्टर मारीमध्ये बराच रस दाखवला. मारीला भास वगैरे व्हायचे आणि डॉक्टरी दृष्टीने हा खूप कुतूहलाचा विषय आहे. बिचारीला कुठेही जायला जागा नव्हती – माझ्या मते तर ती ठार वेडी होती – आणि डॉ. रोझनी तिची गावात राहायची व्यवस्था केली. मला वाटतं ते तिच्या केसवर एक शास्त्रीय निबंध का काय असतं ना, तसा लिहीत आहेत.'

मग थोडं थांबून ती म्हणाली : 'पण तुला तिच्याबद्दल काय माहीत आहे?'

'मध्यंतरी मी एक विचित्र गोष्ट ऐकली,' रायनने मला सांगितलेली कथा मी तिला ऐकवली. किटीला त्यात खूप रस वाटला.

'हो, ती कोणालाही उडवू शकेल अशी बाई वाटते खरी,' ती म्हणाली.

माझी उत्सुकता आता ताणली गेली होती. 'या बाईला भेटलंच पाहिजे असं मला फार वाटतंय,' मी म्हणालो.

'जरूर भेट. तुझं तिच्याविषयी काय मत होतं ते मला सांग. आधी डॉ. रोझना भेट. चहा प्यायलानंतर गावात का नाही जात तू?'

मी तिचं म्हणणं मान्य केलं.

डॉ. रोझ घरीच होते. मी स्वतःची ओळख करून दिली. त्यांचं व्यक्तिमत्त्व तसं हसरं असलं तरी, का कुणास ठाऊक मला त्यांच्याबद्दल तिटकारा वाटला.

मी सिस्टर मारी अँजेलीकचा उल्लेख केल्यावर ते एकदम ताठ होऊन बसले. त्यांना तिच्यात रस होता हे उघड होतं. मी पुन्हा एकदा रायनने सांगितलेला किस्सा कथन केला.

'हां! याने बऱ्याच गोष्टींचा उलगडा होतो.'

माझ्याकडे बघून ते बोलू लागले. 'ही एक असामान्य केस आहे. काहीतरी मोठा मानसिक धक्का सोसून ती बाई इथे आली हे उघड होतं. ती प्रचंड उत्तेजित अवस्थेत होती. तिला अतिशय विचित्र भास होत होते. माझ्याबरोबर तिला भेटायला येतोस का?'

मी लगेच तयार झालो आणि आम्ही निघालो.

गावाच्या एका बाजूला एक छोटंसं घर होतं. फॉल नदीच्या पूर्व किनाऱ्यावर वसलेलं हे गाव अतिशय टुमदार आणि सुंदर आहे. पश्चिम किनाऱ्यावर बांधकाम करणं जवळपास अशक्य असलं तरी खोल कड्यांच्या आडोशाला काही घरं आहेत. डॉक्टर रोझचं घर एका कड्याच्या टोकाला होतं. तिथून खाली पाहिलं तर खडकाळ किनाऱ्यावर आदळणाऱ्या मोठाल्या लाटा दिसत.

आम्ही ज्या घराकडे निघालो होतो ते समुद्रापासून दूर, आतल्या बाजूला होतं.

'इथे जिल्हा परिचारिका राहते,' डॉ. रोझ म्हणाले. सिस्टर मारीची राहण्या-जेवण्याची व्यवस्था मी इथेच केली आहे. ती तज्ज्ञ व्यक्तीच्या देखरेखीखाली असलेली बरी.'

'ती वागण्यात व्यवस्थित वाटते का?' मी विचारलं.

'कळेलच तुला एका मिनिटात,' ते हसत म्हणाले.

तेवढ्यात परिचारिका सायकलवरून बाहेर पडताना आम्हाला भेटली.

'गुड इव्हिनिंग,' डॉ. रोझ म्हणाले, 'तुझा रुग्ण कसा आहे?'

'नेहमी असते तशीच, डॉक्टर. हाताची घडी घालून, शून्यात नजर लावून बसलेली आहे. तिला काही विचारलं, तर बरेचदा उत्तरच देत नाही. अर्थात अजूनही तिला इंग्लिश भाषा फार येत नाही हे मात्र खरंय.'

रोझने मानेने होकार दिला; परिचारिका तिच्या कामाला निघून गेली. आम्ही दरवाजा ठोठावला आणि आत शिरलो.

सिस्टर मारी अँजेलीक खिडकीजवळच्या एका खुर्चीत पहुडली होती. आमची चाहूल लागताच तिने मान वळवली.

तिचा चेहरा तसा विचित्र होता – फिका पडलेला, पारदर्शक वाटेल असा आणि भलेमोठे डोळे. त्या डोळ्यांत प्रचंड करुणा आणि दुःख भरलेलं होतं.

'गुड इव्हिनिंग, सिस्टर,' डॉ. रोझ फ्रेंचमध्ये म्हणाला.

'गुड इव्हिनिंग, डॉक्टर.'

'माझ्या मित्राची ओळख करून देतो – हे आहेत मिस्टर अँसट्रथर.'

मी वाकून अभिवादन केलं आणि तिने मान किंचित वाकवत, स्मित करून प्रतिसाद दिला.

'आज कशी आहेस तू?' तिच्या शेजारी बसत डॉक्टरने विचारलं.

'नेहमीसारखीच आहे.' मग थोडं थांबून पुढे सांगू लागली. 'मला काहीच 'खरं' आहे असं वाटत नाही. जे जात आहेत ते दिवस आहेत – का महिने – का वर्षं? मला काहीच कळत नाही. मला माझी स्वप्नं तेवढी खरी वाटतात.'

'अजूनही खूप स्वप्नं पडतात?'

'हो, नेहमीच – नेहमीच. स्वप्नंच वास्तवाहून खरी वाटतात – कळतंय ना मी काय म्हणते आहे ते?'

'तुला तुझ्या देशाची – बेल्जियमची – स्वप्नं पडतात?'

तिने मान हलवली. 'नाही. मला कधीही अस्तित्वात नसलेल्या देशाची स्वप्नं पडतात; पण डॉक्टर, हे तर तुम्हाला मी खूपदा सांगितलेलं आहे.' मग थोडं थांबून ती एकदम म्हणाली : 'कदाचित हे गृहस्थही डॉक्टर असतील – मेंदूच्या विकारांचे डॉक्टर?'

'नाही, नाही,' रोझ तिला म्हणाले; पण ते हसले तेव्हा त्यांचे सुळे किती टोकदार आहेत हे माझ्या लक्षात आलं. मला त्यांचा चेहराच त्यामुळे एखाद्या लांडग्यासारखा वाटला. ते बोलू लागले : 'मला वाटलं मिस्टर अँसट्रथरला भेटायला तुला आवडेल. त्याला बेल्जियमची थोडी माहिती आहे. तुझ्या कॉन्व्हेंटविषयी त्याने अलीकडे ऐकलं आहे.'

तिने माझ्याकडे नजर वळवली. तिच्या गालांवर किंचित लाली दिसू लागली.

'विशेष असं काहीच नाहीये,' मी सावरायचा प्रयत्न करत म्हणालो, 'परवा एका मित्राबरोबर जेवत असताना तुमच्या कॉन्व्हेंटच्या पडझड झालेल्या भिंतीविषयी तो मला सांगत होता. बाकी काही नाही.'

'म्हणजे ती नष्ट झाली!'

हा उद्‌गार स्वतःशीच बोलल्यासारखा, अस्पष्ट होता. मग पुन्हा माझ्याकडे पाहत तिने अडखळत विचारलं : 'मला सांगा, ही भिंत कशी नष्ट झाली, हे तुमच्या मित्राने सांगितलं का?'

'एका स्फोटात ती नष्ट झाली,' मी म्हणालो, 'आणि आता तिथले शेतकरी रात्री तिथून जायला घाबरतात.'

'का बरं घाबरतात?'

'या भिंतीवर एक काळी खूण आहे. तिला पाहून ते घाबरतात. काहीतरी अंधश्रद्धा आहे त्यासंबंधी.'

ती पुढे वाकली. 'सांगा मला – पटकन सांगा! ती खूण कशी होती?'

'तिचा आकार मोठ्या हाउंड कुत्र्यासारखा आहे,' मी उत्तर दिलं, 'तिथले शेतकरी त्याला मृत्यूचा हाउंड म्हणतात.'

'आं!' तिच्या तोंडून एक कर्कश किंचाळी बाहेर पडली. 'म्हणजे खरं आहे तर – खरं आहे. मला जे आठवतंय ते सगळं खरं आहे. ते काही दुःस्वप्न नाहीये. ते घडलं आहे! ते घडलं आहे!'

'सिस्टर, सिस्टर, काय झालं?' डॉक्टरने हलक्या आवाजात विचारलं.

'मला आठवलं. तिथे, त्या पायऱ्यांवर... *मला आठवलं.* आम्ही वापरायचो तशी मी ती शक्ती वापरली. मी चर्चमधल्या आल्टरच्या पायऱ्यांवर उभी राहिले आणि त्यांना पुढे येऊ नका असा आदेश दिला. तुम्ही शांततेने निघून जा, असं सांगितलं. मी इशारा देऊनसुद्धा ते ऐकेनात; पुढे येतच राहिले आणि म्हणून...' पुढे झुकून तिने एक विचित्र हालचाल केली. 'आणि म्हणून मी मृत्यूच्या हाउंडला त्यांच्यावर सोडलं...'

एवढं बोलून ती थरथरत खुर्चीत मागे रेलली. तिने डोळे मिटले.

डॉक्टरने उठून कपाटातून एक ग्लास आणला, त्यात पाणी भरून खिशातल्या एका छोट्या बाटलीतून त्यात कसलेतरी दोन थेंब टाकले आणि तो ग्लास तिच्याकडे घेऊन गेले.

'हे पी,' त्याने अधिकारवाणीने सांगितलं.

तिने ऐकलं – पण ते यांत्रिकपणे असावं असं मला वाटलं. तिची नजर दूर कुठेतरी शून्यात लागली, जणू तिला वेगळंच काहीतरी दिसत असावं.

'पण मग ते सगळं खरं आहे,' ती म्हणाली, 'सगळंच्या सगळं. वर्तुळांचं शहर, स्फटिकाचे लोक - सगळं काही खरं आहे.'

'हो, असं वाटतंय,' रोझ म्हणाला.

त्याचा आवाज आश्वासक आणि हलका होता. तिच्या विचारांची शृंखला तुटू नये अशा बेताने तो बोलत होता. तिला प्रोत्साहन देत होता.

तिने तंद्रीत आणि यांत्रिकपणे उत्तरं दिली.

'हो - तीन वर्तुळं होती. पहिलं होतं परमेश्वराने निवडलेल्या खास लोकांचं, दुसरं होतं पुजारिणींचं आणि बाहेरचं होतं पुजाऱ्यांचं.'

'आणि मध्यभागी?'

तिने श्वास एकदम आत घेतला. तिच्या आवाजात एक आदरयुक्त भीती होती.

'स्फटिकांचं घर...'

हे शब्द उच्चारताना तिने तिच्या उजव्या हाताने कपाळावर कसलीशी आकृती चितारली.

तिचं सर्वांग ताठ झाल्यासारखं वाटलं, डोळे बंदच होते. तिचं शरीर हेलकावे घेऊ लागलं - आणि मग अचानक एक झटका देऊन ती ताठ बसली, जणू झोपेतून जागी झाली असावी तशी.

'काय झालं?' तिने गोंधळून विचारलं, 'मी काय बडबडत होते?'

'काही नाही,' डॉ. रोझ म्हणाला, 'तू थकली आहेस. तुला विश्रांतीची गरज आहे. आम्ही जातो.'

आम्ही तिचा निरोप घेतला तेव्हा ती तारेतच होती.

'मग, तुला काय वाटतंय?' आम्ही बाहेर आल्यावर रोझने विचारलं. त्याने माझ्याकडे एक कटाक्ष टाकला.

'मला वाटतं तिचं डोकं पूर्णपणे कामातून गेलं असावं,' मी सावकाश म्हणालो.

'तुला असं वाटलं?'

'नाही - खरंतर तिचं बोलणं पटण्यासारखं वाटत होतं. ते ऐकताना असं वाटत होतं की, ती जे सांगत होती ते तिने खरंच केलं असेल - तो महाचमत्कार. आपण ते केलं, यावरची तिची श्रद्धा खरी वाटली मला. म्हणून -'

'म्हणून तू म्हणालास की, तिचं डोकं पूर्णपणे कामातून गेलं असावं. ठीक आहे; पण आता याच्याकडे वेगळ्या दृष्टिकोनातून बघ. समजा तिने खरंच चमत्कार केला असेल - समजा तिने खरंच, व्यक्तिशः ती इमारत आणि शेकडो माणसं खलास केली असतील.'

'केवळ तीव्र इच्छाशक्तीच्या जोरावर?'

‘मी अगदी असं नाही म्हणणार; पण अनेक भूसुरुंग एका बटणाच्या साहाय्याने एक माणूस उडवू शकतो हे तर मान्य करशील ना?’

‘हो; पण ते यांत्रिक आहे.’

‘खरंय; पण त्याच्या मुळाशी काय आहे? तर नैसर्गिक शक्तींना वेसण घालून त्यावर नियंत्रण मिळवणं. विजांचा कडकडाट आणि वीज-निर्माण केंद्र या दोन गोष्टींमध्ये तसा फरक नसतो.’

‘हो; पण विजांवर नियंत्रण मिळवायला आपल्याला यांत्रिक मार्ग वापरावे लागतात.’

रोझ हसला. ‘मी आता जरा वेगळ्या वाटेने जाणार आहे. विंटरग्रीन नावाचा एक पदार्थ असतो. तो निसर्गात वनस्पतीरूपात आढळतो; पण हाच पदार्थ प्रयोगशाळेत, कृत्रिमरीत्यासुद्धा बनवता येतो.’

‘तर?’

‘माझं म्हणणं एवढंच आहे की, एकाच ठिकाणी पोहोचायला दोन भिन्न मार्ग वापरता येतात. आपला मार्ग कृत्रिम आहे हे मान्य. आणखी एखादा मार्ग असू शकतो. उदाहरणार्थ भारतातल्या फकीरांनी अद्‌भुत गोष्टी साध्य केल्या आहेत, ज्यांच्या मागची कारणमीमांसा करणं खूप अवघड आहे. आपण ज्या गोष्टींना अतिभौतिक म्हणतो, त्या तशा असतीलच असं नाही. एखाद्या रानटी माणसाला आपला टॉर्चसुद्धा अतिभौतिक वाटेल, त्यामुळे अतिभौतिक म्हणजे काय तर ज्यांच्यामागची वैज्ञानिक कारणं अजून समजली नाहीयेत अशा गोष्टी.’

‘म्हणजे?’ मी थक्क होऊन विचारलं.

‘म्हणजे असं की, एखादी व्यक्ती स्वतःच्या मनातली गोष्ट साध्य करण्यासाठी कुठलीशी विराट शक्ती वापरू शकत असेल, ही *शक्यता* मी नाकारत नाही. ज्या मार्गाने हे केलं जातं, तो आपल्याला अतिभौतिक वाटू शकतो - पण प्रत्यक्षात तो तसा नसतो.’

मी त्याच्याकडे पाहत राहिलो.

तो हसला.

‘हा केवळ माझा अंदाज आहे,’ असं म्हणून त्याने मला उडवून लावलं. ‘मला सांग, तिने स्फटिकांच्या घराचा उल्लेख केला, तेव्हा तिने केलेली हालचाल तुझ्या लक्षात आली का?’

‘हो. तिने तिचा हात कपाळाला लावला.’

‘बरोबर आणि तिने तिथे हाताने वर्तुळ काढलं. आता मी तुला एक रंजक गोष्ट सांगतो. माझ्या रुग्णाच्या बडबडण्यात स्फटिक हा शब्द खूपदा येऊन गेला म्हणून मी

एक छोटासा प्रयोग केला. मी एक स्फटिक मिळवला आणि एके दिवशी अचानक तो माझ्या रुग्णाला दाखवला – तिची काय प्रतिक्रिया होते ते बघायला.'

'काय झालं मग?'

'खूपच कुतूहलजनक होता निष्कर्ष. तिचं संपूर्ण शरीर ताठ झालं. डोळ्यांवर विश्वास बसत नव्हता अशा प्रकारे ती त्या स्फटिकाकडे बघत राहिली. मग ती त्याच्यासमोर गुडघे टेकून बसली, काही शब्द पुटपुटली आणि मग बेशुद्ध पडली.'

'काय शब्द होते?'

'खूपच विचित्र. ती म्हणाली. *तो स्फटिक! याचा अर्थ श्रद्धा अजून टिकून आहे!*'

'विलक्षण!'

'सूचक आहे नाही का? आता पुढची गोष्ट. जेव्हा ती शुद्धीवर आली तेव्हा झाला प्रसंग ती विसरून गेली होती. मी तिला स्फटिक दाखवून हे काय आहे असं विचारलं, तर ती एवढंच म्हणाली की, ज्योतिषांकडे असतो तसा स्फटिक आहे. याआधी तू असा स्फटिक बघितला आहेस का, यावर ती कधीच नाही, डॉक्टर, म्हणाली; पण तिच्या डोळ्यांत मला प्रश्नार्थक भाव जाणवला. सिस्टर, तुला काय त्रास होतोय? असं मी विचारल्यावर ती म्हणाली : हे इतकं विचित्र आहे. मी यापूर्वी कधीही स्फटिक पाहिलेला नाही आणि तरी – तरी तो माझ्या खूप ओळखीचा आहे असं मला वाटतंय. काहीतरी आहे – ते जर मला आठवलं तर... ते आठवायचा प्रयत्न तिला इतका क्लेशदायक होता की मी तिला हा विचार सोडून दे असा सल्ला दिला. हे सगळं झालं त्याला दोन आठवडे झाले आहेत. मी मुद्दाम योग्य वेळेची वाट पाहतोय. उद्या मी आणखी एक प्रयोग करणार आहे.'

'स्फटिक वापरून?'

'हो. मी तिला त्याच्या आत बघायला सांगणार आहे. त्यातून काहीतरी हाती लागेल असं मला वाटतं.'

'तुला काय अपेक्षित आहे?' मी उत्सुकतेने विचारलं.

हे शब्द असेच बोलले गेले पण रोझवर त्याचा मोठा परिणाम झाला. तो एकदम ताठरला, त्याचा चेहरा लाल झाला आणि मला त्याच्या बोलण्याचा सूर किंचित बदललेला वाटला. आता तो औपचारिक आणि अधिक व्यावसायिक वाटू लागला.

'विज्ञानाला नीट न कळलेल्या काही मानसिक विकारांबद्दल यातून काही उलगडा होऊ शकतो. सिस्टर मारी अँजेलीक अभ्यासाकरता अतिशय रंजक केस आहे.'

म्हणजे रोझला तिच्यात फक्त व्यावसायिकदृष्ट्या रस होता?

'मी तुझ्याबरोबर आलं तर चालेल का?' मी विचारलं.

कदाचित मला उगीच वाटलं असेल; पण त्याने उत्तर द्यायला जरा वेळ लावला. त्याला मी नको होतो असं मला एकदम वाटलं.

'नक्कीच ये. माझी काहीच हरकत नाही.' तो पुढे म्हणाला : 'तू इथे फार दिवस राहणार नाहीयेस ना?'

'नाही. परवा परत जाणार आहे.'

हे ऐकून त्याला बरं वाटलं असावं. त्याच्या कपाळावरच्या आठ्या गेल्या आणि गिनी पिग्जवर केलेल्या काही प्रयोगांबद्दल तो बोलू लागला.

दुसऱ्या दिवशी दुपारी मी अपॉइंटमेंट घेऊन डॉक्टरला भेटलो. आम्ही दोघं सिस्टर मारी अँजेलीककडे गेलो. आज डॉक्टर एकदम छान मूडमध्ये होता. आदल्या दिवशीच्या किंचित तटस्थ वागण्याची भरपाई करत असावा असं मला वाटून गेलं.

'मी जे म्हणालो ते मनाला फार लावून घेऊ नकोस,' तो हसत म्हणाला, 'मी गूढविद्येत काम करतो असं वाटून घेऊ नकोस. फक्त माझ्यात एक वाईट आहे – ते म्हणजे मला त्या विषयात काही तथ्य आहे असं वाटू शकतं.'

'खरंच?'

'हो आणि जितकं अतर्क्य तितकं ते मला जास्त आवडतं.'

एखादा माणूस स्वतःतल्या गमतीशीर त्रुटीला हसावा, असा तो हसला.

आम्ही कॉटेजपाशी पोहोचलो तेव्हा परिचारिकेला रोझशी कशाबद्दल तरी बोलायचं होतं, त्यामुळे मी सिस्टर मारीबरोबर एकटाच होतो.

ती मला निरखून बघत होती. यथावकाश ती बोलली.

'इथली परिचारिका म्हणाली की, मी बेल्जियमहून आले तेव्हा त्या मोठ्या घरातल्या ज्या प्रेमळ बाईंकडे मला नेण्यात आलं होतं, त्यांचे तुम्ही भाऊ आहात.'

'हो,' मी म्हणालो.

'त्या माझ्याशी खूप प्रेमाने वागल्या. खूप चांगल्या आहेत त्या.'

काही वेळ ती शांत होती, जणू मनातले विचार नीट मांडत असावी. मग म्हणाली : 'डॉक्टरसाहेबसुद्धा चांगले आहेत ना?'

मला किंचित अवघडल्यासारखं झालं. 'अं, हो. म्हणजे – मला तरी तसं वाटतं.'

'हं!' मग थोडं थांबून म्हणाली : 'ते माझ्याशी नक्कीच प्रेमाने वागले आहेत.'

'हो, मला खात्री आहे.'

तिने एकदम माझ्याकडे बघितलं.

'मिस्टर – तुम्ही – तुम्ही जे आत्ता माझ्याशी बोलताय – तुम्हाला मी वेडी वाटते का?'

'छे सिस्टर, अशी कल्पनाही माझ्या डोक्यात –'

तिने मान सावकाश हलवली. 'मी वेडी आहे का? मला माहीत नाही – मला आठवणाऱ्या गोष्टी – मला ज्यांचा विसर पडतो त्या गोष्टी...'

तिने उसासा सोडला, त्याच वेळी रोझ आत आला.

तिने काय करायचं आहे, हे त्याने समजावून सांगितलं.

'बरं का, काही लोकांना स्फटिकात काही गोष्टी दिसण्याचं वरदान लाभलेलं असतं. सिस्टर, मला वाटतं तुला हे वरदान आहे.'

ती अस्वस्थ झाली. 'नाही, नाही. मी असं करू शकत नाही. भविष्य वर्तवणं – ते पाप आहे.'

रोझ अवाक झाला. त्याने असा प्रतिसाद विचारातच घेतला नव्हता. त्याने चलाखीने विषय बदलला.

'खरं आहे. भविष्यात डोकावता कामा नये; पण भूतकाळात डोकावणं वेगळं आहे.'

'भूतकाळात?'

'हो – भूतकाळात खूप विचित्र गोष्टी असतात. त्यातल्या काही गोष्टी अचानक स्मृतीत येतात – क्षणभर येतात आणि लुप्त होतात. ज्याची तुला परवानगी नाहीये, असं काहीही स्फटिकात पाहू नकोस. तो फक्त हातात घे – हा अस्सा. त्यात बघ – खोलवर. आणखी खोल – आणखी खोल. तुला आठवतंय ना?... आठवतंय... तुला माझं बोलणं ऐकू येतंय. तू माझ्या प्रश्नांना उत्तरं देऊ शकतेस. येतंय ना ऐकू?'

सिस्टर मारीने आज्ञेनुसार तो स्फटिक हातात घेतला. त्याच्याविषयी एक प्रकारचा आदर तिच्या वागण्यात दिसत होता. मग जशी ती त्यात पाहू लागली, तसे तिचे डोळे शून्यात लागले, मान झुकली. ती झोपी गेल्यासारखी वाटू लागली.

डॉक्टरने तो स्फटिक अलगद तिच्या हातातून काढून घेतला आणि टेबलावर ठेवला. मग त्याने तिच्या डोळ्याची पापणी उचलून बघितली आणि माझ्याशेजारी येऊन बसला.

'तिला जाग येईपर्यंत आपण वाट पाहिली पाहिजे; पण फार वेळ लागेल असं वाटत नाही.'

त्याचं म्हणणं बरोबर ठरलं. पाच मिनिटांनी तिच्यात हालचाल जाणवली. स्वप्नातून उठल्यासारखे तिचे डोळे उघडले.

‘कुठे आहे मी?’

‘तू इथे आहेस – घरी. तुला थोडी झोप लागली होती. त्यात स्वप्न पडलं, हो ना?’

तिने होकार दिला. ‘हो, मला स्वप्न पडलं.’

‘तुला स्फटिकाचं स्वप्न पडलं होतं?’

‘हो.’

‘आम्हाला त्याबद्दल सांग.’

‘डॉक्टर, तुम्हाला मी वेडी वाटेन. कारण, माझ्या स्वप्नात तो स्फटिक म्हणजे पवित्र चिन्ह होतं. मला एक दुसरा येशू दिसला, जो स्फटिकाचा गुरू होता. त्याने त्याच्या श्रद्धेसाठी स्वतःचा जीव ओवाळून टाकला. त्याच्या शिष्यांना शोधून शोधून मारण्यात आलं – त्यांच्यावर अत्याचार करण्यात आले... पण त्यांचे विचार टिकून राहिले.’

‘विचार टिकून राहिले?’

‘हो – पंधरा हजार पौर्णिमा – म्हणजे, मला पंधरा हजार वर्षं म्हणायचं आहे.’

‘हा पौर्णिमांचा काळ किती दिवसांचा होता?’

‘तेरा साध्या पौर्णिमा. हो, ती पंधरा हजारावी पौर्णिमा होती. मी स्फटिकाच्या घरामध्ये पाचव्या चिन्हाची पाद्री स्त्री होते. सहाव्या चिन्हाच्या आगमनाच्या सुरुवातीचे काही दिवस होते आणि तेव्हा...’

तिच्या कपाळाला आठ्या पडल्या आणि भीतीची एक लहर तिच्या चेहऱ्यावरून गेली.

‘फार लवकर,’ ती पुटपुटली, ‘फार लवकर. हे चूक आहे... ओह! मला आठवलं! ते सहावं चिन्ह!’

तिने जागीच उडी घेतल्यासारखं केलं आणि परत खुर्चीत बसली. मग तोंडावरून हात फिरवून पुटपुटली : ‘पण मी हे काय बडबडते आहे? असं काही घडलेलंच नाही.’

‘शांत हो, शांत हो. त्रास करून घेऊ नकोस.’ डॉक्टर म्हणाला.

पण ती त्याच्याकडे गोंधळून गेल्यासारखी पाहत होती.

‘डॉक्टरसाहेब, मला कळत नाहीये. मला अशी स्वप्नं का पडतात? मी वयाच्या सोळाव्या वर्षी धर्माच्या मार्गाने जाऊ लागले. मी कधीही माझं गाव सोडून प्रवास केलेला नाही. तरीही मला अज्ञात लोक, शहरं, विचित्र चालीरीतींची स्वप्नं पडतात. असं का?’ तिने दोन्ही हातांनी कपाळ धरलं.

‘सिस्टर तुला कधी संमोहित करण्यात आलं होतं का? किंवा तू कधी एक प्रकारच्या तंद्रीमध्ये गेली होतीस का?’

'नाही डॉक्टर; पण माझ्या चॅपेलमध्ये प्रार्थना करताना अनेकदा माझा आत्मा शरीरापासून विलग होऊन मी अनेक तास मृतवत होत असे. आमच्या रेव्हरंड मदर म्हणायच्या की, ही अवस्था प्राप्त व्हायला भाग्य लागतं – स्टेट ऑफ ग्रेस!' तिचा श्वास अडकला. *'मला आठवलं – आम्हीसुद्धा याला स्टेट ऑफ ग्रेस म्हणायचो.'*

'सिस्टर, मला एक प्रयोग करून बघायची इच्छा आहे,' रोझ म्हणाला, 'त्याने कदाचित तुझी ती अर्धवट स्वप्नं आणि स्मृती बंद होतील. तू पुन्हा एकदा या स्फटिकात बघ. मी तुला एक एक शब्द सांगेन, त्यांना तू उत्तर द्यायचं. तू थकून जाईपर्यंत ही प्रश्नोत्तरं चालू ठेवायची. तुझे सर्व विचार स्फटिकावर केंद्रित कर, शब्दांवर नकोत.'

मी पुन्हा एकदा तो स्फटिक काढून सिस्टर मारीच्या हातात दिला. तिने पुन्हा तसाच, अत्यंत आदराने तो स्वीकारला. तिच्या हातांमध्ये, काळ्या मखमलीच्या तुकड्यावर तो विसावला होता. तिचे सुंदर डोळे त्यावर केंद्रित झाले होते. काही क्षण शांततेत गेल्यावर डॉक्टर म्हणाला : *'हाउंड.'*

लागलीच सिस्टरने उत्तर दिलं : *'मृत्यू.'*

मी इथे त्या प्रयोगाचा पूर्ण वृत्तान्त देऊ इच्छित नाही. डॉक्टरने मुद्दामच अधेमधे अनेक निरर्थक शब्द पेरले होते. काही शब्दांचा अनेकदा पुनरुच्चार केला; त्यांना कधी कधी समान उत्तरं मिळाली, तर कधी भिन्न.

त्या संध्याकाळी डॉक्टरच्या घरी, त्या प्रयोगाच्या निकालावर चर्चा झाली.

घसा खाकरून त्याने त्याची वही जवळ घेतली.

'हे निकाल खूप रंजक – आणि कुतूहलजनक आहेत. 'सहावं चिन्ह' या शब्दाला आपल्याला विविध उत्तरं मिळाली – *विध्वंस, जांभळा, हाउंड, ताकद*, मग पुन्हा *विध्वंस* आणि शेवटी *शक्ती*. तुझ्या लक्षात आलं असेल की, नंतर मी बरोबर उलट्या मार्गाने गेलो आणि असे निकाल हाती आले. *विध्वंसला* उत्तर आलं *हाउंड; जांभळ्याला* आलं, *शक्ती; हाउंडला, मृत्यू* आणि पुन्हा *शक्तीला, हाउंड*. हे सगळं सुसंगत आहे; पण दुसऱ्यांदा *विध्वंसला* उत्तर आलं, *समुद्र*, जे पूर्णपणे विसंगत आहे. 'पाचवं चिन्ह' या शब्दाला मला उत्तरं मिळाली ती *निळा, विचार, पक्षी*, पुन्हा *निळा* आणि अखेर सूचकपणे *एक मन दुसऱ्यापुढे उघड होणं*. 'चौथं चिन्ह' या शब्दाला मिळालेलं *पिवळा* हे उत्तर आणि नंतर *प्रकाश* आणि 'पहिलं चिन्ह'ला *रक्त*, यावरून मी निष्कर्ष काढला की, प्रत्येक चिन्हाला विशिष्ट रंग आहे आणि कदाचित आकृतीसुद्धा. उदाहरणार्थ, पाचव्या चिन्हाची आकृती आहे *पक्षी* आणि सहाव्या चिन्हाची आहे *हाउंड;* पण माझा अंदाज आहे की, पाचवं चिन्ह हे टेलीपथीचं द्योतक आहे – एक मन दुसऱ्या मनासमोर उघड होणं. सहावं चिन्ह अर्थातच विध्वंसक शक्तीचं द्योतक आहे.'

‘मग *समुद्रचा* अर्थ काय?’

‘हे मला नाही सांगता येत आहे. मी हा शब्द नंतर सुचवला आणि त्याला *होडी* हा प्रतिसाद मिळाला. सातव्या चिन्हाला आधी *जीवन* आणि दुसऱ्यांदा *प्रेम* हे उत्तर मिळालं. आठव्या चिन्हाला *काहीच नाही* हे उत्तर मिळालं, त्यावरून एकूण सातच चिन्हं आहेत असा निष्कर्ष मी काढला.’

‘पण सातवं साध्य झालं नव्हतं,’ मी एकदम म्हणून गेलो. कारण, सहाव्यामध्येच *विध्वंस* झाला होता!’

‘हं! तुला असं वाटतंय? आपण या वेडपट बडबडीकडे उगाच गांभीर्याने पाहतोय. या फक्त वैद्यकीयदृष्ट्या रंजक गोष्टी आहेत.’

‘पण मानसिक बाबींच्या संशोधकांना यात नक्कीच रस वाटेल.’

डॉक्टर माझ्याकडे रोखून पाहू लागला. ‘सर, मला या गोष्टींना मुळीच प्रसिद्धी द्यायची नाहीये.’

‘मग तुला त्यात रस का आहे?’

‘पूर्णपणे खासगी कारणासाठी. अर्थात मी या केसची टिपणं काढेनच.’

‘अच्छा.’ पण प्रथमच मला काहीच कळलं नसल्याची जाणीव झाली. मी जायला उठलो.

‘ठीक आहे. गुड नाइट, डॉक्टर. मी उद्या परत जाणार आहे.’

‘हं!’ डॉक्टरच्या उद्‌गारात मला समाधानाची आणि सुटकेची भावना जाणवली.

‘तुझ्या तपासासाठी शुभेच्छा,’ मी म्हणालो, ‘पुढच्या वेळी मी येईन, तेव्हा मृत्यूच्या हाउंडला माझ्यावर सोडू नकोस!’

त्या वेळी त्याचा हात माझ्या हातात होता आणि तो किंचित हादरलेला मला जाणवला. अर्थात तो लगेच सावरला.

मग हसून म्हणाला : ‘एखाद्याचं जर ताकदीवर प्रेम असेल, तर सर्व माणसांचा जीव तुमच्या मुठीत असणं ही काय जबरदस्त ताकद ठरेल!’

त्याचं स्मित अधिक गहिरं झालं.

...आणि या प्रकरणाशी हा माझा अखेरचा थेट संबंध ठरला.

कालांतराने डॉक्टरची डायरी आणि वही माझ्याकडे आली. त्यातील काही नोंदी मी इथे उद्‌धृत करतोय; पण बराच काळ गेल्यावर या गोष्टी माझ्या हाती आल्या हे तुम्हाला कळेलच.

ऑगस्ट ५. सिस्टर एम.ए. जेव्हा 'निवडलेली व्यक्ती' म्हणते तेव्हा तेव्हा ज्यांनी वंश वाढवला त्यांच्याबद्दल ती बोलत असते. या लोकांना सर्वाधिक मान दिला जात असावा; म्हणजे धर्मगुरूंच्याही वरचं स्थान. सुरुवातीचे ख्रिश्चन याच्या अगदी विरुद्ध होते.

ऑगस्ट ७. मी तिला संमोहित करण्यासाठी सिस्टर एम.ए.ला पटवलं. तिला संमोहित करण्यात यश मिळालं; पण नीट संवाद प्रस्थापित करता आला नाही.

ऑगस्ट ९. ज्यांच्यापुढे आपली संस्कृती शून्य भासावी अशा संस्कृती होऊन गेल्या आहेत का? असं असेल आणि त्यांच्याविषयी सुगावा असलेला मीच एकटा माणूस असेन, तर ते विचित्र म्हणावं लागेल.

ऑगस्ट १२. सिस्टर एम.ए. संमोहित झाल्यावर आज नेहमीसारखा प्रतिसाद देत नाहीये; पण तंद्रीमध्ये अगदी सहज गेली. हे मला समजत नाहीये.

ऑगस्ट १३. सिस्टर एम.ए.ने आज म्हटलं की, 'स्टेट ऑफ ग्रेस'मध्ये फाटक बंद करायला हवं. नाहीतर दुसरंच कोणीतरी शरीराला आज्ञा देईल.' रंजक; पण कोड्यात टाकणारं आहे.

ऑगस्ट १८. तर पहिलं चिन्ह म्हणजे... (इथले शब्द खोडलेले होते)... मग सहाव्या चिन्हापर्यंत पोहोचायला किती शतकं लागतील? पण सत्तेसाठी जर शॉर्टकट असेल तर...

ऑगस्ट २०. एम.ए.ने परिचारिकेसोबत इथे यायची योजना आहे. रुग्णाला अफू द्यायची आवश्यकता आहे असं सांगितलं आहे. मी वेडा आहे का? का मी मृत्यू देण्याची ताकद असलेला सुपरमानव होणार आहे?

(इथे नोंदी समाप्त होतात.)

मला वाटतं मला पत्र मिळालं ते २९ ऑगस्टला. परकीय वाटावं अशा हस्ताक्षरातलं हे पत्र माझ्या मेहुणीमार्फत मला पाठवण्यात आलं होतं. त्यात असं लिहिलेलं होतं :

महोदय,

मी तुम्हाला फक्त दोनदा भेटले आहे; पण तुमच्यावर विश्वास टाकता येईल असं मला वाटलं. माझी स्वप्नं खरी असोत वा खोटी, ती अलीकडे अधिक स्पष्ट होऊ लागली आहेत... आणि एक गोष्ट मात्र नक्की – मृत्यूचा हाउंड हे काही स्वप्न नाही... मी तुम्हाला ज्या दिवसांबद्दल सांगितलं (ते खरे आहेत का नाही, मला माहीत नाही),

तेव्हा जो कोणी स्फटिकाचा रक्षणकर्ता होता, त्याने लोकांना सहावं चिन्ह फार लवकर दाखवलं... त्यांच्या हृदयात दुष्टपणा शिरला. मर्जीप्रमाणे कत्तल करायची शक्ती त्यांना प्राप्त झाली – आणि रागाच्या भरात त्यांनी न्यायाला पार बाजूला सारून लोकांचे जीव घेतले. सत्तेच्या लालसेने ते धुंद झाले होते. जेव्हा आम्ही – जे शुद्ध होतो त्यांनी – हे बघितलं तेव्हा आमच्या लक्षात आलं की, वर्तुळ पूर्ण करता कामा नये आणि चिरंतन जीवनाच्या चिन्हाकडे आलं पाहिजे. जो कोणी पुढचा स्फटिकाचा रक्षणकर्ता झाला असता त्याच्यावर कृती करायची जबाबदारी होती. जुनं मरून जाऊन असंख्य युगांनी नवनिर्मिती व्हावी म्हणून त्याने समुद्रावर मृत्यूच्या हाउंडला सोडलं (वर्तुळ पूर्ण न होण्याची खबरदारी घेऊन) आणि मग समुद्र हाउंडच्या आकारात उसळला आणि त्याने संपूर्ण जमीन गिळून टाकली...

या अगोदर एकदा मला हे आठवलं होतं – बेल्जियममध्ये आल्टरच्या पायऱ्यांवर...

डॉ. रोझ हे ब्रदरहुडचे आहेत. त्यांना पहिलं चिन्ह माहीत आहे, दुसऱ्याची रूपरेषा माहीत आहे; पण त्याचा मथितार्थ फार थोड्या निवडक लोकांना ज्ञात आहे. सहाव्यामध्ये त्यांना माझ्याबद्दल कळेल. मी आतापर्यंत त्यांच्यासमोर तग धरून आहे – पण मी कमकुवत होत चालले आहे. कोणालाही योग्य वेळ यायच्या आधी शक्ती प्राप्त होता कामा नये. मृत्यू देण्याची शक्ती प्राप्त व्हायला जग तयार होण्यासाठी अनेक शतकं जायला हवीत... तुम्हाला सत्याची आणि चांगुलपणाची कदर आहे म्हणून कळकळीने सांगते की, मला मदत करा... फार उशीर होण्याअगोदर.

तुमची, सिस्टर इन ख्राइस्ट,
मारी अँजेलीक

माझ्या हातातून पत्र खाली पडलं. पायांखालची जमीन खचल्यासारखी वाटली. मग मी सावरलो. त्या बिचाऱ्या बाईच्या श्रद्धेचा माझ्यावर परिणाम होऊ पाहत होता! एक गोष्ट मात्र स्पष्ट होती. उत्साहाच्या भरात डॉ. रोझ त्याच्या व्यावसायिक स्थानाचा गैरवापर करत होता. मी लगेच तिथे जातो आणि –

तेवढ्यात मला किटीकडून आलेलं एक पत्र सापडलं. मी ते घाईघाईने उघडलं.

'इतकी वाईट गोष्ट घडली आहे,' मी वाचू लागलो, 'तुला डॉ. रोझचं घर आठवतंय का? काल रात्री दरड कोसळून त्यात ते वाहून गेलं आणि बिचाऱ्या डॉक्टरांचा आणि सिस्टर मारी अँजेलीकचा त्यात मृत्यू झाला. समुद्रकिनाऱ्यावर भरपूर राडारोडा पडला आहे - लांबून पाहिलं तर तो ढीग एका भल्या मोठ्या हाउंडसारखा दिसतोय...'

माझ्या हातातून पत्र खाली पडलं.

इतर गोष्टी कदाचित योगायोगाच्या असतील. त्याच रात्री कोणी एक मिस्टर रोझ, जे डॉक्टरांचे श्रीमंत नातलग होते, तेही वारले - म्हणे त्यांच्या अंगावर वीज पडली. खरंतर त्या भागात वादळी पाऊस झाल्याची नोंद नव्हती; पण एक-दोन लोकांना वीज कडाडल्याचा आवाज आला होता म्हणे. या माणसाच्या अंगावर 'विजेमुळे भाजल्याची एक विचित्र खूण' होती. मृत्युपत्रात त्यांनी सर्व संपत्ती आपल्या पुतण्याच्या म्हणजे डॉ. रोझच्या नावे केली होती.

आता गृहीत धरू या की, डॉ. रोझला सिस्टर मारीकडून सहाव्या चिन्हाचं गुपित मिळवण्यात यश मिळालं होतं. मला तो सदसद्विवेकबुद्धीला धरून वागणारा कधीच वाटला नव्हता - त्याच्यापर्यंत पोहोचणार नाही अशी योजना आखता आली, तर तो काकाचा जीव घ्यायला मागेपुढे पाहणार नाही याची मला खात्री होती; पण सिस्टर मारीच्या पत्रातले हे शब्द माझ्या मनात घुमत आहेत... 'वर्तुळ पूर्ण न होण्याची काळजी घेतली पाहिजे...' डॉ. रोझने ती काळजी घेतली नाही किंवा त्याला त्याची गरज वाटली नसेल किंवा त्याला हे कसं करायचं, हे माहीत नसेल, त्यामुळे त्याने वापरलेली शक्ती मागे फिरली आणि तिने वर्तुळ पूर्ण केलं...

अर्थात हे सगळं निरर्थक आहे! सगळ्या गोष्टींचा निसर्ग-नियमांत बसेल, असा अर्थ लावता येतो. सिस्टर मारीला भास होत होते यावर डॉ. रोझचा विश्वास बसला याचा अर्थ त्याचं मनही किंचित अस्थिर होतं.

तरीही कधी कधी मला स्वप्न पडतं. समुद्राखाली एक भला मोठा भूखंड आहे, ज्यावर एके काळी मानवी वस्ती होती आणि त्यांनी आपल्यापेक्षा अधिक उच्च आणि प्रगत संस्कृती प्रस्थापित केली होती...

का सिस्टर मारीची स्मृती उलट्या दिशेने जात होती - काही लोक म्हणतात हे शक्य आहे - आणि हे वर्तुळांचं शहर भूतकाळातलं नसून, भविष्य काळातलं आहे?

निरर्थक - अर्थातच हा सगळा प्रकारच सुरुवातीपासून निव्वळ आभास होता!

अनुवादक परिचय

डॉ. अजेय हर्डीकर यांनी पुण्याच्या बी. जे. मेडिकल कॉलेजमधून पदव्युत्तर शिक्षण घेतलं आहे. ते आता निवृत्त असून, पुण्यातील एका प्रसिद्ध वाहननिर्मिती कंपनीत २५ वर्षांहून अधिक काळ वैद्यकीय अधिकारी म्हणून कार्यरत होते. विज्ञान, निसर्ग, मानसशास्त्रविषयक वाचनात त्यांना रस आहे. रेखाचित्रण, जलारंगात निसर्गचित्रे काढणे आणि पक्षीनिरीक्षण हे त्यांचे आवडीचे विषय.

गेली काही वर्षे ते कला, निसर्ग, थरारकथा आणि विज्ञानविषयक पुस्तकांचा इंग्रजीतून मराठीत अनुवाद करत आहेत.